पत्रकारितेची कारकीर्द लाभलेल्या 'रिचर्ड कोहेन' यांनी नाती, पैसा, भीती आणि मृत्यू... या संदर्भातील सत्य कोणताही आडपडदा न ठेवता, तपशीलवार या पुस्तकातून वाचकांसमोर मांडले आहे.

पुस्तकातील पाच व्यक्तींनी कोहेन यांना जितके शिकवले आहे, तितकेच हार्वर्डच्या वैद्यकीय शाखेच्या विद्यार्थ्यांसमोर झालेल्या पाचजणांच्या सादरीकरणामार्फत त्यांनी त्या तरुण डॉक्टरांना शिकवले असेल तसेच या पुस्तकातून आपल्याला.

– बुकलिस्ट

गंभीर तसेच 'स्वत:हून बरे न होणाऱ्या आजारांवर रिचर्ड कोहेन यांनी लक्ष केंद्रित केले आहे. यातूनच या व्यक्तिचित्रणाला एक प्रकारचे गहिरेपण प्राप्त होते... रुग्णांच्या दैनंदिन अनुभवांनी भारलेल्या अशा या कथा आहेत.

– वॉशिंग्टन पोस्ट

'विलक्षण'

– लॅरी किंग

रिचर्ड कोहेन यांचे 'स्ट्राँग ॲट द ब्रोकन प्लेसेस' हे पुस्तक गंभीर, तीव्र व दुर्बल बनवणाऱ्या आजारांशी सतत लढा देणाऱ्या लोकांचे कठोर वास्तव वाचकांसमोर मांडते. या कथा कठीण काळातील, प्रतिकूल परिस्थितीतील आत्म्यांचे धैर्य व्यक्त करतात. या कथा एक धडा बनून आपल्यासमोर येतात आणि आपल्याला करुणा तसेच स्वीकृती मूल्यांचे महत्त्व शिकवतात. आपल्याला आठवण करून देतात की, कितीही संकटे आली तरी आपण त्यातून तरून जाऊ शकतो.

– रोझलीन कार्टर

'स्ट्राँग अॅट द ब्रोकन प्लेसेस' या इंग्रजी पुस्तकाचा मराठी अनुवाद

अविचल

समाजाकडून उपेक्षित वागणूक मिळूनही मरेपर्यंत समाजाचे हीत साधाणाऱ्या
पाच असाध्य रुग्णांची यशोगाथा!

लेखक
रिचर्ड एम कोहेन

अनुवाद
डॉ. वसु भारद्वाज

मेहता पब्लिशिंग हाऊस

© +91 020-24476924 / 24460313

Email : info@mehtapublishinghouse.com

production@mehtapublishinghouse.com

sales@mehtapublishinghouse.com

Website : www.mehtapublishinghouse.com

◆ *या पुस्तकातील लेखकाची मते, घटना, वर्णने ही त्या लेखकाची असून त्याच्याशी प्रकाशक सहमत असतीलच असे नाही.*

STRONG AT THE BROKEN PLACES by RICHARD M. COHEN

Copyright © 2008 by Richard M.Cohen.

Published by arrangement with HarperCollins Publishers.

Translated into Marathi Language by Dr.Vasu Bharadwaj

अविचल / अनुवादित सत्यकथा

अनुवाद : डॉ. वसु भारद्वाज

ग-९०, शरद कॉलनी, महात्मा फुले कृषी विद्यापीठ,

राहुरी, जि. नगर –४१३७२२.

© ९८५०७७८९४८ / ९८८१८८१२११

मराठी पुस्तक प्रकाशनाचे हक्क, मेहता पब्लिशिंग हाऊस, पुणे.

प्रकाशक : सुनील अनिल मेहता, मेहता पब्लिशिंग हाऊस,

१९४१, सदाशिव पेठ, माडीवाले कॉलनी, पुणे ४११०३०.

मुखपृष्ठ : चंद्रमोहन कुलकर्णी

प्रथमावृत्ती : मार्च, २०१५

ISBN 9788184986914

जग प्रत्येकालाच उद्ध्वस्त करते
आणि त्यानंतर अनेक जण त्या
दुभंगलेल्या क्षणातही कणखरपणे वागतात.

– अर्नेस्ट हेमिंग्वे
ए फेअरवेल टू आर्म्स

पुस्तकाविषयी थोडंसं

वास्तव आणि कल्पित यांत एक सीमारेषा असते. ती कायमच अस्तित्वात असते, म्हणूनच वास्तवापासून जरा दूर भासणारं, किंचित अतिरंजित असं कल्पिताचं विश्व माणूस आपल्या बुद्धीच्या साहाय्याने उभं करतो. अपवादात्मकरीत्या, कधी कधी, केव्हातरी ही सीमारेषा बरीच धूसर झाल्याचं आपल्या लक्षात येतं. जे समोर आलेलं असतं, ते खरंच अविश्वसनीय असतं. ते वास्तव आणि कल्पित यांची सरमिसळ असल्याची प्रखर जाणीव आपल्याला एव्हाना झालेली असते, पण तरीही ते निखळ सत्य असतं. प्रत्यक्ष इंद्रियांना अनुभूती देणारं!

प्रस्तुतचं लेखन असंच आहे. त्यात पाच कथा आहेत, त्या कल्पित मात्र नाहीत, अतिरंजित तर अजिबातच नाहीत. अमेरिकेतील पाच जणांना असाध्य, जीवघेण्या विकारांनी ग्रासलं, त्यांची ही कथानकं आहेत. आयुष्याकडे डोळे उघडे ठेवून बघणारी, सगळ्यांशी असणारे नात्यांचे धागेदोरे तोडून जगणारी, एएलएसने, ॲमियोट्रॉपिक लॅटरल स्क्लेरॉसिसने ग्रस्त डेनिस ग्लास, सगळा हवाला परमेश्वरावर ठेवून, असीम श्रद्धेने नॉन हॉकिन्स लिम्फोमासारख्या आजाराविषयी तटस्थतेची भूमिका घेणारा बझ वे, मस्क्युलर डिस्ट्रॉफीला आयुष्यातलं परिवर्तन मानणारा बेन कम्बो, आतड्याचे तुकडे झाले तरी क्रॉन्स डिसीजला शरण न जाणारी आणि स्वत:चं आयुष्य नव्याने उभारू पाहणारी सारा लेविन आणि बायपोलर डिसऑर्डरमुळे दुभंगलेली, छिन्नमनस्कता भोगून, नरकाचे चटके सोसून कलंकित झालेला आणि अशाच लोकांसाठी चळवळ उभारून व्हाइट हाउस समोरच्या परिषदेसमोर खुलं, खुलं आव्हान देणारा लॅरी फ्रिक्स! ही सारी माणसासारखी माणसं! पण असाध्य आजारांना शरण न जाता, आपापली व्यक्तिमत्त्वं उत्तुंग करण्यासाठी, घ्याव्या लागणाऱ्या भरतीसाठी त्या आजाराला पायाखालचा दगड समजणारी ही माणसं अलौकिकच म्हटली पाहिजेत. अशा असाध्य आजाराने ग्रस्त झालेल्या, रोजच नरकयातना भोगणाऱ्या आणि मरणाला हातोहात फसवणाऱ्या पाच रुग्णांची ही

कथा मांडलीय रिचर्ड कोहेन यांनी. त्या कथा रूढ कथांसारख्या नाहीत. आजारपणाच्या असल्या तरी डोळ्यांत सतत अश्रू आणणाऱ्या तर मुळीच नाहीत. अर्थात आजारासोबत तुटत जाणारी नाती, दुभंगणारी कुटुंबव्यवस्था यांत आहे. प्रगत उपचारपद्धतीत भावनाशीलतेचा एक जरासा शिडकावाही नाही, पण आहे ती विजिगीषा. आजाराला जिंकण्याची! एक जीवेष्णा... अजून कुणाला तरी वाचवण्याची आणि असीम धैर्य, जे सहसा वास्तवात सापडत नाही. ते आपल्याला केवळ कल्पितातच शोधावं लागतं.

लेखनाची शैली निवेदनात्मक असली तरी कथाकथनात्मक आहे. त्यात प्रवाहीपण असलं आणि त्याच्यासोबत वाहून नेणारं असलं तरी भरकटणारं निश्चित नाही. कथा आजाराच्या असल्या तरी पोतडीतून काढलेल्या गतानुकालिक नाहीत. अकरा सप्टेंबरचा हल्ला, क्लिंटन प्रशासनाचे सुस्पष्ट दाखले आहेत. 'फक्त समजून घ्या', असा हट्ट नाही, तर 'दु:खाचे क्षण आमच्याकडे पाठवा'चं भावनिक आवाहनही आहे. सगळ्यात महत्त्वाचं म्हणजे अमेरिकेसारखं बलाढ्य राष्ट्र असाध्य विकाराने ग्रस्त होत चालल्याची धोक्याची सूचनाही आहे. अर्थात ती फक्त अमेरिकेपुरतीच नाही; तर जगातील प्रत्येक देशासाठी आहे.

आजाराला तोंड देणं, संशोधनाने आजारावर मात करणं ही गोष्ट वेगळी आणि आजारी व्यक्तीला माणसाप्रमाणे जगण्याची संधी देणं ही गोष्ट वेगळी!

या आजारग्रस्तांच्या भावविश्वाचं खरं खुरं रेखाटन रिचर्ड कोहेन यांनी केलंय. त्यांच्याच भाषेत सांगायचं झालं, तर 'आजारांचे आक्रोश' असले तरी 'आशेचं एक समूहगान' ही आहेच. याच आशेच्या तेवत्या पणतीचं आगमन आपल्याही समाजात व्हावं, एवढीच इच्छा!

मेहता प्रकाशनाने ही अनुवाद करण्याची जबाबदारी माझ्यावर सोपवली, त्याबद्दल खरं तर त्यांचे मानावे तेवढे आभार कमीच आहेत. "स्ट्राँग ॲट द ब्रोकन प्लेसेस''च्या निमित्ताने आशेचं एक नवं अवतरण रुग्णांच्या व नातेवाइकांच्या मनात होईल, यात शंकाच नाही.

इति लेखन सीमा!

वसु भारद्वाज

काही संज्ञांचं स्पष्टीकरण

मल्टिपल स्क्लेरॉसिस– चेतासंस्थेचा सतत वाढत जाणारा आणि तिला उद्ध्वस्त करणारा एक आजार. हा साथीचा वा मानसिक आजार नाही. मेंदू आणि मज्जारज्जूवर काही व्रण झाल्याचं निदर्शनास येतं. त्याचे शरीरावर परिणाम जाणवतात. शरीराला कंप जाणवणं, प्रचंड थकवा जाणवणं ही याची लक्षणं आहेत. त्याचं रूपांतर बहुधा अर्धांगवायूत होतं.

कोलोन कॅन्सर– मोठ्या आतड्याचा कर्करोग.

एएलएस किंवा ॲमियोट्रॉपिक लॅटरल स्क्लेरॉसिस– चेतापेशींना उद्ध्वस्त करणारा भयंकर आजार. याही आजारात आजारी व्यक्तीची क्षमता हळूहळू कमी होऊन ती व्यक्ती कायमची जखडली जाते. यालाच 'लो गेहरिंज डिसीज' म्हणून ओळखलं जातं. अमेरिकन बेसबॉलपटू गेहरिग याच आजाराने बघता बघता खलास झाला.

नॉन हॉकिन्स लिम्फोमा– शरीरातील ग्रंथी वाढवणारा आजार. यात काही जीवघेणे प्रकार असतात. नुसत्याच वाढीला 'हॉकिन्स' डिसीज म्हणतात. पण काही वेळा ग्रंथींमध्ये कर्करोगाच्या पेशी वाढताना आढळतात.

मस्क्युलर डिस्ट्रॉफी– डचेन मस्क्युलर डिस्ट्रॉफी– पेशींच्या अवास्तव वाढीमुळे मांसपेशीत येणारी क्षीणता. विशेषत: फक्त हातापायांच्या मांसपेशी सजीव असतात, पण त्यांची हालचाल टप्प्याटप्प्याने बंद होते.

क्रॉन्स डिसीज– पचनसंस्थेचा अत्यंत त्रासदायक, भयावह विकार, यात लहान आतड्यात प्रचंड प्रमाणात जखमा होतात. पोटशूळ, मळमळ, उलटी, संडासावाटे रक्त पडणं अशी प्राथमिक लक्षणं दिसू शकतात.

बायपोलर डिसऑर्डर– मनाची दुभंगलेली अवस्था किंवा छिन्नमनस्कता. अनेक भास होत असताना व्यक्ती ते सत्य आहेत, असं गृहीत धरून वागते

त्यामुळे सर्वसामान्य व्यक्ती आणि रुग्ण यांच्या व्यवहारात कायम अंतर राहतं.

लाय डिटेक्टर– व्यक्तीच्या बोलण्यामागची खरी खोटी पार्श्वभूमी तपासणारं यंत्र. आपल्याकडे सहसा संशयित गुन्हेगारासाठी हे तंत्र वापरले जातं.

एमआरआय– मॅग्नेटिक रेझोनंस इम्प्रेशन्स– विद्युतचुंबकीय लहरींच्या प्रचंड दाबाखाली शरीरातील आंतर अवयवांची तपासणी.

मायस्थेनिया ग्रेव्हिस– बहुतांशी हळूहळू वाढत जाणारा चेतापेशींचा व चेतातंतूचा आजार. डोळा, जबडा, क्वचित हातापर्यंत येणारा ढिलेपणा स्पष्ट दिसतो. बऱ्याच वेळा झोपून उठल्यावर लक्षणं दिसत नाहीत.

ल्युपस– त्वचा आणि शरीरातील महत्त्वाच्या इंद्रियांना हा आजार ग्रासतो. त्याची क्षमता नष्ट करून निस्तेज बनवणारा आजार. अनेक विकारांप्रमाणे ल्युपसचं कारण सापडलेलं नाही.

ऑथलेट्स फूट– पायांना होणारा बुरशीजन्य आजार. पायांना खाज सुटणं, चिरा पडणं, वा पायाच्या त्वचेच्या खपल्या पडणं, पाणीदार फोड होणं. वगैरे लक्षणं आढळतात.

ऑक्युपंक्चर– अनेक आजारांवर काम करणारी उपचारपद्धती. शरीरातील विशिष्ट बिंदूमध्ये सुया खुपसून करण्यात येणारी उपचारपद्धती.

हर्पिस झोस्टर– त्वचेचा विषाणुजन्य भयंकर आजार, तो लवकर वाढतो आणि संसर्गही लवकर होतो. त्वचेचा प्रचंड दाह हे त्याचं लक्षण असतं.

केमोथेरपी– कर्करोगासारख्या लवकर पसरणाऱ्या रोगासाठी विविध औषधं वापरून केलेली उपचारपद्धती, ही रोगाची वाढ टाळण्यासाठी जंतुप्रादुर्भाव टाळते.

स्ट्रोक/झटका– एखाद्या आजारात झटके येणे किंवा व्यक्ती बेशुद्धावस्थेत जाणे. मेंदूवर खोलवर परिणाम होऊन मृत्यू संभवतो.

रेडिएशन थेरपी– सहसा रॉट्जेन किरण, रेडियमचे किरण वापरले जातात. या उपचारपद्धतीचे अनेक प्रकार आहेत.

पेरिफेरल स्टेम सेल ट्रान्सप्लांटेशन– सोप्या भाषेत पेशीपुनर्भरण असं म्हणता येईल.

सेनोफोबिया– अपरिचित व्यक्तीला भेटण्याची भीती वाटणं.

पॅरानॉइड– कुणी बोलत असल्याचे वा आपल्याविरुद्ध कटकारस्थान करत असल्याचे भास होणारी व्यक्ती. ही मनोविकृतीच आहे.

अल्सरेटिव्ह कोलायटिस– आतड्यात झालेल्या जखमांमुळे होणारी पोटदुखी.

स्टेरॉइडस– घातक दुष्परिणाम असलेली औषधं. अर्थात् वापरली जाताना

जीवरक्षक म्हणूनच वापरली जातात; पण सततच्या वापराने दुष्परिणाम जाणवू शकतात. प्रेडनिसोन त्यापैकीच एक.

ॲड्रीनल ग्लँड– मूत्रपिंडाच्या वरच्या भागावर असणाऱ्या ग्रंथी. ॲड्रेनॅलीन याच ग्रंथीतून स्रवतं.

इरिटेबल बोवेल– पचनसंस्थेच्या अंतिम भागाचा प्रदाह.

टॉक्सिक मेगाकोलोन– मोठ्या जंतूच्या प्रादुर्भावाने आतड्याला सूज येणं.

इलियोस्टॉमी– लहान आतड्याचा शेवटचा भाग तो मोठ्या आतड्याशी जोडलेला असतो. मोठ्या आतड्यापासून तो वेगळा करणं व प्रसंगी गुदद्वाराशी जोडणं.

ओस्टोमी– लहान आतड्याच्या शेवटच्या भागाला मल गोळा करण्यासाठी एक पिशवी (बॅग) जोडणं. लघवी गोळा करण्यासाठी बसवलेली असते तशीच.

कोलन कॅन्सर– मोठ्या आतड्याचा कर्करोग.

क्लासिफाईड ॲनोरेक्सिया– प्रचंड प्रमाणात भूक मंदावणं.

असायलम– मनोरुग्णालय.

इलेक्ट्रोशॉक थेरपी– विजेचे झटके देऊन मनोरुग्णांवर उपचार करणं.

ल्युकेमिया– रक्ताचा कर्करोग.

ऑंकॉलॉजि/स्ट– शरीरातील वाढलेल्या गोळ्यांचा, ट्युमरचा अभ्यास करणारी शाखा. ऑंकॉलॉजिस्ट - त्यातला तज्ज्ञ.

स्पायनल टॅप– पाठीच्या मणक्यातून सुई घालून द्रव्य काढणं.

नोव्होकेन, डोपामाईन, थोरॅझाईन, लिथियम, - - - ही विभिन्न आजारांवर वापरली जाणारी औषधं आहेत.

९/११– ११ सप्टेंबरचा अमेरिकेच्या वर्ल्ड ट्रेड सेंटरवरचा इस्लामी अतिरेक्यांनी केलेला हल्ला.

सीटी/अल्ट्रा स्कॅन– आंतरतपासण्यांसाठीची यंत्रं, तपासण्या.

प्रस्तावना

अमेरिकेतील काही आजारांचे हे खरेखुरे चेहरे आहेत. अं हं! मान वळवू नका. ही पात्रं तुम्हाला आश्चर्यचकित करू शकतात. कदाचित तुमच्या मनातील एखाद दुसऱ्या ठाशीव प्रतिमांचे तुकडे तुकडे पण करू शकतात. ती माणसं आहेत. जितीजागती, बळी नाहीत. सोप्या शब्दांत सांगायचं झालं तर ती माणसं आपल्या सोबतच जगत आहेत. तीही प्रश्नांची उत्तरं शोधण्याचा प्रयत्न करतात. त्यांच्याकडे जगण्याचा एक ठाम निश्चय आहे. पण...! ते जगण्यासाठी अक्षरश: तलवार उपसतात.

आजारी माणसं आपण कायमच पाहतो. किंवा त्यांच्याविषयी ऐकतोही. ऐका. त्यांची गीतं हळुवार असली तरी ठाम आहेत. लोखंडाचा आवाज ऐका, त्याच्या गाभ्यातील कणखरपणाचाही! लक्ष द्या. हे लोक त्यांच्यापुरते गातात, पण आपण जर ऐकण्याचा प्रयत्न केला, तर साऱ्यांना ऐकू येतं. मलाही असाध्य आजार म्हणजे काय माहीत आहे आणि मीही त्या सुरात सूर मिसळलाय. आम्ही सारे एक होऊन चालतो. प्रत्येकाजवळ आहे स्वतंत्र व्यक्तिमत्त्व आणि आपापली कथा!

मल्टिपल स्क्लेरॉसिस आणि आतड्याच्या कॅन्सरची कथा, ही माझी स्वत:च्या अनुभवातून आलेली कथा मी 'ब्लाइंडसाइडेड'मध्ये सांगितली आहेच. संघर्ष संपला नाहीच. पुस्तक आलं आणि गेलं आणि अशक्त शरीराने त्याकडे लक्षही नाही दिलं. आजाराने त्याची कापाकापी सुरूच ठेवली होती. मी रागावलोय, दुखावलोय, आणि मी शिकवू शकतो यावर विश्वास ठेवल्याचं दु:साहस मला जो धडा शिकवून गेलं, तोच मी पुन:पुन्हा शिकतो. हात आणि पंजे अशक्त झालेत. पाय आणि त्या पावलात दोष निर्माण झालाय. दृष्टीमध्ये त्रास निर्माण झालाय. डोळे कधी कधी तिरळे होत आहेत. आता अंधाऱ्या जागेतून बाहेर निघण्यासाठी मी कुणाला तरी शोधत असतो.

असे दुखावलेले आम्ही... कुठेही असू शकतो. लवकरच आम्हा आजारी

लोकांचं हे राष्ट्र बनणार आहे. आकडेवारी खोटं बोलत नाही. जुना असाध्य विकार हा एक शांत पूर बनत चाललाय. तो हळुवारपणे वाहतो, अगदी ठामपणे आमच्या दारासमोरून वाहतो. सुरक्षित जागेवर बसल्या बसल्या आम्ही डळमळतो, आहे त्याच जागी जगण्यासाठी धडपडतो आणि नाही, काहीच होत नाही.

आजार जुनाट बनत जातो, तसा तो शरीर आणि चेतनेवर आघात करत आपल्या आयुष्यावर घाला घालत राहतो. काही तर जीवघेणेही असतात आणि सारेच जीवन बदलवून टाकणारे असतात. अगदी हळूहळू, क्षणाक्षणाने क्रिया आणि संवेदना थांबते. मांसपेशी आणि चेतापेशी विकृतपणे कार्य करत राहतात. शरीराची प्रक्रिया पार पाडणं अवघड होत जातं. आपला आपल्या स्वत:च्या बाबतीतला आरोग्यसंपन्न, असा जो दृष्टिकोन असतो ना, जो या तटस्थ जगाच्या सापेक्ष आपण बनवलेला असतो, तो आव्हान देतो, मग इतरांच्या दृष्टीने आपण आजारांचा एक संग्रह बनून राहतो.

जुनाट विकार आपोआप सोडून जात नाहीत. इतर नेमेचि येणाऱ्या आजारांप्रमाणे याचं कुठलंही नाटक नसतं. ते आकर्षक नसतात आणि फार कमी प्रमाणावर लोकांकडून त्यांच्याकडे लक्ष दिलं जातं. ज्या लोकांना त्यावर विचारही करावासा वाटत नसतो. ज्यांना जबरदस्त तडाखा बसतो, त्यांनाच आपण चौकटीत बंदिस्त होत चाललो आहोत. याची जाणीव असते. त्याचं नैराश्य येतं आणि इतरांच्या थंड दृष्टिकोनाचं ही तसंच होतं. एक प्रकारचं जखडणं आणि आपल्या मर्यादांबाबतच्या साशंकता, यांचं एक जबरदस्त कॉकटेल आपल्या हाती दिलं जातं. त्यानंतर आत्मविश्वासाला जाणारा तडा हा संसर्गजन्य आजाराप्रमाणे पसरतो आणि आपल्या अस्तित्वाच्या प्रत्येक अवयवाला तो धरतोच.

असाध्य विकारांसोबत, बेधडक आयुष्य जगण्याचा छंद मिळतो आणि त्याची पुन्हा व्याख्या करावी लागते. वैयक्तिक नातेसंबंध जोडण्यासाठी आणि ते टिकवण्यासाठी लागणारी क्षमता शोधता शोधता आजारी माणसाच्या आयुष्यातील सत्याचं स्वरूप नाट्यमयरित्या बदलत जातं. हळूहळू होणारी घसरण आपल्याला वाहून नेते आणि आपलं स्वत:वरचं नियंत्रण जातं. अद्याप, आपण चालतच असतो. आम्ही दुप्पट परिश्रम घेतो, त्याच्यासाठी काही पर्याय असतात? नेहमीच आम्ही शांतच राहतो. आम्ही पडद्याआडची लोकसंख्या आहोत, जी फक्त आमची आम्हालाच दिसते आणि जे आमच्यावर प्रेम करता त्यांना... मी ब्लाईंडसाईडेड लिहिलं, तेव्हा मला मी बाजूला पडलोय आणि अगदीच तुटलोय याची जाणीव झाली. मला आता कळलं, मी एकटा नाही. अनेक जण याच रस्त्यावर आहेत आणि आमच्या पायाखालची भूमीही एकच आहे.

आमच्याजवळ अनेक वेदना आहेत आणि सांगण्यासारखं अजूनही बरंच

काही....., पण आमच्यातल्या या सैतानाशी लढण्यासाठी अनेक वर्ष जाणार. त्याच्याशी लढल्याशिवाय आम्ही एकमेकांना किती शक्ती प्रदान केली, हे आम्हाला ओळखूही येणार नाही. आमच्या कथा आम्हीच आणल्यात, त्यामुळे त्यावर कुणी अधिकारवाणीने बोलू शकणार नाही. आमच्यापैकी बऱ्याच जणांना त्यासाठी कुठला पर्याय कुठे सापडला, पुढे जाण्याची आणि चालत राहण्याची शक्तीही कुठे सापडली हे पण माझ्यासाठी एक कोडं आहे. शुद्ध प्रेरणेतून हे सारं घडतं.

या पुस्तकात आजारपणाच्या अगदी अत्युच्च सीमारेषेवर असणारी पाच मंडळी आहेत. प्रत्येक जण वेगवेगळं युद्ध खेळतोय. प्रत्येकाला सुखदुःख वाटण्याची इच्छा आहे. कधी कधी ते लंगडतात, अगदी अडखळतातही; पण त्यांच्या मार्गावर ते अद्वितीय आहेत. ते त्यांच्या त्यांच्या आघाडीवर संपतील. ते आणि त्यांची कुटुंबं अंतःकरणापासून बोलतात आणि अभिमानाने कथा सांगतात.

या पाच जणांचा गट ना बुजरा आहे ना लाजाळू, ना त्यांच्या शारीरिक वैगुण्याला लपविण्याबाबत ते सजग आहेत. ते शारीरिक कमतरतेमुळे अजिबात दीनवाणे झालेले नाहीत. ते कठीण प्रयत्न करतात, स्वतःच्या मार्गाने जाण्यासाठी जबरदस्त परिश्रमही करतात.

हेमिंग्वेला हे सारं बोलण्याचा अधिकार होता. जर जग आमचं शत्रू नाही, तर मित्र पण नाही. सरतेशेवटी, आजूबाजूला कोणी का असेना, नसेना, आपण एकटेच प्रवास करत असतो. आपले मित्र आणि आपल्यावर प्रेम करणारे असतातही, प्रेमाचा आणि आधाराचा पाया ते रचतच असतात. पण हिंमत ही आतूनच फुलत यावी लागते. आपण जसं आपल्याकडे बघतो, तसं जगालाही आपल्याकडे बघू द्या आणि आपल्या मार्गाने जाण्याची परवानगी स्वतःला देण्याएवढा विश्वास ठेवा.

मी या लोकांसोबत अनेक वर्ष राहिलो, ज्या प्रश्नांना स्पर्श करण्यासाठी लोक लाजतील, ते अगदी बेधडक, निर्लज्जपणे विचारले. त्यांना संमती मिळाली आणि आम्ही अद्यापही संवाद साधून आहोत.

मी या लोकांची जाहीर स्तुती करतो आणि त्यांना माझे मित्र म्हणवून घेण्यात मला सार्थ अभिमान वाटतो.

रिचर्ड एम कोहेन

जून २००७,
न्यू यॉर्क

तेरा

अनुक्रमणिका

भेट

भेटीची वेळ उलटत चालली, तशी माझ्या पुस्तकातील चेहऱ्यांनी आपापली स्वरूपं जादू झाल्यासारखी उघड केली. आपल्या पूर्वीच्याच ठिकाणी मौन असलेल्या घड्याळांच्या नाजूक घंटा रहस्यमयपणे हळुवार किणकिणल्या. हस्तलिखित बाडातून पात्रं हळुवार पावलं टाकत बाहेर पडत होती; एक काम परिपूर्ण होऊन आकाराला येत होतं.

निमंत्रित पाहुणे, जे पहिल्यांदाच भेटत होते, ते गंभीर वाटत होते, पण खिन्न वाटत नव्हते. सारेच उदासिनतेची एक रेषा चेहऱ्यावर वागवत एकमेकांशी चांगले वागत होते आणि नजरेने एकमेकांचा खोलवर शोध घेत होते. जणू काही ते फक्त त्यांनाच परिचित असलेल्या कुठल्या तरी गोष्टीचा वेध घेत होते.

असाध्य, जुनाट आजारांना पाहायला मी एका प्रवासाला निघालो होतो. आजाराकडे पाहण्याचा चष्मा अर्थात् दुसऱ्यांचा होता, माझा नाही. मी त्यासाठी भरपूर शोध घेतला होता आणि मला पाचजण सापडले होते. गेल्या दोन वर्षांत मी सारा देश उभा आडवा पिंजून काढला होता. कधी विमानतळावरून; तर कधी महामार्गावरून, वेगवेगळ्या गोष्टी ऐकत ठाम निर्णयावर येत या आश्चर्यकारक लोकांचा एक वेगळा गट बनवत फिरत होतो.

हळूहळू आम्ही आमची दु:खमय आयुष्यं एकमेकांशी वाटायला सुरुवात केली. सोबत औषधांच्या याद्याही! दवाखान्यात आणि घरात, दिवाणखान्यातल्या कोचावर आणि जेवणाच्या टेबलावर ही असामान्य माणसं स्वत:चं अंतरंग उघडं करत होती. मी त्यांच्या आजारपणाच्या कथा ऐकल्या आणि त्यांची आयुष्यंच कशी

बदलत चाललीत, हे ती सांगत असताना, ऐकवत नव्हतं, तरी ऐकलं.

माझा प्रवास कॅलिफोर्नियाच्या किनाऱ्यावर लॉस एंजेलिसच्या वायव्येकडून सुरू झाला. सँटा मोनिका पर्वतराजीच्या पायथ्याशी मी डेनिसला भेटलो. मज्जातंतूंना उद्ध्वस्त करणाऱ्या ALS या भयंकर आजाराने या स्त्रीच्या आयुष्याची व्याख्याच बदलली आहे. आता कुठलाच डॉक्टर तिला वाचवू शकणार नाही. डेनिस आयुष्यात पुढे पुढे सरकण्यासाठी संघर्ष करतेय. स्वखुशीने ती एकटीच ठामपणे उभी आहे.

''मला यासाठी लोकांची गरज का पडावी?'' तिने विचारलं.

पाषाणातून कोरून शिल्प काढावं, त्याप्रमाणे ही स्त्री सुंदर दिसत होती. आम्ही जेव्हा पॅसिफिकजवळच्या उंचवट्यावर खाली उसळणाऱ्या लाटा बघत बसलो, तेव्हा डेनिस आणि मी, दोघांनी ALS वर, ज्याला 'लो गेहरिग डिसीज' म्हणून ओळखलं जातं, त्यावर चर्चा केली. ती तेव्हाही चक्क हसू शकत होती. कधीकधी रडायचीसुद्धा! तिचं आयुष्य तिला कुठे घेऊन जाऊ शकेल, याविषयी बोलत आम्ही तिच्या आवडत्या लाकडी बाकावर बसलो होतो.

पूर्वेकडच्या खूप दूरवरच्या, वार्धक्याकडे झुकत चाललेल्या एका मध्यमवयीन माणसाने सांगितलं होतं की, एका शेवटच्या टप्प्यावर आलेल्या आजारातून जीझस त्याची सुटका करणार आहे. आणि खरंच तो शांत वाटत होता. बझच्या चेहऱ्यावर झळकणाऱ्या स्मित हास्यामुळे त्या दुपारी आम्ही जात असलेल्या चौकातील उन्हाने आधीच प्रकाशमान झालेल्या घरांचं दार न दार जास्तच तेज:पुंज दिसत होतं. विश्वासाच्या बळावर जगणारा तो माणूस आहे. विश्वास म्हणजे काय, हे समजण्यासाठी मी मात्र नेहमी धडपडत असतो.

बझ नॉन हॉकिन्स लिम्फोमा या आजाराशी झुंजतोय आणि त्याच्या आयुष्यातील या लढतीत तो खूप सखोल लस देत आहे. लिम्फोमा हा हळुवार, न कळतपणे मारणारा मारेकरीच! कर्करोग कधीच बरा न होणारा विकार आहे, पण बऱ्याच जणांच्या बाबतीत किमान आजकाल तो आटोक्यात तरी ठेवता येतो.

''मी रागावलो असतो.'' मी त्याला म्हणत असतो.

''मी का रागवावं?'' त्याने मला परत विचारलं. आम्ही बायबलच्या प्रभावाखालचं क्षेत्र समजल्या जाणाऱ्या इंडियाना टाऊनमध्ये भटकत बरेच दिवस घालवलेत. त्याचं कुटुंब आणि मी सोबत भटकलोय, त्यांच्या चर्चमध्येही गेलो. मी बझचा चेहरा वारंवार न्याहाळला, त्याच्या चेहऱ्यावर कायमच शांत भावच पाहिले.

दूर पूर्वेकडे, जवळपास हजारभर मैलांवर दोन वेगवेगळ्या शहरांत दोन तरुण व्यक्तींनी अशीच माझ्या भेटीची वाट पाहिली. बेन एक कॉलेजचा विद्यार्थी आहे. त्याला झालेल्या मस्क्युलर डिस्ट्रॉफीने त्याला व्हिलचेअरवर जखडून ठेवलंय

आणि कायमच त्याच्याकडे लक्ष ठेवण्याची गरजच निर्माण करून ठेवलीय. रोजचं काम पूर्ण करण्याचा तो कसोशीने प्रयत्न करतो, कारण अनिश्चित अशा भविष्याबद्दलही तो आशादायी आहे. तो तरुण त्या आजाराशी झगडतोय अन् त्याची इतरांनाच भीती वाटते.

सारा वयात येता येताच खरंतर मरणार होती, पण आतड्याला झालेल्या क्रॉन्स डिसीज नावाच्या आजारातून तिला जवळपास ओढून परत आणण्यात आलं. मात्र मृत्यूचा वेढा तिच्याभोवती अजून पडलेलाच आहे. तिच्या आतड्यात रक्तस्राव सुरू होतो, तशी तिच्या भविष्याबद्दलच्या आत्मविश्वासाला ओहोटी लागते. तिची पचनसंस्था हळूहळू कुजत चालली आहे अन् ती जीवनाला तोंड देण्यासाठी संघर्ष करतेय. आजार झाला, तेव्हा बेन आणि सारा दोघंही दुडूदुडू धावणारी पोरं होती. प्रत्येकाने या दुखण्याचा पायघोळ अंगरखा जणू चढवलाय, त्यांना आरोग्य म्हणजे काय, जणू माहितीच नाही.

आजार वेगवेगळे आहेत, व्रण मात्र बहुधा सारखेच आहेत. दोघंही गंभीर आजार सहन करतात, कुणीतरी एकजण वेळेआधीच जाईल, दुसरा तडजोड केलेल्या आयुष्याच्या गळ्यात गळा घालून बसेल.

‘‘मी आतून पार कोलमडून पडलेय.’’ सारा म्हणते.

‘‘मी बहुधा एकटाच राहीन.’’ बेन हळुवार आवाजात अंदाज व्यक्त करतो.

आणि एक राक्षसी हृदय असलेला पहाडी माणसूही आहे. मानसिक आजार बायपोलर डिसऑर्डर, मनाच्या दुभंगलेल्या अवस्थेने त्याला पार वाकवलंय. तरी लॉरी वर चढलाच आहे, त्याच्या पडण्यापेक्षा त्याची चढण्याची क्षमता जास्तच आहे. प्रवासामधला हा खरं तर चांगला सोबती. ‘‘आपण सारे एकमेकांशी जोडलेलो आहोत,’’ तो म्हणत असतो. वाढत्या वयानुसार त्याची दाढीही आता पांढरी झाली आहे.

ही पाचही माणसं जुनाट, असाध्य विकारांना सहन करत आजपर्यंत धडपडत आली आहेत. ही खरं तर पाहण्यासारखी माणसं आहेत, त्यांची दुसऱ्यांना सहभागी करून घेण्याची आणि आपल्याजवळचं देण्याची इच्छा कौतुकास्पद आहे. प्रत्येकाकडून खूप काही ऐकल्यानंतर माझे विचारही बदलले आणि दुसऱ्यांशी संबंध ठेवण्याची वृत्तीही वाढली. खरं तर मीच मला जास्त समजून घेऊ शकलो.

मी प्रत्येकाजवळ इतरांविषयी बोललो आणि त्यांचं परस्परांविषयी मत निरर्थक नसल्याचं लक्षात आलं. आमच्या लक्षात आलं की, आम्ही सारे एकाच मार्गाने जात आहोत. अन् आमच्या या जखमी फलटणीतल्या सैनिकांनी एकमेकांना भेटायला हवं, बोलायला हवं. एकमेकांचे दु:ख वाटून घ्यायला हवं.

एक अगदी बेफाम कल्पना, आम्हाला प्रत्यक्षात उतरवायची होती. जणू आम्ही

सारे ठिपके एका ठिकाणी आणून एकमेकांशी जोडले होते. सारे तयारच होते. एकमेकांना स्पर्श करायला, करून घ्यायला ते देवदूत जणू उडत उडत जवळ आले. चक्रं फिरली. त्यांनी आपापल्या वस्तू गोळा केल्या. आपापल्या कथा सोबत घेतल्या. आपापले देश ओलांडून ते एका ठिकाणी जमले.

ती जागा बोस्टनच्या मध्यवर्ती भागातील हॉर्वर्ड क्लबची होती. एके काळी त्या जागेचे दिवसही फार चांगले होते; जसे आमचेही होते. हा क्लब आता स्वत:चीच विटंबना भोगत होता. उरले नुसते अवशेष होते. गतकाळाच्या वैभवाचं ते स्मारकच होतं. आतल्या गाद्यागिरद्यांवरून त्याची साक्ष पटत होती. पण हळूहळू जमत जाणाऱ्या आमच्या गटातील कुणी हॉर्वर्डमधले नव्हतं, त्यामुळे असा आजारी असण्याचा पूर्वापार हक्क कुणालाच नव्हता.

जर ते सारं अपरिचित असतं, तर त्यांची उपस्थितीही चमत्कारिक वाटली असती. त्या रंगरंगोटी केलेल्या खोलीची प्रत्येक खिडकीही केवळ व्यवसायासाठीच उघडली जात होती.

बेन त्याच्या उंच व्हिलचेअरमध्ये बसला होता. बझशी हात मिळवत होता. एक कृष्णवर्णीय एका गोऱ्या, मध्यमवयीन गृहस्थाला भेटत होता. बेन कॉलेजकुमार; तर बझ कामगार! मस्क्युलर डिस्ट्रॉफी हा त्या तरुणाचा आजार; तर या म्हातारपणापर्यंत जगण्याची इच्छा बाळगणाऱ्या माणसाला लिम्फोमा अगदी घट्ट चिकटलेला!

डेनिस आदल्या रात्रीच बोस्टनमध्ये कार्यक्रमाच्या ठिकाणी सर्वप्रथम आली होती. पण ती इथे मात्र सगळ्यात शेवटी, जेवणाच्या वेळेवर आली. कॅलिफोर्निया ते न्यू इंग्लंड असा तिचा खडतर प्रवास झाला होता. त्या सायंकाळी मात्र ही लहानखुरी स्त्री आपला वॉकर घेऊन पुढे हळुवारपणे सरली. सारा दिसताच तिला 'हॅलो' म्हणत ती पुढे गेली. कोणाच्याच चेहऱ्यावरची स्मित हास्यं मात्र लोपली नव्हती.

या बैठकीची कल्पना मी दोन वर्षांपूर्वी केली होती. इथे आम्ही निवांत खाऊ पिऊ शकत होतो, उभे राहू शकत होतो किंवा निवांत बसू शकत होतो, एकमेकांचा सहवास उपभोगू शकत होतो. काही महत्त्वाच्या गोष्टी दृष्टिक्षेपात येत होत्या. मी त्याचा साक्षीदार होतो.

मी माझ्या अडखळणाऱ्या दृष्टीने खोली चाचपडली. फक्त लॉरी तिथे दिसत नव्हता. एक क्षण माझ्या मनात हा ही विचार आला की, त्याला काही त्रास तर होत नसेल ना! पण मग लक्षात आलं, की सर्वसामान्य लोकांच्या मनात बायपोलर डिसऑर्डर असणाऱ्यांची जी प्रतिमा असते, तिच्यावर विश्वास ठेवण्याची चूक मीही करत होतो. खरं तर लॉरी आता बराच चांगला आणि स्थिर विचारांचा झालाय. शिवाय प्रत्येकाच्या वागण्याचं विश्लेषण करण्यासाठी तोच मला मदत करतोय.

अगदी माझ्या 'स्वत:'च्या वागण्याचंही! तेवढ्यात लॉरी आलाच.

आता कामाला लागण्याचा क्षण आला होता. सारा गट एकत्र केला गेला. काही जणांसोबत कुटुंबच आलं होतं. काही जणांनी सोबत बायको, एखादा पालक किंवा एखादं पोरगं आणलं होतं. फक्त डेनिस एकटी प्रवास करून आली होती. आमचे यजमान हॉर्वर्ड मेडिकल स्कूलमध्ये विद्या विभागाचे सदस्य होते. रुग्णांना बोलतं करणं आणि वैद्यकीय शिक्षण घेणाऱ्या विद्यार्थ्यांना 'आपल्याला फक्त आजारच नाही, तर संपूर्ण रुग्ण बरा करायचा आहे' हे उद्दिष्ट समजावून त्यांचा उत्साह वाढवणं, हा त्यांचा खरा हेतू होता.

आम्हा साऱ्यांजवळच आपापल्या अनुभवाच्या कथा होत्या. आमचा हेतू जे पुढेमागे असल्या आजारांनी कायम खाटेवर पडून राहणार आहेत त्या माणसांशी. भावी डॉक्टरांनी कसं वागावं या विषयावर संवाद साधण्याचा होता.

आजारी माणसाने निरोगी लोकांत राहणं, तसं कठीणच! जाणीव थोडीफार असते. लोकांच्या अज्ञानाशी रोजच चालणारी झटापट, त्यांचं औदासिन्य, आणि आपण आजारी असून जो समाज आरोग्याची अक्षरश: पूजा करतो अशा समाजात राहात असल्याचा पडलेला डाग, हा समाज दुसऱ्याला काळिमा लावतो आणि आमची वेगळी व्याख्या करतो. आमच्याजवळ सांगण्यासारखं बरंच काही होतं.

पहिल्यांदा आम्ही खासगीत भेटलो. दुसऱ्या दिवशी आम्ही मेडिकल स्कूलच्या लोकांशी संवाद साधला. आमच्यापैकी कुणीही असं कुठल्या गटासमोर बोललं नव्हतं; पण तरीही आम्हाला आमच्या इच्छा व्यक्त करायच्या होत्या. आमचा विश्वास सार्थ ठरवण्यासाठी लढायचं होतं.

वैद्यकीय व्यावसायिकांना आमच्या या बैठकीत प्रवेश नव्हता. या विषयाबद्दल मेडिकल स्कूलमधल्या त्यांनी वापरलेल्या पुस्तकांत बरंच काही होतं. असं शिक्षण देणाऱ्या संस्था आणि डॉक्टर्स यांचे दृष्टिकोन कधीच व्यापक होत नाहीत, हे नेहमीच आढळतं. कदाचित डॉक्टरांनी आमच्याकडे त्यांच्या पुस्तकातील धड्यानुसार कसं पाहावं, त्यातील तक्ते पाहून आम्हाला कसं ओळखावं, हे ते शिकवत असतीलही; पण त्या दिवशी हॉर्वर्डमध्ये आम्हीही सामान्य माणसांप्रमाणे माणसं होतो. आम्ही जगण्याबद्दल, श्वासोच्छ्वासाबद्दल, लोळण्याबद्दल, चालण्याबद्दल, बोलण्याबद्दल, अडथळे आणून जगवणाऱ्या आजारांच्या कथा सांगू शकत होतो. आम्हाला आमच्या आजारपणातील जगण्याबद्दल बोलायचं होतं, आमच्यावर उपचार करणाऱ्या डॉक्टरांबद्दल बोलायचं नव्हतं. हे सारं त्या कपाटातील जाडजाड पुस्तकात सापडणार नव्हतं.

वाढत्या वयासोबत आजार जुनाट, असाध्य होत जाणं हे साहजिक आहे. रोग नियंत्रण केंद्राच्या मते, ऐंशी टक्क्यांपेक्षा जास्त अमेरिकन नागरिकांना वयाच्या

पासष्ट वर्षानंतर किमान एका तरी जुनाट, असाध्य विकाराला सामोरं जावं लागतं. पन्नास टक्के माणसं दोन आजार सोबत घेऊनच जगतात.

अमेरिकेचं आरोग्य धोक्यात येत आहे, हे या दीर्घायुष्यातील नवं सत्य आहे. देशाच्या इतिहासातील सर्वांत जास्त वयोवृद्ध लोकसंख्या आपण लवकरच बनत आहोत आणि आजाराला बळी पडण्याची संख्याही वाढतेय. आजार जरी वेगवेगळे असले, तरी त्यामुळे होणाऱ्या भावनिक पडझडीमध्ये कमालीचं साम्य आहे.

एका क्षणात आमचा लहानसा गट तयार झाला. विभिन्न कथांमधून आम्हाला एकात्मभाव सापडला. आमच्यापैकी साऱ्यांनीच आपल्याला कराव्या लागणाऱ्या संघर्षाचा तपशील न् तपशील या पुस्तकासाठी दिला आहे. आता तरुण डॉक्टर्स आमच्या डोळ्यांत खोलवर बघू शकतात आणि वेदनांचं मोजमाप करण्यासाठी आमचे आवाजही ऐकू शकतात.

लक्षात ठेवा, नव्वद दशलक्ष अमेरिकन जुनाट, असाध्य विकारांशी रोज लढतात.

तुमच्याही भविष्याचं स्वागत!

डेनिस ग्लास

नियंत्रणासाठीची झुंज

डेनिस ग्लासचा आवाज अडखळत होता आणि तणावयुक्तही होता. जणू प्रत्येक शब्दाचा उच्चार करण्यापूर्वी तिला त्याचा काळजीपूर्वक विचार करावा लागत होता. आताशा बऱ्याच दिवसांपासून आमचा वारंवार संवाद होत असल्यामुळे, माझ्या हे लक्षात येत होतं की, केवळ बोलणंही तिला थकवा आणत होतं. हिवाळ्यातल्या या दिवशी तिचा फोनवरचा आवाज धापा टाकणारा आणि घाईचा होता. मोकळ्या श्वासाची तिची गरज लपवणारा होता.

"रिचर्ड, मला तुला काही विचारायचं आहे. मला तुझ्याकडून खरं खरं उत्तर हवंय," तिने सूचनाच केली, "लॅक्सला तुला घेण्यासाठी येऊ नको, असं तू सतत म्हणतोयस," लॅक्स हे लॉस एंजेलिस इंटरनॅशनल या एअरलाईनचं सांकेतिक नाव. "मला ALS झालाय म्हणून तुला माझ्यासोबत प्रवासाची भीती तर वाटत नाही ना?"

शांतता! मला वाटतं, मला तिच्या प्रश्नामध्ये नि:शंकपणे एक आरोप आहे, असं वाटत होतं.

"नाही, डेनिस!" मी मुद्द्यावर येत हळुवारपणे म्हणालो, "मला तुला अडचणीत आणायचं नव्हतं..." मी जरासा थांबलो आणि म्हणालो, "आणि सरतेशेवटी, व्हेंच्युरा फ्रीवेवरून गाडीत बसून ऐंशी मैलाच्या वेगाने जाण्याची मला भीती का वाटावी? म्हणजे जरी एखादी बुटकी स्त्री ती गाडी चालवत असली आणि तिला एएलएस असला तरीही? मला म्हणायचं आहे, असं काय अघटित घडणार आहे?"

पुन्हा एकदा शांतता पसरली. यावेळी आपण जरा जास्तच बोललो की काय अशी मला काळजी वाटत होती. डेनिस आणि मी फोनवर वारंवार आणि आपुलकीने बोलत असू. आणि आमचं हे दूरवरूनच चालणारं संभाषण आम्हाला दुःखमय वास्तवाकडे ओढून नेत होतं. आम्हाला प्रत्यक्ष भेटायचं होतं. त्यानंतर आमच्या दरम्यान असणाऱ्या भिंती कोसळणार होत्या. मी मारलेला शेरा बहुधा या बाईला तितकासा आवडला नसावा. एएलएस बोलताना तिचं हसणं सहजासहजी काही ऐकू येत नाही. डेनिसचा पवित्रा असा बचावात्मक का असतो, हे मला चांगलं कळलंय, एकतर तिचं रडारसारखं अंतर्मन समोरचा तटस्थ आहे का, याच्या खुणा शोधत असतो किंवा अज्ञान तरी!

हजारो मैलांवरून ऐकू येणाऱ्या तिच्या त्या परिचयाच्या खुदुखुदु हसण्याने दिलासा देणारं उत्तर मिळालं. अवघडलेल्या क्षणाचा ताण कमी करण्यासाठी मी केलेल्या विचित्र विनोदाने आमच्या वाढत जाणाऱ्या स्नेहसंबंधाला कुठलाही तडा जाणार नव्हता, बऱ्याचवेळा माझ्या स्वतःच्या उदासीन विश्वात माझ्या आजाराशी संघर्ष करण्यासाठी मी हे असंच करत आलो होतो.

पण डेनिस या अशा क्षणातून मोकळी होणार होती का? "होय..." ती परिश्रमपूर्वक म्हणाली, "कुणाला माहिताय मी गाडी चालवताना मला काय होईल?"

माझ्या मनापलीकडे कुठेतरी असणं पण मीही असाच विचार केला होता. एएलएस माझ्यासाठी नवा होता, शब्दही आणि स्नायू संस्थेतील वेदनेच्या दृष्टिकोनातूनही! स्टिअरिंग व्हिलमागची वेदनेने व्याकुळ झालेली डेनिस दिसू लागली.

"असो..." मी म्हणालो, "तू काय करत आहेस, याची तुला जाण असावी, असं मला वाटतं आणि स्वतःला संपवण्याचा तुझा विचार नाही, असं मी गृहित धरतो."

तिचं ते सपाट स्वरातील उत्तर येईपर्यंत शांतताच होती. "अद्याप नाही." ती म्हणाली. त्याला मीही काही उत्तर दिलं नाही. अद्यापही दिलेलं नाही.

काही आठवड्यांनंतर त्या उबदार हिवाळ्यातल्या एके दिवशी चांगलं ऊन पडलं असताना मी लॉक्सला पोहोचलो. न्यूयॉर्कमधल्या ओलसर, ढगाळ वातावरणापेक्षा इथलं कोरडं हवामान स्वागताह होतं.

"विमानतळात आत येण्याची तसदी घेऊ नकोस." मी डेनिसला सांगूनच ठेवलं होतं. "बाहेर मी तुला सामान घेण्याच्या जागेवर भेटेन. आतमध्ये भलत्या कटकटी आहेत आणि तिकीट काढल्याशिवाय तुला कोणी आत येऊ ही देणार नाही."

''हो... मी तसंच करते.'' ती लगेच म्हणाली, ''ते माझ्यावर सोपव.'' छान! तिच्याशी वाद घालायचा नाही, हे मी नव्याने शिकत होतो, किमान विमानं आणि कारच्या संबंधात तरी!

''मी... अर्थात्.. तुला ओळखणार नाही.'' मी तिला सूचना दिली.

''आपण काय करायचं बरं?'' डेनिसने विचारलं.

''एक मोठा फुगा घेऊन फाटकापाशी उभी राहा.'' मी हसत म्हणालो.

माणसांच्या लोंढ्याबरोबर मी फाटकातून आत घुसलो आणि माझ्या काही काळापुरत्या सोबतिणीला शोधत लटपटत चालू लागलो. तेव्हा मला सुस्पष्ट आणि स्वच्छ आवाजातील एक हाक ऐकू आली. ''रिचर्ड'', मी पुन्हा ऐकलं. मी डावीकडे वळून पाहिलं आणि एका मोठ्या निळ्या फुग्यासमोर आलो. मी तसंच खालपर्यंत पाहिलं. एक सुंदर स्त्री चेहऱ्यावर सुंदर हास्य खेळवत उभी होती. ''डेनिस'', मी सारं बळ एकवटून घोगऱ्या स्वरात म्हणालो.

फोनवर इतक्या वेळा संभाषण होऊनही आम्ही एकदमच बुजलो. मी बऱ्याच दिवसांपासून दूर लोटलेली माझी वधू जणू मला भेटण्यासाठी साक्षात् उभी होती. माझ्या मनात दोन विचार चमकून गेले. डेनिस ग्लास एकाचवेळी कठोर आणि मार्दवयुक्त दिसते आहे आणि बाळा, ती बुटकी आहे. डेनिस, सत्तेचाळीस वर्षांची, अवघी चार फूट सात इंच उंच आहे. पण चालते अशी दिमाखात की जणू काही सारं जग तिच्याच मालकीचं आहे. आम्ही चालायला सुरुवात केली. तसे माझे डोळे तिचा अदमास घेऊ लागले. ती हळुवारपणे निघाली, पण गर्दीतून, लोकांच्या थांबण्याच्या जागेतून, सामान घेण्याच्या ठिकाणी, वाहनतळावर ती आत्मविश्वासाने चालली.

तिच्या बोलण्याप्रमाणेच चालणंही विचारपूर्वक होतं. त्या लहानशा स्त्रीमध्ये उत्साहाप्रमाणेच शक्तीही सळसळत होती. आमची नजरानजर होताच मी स्मित केलं. अचानक ती एका पिवळी फुलं असलेल्या काठीला धडपडली. एक अर्धवट दृष्टी असणारा भलामोठा माणूस आपली लाकडी काठी आपटत जरा वेगानेच पुढे चालण्याचा प्रयत्न करत होता.

आम्ही जसे पुढे सरकलो, तसा डेनिसने माझ्या भेटीचा कार्यक्रमच समोर ठेवला. पहिल्यांदा आम्ही काहीतरी खाऊन घेणार होतो. मग आम्ही गप्पा मारणार होतो. ''डेनिस, मी तुझ्या एकांताचा भंग करण्याचा विचार करतोय,'' आमच्या फोनवरच्या गप्पांत मी एकदा म्हटलं होतं, ''मी तुझ्या आयुष्यातल्या खासगी आणि वैयक्तिक गोष्टींबद्दल बरेच प्रश्न विचारावेत असं ठरवतो आहे. मला तुझी कथा ऐकण्याची इच्छा आहे.''

नेहमीप्रमाणे तेव्हा शांतता पसरली होती. तिच्या मनात शब्दांची जुळवाजुळव

चालू आहे, हे मी समजू शकत होतो. "कॅलिफोर्नियाला ये." किंचित हसत ती म्हणाली होती, ते हसणे तिच्या राज्याच्या नावाच्या कठोर उच्चारणातूनही जाणवत होतं. "तू मला दुखवलं नाहीयेस. मी तुझ्या स्वागतासाठी तयार आहे."

डेनिस कॅलबेसासमध्ये राहात होती. लॉस एंजेलिसच्या वायव्येला असणाऱ्या सँटा मोनिका पर्वतराजीतील कडेकपारीच्या प्रदेशातील जवळपास पंचवीस हजारांपेक्षा जास्त लोकसंख्या असणारा हा प्रदेश! लॉस एंजेलिसचं उपनगर म्हणूनच हा भाग प्रचंड वाढलाय. कॅलिफोर्नियाच्या किनारपट्टीवरून प्रचंड वाहतूक सारखी सुरू असते.

अजूनतरी मोठमोठ्या दुकानांच्या आणि सदनिकांच्या सोबतच बगीचे आणि भटकण्यासाठी पाऊलवाटा शिल्लक आहेत. डेनिससारख्या कॅलिफोर्नियन लोकांसाठी कॅलबेसास ही एक आदर्श जागा होती. असे लोक बाहेर भटकण्यावरच पोसले जातात. आजारपण आल्यापासून तिची झपाट्याने बदलत जाणारी प्रकृती पाहून निसर्गानीही एक प्रकारे नकारच दिला होता.

आम्ही पॅसिफिकच्या वरच्या भूभागाकडे गाडी चालवत गेलो आणि एका लहानशा रस्त्याने चढून गेलो. एकमेकांवर आदळून फुटणाऱ्या लाटांच्या वरच्या भागात एका लाकडी बाकावर बसत आम्ही बोलायला सुरुवात केली. जेव्हा बोलता बोलता आम्ही दूर भविष्यकाळापर्यंत पोहोचलो, तेव्हा संभाषण हळूहळू सहज आणि निश्चितपणे आकाराला येऊ लागलं.

डेनिसने औपचारिकता सोडली आणि ती माझ्याशी मोकळेपणाने बोलू लागली. एएलएसच्या शेवटच्या अवस्थेविषयी प्रश्न विचारले गेले आणि डेनिसची मन:स्थिती एकदम संदिग्ध झाली, बऱ्याचवेळा तर खटका दाबून बंद केल्याप्रमाणे गप्पच झाली.

हळूहळू मलाही फोनवर मी बोललेल्या डेनिसपेक्षा एक वेगळी स्त्री तिच्यात असल्याची झलक जाणवू लागली. दुसरा माणूस पाहातच नसतो, तेव्हा लपवणं फार सोपं असतं, आणि आता मी तिच्यासमोरच होतो. एक शांत, नियंत्रण मिळवलेली स्त्री, असं तिचं एक रूप मला दिसत होतं आणि जणू काही जगात बहुतांशी अशी शांतता कुठे नसावी हे ती दाखवत होती. शांततेने चेहऱ्यावर जणू मुक्काम ठोकला होता. पण त्याखाली मात्र बरंच काही खदखदत होतं.

"ते सारं काही संपलंय." ती धुसफुसत म्हणाली. एएलएसने तिची सारी स्वप्ने कशी उद्ध्वस्त केली आणि तिचं आयुष्य कसं बदलवून टाकलंय, याचं वर्णन करताना तिने अश्रूंना वाट मोकळी करून दिली आणि तिला झालेल्या जाणिवेबद्दल ती बोलली, "आयुष्याकडे मी आता वेगळ्या दृष्टीने पाहते. जेव्हा मला कुणी व्हिलचेअरवर किंवा वॉकरवर दिसतो, तेव्हा मला पुढे जावंसं वाटतं

आणि मिठी मारून म्हणावंसं वाटतं, 'तू आजारी आहेस, याचं मला खरंच वाईट वाटतं. मला माहितेय तुला काय वाटतं ते.' ''

डेनिस अकालीच वार्धक्य आल्याप्रमाणे झाली आहे. ''मला त्यांच्याबद्दल खरंच वाटतं आणि माझ्याबद्दलही! मला माहिती आहे, मीही केव्हातरी त्या अवस्थेत असणार आहे. मी घाबरले आहे. त्याबद्दल विचारही न करण्याचा मी प्रयत्न करते. पण आता वरचेवर ते वास्तव बनत चाललं आहे. काही काळ आजार हळूहळू सरकत होता, पण आता वेग घेतोय. आता मी बऱ्याचदा पडते. हे हे भीतिदायक आहे.'' कंप पावणाऱ्या शब्दांत तिने पुनरुच्चार केला. तिच्या भावनाशीलतेचा मला हेवा वाटला. माझ्या भावना कुठे पुरल्या गेल्या होत्या कुणास ठाऊक?

अचानक डेनिसचा मोबाईल वाजला. बेवर्ली हिलवरच्या दुसऱ्या एका एएलएसच्या रुग्णाला आणि त्याच्या कुटुंबीयांना भेटायला आम्ही येऊ शकतो का? ते त्या रुग्णाच्या आईने विचारलं होतं. डेनिस माझ्याकडे वळली. मी खांदे उडवले.

''तुला जे वाटतं ते आपण करू.'' मी म्हणालो.

''हा अंथरुणावर खिळून आहे.'' ती मला हळुवार आवाजात म्हणाली. त्याचा अर्थ काय हे समजण्याचा प्रयत्न न करता मी मान हलवली. तिच्या त्या स्वराने माझ्या विचारात खंड पडला.

पॅसिफिकपासून आम्ही दक्षिणेकडे निघालो. अशा सुंदर वातावरणात एएलएस हा विषय कुरूप वाटत होता. आम्ही बेवर्ली व्हिलकडे निघालो. वळणावळणावर खास राखलेली गवताळ मैदानं आणि मोठमोठी घरं होती. ज्यातून हक्काचं जगणं व्यक्त होत होतं. ज्याच्या घराच्या रस्त्यावर आम्ही चाललो होतो, फक्त त्याचाच याला अपवाद होता.

आम्ही गाडी उभी केली आणि एका ऐसपैस, प्रशस्त घरात चालत गेलो, तिथे आम्हाला एक वृद्ध जोडपं भेटलं. मग लगेचच, आम्हाला लगतच्या खोलीत नेण्यात आलं आणि डेनिस किती भयभीत झालीये हे मी पाहिलं. आता बहुधा मी मला हादरवून सोडणाऱ्या क्रूर वास्तवाशी परिचित होत होतो... त्या मज्जातंतूंना उद्ध्वस्त करणाऱ्या रोगाशी.

नील झोपलेलाच होता. जवळपास चाळिशीचा होता. एका मोठ्या सजवलेल्या खोलीत पलंगावर एकटाच पडलेला होता. चांगला निरोगी, गुलाबी झाक असलेल्या त्वचेचा आणि चमकदार डोळे असलेल्या व्यक्तिमत्त्वाचा तो होता. पण अगदीच निश्चल पुतळ्यासारखा होता. नीलचे हातपाय हालत नव्हते, त्याचे ओठही स्थिर, निश्चल, कंपहीन होते. त्याच्या डोळ्यांची उघडझापही होत नव्हती. प्रत्येक पाच मिनिटांना एका घड्याळाचा अलार्म वाजायचा. ती तिथे पूर्णवेळ काम करणाऱ्या नर्सला त्याच्या थिजलेल्या डोळ्यांत औषधाचे थेंब टाकण्याची सूचना असे. अन्न

देण्यासाठी एक नळी लावूनच ठेवलेली होती, एका श्वसनयंत्रातून त्याचं श्वसन व्यवस्थित चालू राहावं म्हणून ऑक्सिजनचा पुरवठा चालू होता.

नील सशक्त बांध्याचा, तरतरीत, बुद्धिमान, सुशिक्षित नेत्रतज्ज्ञ होता. त्याचं कल्पनेत भराऱ्या घेणारं मन तसंच अविच्छिन्न, सुरक्षित होतं. पण त्या निश्चल शरीरात बंदिस्त होतं. गेल्या चार वर्षांपासून तो असाच संपूर्णपणे जखडून पडला होता. चार वर्षांपूर्वी नील असाच कमीत कमी बोलू शकणारा व कामकाजासाठी हातांनीच खाणाखुणा करू शकणारा होता.

या जखडून ठेवलेल्या कालखंडात या तरुण डॉक्टरचा सारा संवाद 'लाय डिटेक्टर' नावाच्या मशीनच्या साहाय्याने त्याच्या तारा त्याच्या शरीराला जोडलेल्या होत्या. सोबती किंवा भेटायला आलेला नीलशी बोलू शकत असे. नील काही आकडे व मुळाक्षरांकडे शब्द तयार करण्यासाठी खुणा करत असे, आणि मग मशीन नीलचा प्रतिसाद कसा अनुवाद करून सांगतंय यासाठी तो वाट बघत असे.

ही सारी एक खासगी, वैयक्तिक संवादभाषा होऊन बसली होती. ती सांकेतिक भाषा फक्त नीलचे जवळचे कुटुंबीयच जाणत होते. त्याच्या गरजा आणि इच्छा आकांक्षा अतिशय कष्टपूर्वक, पण खात्रीलायकरीत्या या पद्धतीने समजत. पण त्याचे आईवडील, दोघंही म्हणाले की, त्याने जणू आपल्या अंत:प्रेरणेचाच तेवढा विकास केला आहे, जणू काही सहावं इंद्रियच. त्याची नीलला गरज होती. काही तरी त्रास होतोय, हे नील सांगू शकायचा. त्याच्या आईने सांगितलं की, त्याने त्याच्या त्रासाचं निदान केलं होतं आणि ते ही प्रत्येकवेळ अचूक! ''नील अजूनही चांगला डॉक्टर आहे,'' तिने मला सांगितलं.

नील आपल्या सेवानिवृत्त आईवडिलांसोबत राहात होता. ते त्याची व्यवस्थित काळजी घेऊ शकत होते. नीलची बायको आणि दोन तरुण मुलं शेजारीच राहात होती आणि वारंवार येत जात होती. ''ती सुंदर मुलं वाढताना नील पाहतोय.'' नीलचे वडील समाधानाने म्हणाले.

एक माणूस, जो एक कुटुंबप्रमुख होता तो आता कुटुंबापासून तुटला होता. ज्याचा संवाद अशा प्रकारे होत होता, सरतेशेवटी, त्या लाय डिटेक्टर यंत्राद्वारे होणारी देवाणघेवाण हा एक विज्ञानातला किंवा चित्रपटात दाखवतात तसाच एक खेळच होता. का या बिचाऱ्या गृहस्थाचं आयुष्य असं लटकत ठेवलं गेलंय? अशा परिस्थितीत माझं आयुष्य असं पुढे सरकत जावं, अशी मी माझ्या बाबतीत साधी कल्पनाही करू शकत नव्हतो. हा माझा ताठरपणा, अहंकार तर नव्हता ना? मी विचार करत होतो.

''आम्ही नीलशी संवाद साधतो, तेव्हा कळतं की त्याची हे पुढे चालू ठेवण्याची इच्छा आहे.'' त्याचे वडील म्हणाले. ते निवृत्त शल्यतज्ज्ञ होते, त्यांनी

मला सांगितलं, "नीलच्या भावंडांना त्याला असं जिवंत ठेवलं, त्याबद्दल आश्चर्य वाटतं, पण तो ठाम आहे. त्याची जगण्याची इच्छा आहे." नीलला बराच काळ रुग्णालयात ठेवण्यात आलं होतं. त्याची दोन्ही मूत्रपिंड बंद पडून मूत्रसंवहनसंस्था बंद होत चालली होती. "नीलने स्वतःच डायलिसीस करून घेण्याचा निर्णय घेतलाय."

नीलची दुसऱ्यापर्यंत भावभावना पोहोचवण्याची क्षमता विकसित होत होती. त्याचं कुटुंब अंतराळात संवाद साधण्याचं काम करणाऱ्या दोन महामंडळांशी संवाद साधत होतं. त्यांचे तज्ज्ञ या आजारी डॉक्टरचा वापर गिनीपिगसारखा करत होते. इन्फ्रारेड किरण त्याच्या कपाळावर टाकून मेंदूतल्या रक्तस्रावाचं, त्याच्या प्रवाहाचं मोजमाप केलं जात होतं. "नील आयुष्याबद्दल आम्हाला बरंच काही सांगतो." "ते लोक यंत्र अचूकपणे वापरता यावीत म्हणून काम करत आहेत. त्यांच्याकडे यांत्रिक हात आहेत. प्रयोगशाळेत ते वापरले गेले आहेत." नीलची आई म्हणाली.

"त्यामुळे तुम्हाला आशा वाटते ना?"

"हो अर्थात्. कदाचित शेवटी शेवटी ते शक्य होईल." नीलच्या आईने दुसरीकडे नजर वळवली. "नीलला माहिती आहे, हे काम कदाचित त्याच्या आयुष्यात पूर्ण होणार नाही, पण आम्ही किमान इतरांना मदत करायला हवी."

मी नजर टाकली तेव्हा डेनिस हळुवार पावलं टाकत मागे सरत होती. काही अंतर ठेवत, एक बचावात्मक पवित्रा घ्यावा त्याप्रमाणे ती मागे सरत होती. ती नीलच्या दृष्टिक्षेपाबाहेर जाऊन थांबली. त्याच्या नजरेआड होण्याची तिची इच्छा असावी. तिच्यासाठी नीलचा बिछाना म्हणजे जणू एक तिचं दूरवरचं भविष्यच होतं. तिचे विचार जणू मौनाच्या स्वरूपातच उरले होते.

मी एक दीर्घ श्वास घेतला आणि या माणसाशी एकतर्फी संवाद साधण्यासाठी बिछान्याच्या टोकाशी उभा राहिलो. मी पुस्तकाविषयी आणि माझ्या आयुष्याविषयी बोललो. साऱ्या विभिन्न आजारांनी ग्रस्त अशा रुग्णांपर्यंत पोहोचण्याविषयी बोललो. बोलताना मी थांबलो की, फक्त श्वसनयंत्राचा आवाज खोलीत घुमायचा. नीलची दृष्टी स्थिर होती. मी त्याच्या डोळ्यांत पाहिलं आणि त्याला सारं काही कळलं, अशी कल्पना केली. डेनिसचं मौन कायम होतं.

त्या दुपारी माझे डोळे उघडले. एका आयुष्यात जेवढे पुरावे मिळतील त्यापेक्षा जास्त मी एएलएस विषयी जाणू शकलो. संभावना, कदाचित अपरिहार्यताही माझ्या मस्तिष्कात किंकाळ्या मारू लागल्या. हे वास्तव होतं. बेवर्ली हिलवरच्या या घरापेक्षा दक्षिण कॅलिफोर्नियाने काही वेगळंच जाणलं होतं. "हे मेणाच्या संग्रहालयासारखं आहे" माझ्या डोक्यात वारंवार हेच येत होतं.

आम्ही जसं नीलच्या घरापासून दूर गेलो, तसं मी डेनिसकडे पाहिलं. ती

शांतपणे स्टिअरिंग व्हिलमागे बसली होती, डोळे समोर स्थिर होते... बस्स! ते टक्कं बघत होते. जरा बऱ्यापैकी अंतर पार पडेपर्यंत मी तिच्याकडे पाहू ही शकलो नाही. जवळपास तीन वर्षांनंतर नील वारला. डेनिस म्हणते, ''माझ्या भविष्यकाळाविषयी मी उसासा टाकला.'' तिला कळलं की ती पण याच मार्गावर होती.

नीलला भेटलो त्याच्या दुसऱ्याच दिवशी सकाळी डेनिसने मला माझ्या मुक्कामाच्या ठिकाणावरून एका बागेत नेलं. एका शांत कोपऱ्यातल्या बाकावर आम्ही बसलो. सोबतच्या वस्तू बाहेर काढल्या आणि गप्पा मारायला सुरुवात केली. मी टेपरेकॉर्डर हाताळला, तशी डेनिसने लिंबाच्या काळजीपूर्वक कापलेल्या फोडी उगाचच रांगेने मांडायला सुरुवात केली. ते काम ती अगदी सहजपणे करत होती. काम करतोय याचा कुठलाही आवेश तिच्यात नव्हता. बस्स, एका सरळ रांगेत ती त्या मांडत होती.

'काय विचित्रपणा आहे'. मी विचार केला. आम्ही दुसऱ्याच एका अवघड विषयावर गप्पा मारायला सुरुवात केली. या भयभीत करणाऱ्या आजारापर्यंत आमच्या गप्पा पोहोचल्या, तेव्हा भावना उत्कट झाल्या होत्या. आमचा संवाद तीव्रतेला पोहोचला, तसं डेनिसचे डोळे भरून आले आणि ती रडू लागली. एक शब्दही न बोलता तिने लिंबाची एक फोड उचलली आणि पुन्हा चघळायला सुरुवात केली.

''डेनिस...'' मी मध्येच म्हणालो, ''तू हे काय करतेस?''

''जेव्हा मी रडते, श्लेष्मा खूपच वाढतो आणि कदाचित माझं श्वसन थांबवू शकतो.'' स्कुंदता स्कुंदता तिने मध्येच थांबून घोगऱ्या आवाजात सांगितलं.

''श्लेष्माचा अडथळा इतका घातक आहे?''

''अं, हो.'' ती म्हणाली. ''लिंबू तो श्लेष्मा जिरवतो. माझा घसा मोकळा करतो.''

त्या क्षणापासून प्रत्येक भेटीच्या वेळी लिंबाच्या फोडी अगदी असायच्याच. आणि जेव्हा केव्हा डेनिसच्या गळ्यात त्या श्लेष्मामुळे अडथळा येई, तेव्हा आम्ही त्याच मंत्राचा जप करत असू ''जा, एक लिंबू चोख जा,'' आम्ही अगदी एका सुरात म्हणायचो.

लिंबाच्या या कर्मकांडाने डेनिसच्या जबरदस्त आत्मविश्वासाचं गुपित उघड केलं. जेव्हा आमची बैठक ठरायची, तेव्हा सकाळीच ती स्वयंपाकघरात या पूर्वतयारीला लागलेली असायची. ती स्वत:शीच तिला दिवसभर काय काय लागणार आहे याची हळुवार आवाजात चर्चा करायची. लिंबांच्या या फोडी तयार करणं म्हणजे तिची वादळापूर्वीची शांतता असायची.

या लिंबांच्या फोडी म्हणजे डेनिसला स्वत:बद्दल किती सावध राहावं लागतं,

याची साक्षच होती. तिचं जगणं जणू कोल्हाट्याच्या ताणलेल्या दोरीवर चालण्यासारखं होतं. दैनंदिनी असल्याप्रमाणे ती मोजकेच आणि निवडक पदार्थ खातपीत असे. जास्त अन्न टाळत असे आणि तिला गुदमरवेल असं पेयही टाळत असे.

वैयक्तिक विनाश, खरं तर विभाजन म्हणजेच अमियोट्रॉपिक लॅटरल स्केरोसिस... यांत सारं काही आलं. या मज्जातंतूंचा विनाश करणाऱ्या आजाराला सर्वसाधारणपणे 'लो गेहरिग्ज डिसीज' म्हणजे लो गेहरिगचा आजार म्हणून ओळखलं जातं, कारण एकतर उच्चारायला सोपं जातं आणि जरा कमी भीती वाटते. लो गेहरिग हा १९३० चा अमेरिकेचा बेसबॉल पटू. अमेरिकेतील प्रसिद्ध खेळाडू. त्याचं नाव या आजाराला दिलं गेलं. कारण या आजाराने लोकांचं त्याच्याकडे लक्ष असतानाच त्याचा जीव घेतला. पण एएलएस हा काही खेळ नाही. हा आजार होताक्षणीच भयानक स्वरूप धारण करतो. फक्त भय नाही, दहशतच पसरवतो. वय वर्षे चाळीस ते सत्तरच्या दरम्यान बहुधा हा आजार होतो. तीस हजार अमेरिकन बहुधा या आजाराची शिकार झाले आहेत. स्त्रियांपेक्षा पुरुष जास्त आहेत, प्रत्येक नव्वद मिनिटाला कुणा एकाला एएलएस झाल्याचं निदान होतं व कुणी तरी एक मरतो. एएलएसची लागण १९९१ च्या आखाती युद्धातल्या सैनिकांमध्ये वाढल्याचं लक्षात आलंय.

सुरुवाती सुरुवातीला डेनिससोबत वावरताना माझाही श्वास रोखला जायचा. माझ्या लक्षात आलं, ती सरळसरळ भीती होती. तुम्ही त्या व्यक्तीला काय म्हणणार जी तिच्या एकेका अवयवांपासून विभक्त होऊन मरणाच्या दिशेने चाललीये? हे समोर आल्यावर बरेच काही वाटत असतं आणि डेनिसजवळही पुन्हा सांगण्यासारखं बरंच काही होतं.

एएलएस च्या बाबतीत सांगायचं झालं तर त्याविषयी कुठलीच वास्तववादी अशी सकारात्मकता नाही. फक्त थोडंफार जास्त जगण्याची एक आशा असते आणि अगदीच तो अपरिहार्यतेचा क्षण येईपर्यंत त्या भयंकर अवस्थेपासून दूर राहण्याचा प्रयत्न करत राहणं एवढंच हातात असतं. हे नेमकं कसं असतं? असा उग्र, कठोर भविष्यकाळ एखादी व्यक्ती कशी हाताळू शकेल? एएलएस देतो तो फक्त एक निश्चित शेवट असलेला प्रवास आणि घटनेची अशाश्वती! हे खरं तर आयुष्याचं सत्य आहे, पण एएलएस तुमच्या निश्चितपणे 'जाण्याचा' वेग वाढवतो.

जेव्हा मी आणि डेनिस भेटलो, तेव्हा ती जवळपास पाच वर्षांपासून या आजाराला सोबत घेऊन फिरत होती. तिचा एएलएस हा तुरळकपणे, क्वचितच आढळणारा, अनुवांशिक नसलेला एएलएस म्हणून ओळखला जातो. तो कोणत्याही माणसाला व त्याच्या कुठल्याही अवयवाला होऊ शकतो. डेनिसच्या या एएलएसने प्रथम तिच्या मेंदूतील बल्बार रिजन (Bulbar regian) या भागावर हल्ला केला.

तिच्या बोलण्यावर व गिळण्याच्या शक्तीवर हल्ला करून त्याचं नुकसान करून तो गेला. पण सरतेशेवटी तिच्या पाठीच्या मणक्यातून सरकत खाली जाऊन तिच्या हातापायांकडे गेला आणि त्यातच राहिला. त्या दुखण्यातून बरं होण्याची शक्यता नाही, उपचार नाही. काहीच नाही. एकदा निदान झाल्यानंतर एएलएसचे रुग्ण फार तर सरासरी पाच ते सहा वर्षे जगतात. काही कमी काळ जगतात; तर काही बराच काळ जगू शकतात. ''स्टीफन हॉकिंग, नामवंत शास्त्रज्ञ त्यांना जवळपास तीस वर्षांपासून एएलएस आहे.'' डेनिस तिला आणि मला दोघांनाही समजावत म्हणाली. ''आमच्या या एएलएसच्या प्रकरणात एका स्त्रीला वीसेक वर्षांपासून एएलएस असल्याची नोंद आहे. माझा आजार हळूहळू वाढतोय. त्याचा वेग वाढूही शकतो. कुणास ठाऊक काय होईल ते?''

तिचं आयुष्य कितीही लांबट असो... डेनिसला अपेक्षित असलेलं आयुष्य हे नव्हतंच. लॉस एंजेलिसमधल्या वुडलँड हिल्स या मध्यमवर्गीय उपनगरात ती लहानाची मोठी झाली. ''आमचं कुटुंब एक सर्वसामान्य कुटुंब होतं,'' ती म्हणाली, ''मला आईवडील, एक बहीण आणि दोन भाऊ होते. मी भावंडांमध्ये दुसरी होते, त्यामुळे माझ्या मोठ्या भावंडापेक्षा मला वेगळी वागणूक मिळत होती.'' मी मधलं अपत्य असलेल्या मलाच प्रश्न विचारला आणि अर्थातच मला उत्तर माहीत होतंच.

''माझ्या बहिणीला प्रत्येक वस्तू नवी मिळाली. मला वापरून जुनी झालेली...! माझी आई कपडे शिवते आणि ती मला कपडे शिवत असे ते चांगले असायचे कारण मी लहान होते.'' दुसऱ्या शब्दांत सांगायचं झालं तर डेनिस आपल्या भावंडांची कधी बरोबरी करू शकली नाही. असं तिला वाटत होतं. ध्येयपूर्ती आणि यशाच्या बाबतीत तिचं कुटुंब पुढे होतं. ''मला वाटतं मी काही बऱ्यापैकी विद्यार्थिनीही नव्हते...'' ती आठवत म्हणाली, ''शाळा मला फार जड जाई.''

अद्यापही तिने पारंपरिक महत्त्वाकांक्षा आणि आशा सांभाळून ठेवल्या होत्या. त्याविषयी ती म्हणाली, ''हेच आपलं कॉलेजात जायचं आणि शिकायचं आणि मग एक छानसा मित्र तुम्हाला भेटतो आणि मग लग्न, पोरंबाळं, तुला माहितीच आहे ती रम्य कल्पना... आणि मी तसं जगण्याचा प्रयत्न केलाही. मी कॉलेजात गेले, पण काम सुरू होण्याची वाट नाही पाहू शकले.'' तिने तिच्या अस्ताव्यस्त झालेल्या स्वयंपाकघरावर चारही बाजूने नजर फिरवली. लॉस एंजेलिसमध्ये सैरभैर भटकून आल्यानंतर आम्ही घरी आलो होतो. ''मी एकवीस वर्षांची झाले, बाहेर पडू लागले आणि माझा मेंदू काम करेनासा झाला. मी सर्वसामान्य आयुष्यात एकशे दहा टक्के सहभाग देऊ शकले असते.''

डेनिसची सारी कल्पनाशक्ती जणू कोमेजून गेली होती. काळ आणि

अनुभवानेही त्यात भर घातली. कॉलेजची डिग्री हाती येईपर्यंत ती स्वत:ला सावरू शकली नाही. तिला हवी होती तशी तिची कारकीर्द घडू शकली नाही. तिला उद्ध्वस्त झालेलं वैवाहिक आयुष्यही हाताळावं लागलं आणि साऱ्या गोष्टीत जास्त उद्ध्वस्त करणारी बाब ठरली ते तिचं गर्भारपण... त्याचा शेवट झाला तो गर्भपातात आणि गर्भाशय काढून टाकण्यात! स्वप्ने अंधूकच होती, पण एएलएस तिच्या आयुष्यात येईपर्यंत किमान ती विरलेली तरी नव्हती.

डेनिस विभिन्न ठिकाणी नोकऱ्या करत गटांगळ्या खातच राहिली. इथे ती कायदेशीर सचिव म्हणून काम पाहायची, तर दुसरीकडे कुठे वरिष्ठ सहायक म्हणून काम पाहायची. काम करण्यासाठी तिच्याजवळ मानव संसाधनांची परिचयपत्रं होती. मग डेनिसने ठरवलं, की मोठा बदल होण्यापूर्वी अजून बराच वेळ आहे. तिने स्वत:चा व्यवसाय सुरू केला, ज्या तिनही सेवा ती पुरवायची त्या ग्राहकांची यादी करून तिने व्यवसाय सुरू केला. सरतेशेवटी ती सहकार क्षेत्रातील आपल्या कोषात वरिष्ठ सहायक म्हणून काम पाहू लागली.

गेल्या २००० सालात आपलं बोलणं हळूहळू होतंय आणि गिळायला त्रास होतोय, हे डेनिसच्या लक्षात आलं. ''मी काही काळ तर काहीच करू शकले नाही.'' ती म्हणाली, ''मी कुणालाही काही सांगितलं नाही, पण हा फरक स्पष्ट जाणवू लागला. माझ्या कुटुंबीयांनी विचारलं, ''तुला काय झालंय? तुझं बोलणं असं हळुवार का?'' मी म्हणाले, ''मला माहिती नाही. प्रत्येक गोष्ट मला पूर्वी होती तशीच वाटतेय, पण हळू झालं आहे खरं!''

डेनिसच्या जवळच्या डॉक्टरांनी तिला मेंदूविकार तज्ज्ञाकडे पाठवलं, त्याने तिला काळजीपूर्वक तपासलं, पण मेंदू विकाराचा फारसा संबंध नाही, असं सांगितलं. डॉक्टरांनी तिला एमआरआयद्वारे तपासणी करायला सांगितलं, मग निदान केलं.

''तणाव! त्यांनी मला सांगितलं, 'तुम्ही तुमच्या आयुष्यातून या तणावाला दूर करणं गरजेचं आहे. त्याच्यापासून सुटका करून घ्या.' तो डॉक्टर होता. त्याच्या निदानावर त्याला प्रश्न विचारणारी मी कोण?'' डेनिस सुरुवातीला तरी हे सारं स्वीकारण्याच्या मन:स्थितीत नव्हतीच, जोपर्यंत तिला स्वत:ला अनुभव येत नव्हता, तोपर्यंत तरी ती खात्रीलायकरित्या ते सारं स्वीकारायला तयार नव्हती.

फक्त तीनच वर्षांपूर्वी तिने तिच्या बॉसला, हॅरीला एएलएसच्या त्याच्यावर हळूहळू पडणाऱ्या प्रभावाला बळी पडताना पाहिलं होतं. ''त्याचं बोलणं असं माझ्यासारखं हळूहळू नव्हतं.'' डेनिस आठवत म्हणाली, ''पण संभ्रमात टाकणारं मात्र होतं.''

जसेजसे महिने सरकत गेले तशी हॅरीची सारी लक्षणं अधिक वाईट होत गेली.

हॅरीसहित कुणालाच काय होतंय, हे कळलं नाही.

''हॅरीने असा विचार केला की, 'असेल... माझ्या जबड्यात काहीतरी झालं असेल.' '' डेनिसने पुन्हा आठवलं. तिच्या आठवणीतल्या घटनांप्रमाणे हॅरीचं प्रकरण तिच्यासाठी बहुधा दु:सह होतं. ''तो वकील होता आणि त्याला न्यायालयात जावं लागायचं आणि त्याचा आवाज बरळल्यासारखा यायचा.'' त्यामुळे खरं तर एखादा जागा व्हायला हवा होता, ''असो.. हॅरी शेवटी मेयो क्लिनिकमध्ये गेला आणि तिथे निदान केलं गेलं.''

डेनिस हॅरीच्याच मार्गाने जाताना दिसत होती, त्याकडे दुर्लक्ष करत. साऱ्या शक्यता ती नाकारत होती. ''जेव्हा मी माझ्या बोलण्याकडे लक्ष द्यायला सुरुवात केली, माझ्या गिळण्याच्या त्रासाकडे व माझ्या लाळेच्या त्रासाकडे लक्ष द्यायला सुरुवात केली, तेव्हा मला लगेच हॅरीची आठवण झाली.''

पण...

''पण मी विचार करत होते की, छे! हा एएलएस नसावा. असूच शकत नाही.''

''म्हणजे तू आजार नाकारत होतीस?'' मी विचारलं.

''मला वाटतं, त्यापेक्षा एक आशादायक विचार करत होते, असं म्हणू यात.'' तिने उत्तर दिलं.

''नाकारणं नव्हतं?''

डेनिसने किंचित वेळ घेतला. ''नाकारणं नव्हतं.''

''ठीकंय!''

डॉक्टरांनी डेनिसला भयंकर वास्तवाची जाण देणं सुरूच ठेवलं होतं. एका वर्षानंतर मेंदू विकारतज्ज्ञाने तपासलं. तिचा वाढता त्रास पाहून तिच्या कुटुंबाने हा विचार केला की हिचा सारा त्रास डोक्यात तर नाही ना? डेनिसने पुन्हा तिच्या जवळच्या डॉक्टरांना गाठलं. त्याने तिला दुसऱ्या मेंदू विकारतज्ज्ञाकडे पाठवलं.

दुसऱ्या तज्ज्ञाने दुसऱ्यांदा एमआरआय व तिच्या गिळण्याच्या त्रासाचा अभ्यास केला.

''मायस्थेनिया ग्रेव्हिस.'' त्याने तिला सांगितलं.

''तो म्हणाला, की त्याला त्याच्या निदानाची खात्री होती आणि त्याने मला औषध दिलं'' पुढे...

''त्या औषधाने तर मला इतकं दुखू लागलं की गिळणं जवळपास अशक्यच झालं.'' ती म्हणाली.

त्या दोन्ही डॉक्टरांच्या खिजगणतीत ही डेनिस नव्हती. एका भयंकर आजाराने तिला खरं तर डिवचायला सुरुवात केली होती आणि तोच तिच्या सगळ्या

दुखण्यांचा केंद्रबिंदू होता.

"त्यांच्या चुकीच्या निदानाबद्दल तुझं काय मत आहे?"

"ते चुकले होते.." ती पटकन म्हणाली, "पूर्णपणे चूक!"

"तू रागावली होतीस?"

"एएलएसच्या रुग्णांच्या बाबतीत ही बाब नित्याचीच असते." ती म्हणाली.

"हो..." मी म्हणालो, "तू रागावली होतीस का?"

"हो."

"एएलएसचं निदान करणं खूप अवघड असतं." डेनिस पुन्हा म्हणाली, "साधारण आजार नाही तो!"

"तुला निश्चित केव्हा कळलं?" मी विचारलं.

"जेव्हा मायस्थेनिया ग्रेव्हिसच्या औषधाचा काहीच फायदा झाला नाही, तेव्हा मी पुन्हा हॅरीचा विचार केला आणि मग मलाच कळलं की मला एएलएस झालाय आणि तो गंभीर स्वरूप धारण करतोय."

ती जेव्हा तिसऱ्यांदा तिच्या त्या जवळच्या डॉक्टरांना भेटली आणि त्याला तिला काय वाटतं, याबद्दल बोलली, तेव्हा त्याने तिला युक्लाला एएलएसच्या तज्ज्ञाकडे पाठवलं.

"ती एक सहृदयशील चांगली बाई आहे," डेनिस म्हणाली, "तिची इच्छा होती की गिळण्याच्या प्रक्रियेचा अभ्यास चलत्‌चित्राच्या साहाय्याने करावा. नुसतं स्थिरचित्रण नको. त्यामुळे प्रत्यक्ष गिळताना काय काय घडतं ते कळतच नाही."

सन २००१ च्या ऑगस्टमध्ये डेनिसला एएलएस असल्याचं खात्रीलायकपणे कळलं. "मी युक्लाला माझ्या आईवडलांसोबत गेले."

"तुला एएलएस आहे हे सांगणं म्हणजे मृत्युदंडाची शिक्षा फर्मावल्याप्रमाणेच आहे," डॉक्टरांनी तिला सांगितलं, "तू किती दिवस असशील, याबद्दल मी काही सांगू शकत नाही. आम्ही तुझ्यासाठी काहीही करू शकत नाही. तुझ्याच्याने जमेल तशी निरोगी राहण्याचा प्रयत्न कर."

डॉक्टरांनी तिला सल्ला दिला, "जमेल तेवढं खात जा." ती पुढे सांगू लागली, "वजन कमी होऊ देऊ नकोस," असंही ते म्हणाले.

डेनिसला स्वत:च्या भवितव्याकडे लक्ष देण्याचा आणि मनाची तयारी करण्याचा सल्ला देण्यात आला. "जेव्हा एएलएस वाढत जाईल, तेव्हा अन्नासाठी नळी टाकणं गरजेचं होऊन बसेल आणि तुझं वजन आपोआप उतरेल." आपल्या आजाराविषयी सारं सविस्तर सांगितल्यावर डेनिसचा गळा भरून आला. ती किंचित थांबली. "जा, लिंबाची फोड चोख जा.' दुसरं काय बोलावं, हे न सुचल्याने मी उगाच सल्ला दिला आणि तिनेही तो लगेच अमलात आणला. स्नायू संस्थेशी

निगडित आजाराच्या माझ्या निदानाचा तो क्षण मला आठवला, डेनिसच्या मृत्युदंडाच्या सुनावणीच्या तुलनेत ती जगण्याची सुनावणी म्हणजे काहीच नव्हता. एवढं मात्र नक्की, की त्या निखळ निदानाच्या पलीकडे जाऊनही या बाईला काही मिळवता आलं नव्हतं. मेंदूविकार तज्ज्ञाकडून निदान ऐकल्यानंतर लगेच आणि माझं भवितव्य काय होतं हे जाणून घेतल्यावर माझे डोळे कैक तास अक्षरश: दगडासारखे स्थिर झाले होते, मिटलेही नव्हते. मी माझ्या आयुष्यातल्या इतर गोष्टींकडे पाहिलं आणि माझ्या भीतीला पळवून लावलं. मी कशी प्रतिक्रिया व्यक्त करायला पाहिजे, यावर निर्णय घेतला. डेनिसची तशीच प्रतिक्रिया असेल का? मी विचार करत होतो. ''खरोखरंच नाही,'' ती कुठलंही अतिशयोक्ती न करता म्हणाली.

तिच्या बाबतीत सांगायचं तर या धक्क्याने तिचे विचारच खुंटले होते. जरी डेनिसला अपेक्षित असलेलेच डॉक्टर सांगत होते, तरी या शब्दांनी तिच्यावर आघात झालाच. ''डॉक्टरांनी माझ्या पोटात एक गुद्दा लगावल्याप्रमाणे मला वाटलं आणि माझ्या पोटातून सारी हवा बाहेर पडली.'' डेनिसने खाली पाहिलं. ''मी जणू जणू हवेसाठी, श्वासासाठी धडपडत होते.''

''आणि तुझी तातडीची प्रतिक्रिया?''

''मी प्रचंड रागावले होते. मी त्या इमारतीच्या बाहेर आले. तिथे मोठमोठ्या काचा ठेवलेल्या होत्या आणि मला असं वाटलं की, एक फटका मारून साच्या काचा फोडून टाकाव्यात. मी काही काळ तर संतापाच्या भोवऱ्यातून बाहेरच पडले नसते.'' आमच्यापैकी काही जणांना त्यातून बाहेर पडताच येत नाही. वास्तवाच्या स्वच्छ प्रकाशात, गतकाळच्या संतापाच्या क्षणाला सोबत घेऊनच ते आवश्यक कौशल्य मिळवत असतात.

त्या रात्री ती भयंकर बातमी समजल्यानंतर डेनिस आपल्या सोबत राहणाऱ्या मैत्रिणीबरोबर, पेग्गीबरोबर बसली होती. जिने हॅरीसाठी बरंच काही केलं होतं. डेनिस डॉक्टरांनी तिला दिलेल्या शेवटच्या सल्ल्यावर ठाम होती.

''ऐक, ही बाब फार महत्त्वाची आहे.'' डेनिसला तिने जे सांगितलं होतं, तेच पुन्हा घोळत ती म्हणाली, 'तणावापासून सुटका करून घ्या' जा आणि मजा कर. आयुष्याचा आनंद घे. शक्य तेव्हा प्रवास कर. काहीतरी करत राहा. निवांत बसू नको व यावर विचारही करू नको. नाहीतर पुन्हा खिन्न होशील, त्याचा परिणाम बर्फाच्या गोळ्यासारखा होईल आणि तू ज्याला सामोरी जाशील ते फार वाईट असेल.

आणि भावनेच्या त्या उत्कट क्षणी त्या दोन स्त्रियांनी काही कार्यक्रमांची, डेनिसने प्राप्त करून घ्यायच्या काही ध्येयांची व दैनंदिन जीवनापलीकडे जाऊन करायच्या काही साहसांची एक यादीच तयार केली. डेनिसला भेट द्यावीशी वाटत होती अशा खंडांची व देशांची यादी त्यांनी तयार केली, तिचं शरीर धोका देण्यापूर्वी

पाहून घ्यायच्या काही प्रेक्षणीय स्थळांची यादी केली.

"ते फार अवघड काम होतं." डेनिस म्हणाली, "अवघड आणि अतिशय भावनेनं ओथंबलेलं!"

"आम्ही अक्षरश: रडत होतो." डेनिस हळुवारपणे म्हणाली, "मला हे कबूल करावं लागलं की, माझं आयुष्य कंटाळवाणं होतं. मी जे काही केलं होतं ते होतं काम, काम आणि काम किंवा ज्यांना माझ्या जगण्याबद्दल प्रेम होतं त्या दोन मांजरांसोबत मी राहात होते. स्टेनड् ग्लास व क्रिस्टल ग्लास अशी त्यांची नावं होती."

डेनिस पुन्हा बोलू लागली, "मला मर्सिडिजमध्ये बसून एकशे वीस मैल प्रति तास या वेगाने जाण्याची कायम इच्छा होती," ती गालातल्या गालात हसत म्हणाली.

"तू ते केलंस?"

"होय.. केलं."

"कसं काय साधलंस?"

"ते मी तुला नाही सांगू शकणार, ते कधी आणि कुणासोबत असताना जमलं. तेही नाही. मी ते गुप्त ठेवण्याची शपथ घेतलीय आणि ती मर्सिडीज कार नव्हती, ती पोर्श होती." मृत्यूची संभाव्यता ही डेनिससाठी तिला कसं जगायचं होतं, याच्या स्पष्टीकरणाचा जणू प्रारंभच होता; "त्यामुळे माझं अज्ञान मला त्यागता आलं." ती पुढे निष्कर्ष काढत म्हणाली. तिचं आयुष्य धोक्याच्या सूचनेच्या पार पल्याड गेलं होतं.

"मी कठीण गोष्टी प्रथम करायच्या ठरवल्या." ती म्हणाली, "कारण माझं शरीर बदलत चाललंय, हे माझ्या लक्षात आलं होतं."

डेनिसने एका बॅगेत आपलं सामान भरलं आणि फर रॉडि विंटर कार्निव्हलला अंकोरेजला गेली. कॅलिफोर्निया आणि ओरेगॉनच्या सागरतीराचं छायाचित्रण करायला ती पुन्हा उत्तरेकडे गेली. तिने एका गावरान शाळेत स्वत:चं नाव घातलं. मग अंटार्क्टिकाला आली.

"मी अंटार्क्टिकावर जाण्यासाठी समुद्र प्रवासाला जातेय." तिच्या उत्कंठावर्धक आवाजात तिने आमच्या मैत्रीच्या सुरुवातीच्या काळात मला सांगितलं होतं; "मला मरण्यापूर्वी त्या बर्फाच्या पहाडावर पेंग्विन आणि सील पाहायचेत." ती म्हणाली होती.

"तू खरंच सांगतेयस?" माझा माझ्याच कानावर विश्वास न बसल्याने मी ओरडून म्हणालो होतो. माझी जीभ माझ्या मेंदूपेक्षाही वेगाने चालत होती, आणि माझे गुडघे इतर कुणापेक्षाही जास्त झटके मारत होते. तिच्या तत्कालीन आव्हानाने माझ्या बेपर्वाईच्या साऱ्या मूर्ख संकल्पनांना चकवलं होतं, इतरांपासून माझा मार्गच

वेगळा पडल्याने मी भडकलो होतो.

डेनिस आजारी असल्याने मी तिला कमी समजत होतो. मी आहेच कोण? मी विचार केला. दूरदर्शनवरच्या बातम्यांसाठी रस्त्यावर चाललेली भांडणं टिपणारा एक माणूस! आणि मी परंपरावादी, सर्वसामान्य संकल्पनांच्या सद्गुणांचा उपदेश करत होतो. ''शांत हो.'' डेनिस हळुवारपणे म्हणाली होती, ''त्यावेळी बर्फाच्या त्या पहाडाचं भरपूर प्रमाणात तुटणं सुरू असेल.''

माझे थरथरत झटके मारणारे गुडघे जाग्यावर आले, मी पुन्हा म्हणालो, ''डेनिस, हे सारं तू कशासाठी करत आहेस?'' मी माफक प्रश्न विचारला होता.

''हा प्रवास फार कठीण आहे, असं वाटतंय.'' तिने खोलवर श्वास घेतला. ''मला ते पेंग्विन आणि सील माझ्या डोळ्यांनी पाहायचे आहेत. मला त्या बर्फाच्या तरंगणाऱ्या पहाडावर उभं राहून सूर्यास्त पाहायचा आहे.''

मला मस्क्युलर स्क्लेरॉसिसने मरण्याची अपेक्षा तशी नाही, पण डेनिससाठी मात्र सूर्यास्ताचा एक वेगळा अर्थ होता.

''रिचर्ड, हे सारं करण्याची मला गरज वाटते.''

एएलएस सोसायटी जर्नल या मासिकात लिहिलेल्या लेखात मी त्या भावनारूपी इंधनाचा उल्लेख केला. तिला या पृथ्वीवरच्या वास्तव्याच्या शेवटच्या क्षणाकडे तो घेऊन चालला होता; ''माझा एएलएस जसजसा वाढत चाललाय, तसतसा माझा डावा हात व पाय अशक्त बनत चाललाय. त्याने मला पहिल्यापेक्षा जास्त सजग व संवेदनशील बनवलंय. मला माझ्या स्वप्नांचा निश्चितच पाठलाग करावाच लागेल.'' ती पुढे सांगत होती.

ती दक्षिणेकडे प्रवासाला निघण्यापूर्वी मी तिच्यासोबत लॉस एंजेलिसभर भटकलो. तिने जहाजाच्या डेकवर आणि शून्यापेक्षाही कमी तापमानात राहावं लागणार म्हणून बूट आणि कपडे खरेदी केले.

तिच्या कल्पनेचे वारू उधळलेच होते. ''तिथे जाण्याची आणि सहल करून येण्याची कल्पना माझ्या एएलएसमुळे मला सुचली आहे.'' ती श्वास घेत उद्गारली, ''जर मला एएलएस नसता, तर मी तिथे गेलेही नसते. कदाचित मला वेळच नसता किंवा तू म्हणतोस कल्पना करतोयस, तसंच जगण्याची जीगिषा असती.''

ती एकदा गप्पांच्या नादात म्हणाली, ''मी जगण्यात इतकी मश्गूल होऊन गेले असते की मला कशाची पर्वाही उरली नसती. मी पार बदलले आहे. मी त्या गोष्टी करतेय, ज्या मी पूर्वी कधीही केल्या नसत्या.''

तो प्रवास बराच गैरसोयीचा होता. डेनिस हवाईमार्गाने मियामीला गेली आणि उशाईयाला जाणारं दुसरं विमान तिने पकडलं, उशाईया अर्जेंटिनात आहे. नंतर ती कारने ड्रेक पॅसेजला गेली, जिथे पॅसिफिक आणि अटलांटिक महासागर एकमेकांना

येऊन मिळतात तिथे 'एक्प्लोरर २' हे जहाज वाट पाहातच होतं. जहाजातील आपल्या खोलीत सुरक्षितपणे पोहचल्यावर डेनिस उत्तेजनेने आणि समाधानाने रडली. एकदा पसरलेल्या त्या शिडाखाली महासागरही दु:खाने कळवळले. एके ठिकाणी तर पंचवीस, पंचवीस फूट उसळलेल्या लाटांनी आणि सत्तर मैल प्रतितास वाहणाऱ्या वाऱ्याने डेनिसला दिवसभर तिच्या अंथरुणावरच शांतपणे पडून राहायला भाग पाडलं.

पृथ्वीच्या पृष्ठभागावरचे खंड हे डेनिसच्या संघर्षाचं जणू प्रतीकच बनले होते. हे भूभागही असेच पसरलेले, अस्ताव्यस्त आणि व्याकूळ आहेत. त्यावरचा प्रवास हा एकाकी आणि घातक आहे. अंटार्क्टिकावर १० टक्के भूभाग; तर ९० टक्के बर्फच आहे. पृथ्वीचा ध्रुव आहे, हे सिद्ध करता करता ती भूमी रणभूमी आहे हे पण सिद्ध होऊ शकतं.

पण एवढ्या लांबवर केलेल्या प्रवासाचं चीज होत होतं. ''बर्फाच्या टेकड्यांची रांग पाहाणं आणि अंटार्क्टिकावरचा परमोच्च सुंदर सूर्यास्त पाहणं म्हणजे श्वास रोखला जाणारं आश्चर्यकारक दृश्य आहे.'' तिने ई मेल पाठवला. एका पहाटे चार वाजता किनाऱ्यावर जाण्यासाठी नक्षत्रपटाच्या साहाय्याने दिशादर्शन करणाऱ्या जहाजात ते बसले. ''किनाऱ्यावर माझ्या बाजूने पेंग्विन चालत होते. मी अक्षरश: ओरडत होते, कारण हे सारं दृश्य माझ्या कल्पनेपलीकडचं होतं आणि हे सारं माझ्या आसपास आहे, यावर मी विश्वासच ठेवू शकत नव्हते.'' तिच्यासाठी केवळ हे वास्तवही साऱ्या प्रवासातील उत्कट आणि भव्य होतं.

आपण एएलएसवर विजय मिळवू शकत नाही, याची जाणीव डेनिसला झाली होती. म्हणूनच तिने त्याऐवजी तिला कष्टसाध्य अशी अवघड कामं पूर्ण करण्याचं, अशक्य असं आव्हान स्वीकारलं होतं. विषुववृत्ताच्या खालच्या बाजूला, टोकाला पोहोचलेली, तात्पुरत्या रहिवासाला गेलेली अतिथी म्हणून का होईना, पण तिने खडतर अशी आव्हानं पेलली आणि त्यावर विजयाचा दावाही केला. हा अनुभव म्हणजे एक आत्मशोध होता, मनाचा एक खेळही!

''या आजाराने माझे डोळे उघडले आणि काहीतरी नवं करण्यासाठी मला धाडसी बनवलं'' डेनिस गालातल्या गालात हसली, ''ते माझ्यात आहे, याची मलाही जाण नव्हती.''

''कशाचा खेद, पश्चात्ताप वाटतो?''

''अजिबात नाही.'' डेनिस पटकन म्हणाली, ''मी अंटार्क्टिकाचा विचार असा केला नाही आणि काय काय केलं, याचा विचार केला नाही असा एकही दिवस जात नाही.''

''आणि या प्रवासापासून तू शिकलीसही बरंच काही, हो ना?''

''होय. प्रत्येक दिवशी तुमची स्वप्ने पाहा आणि आयुष्य जगा.''

जर हा सिनेमा असता तर आपण डेनिसवर हा हळुवार प्रसंग चित्रित केला असता. ती शक्य तेवढ्या उंचावर उभी आहे, त्या बर्फाच्या सरकत्या भूभागावरचा तिचा विजयोन्माद आणि हर्ष! अंटार्क्टिकाच्या त्या भयंकर सुळक्यांच्या पर्वताच्या छायेखालीही ती दिसू शकते. वास्तवातलं आयुष्य जास्त रुक्ष, कंटाळवाणी कथा सांगतं. भय आणि रोजच्या नैराश्याने भरलेलं ते नीरस आयुष्य फार लहान आहे.

एएलएसमध्ये घास गिळणं अवघड होऊन जातं आणि डेनिसने तिच्या खाण्याच्या सवयीचा चांगला अभ्यास केलाय. ''मला प्रत्येक जेवणाच्या वेळी विचार करावाच लागतो.'' ती थकलेल्या स्वरात म्हणाली. तिच्यामते, ही सारी रोजचीच वेळखाऊ दैनंदिनी झालीये, 'ऐन बुडाशी चिकटलेलं दुखणं' आहे ते. दुधाचे आणि तिखट पदार्थ तिच्या आहारातून बाद होतात; कारण ते कदाचित घशात अडकून तिला गुदमरवू शकतात. मासे, भाज्या आणि फळे यांचेही, हा प्रसंग टाळण्यासाठी असेच बारीक बारीक तुकडे केले जातात. कोरडे आणि चटकन भुगा होणारे पाव आणि पनीर याचे असेच एकत्र तुकडे केले जातात. डेनिस सर्वसामान्य तापमानाचं, बर्फ वगैरे न घालता साधं पाणी पिते. थंड पदार्थमुळे गळा धरला जातो. पाणी चक्क स्ट्रॉने ओढून पिते.

''तू अर्धवट चावून गिळावं असं मजेदार काही खाऊ शकतेस का?''

''मी आज सकाळी फ्रेंच टोस्ट खाल्ला होता,'' तिने कुठल्याही विनोदाची सूचना न देता मला ही गंमत सांगितली. खरं तर अन्न ही काही हसण्याची वा हसण्यावारी नेण्याची बाब नसते. ''मी त्याला पाकात चांगलंच बुचकळलं, त्यामुळे मला तो गिळता तरी आला.''

''दुसरा काही पदार्थ?''

''हॅम्बर्ग नेहमीच चांगले असतात,'' क्षणभर तिने विश्रांती घेतली.

''पण ते नेहमीच केचपमध्ये असतात आणि सोबत पेलाभर पाणी असतंच. हे बघ,'' ती अचानक म्हणाली, ''मी घशातून खाली सरळ ढकलता यावं, असं त्याचं काहीतरी बनवते.''

डेनिस खाण्यासाठी काय काय निवडते हा साऱ्या गोष्टींचा नुसता प्रारंभच आहे. ''मी अंथरुणावर झोपते, त्याची एक पद्धत आहे. जर मी उताणी झोपले, तर मी गुदमरू शकते. मग अंथरुणातून उठणं आणि बाहेर पडणंच अशक्य होतं. ते फार कठीण होत चाललंय.'' दुसऱ्या दिवशी दुसऱ्या पद्धतीने सुरक्षित राहण्याचा प्रयत्न चालूच असतो. ''पायात मोजे घालण्यासाठी एका पायावर उभं राहण्याचे दिवस तर आता गेलेतच. अगदी चड्डी घालायची म्हटलं तरी मला बसावंच लागणार. तुम्ही

तुमचे पाय आत वळलेत, अशी फक्त कल्पना करायची.''

तिच्या वैतागलेल्या आवाजावरून तिचं रोजचं यात भरडलं जाणं स्वच्छपणे व्यक्त होत होतं. ''जी गोष्ट आपण गृहित धरतो ना, तीच काढून घेतली जाते. आता मी एक वेगळंच आयुष्य जगतेय.'' या स्त्रीच्या आयुष्यातील प्रत्येक दिवसाचा प्रत्येक क्षण एएलएसवर केंद्रित होतोय. शहरातला जणू तो एकमेव खेळ झालाय. ''हो खरंच.'' ती सहमती व्यक्त करत म्हणाली, ''रस्त्यावर चालणं आणि न पडणं, ही बाबच आता मोठी झालीये. एएलएसला सतत मनाच्या समोर ठेवून मी पार कंटाळून गेलेय. पण ही गोष्ट समोर ठेवावीच लागते. मी फक्त सरळ जगण्याचा, आयुष्य पुढे ढकलण्याचाच विचार करते.''

अशा प्रकारच्या विचाराने मला काहीतरी पिण्याची ऊर्मी येते. ''ओह, मी तुझ्यासारखीच माझी पिनॉट ग्रिगीओ विसरले यावर विश्वास बसत नाही,'' ती विव्हळ होत हसत म्हणाली, त्याचवेळी तिच्या घशात किंचित अडकल्यासारखंही झालं. वाईनमुळे तिच्या घशात अडथळा येतो, पण न्यूयॉर्कमधल्या त्या सायंकाळी पाणी ओतून सौम्य केल्यावर द्राक्षाचं पाणी प्यायल्यावर लागणाऱ्या चवीसारखं लागणारं पिणं तिने पसंत केलं होतं.

''त्याला खरंच काही अर्थ उरला नाहीये.'' ती खिन्नपणाने म्हणाली.

डेनिसने तिच्या संघर्षासाठी विशिष्ट शिस्तीची एक सीमारेषाच आखून ठेवली होती, ती मला माझ्यात सापडली नाही. किमान मी मैलभर मागे होतो. मस्क्यूलर स्क्लेरॉसिसनेही गिळण्याचा त्रास होऊ शकतो; पण या व्यवहार्य, आपलं आरोग्य टिकवणाऱ्या काटेकोरपणासाठीचा संयम माझ्याजवळ नाहीच. माझ्या डॉक्टरांनी मला हे सांगितलेलं आहेच की, केव्हा न केव्हा घशात काही अडकून मी मरू शकतो. कारण अन्न शांतपणे आणि हळुवार चघळून खाण्याइतका सूज्ञ मी तेव्हा नव्हतोच.

डेनिस तिच्यासाठी काय योग्य आहे ते जाणते आणि करतेही. मी मात्र अगदी विरुद्ध सर्वसामान्य नियमांनाही धुडकावून लावतो. मला डोळ्यांनी कमी दिसत असतानाही न्यूयॉर्कमधल्या वस्त्यांतून मी भटकतोच आहे.

अपरिपक्वता खुणावते का? कदाचित. मला वाटतं, या मनमानी वागण्याने मला ज्या आजाराची काडीचीही किंमत वाटत नाही, त्याच्या प्रवेशाला एक दुराग्रही विरोध होत असावा. डेनिसला एएलएसची दखल घ्यावी लागते. तो आजार आव्हान देण्याच्या बाबतीत भयंकर आहे. त्याची अवज्ञा ही एक काळझोप देणारी बाब ठरू शकते.

तिचं शरीर जसजसं अशक्त होत गेले, तसतसा डेनिसने सुरुवातीला तसा काठीचा आधार घेतला, मग वॉकरचा! काठीला फिक्या सुंदर फुलांचा उत्सवी सुगंध असतो, पण वॉकर म्हणजे विखंडनाची घाणेरडी खूणच असते. डेनिसने

तिचं मूळ घर विकल्यानंतर ती ज्या दुमजली भाड्याच्या घरात राहायला आली होती, ते तिला सोडून द्यावं लागलं. कारण तिला जिने चढणं अशक्य होऊन बसलं होतं. ती व्हेंच्युरा फ्रीवेच्या बाजूला एका शांत रस्त्यावर प्रशस्त, विस्तृत परिसर असलेल्या घरात राहायला गेली. तिच्या गाडीची आसनव्यवस्थाही फरसबंदीपासून पुरेशी उंच होती, जेणेकरून आत व बाहेर जाणं याचा त्रास वाटत नव्हता. घराबाहेर लावलेली तिची गाडी तिच्या स्वातंत्र्याची एकमेव आशा होती.

लोक डेनिसच्याच घराजवळ त्रास देण्याच्या हेतूने गाड्या लावतात. ही आढ्यता आणि वर्तणूक तिला अक्षरशः वेडी करते, आणि तेच गुण तिच्यातही येतात. ‘‘मी जगाच्या अशा व्यवहारामुळे निराश होते,’’ तिने घोषणाच केली, ‘‘लोकांना समजून घ्यायला वेळही नसेल आणि दया करायलाही! मी कुठल्याही दुकानात जाऊन नुसतं तोंड जरी उघडलं तरी लोक लगेच माझ्याकडे वळतात, ‘तुम्ही कमी बुद्धीच्या, मंदबुद्ध, वगैरे आहात काय?’ ‘तुम्ही बहिऱ्या आहात आणि बोलायचा प्रयत्न करत आहात काय?’ वगैरे प्रश्नांची सरबत्ती सुरू होते.

डेनिस स्वतःच्या अडखळत बोलण्याच्या बाबतीत फार सजग आहे, ते बल्बार एएलएसचं प्रमुख लक्षण आहे. स्नायू संस्थेच्या आजाराने माझ्या कमी अडखळणाऱ्या बोलीने काय धडा शिकवला, याची तिला जाण आहे, लोकं लगेच निष्कर्ष काढतात, ‘‘तुम्ही दारू प्यायला आहात काय?’’ हा सर्वसाधारण प्रश्न असतो.

‘‘अर्थात् मी पीत नाही.’’ डेनिसने तक्रार केली. लोकांना ते माहिती नसतं आणि ते जास्तीतजास्त वाईट विचार करतात. ती जरा थांबली.

‘‘तुला चांगलंच माहिताय, लोकांना असं उडवून लावणं सोपं नसतं.’’ अज्ञानाच्या जगात स्वागत असो!

‘‘लोकं असा अंदाज बांधतात की, माझा मेंदू काम करेनासा झालाय, मला अर्धांगवायू झालाय, विशेषतः त्या काठीमुळे!’’ ती पश्चात्तापयुक्त हसत म्हणाली, ‘‘मलाही वाटतं, अर्धांगवायू असता, तर बरं झालं असतं.’’

डेनिसचं आपलं काम चालूच होतं. फक्त श्वास घेण्याच्या त्रासापायी ती जराशी थांबायची. ‘‘जेव्हा तुम्ही बाहेर जाता, तेव्हा लोक तुमचं लक्ष एखाद्या निरोगी माणसाकडे वेधतात आणि आजारी माणसाकडे दुर्लक्ष करतात. हे लोक मला जसा प्रतिसाद देतात तोच माझा त्रास आहे. म्हणजे जरी मी मानसिकदृष्ट्या अखंड चांगली राहणार असले तरीही!’’

‘‘त्यामुळे तुला कसं वाटतं?’’ मी विचारलं.

‘‘मला वाटतं, माझा त्यासाठी वापर केला जातो किंवा नाही. मला वाटतं लोक मूर्ख आणि जास्तच अनौपचारिक आहेत.’’ मी म्हटलं, ‘‘ते काय विचार करत असतील?’’

"हेच की तुम्ही सर्वसामान्यांप्रमाणे नाहीत, त्यामुळे इथून चालते व्हा,'' डेनिसचा निर्णय तात्काळ आणि फारच कोरडा होता. ''तुम्ही सर्वसामान्य नाहीत, त्यामुळे मला तुमच्याशी संवाद साधण्याची गरज नाही. माझ्या वेळेपुढे तुमची फारशी किंमत नाही.''

''लोकं असं म्हणतात?''

''नाही. मी त्यांचे चेहरे पाहते आणि ते लगेच दूर सरतात.''

अनेक वर्षांच्या सवयीने डेनिसला या दृश्याचा अर्थ लागलाय. ''मला वाटतं मी त्यांना अशी क्षुल्लक टिचकीसरशी उडवते, म्हणून तर मी सतत त्यांना माझी आठवण करायला लावते का? नाही. म्हणून मी मोठ्याने म्हणते, 'मी हळूहळू बोलते. मला लो गेहरिग नावाचा आजार झालाय; एएलएस! माझं मन चांगलं आहे. मी कमी बुद्धीची नाही. अर्थात, मी तुमच्यापेक्षाही हुशार आहे.''

''जेव्हा ते फारच उद्दाम होतात तेव्हा मी त्यांना म्हणते, 'जरा दम धरा. जरा शांत राहून मी काय म्हणते ते ऐका. मी काय सांगणार आहे, हे मला माहिती आहे. मी फक्त सध्या बोलू शकत नाही इतकंच! जर तुम्हाला ते कळत नसेल, तर मला कळू द्या.' मी प्रत्येक वेळी हे सांगत असते.''

''हा नम्रपणा आहे.''

''मी नम्र होऊ शकते.'' क्षणभर शांतता. ''कधी कधी..!''

परस्परसंबंधातील अभाव हाच भयकारक आहे. डेनिस न्यूयॉर्कला भेटायला आली होती, तेव्हाही या अभावाने डोकं वर काढलं होतं. रद्द झालेली विमानं, काही तासांचा उशीर, आणि एका भल्या मोठ्या विमानाने थकल्या भागलेल्या डेनिसला एका वादळी रात्री जे एफके विमानतळावर उतरवून दिलं. विमानतळ जवळपास रिकामा होता आणि जेव्हा तिने स्वत:साठी कार ठरवली, तेव्हाही त्या विमानसेवेच्या विचित्र कर्मचाऱ्यांनी तिचं न्यूयॉर्कमध्ये साधं स्वागत करण्याचं सौजन्यही दाखवलं नाही.

तिचा तो खट्याळ ड्रायव्हर गायब झाला. डेनिसच्या प्रचंड थकण्याची जागा आता संतापाने घेतली. सरतेशेवटी कायमच इतरांपेक्षा एक पाऊल पुढे राहणाऱ्या डेनिसने विमानात तिच्या हस्ताक्षरात खरडलेले काही कागद काढले आणि ड्रायव्हरच्या हातात दिले. त्या कागदाच्या लहान तुकड्यांवर ती राहात असलेल्या टाईम्स स्वेअर हॉटेलचं नाव आणि तिचा नेमका त्रास काय तेही लिहिलेलं होतं.

''बोलू शकत नाही,'' त्याने नोंद वाचली. ''मला एएलएस लो गेहरिग्ज डिसीज आहे.''

आता ड्रायव्हरला तिच्यासोबत येण्याची इच्छा नव्हती.

''तो नुसता इकडेतिकडे पाहू लागला.''

''तुला राग नाही आला?''

तिने मोठ्याने उसासा सोडला, ''होय. पण उपयोग काय?''

मी काहीच बोललो नाही.

लोकं भयंकर वागतात, हे डेनिस सहनच करू शकत नाही. ती चांगल्याची अपेक्षा करते आणि खांदे झटकून नैराश्याला टाळू शकत नाही. ती वैयक्तिकरित्या इतक्या टोकाच्या संघर्षाची भूमिका घेते, की जणू अपमान आणि आघात तिच्यासाठीच निर्माण झाले आहेत.

''एके रात्री मी एका मोठ्या इलेक्ट्रॉनिक्सच्या दुकानात फोन करून त्यांना कशाची तरी किंमत विचारत होते आणि इतर काही योजना असतील, तर त्याची माहिती विचारत होते. मी जवळपास सहा वेळा फोन केला आणि त्यांच्या नोंदी करणाऱ्या मशीनभोवती फिरणं सुरूच ठेवलं.'' ही घटना सांगतानाही ती नाराज दिसत होती.

''सरतेशेवटी मला एडमंड भेटला.'' तिचे ओठ थरथरत होते. एडमंड कुणाला तरी काही विचारण्यासाठी गेला आणि त्याने फोन तसाच चालू ठेवला; म्हणजे जाग्यावर ठेवला नाही. तो दुकानातल्या दुसऱ्या विक्रेत्याला म्हणाला, ''एक वयस्कर, दारू प्यायलेली बाई माझ्याशी फोनवर बोलतेय. ती माझ्याशी बोलताना अक्षरश: रडतेय आणि आपल्या काही योजना आहेत का याबद्दल विचारतेय.'' नंतर मी म्हणाले, ''ठीक आहे, एडमंड. पुढच्या वेळी तुला गिऱ्हाईकांबद्दल वाईट बोलायचंच असेल तर फोन सुरूच ठेव. आणि महत्त्वाची बाब, मला एक घातक आजार आहे, त्याचं नाव आहे एएलएस लो गेहरिग्ज डिसीज. त्याने माझ्या बोलण्यावर परिणाम केलाय. पण माझ्यावर विश्वास ठेव. माझा मेंदू तुझ्यापेक्षा चांगला आहे.''

डेनिस लहान लहान विजयाचाही आनंद घेते. ''जेव्हा मला लोकांशी संघर्ष करण्याचा प्रसंग येतो तेव्हा माझा संताप उफाळून येतो, कारण ते अडाणी आहेत. मी काय करते, हेच त्यांना कळत नाही.''

मला डेनिसला वास्तव जगात ये, असं सांगायला नको वाटतं कारण वास्तव कुणालाच समजून घ्यायचं नसतं.

व्यस्त जीवन जगणाऱ्या लोकांना हे समजून घेणं आणि दखल घेणंही नकोच वाटतं. गणगोतालासुद्धा आजारी माणसासोबत राहणं प्रशस्त वाटत नाही. ते धर्मादाय संस्थेला भलामोठा धनादेश लिहून देतील किंवा चर्चमध्ये गेल्यावर तिथे टोपलीतही भरपूर पैसे टाकतील. हे सारं निरपेक्ष दान असतं, काही अंतर राखून केलेली सांत्वना असते. त्यामुळे जाणिवा राहतात, शिवाय हात मोकळा केल्याची भावना राहते आणि आजारही दूर राहतो. जे आजारी असतात, ते धैर्याने आघाडी लढवतात. बऱ्याचदा हे धनादेश त्या पोलादी मणके असलेल्या लोकांपुढे कमी पडतं, म्हणजे त्यांच्याशी साधा संवाद साधण्यापेक्षा धनादेश कमीच पडतात. का

काळजी करावी? लोकांना कुठल्याही प्रकारे समजून घ्यायचंच नसतं.

एक मोठा अप्रामाणिक, खोटारडा प्रश्न कायम विचारला जातो, 'कसे आहात?' मी तरी आयुष्यात त्याने बऱ्याचदा जखमी झालोय. लोकांना काहीही जाणून घ्यायचं नसतं आणि ते याच भावनेने प्रश्न विचारतात की, या प्रश्नाचं प्रामाणिकपणे उत्तर देणारा उद्धट माणूस असूच शकणार नाही! मी अशा ओढूनताणून ठेवलेल्या तकलादू संबंधाकडे दुर्लक्ष करतो.

अखेरीस काहीही झालं तरी, तो सकारात्मक विचार करण्याचा बुरखा फेकून द्या. तुमचा क्रोध आणि नैराश्य केव्हाही उफाळून बाहेर येऊ द्या. कारण त्याच प्रामाणिक भावना असतात. पण स्वीकाराईता आणि शांततेच्या मार्गातील त्या अडथळे असतात, असंच आपल्या मनावर सतत बिंबवलं गेलेलं असतं. पण मला तसं वाटत नाही, कारण स्वीकाराईता विषासारखी असते आणि तुम्ही कायमच झोपल्याशिवाय तुम्हाला शांतता लाभत नाही. त्यामुळे डेनिसने तिला आलेल्या रागाबद्दल बोलावं, असं मला वाटत होतं. पण डेनिसला कोणत्याच बाबतीतील जबरदस्ती नको असते.

''हो, मी अक्षरश: या भावनेने तुटते की मला एएलएस आहे आणि मला त्याच्याशी समझोता करावा लागणार आहे.'' डेनिसने ते अखेर स्वीकारलं, ''आणि मग मी विचार करते, हा राग मला काय देतो, काहीच नाही.''

''ही खदखदणारी वाफ मोकळी होण्यासाठी काही बोलावं लागतं का?''

''हो, पण एएलएस आहे त्याला मी काय करू? काही नाही. मग रागवायचं कशाला? त्यापेक्षा त्याचा सरळ स्वीकार करायचा.''

''तू गंभीरपणे घेत नाहीस. त्याचा उपयोग होतो?'' मी विचारलं.

''नाही.'' डेनिस अर्धवट हसत म्हणाली, यामध्ये गंमतदार असं काही नाही, हेच जणू तिला सुचवायचं होतं.

जगात चांदीचं काडतूस नसतंच. ''असं जेव्हा होतं तेव्हा जप करण्यासाठी मला एक शब्द दिला गेलाय. 'डबडा' Dabda भावनेच्या विविध स्तरांचं डॉ. एलिझाबेथ कुबलर रॉसने केलेलं हे संक्षिप्त रूप आहे. D म्हणजे Denial नकार; A-Anger संताप, B-Bargaining सौदा, D-Depression नैराश्य, A-Acceptance स्वीकार.''

''मला डॉ. कुबलर रॉसशी वाद घालायचा नाही.'' मी म्हणालो.

''पण मी तिचा मार्ग सबब म्हणूनही स्वीकारणार नाही. भावनेचे मार्ग बंद करण्याचे आदेश ती देते आणि मला शंका आहे की, प्रत्येक भावना अगदी आपसूकच दुसऱ्या भावनेत रूपांतरीत होत असते.'' मी म्हणालो.

मी नकाराशी बराच खेळलोय आणि या आयुष्यात रागानंतर बऱ्याचदा स्तब्धताही

पाहिली आहे. तोल गेल्यानंतर मी हळुवारपणे आणि पूर्णपणेही त्या रागाला आवरलंय, पण माझ्याशी सौदा करायला कधी कुणीच आलं नाही. नैराश्यासाठी तर मला वेळच मिळाला नाही, स्वीकाराला मीच नकार दिलाय, तो म्हणजे एक प्रकारची शरणागतताच असते. त्यामुळे मी माझ्या मागनि जगतो आहे आणि मी माझ्या मागनि जगू शकतोच.

डेनिसला ही Dabda ची कल्पना माझ्यापेक्षा जास्त फायदेशीर वाटते का?

''नाही'' तिने तत्परतेने उत्तर दिलं. मग हळुवारपणे म्हणाली, ''सुरुवातीला तर प्रत्येकाच्या बाबतीत मी वेडीच व्हायची, अगदी प्रत्येक गोष्टीतही! मग त्याचं रूपांतर वाटायचं की संतापात व्हायचं. एएलएसची मीच एकटी का बळी ठरले आहे?'' ती वेड्यासारखी दात विचकत ती म्हणाली, ''मग मी पुन्हा या विचारावर आले, चला, ठीक आहे. मला तो आहेच.''

''दुसऱ्या शब्दांत सांगायचं म्हणजे तू शेवटी कुबलर रॉसच्या मार्गावर येतेस.''

''बरोबर.''

जेरी गोल्डमन, टोरांटोचा बातमीदार होता, एएलएस झाल्यानंतरचे स्वतःचे अनुभव लिहायचा. त्याने असा एक मुद्दा उपस्थित केला होता की कुबलर रॉसच एक पायरी चुकली होती. ''प्रत्यक्षात काय होतंय ते तुमच्या समोर येतं'' त्याने त्याच्या वेबसाईटवर लिहिलं, ''धक्का! दणका!! तुम्हाला आजार झालाय आणि तुम्ही मरणार आहात काय! नाही, शक्यच नाही. हे झालंच कसं? काहीतरी चूक झालीये. मी मरणार आहे? हा सारा मूर्खपणा आहे. मी मरू शकत नाही. मला मरायचं नाहीये आणि असेलही पण मी मरणारच नाही.''

''ओ.. होय...'' मी जेव्हा गोल्डमनने इंटरनेटवर काय लिहिलंय, हे वाचून दाखवलं, तेव्हा डेनिस फोनवर जवळपास ओरडलीच, ''माझ्या बाबतीत असंच घडलं होतं.'' धक्क्याने ती काही कोलमडली नव्हती. ''ते पुनः पुन्हा दुःस्वप्नांप्रमाणे मनात येतच राहातं. तुम्ही ती भावना विसरू शकत नाही. मी अद्यापही विसरले नाही. काही दिवसांत म्हणजे माझ्या आयुष्यातल्या कमी झालेल्या दिवसात, हा धक्का काही गेला नाही.''

''तो कायमचा राहणार?''

''मला शंका आहे.''

मी तिला विचारलं की, 'तिला असं वाटतं का की, प्राक्तनासोबत झगडून ती कधीकाळी शांतता मिळवू शकेल?'

''बहुधा नाही. मी फसवली गेलीय.'' ती उत्तरली.

तिला अद्यापही शांती शोधावीशी वाटते का?

''का? मुद्दा काय आहे?'' तिने विचारलं. ''मी शांती मिळवावं आणि आनंदी

क्हावं हाच ना? होय, ते बरोबर आहे.''

मी माझ्या बाबतीत विचार करतो. गंभीर आणि अजिबात आशा नसलेल्या असाध्य आजारात शांती मिळवणं, शांत बनवणं हा धर्मगुरूंचा प्रांत आहे आणि दूरदर्शनमधल्या बकवास कार्यक्रमातील रुग्णाचा प्रांत आहे. 'स्वीकार' ही वास्तव जगातील संकल्पना नाहीच. माझ्या मते तरी आजारपणात शांतता मिळवण्याचा जो प्रश्न आहे ना, त्यासाठी जवळपास, त्याच्याकडे काहीच माहिती नसल्याप्रमाणे त्रयस्थदृष्टीने बघणं हाच सगळ्यात चांगला मार्ग आहे. एखाद्या आजारात शांतता निर्माण करणं म्हणजे, समाधानी होणं असा अर्थ होईल. पण पुढे सतत चालत राहण्यासाठी मला नैराश्य आणि संतापाची गरजच असते. ज्याचा काही काळाने संबंधच राहणार नाही, अशा माझ्या शरीराला कडवटपणे झोडपणं हे त्या आजारपणापेक्षाही भावनिकदृष्ट्या सुरक्षित असं उद्दिष्ट बनू शकतं.

संताप वापरून निर्माण होणारं इंधन जगण्यासाठी उपयोगी पडू शकतं, असं माझं मत डेनिसला कळलं का, हे विचारण्यासाठी मी तिला आवाज दिला आणि ती अशी इतकी नरम का पडली हे पाहण्यासाठी मी तिच्याजवळ गेलो.

''मी काल रात्री पडले,'' तिने मला सांगितलं, ''माझ्या डाव्या बाजूला मार लागला. कमरेला अशी दुसणी बसली,'' ती पुढे हळूच म्हणाली, ''माझा तोल ढळतोय. मी हळू चालायला हवं आणि जे काय करते ते विचार करून करायला हवं आहे.''

''त्याच्यामुळे तू एकदम कोलमडून पडलीस ना?'' मी विचारलं.

''होय.'' तिने उसासा सोडला. ''मी करू तरी काय शकते? हे म्हणजे काही मी नाही. आजारी पडण्यापूर्वी तू मला पाहिलं असतंस ना.. तर तुला वाटलं असतं की ती मी आजची मी नाहीच.''

''पण या भावनेमुळे तुला कसं वाटतं?''

''त्यामुळे मला राग येतो,'' ती जरा थांबली. ''मी बहुधा आता पुन्हा कधी सर्वसामान्यांप्रमाणे जगू शकणार नाही.''

''आणि हा राग तुला काय करायला भाग पाडतो?'' मी आपलं टुमणं सुरूच ठेवलं.

''हा राग मला पुढे चालायला लावतो आणि मला मदत करतो आणि मला जे वाटतं ते करायला, मी अजूनही समर्थ आहे, हे मला सिद्ध करायला लावतो, अगदी मी करू शकत नसले तरीही.'' ती हळुवारपणे रडू लागलीये हे माझ्या लक्षात येत होतं. ''मी जोपर्यंत तुझ्याशी बोलायला सुरुवात करत नाही, तोपर्यंत मला रडू ही येत नव्हतं.''

छान!

मला काळजी वाटते, हे पुस्तक म्हणजे एक भयानक झटापटच होणार आहे, कारण आरसा फारच जवळ धरला जातोय.

''मी कधीही, यानंतर धावत जिने चढू, उतरू शकणार नाही. कधीच नाही.''

''तू आणि मी दोघंही!''

''तुला आपल्याला पळता येत नाही याचं दुःखं वाटतं का?'' तिने विचारलं.

''होय...'' मी तिला सांगितलं, ''खूपदा.''

''तुला बऱ्याच काळापासून मस्क्युलर स्क्लेरॉसिस आहे ना?'' डेनिस अजूनही धापा टाकत होती, ''हे माझ्यासाठी नवं आहे तुला त्याची सवय झाली आहे.''

''तसं नाही.'' मी उत्तरलो.

''आणि नाही, मी माझ्या डोक्यात पक्की खूणगाठ बांधून ठेवली की मला त्याची कधीच सवय झाली नव्हती.''

जिन्यावरून पळत खाली जाणं, ही आता फक्त आठवण राहिलीये, हे मी डेनिसला सांगितलं. यापूर्वी या दिवसापूर्वी मीही जिने चढणाऱ्या, उतरणाऱ्या लोकांना पाहून असंच आश्चर्य व्यक्त केलं होतं की, बाजूच्या कठड्यावर न टेकता किंवा काठीचा वापर न करता हे लोक ये जा कशी काय करतात?

''जेव्हा मी पडले, तेव्हा मी माझा भार माझ्या काठीवर टाकला.'' डेनिस उद्गारली. ''मी माझी मी उठू शकत नसल्याचा मला राग आला होता. त्रास होत होता.''

''मला असं वाटतं की तुला नेमकं काय त्रास देतंय ते तर म्हणजे काठीशिवाय पायऱ्या चढण्याची अगदी कल्पनाही आपण करू शकत नाही ही भावना.''

इथे एक बऱ्याच जणांना माहीत असणारं सत्य आहे. आजारपण आपल्याला फक्त भावनिक स्तरावरच दुखापत तर नाही, रोजच्या जखमा, घाव आणि लचके, बळ हे दुसऱ्या दिवशीच्या जगण्यासाठी चुकती केलेली किंमतच असते. पाय अशक्त झालेत, संतुलन ढळलंय दुर्घटना अगदी अटळ आहेत. शरीराला खरचटणंही चेतनेला दुखावून जातं. त्या लक्षणांपासून दूर सरका आणि आजारापासून सुरक्षित अंतर ठेवायचं, एवढंच पक्कं लक्षात ठेवा.

क्रोध उपयुक्तही ठरतो. स्फोट होण्यापूर्वी दबलेल्या वाफेला हळुवारपणे बाहेर जाऊ देणं, हे आम्हाला संघर्ष सुरू ठेवण्यासाठी बळ देतं. आपलं आयुष्य किती व्यामिश्र बनत चाललेय यावर लक्ष केंद्रित करायला भावनारूपी शक्तीला मदत करतं, पण त्याचा अंत झाल्यावर नाही. या प्रत्येक आजारामागचं सत्य हे आहे की, अशक्य ते स्वीकारण्याची शक्यता हे आजार मारून टाकतात, पण मर्त्यपणाच्या सरोवरात डुंबणं हा काही दुखऱ्या मनाच्या स्वच्छतेचा मार्ग नाही.

डेनिस आणि मी एका अरुंद, नागमोड्या रस्त्याने गाडी चालवत चाललो

होतो. तो रस्ता एका रुक्ष, भकास दरीतून मॅलिबुला जोडला गेला होता. अतिशय गर्दीच्या, धामधुमीच्या, बेफाम वाढलेल्या शहरातून पर्वतराजीच्या पूर्वेकडे तो जात होता. मी हळूच पाहिलं की, डेनिस आपल्या पांढऱ्या गाडीवर अगदी ठामपणे नियंत्रण ठेवत व्यवस्थित गाडी चालवत होती, जणू तिच्या उरलेल्या ओहोटी लागलेल्या आयुष्यावरही तिचं असंच नियंत्रण होतं.

"मला माझ्या कुटुंबाविषयी काहीच बोलायचं नाही." तिने मागेच सांगितलेल्या गोष्टीचा पुनरुच्चार केला.

"ठीक आहे." मी जणू काही पहिल्यांदाच ऐकतोय अशा आविर्भावात म्हटलं.

"मी बोलत नसतेच..." ती दार पुन्हा घट्ट लावून घेत म्हणाली, "ते त्यामुळे नाराज होतात."

"ते तुला नाराज करतात..." मी म्हणालो. डेनिसचा गप्पा मारण्यातला रसच निघून गेला.

मला याचा काही अनुभव नव्हता. प्रत्येक कुटुंबाला स्वत:चं काही अस्तित्व असतं, पण रक्तामांसाचे संबंधही असतातच. एकमेकांना सांधणारा डीएनए तर असतोच. आईवडील आणि भावंडं एकमेकांना सांत्वना, दिलासा आणि आधार तरी देतातच. डेनिससाठी तिचं कुटुंब म्हणजे एक विस्फोटक मुद्दा झाल्याचं पाहून मी धर्माकडे मोहरा वळवला, म्हणजे सुरक्षित विषयाकडे...

"मी काही नास्तिक नाही." ती म्हणाली, "पण धर्माने माझ्या आयुष्यातला बराचसा भाग व्यापला आहे, असंही नाही." गाडी चालवता चालवता तिने खांदे उडवले. "मला त्याची काही फारशी अनुभूती नाही. मी कदाचित आत्मविषयक चिंतन करत असेन, पण ते धर्मामुळे मात्र नाही."

सुनियोजित धर्म आणि अध्यात्म यांचा कदाचित एकमेकांशी थोडाफार संबंध असेलही.

"जेव्हा मी 'अरे देवा' म्हणते, तेव्हा मी नेमकं कोणत्या देवाबद्दल बोलते कुणास ठाऊक." ती हसत म्हणाली. डेनिस अगदीच काटेकोरपणे पारख करणारी असली तरी ती ज्यू आहे. क्वचित प्रसंगी ती एखाद्या कुठल्याही पंथाशी संबंधित नसणाऱ्या अशा चर्चमध्ये आणि जिथे शुद्ध आध्यात्मिकता असते, तिथे जाते. मला वाटतं, काही वर्तुळात त्यांना 'धार्मिक उपासना' मंडळ म्हणून ओळखलं जातं.

देव कदाचित डेनिसच्या वैयक्तिक रणभूमीवर आपले पवित्रे घेण्यात चुकत असावा आणि म्हणून त्या चुका तिच्या आईवडलांच्या आणि भावंडांच्या रूपात व्यक्त होत असाव्यात. तिच्या या नाट्यमय आयुष्यात तिच्या कुटुंबाचा अर्थपूर्ण सहभाग असणं, या विषयावर चर्चा करण्यात काहीच अर्थ नव्हता. मी तिला सल्ला न देण्याचं कारण म्हणजे मी असं ऐकलं होतं की तिचं कुटुंब आता एका विशिष्ट

विचारावर ठाम होतं.

"मला तुला त्याविषयी काही लिहावंसं वाटत नाही." ती पुनरुच्चार करत म्हणाली. असो ठीक आहे, मी कदाचित पुन्हा तेच म्हणेन. जोपर्यंत तिच्या कुटुंबाने तिच्यासाठी काही महत्त्वाचं केलंय, याची मला जाणीव होत नाही, तोपर्यंत तरी म्हणेनच.

डेनिसचा तिच्या कुटुंबाकडून झालेला अपेक्षाभंगाचा संतापाचाही केवळ एक मुखवटा होता किंवा त्यात संदिग्धता होती, असं नाही. तिच्या आजारपणाच्या बाबतीत तिचा कुटुंबाचा असणारा प्रतिसाद, तिनेच मला स्पष्टपणे सांगितला होता. त्यांनी अतिशय थंड आणि अलिप्त प्रतिसाद दिला होता. तिच्या आजाराबद्दल किंवा तिला त्यामुळे काय काय भोगावं लागतं, याबद्दल जाणून घ्यायला ते उत्सुक वगैरे, असं अजिबात नव्हते. डेनिसचं तिच्या कुटुंबाविषयीचं हे निरीक्षण एका अवघडलेल्या क्षणी, आम्ही कुठेतरी जात असताना पाहायला मिळालं होतं, पण कोण कोणाला दूर सारतोय, हे काही स्पष्ट झालं नव्हतं.

भौगोलिकदृष्ट्या असणारं अंतर हा काही फार पराकोटीचा मुद्दा वाटला नाही. तिचे आईवडील, सेल्मा आणि अल्, कॅलिफोर्नियातच पाम झऱ्याजवळच्या रुक्ष गावात निवृत्त आयुष्य घालवत होते. ते डेनिसपासून काही तासांच्या अंतरावर होते. तिची मोठी बहीण लोरी, ही डेनिसजवळच कुटुंबासहित राहायची. तिला अजून दोन भावंडंही होती. ती दुसऱ्या राज्यात राहायची. त्यांचा ती क्वचितच उल्लेख करत असे. बाकी कुटुंबं एकमेकांपासून दूर राहायची आणि एकमेकांच्या जवळ जाण्याबद्दलचा प्रश्न कायमच त्यांच्यात निर्माण झालेला असे. मग डेनिसला कुटुंब दुरावलं असं का वाटावं बरं?

"मला तुझ्या कुटुंबाला भेटायचं आहे." मी आपलं सुरूच ठेवलं. एएलएसच्या नव्यानेच निदान झालेल्या रुग्णांच्या पत्नीला आणि सोबत्यांना द्यायच्या एएलएस संघटनेच्या प्रशिक्षण वर्गाला मला घेऊन जाण्याची परवानगी डेनिसला मिळाली होती. या अशा बैठका सहसा खासगी असत, कारण त्यात भाग घेणारे फारच हळवे असतात आणि त्यांच्या भावना लगेच जाहीरपणे सर्वांसमोर मोकळ्या होतात. आम्ही मागच्या बाजूला बसलो आणि त्यांच्यात मिसळण्याचा प्रयत्न करू लागलो.

ही बैठक अतिशय हळुवार व लक्षवेधक होती. त्यात नव्यानेच प्रवेश देण्यात आलेले रुग्णाची काळजी वाहणारे, त्यांच्याकडे लक्ष देणारे नातेवाईक अक्षरशः गोंधळलेले होते. या बैठकीला हाताळणारी स्त्री त्यांना त्यांच्या प्रियजनांना या संकटांना तोंड द्यावंच लागणार असल्याचं गृहित धरायला सांगत होती. ही दयाळू स्त्री अशा मानसिक तयारीची आखणी त्यांना करून देत होती. लवकरच ही आखणी त्यांना भविष्यकाळात उपयोगी पडणार होती.

एकंदर दृश्य विचार करायला लावणारं होतं. मी डेनिसला हा सारा त्रास

भोगणाऱ्या त्या बायकांकडे शांतपणे बघताना पाहिलं. भविष्यकाळात एकटीनेच तोंड द्यायचं हे नक्की असताना असल्या वैवाहिक जीवनाबद्दल तिच्या डोक्यात काय विचार चालू असतील, हा विचार माझ्या डोक्यात आला. हा संदर्भ अद्याप तिच्या चेहऱ्यावरून गेलेला नव्हता. मी इतरांपेक्षा डेनिसवर जरा जास्त लक्ष केंद्रित केलं. तिच्या पाषाणासारख्या स्थिर चेहऱ्यावर काहीच भाव उमटले नव्हते.

''काही वेळा एएलएस बऱ्याच झालेल्या रुग्णांना स्वतंत्रपणे जगावं वाटेल आणि कुणाची मदत नकोशी वाटेल,'' ती बैठक हाताळणारी स्त्री रुग्णासोबतच्या लोकांना सूचना देत होती. ते सारे नाराज दिसत होते. डेनिस खुर्चीवर बसल्याबसल्या माझ्याकडे झुकली. ''ती मी आहे...'' ती कुजबुजत म्हणाली, ''मदत बंद''. मी होकारार्थी मान हलवली. माझ्या बाबतीत 'शेवटपर्यंत स्वातंत्र्य' एवढंच खरं आहे.

डेनिसला आपण स्वतंत्र आणि स्वावलंबी आहोत, हे सिद्ध करण्यात भलताच अभिमान वाटत होता. इतपत ठीक! आपण आपल्यापुरतं करत राहाणं, हे आपण सर्वांपेक्षा श्रेष्ठ आहोत, यावर विश्वास ठेवायला भाग पाडतं. आपण इतर विदीर्ण करणाऱ्या संबंधांपासून दूर आहोत, ही भावना आपल्याला नैराश्याच्या गर्तेत बुडण्यापासून वाचवणारी आणि इतर लोकांतून स्वत:ला दूर सारणारी ठरते. मग भलेही आपल्याला दुसरी बाजू माहीत असो वा नसो.

डेनिस या भयात जगत असते की, एक ना एक दिवस तो अपरिवर्तनीय दिवस उजाडेल. त्या दिवशी स्वातंत्र्य ही फक्त एक आठवण म्हणून उरलेली असेल. मी त्याच भयात जगतो. पण डेनिस पुढचं धाडस करते. आपल्याला मदतीची गरज आहे, या वाक्याला खोटं ठरवत ती तिच्या मार्गाने जाते. तिच्या घरी एकदा गप्पा मारताना मी तिला सुचवलंही होतं, की तिला तिची काळजी घेणारा कुणी मिळूही शकतो. तर ती बाई उसळलीच, ''मला आताच कुणा काळजी घेणाऱ्याची गरज का पडावी?'' तिच्या वाक्याची धार स्पष्ट जाणवत होती.

''म्हणजे तुला असा एकटेपणा जाणवणार नाही,'' मी म्हणालो.

''मला एकटं का वाटावं? मला पंधरा वर्षांपूर्वींच घटस्फोट मिळाला आहे. हे काही नवं नाही.'' तिच्या बोलण्यात उतावळेपणा होता आणि बचावात्मक पवित्रा पण! ''मी आपली मस्त आहे.'' तिने अकस्मात घोषणा केली.

''आणि तुला खरोखरच एकटं वाटत नाही?''

''मला एकटं का वाटावं?'' तिने पुन्हा विचारलं. क्षणभर मला वाटलं, की आता ही टेबलाभोवती फिरून माझ्यावर हल्लाच करेल.

''हा आजार होण्यापूर्वी मी एकटीच होते. काळजी घेणारा, शुश्रूषा करणारा फक्त तेवढ्यापुरताच असतो, जोडीदार नाही.'' तिने ठामपणे सांगितलं. मी होकारार्थी मान हलवली, बोललो काहीच नाही.

''हा पैसे देऊन आणलेला, शुश्रूषा करणारा फक्त तुमचं वाहणारं नाक पुसायला आणि आवश्यक तेवढं करायलाच असतो.''

अशा मदतीचा डेनिसने तुच्छतेने उल्लेख केला होता. ''मला माझ्याभोवती असावेत, असं वाटतं अशा मित्रांकडे मी जाते. मी कारण कोणत्या परिस्थितीतून जातेय हे ते जाणतात,'' तिने मला कठोरपणे सांगितलं, ''त्यांना या आजाराचं कमी जास्त होणं म्हणजे काय, हे चांगलं माहिताय.''

डेनिसच्या मते, मित्रमैत्रिणींची साथ तीच तिला गरजेची आणि हवीशी वाटणारी आहे.

''दुसऱ्या कुणाला दरवाजा उघडताना तुझ्या मनात काही येत नाही?'' मी विचारलं.

''मी असाच विचार करायला पाहिजे की, मी लवकरच मरणार आहे, हे माहीत झाल्यावर त्या माणसाला माझ्याशी संबंधही ठेवावेसे वाटणार नाहीत. लगेच किंवा पुढे केव्हातरी, एक दैनंदिन कार्यक्रम म्हणून त्याला माझी काळजी घ्यावी लागणार आणि मला तेच नकोय.'' डेनिस बऱ्याच वर्षांपासून एकटीच होती. तिला माझ्यापेक्षा जरा जास्त माहिती होती. तिचा थोड्याच दिवसांचा संसार आणि घटस्फोट हे दोन्हीही आजारपणाच्या फार पूर्वीच घडलेलं होतं. त्यानंतर ती कुणातततरी गुंतलीही होती, पण तिच्या आजाराचं निदान ऐकून तो दूर कुठेतरी निघून गेला होता.

''ज्या लोकांना बायको असते, त्या लोकांना कायमच दुःख वाटत असतं, कारण ते तिला एक ओझं समजतात.'' डेनिसने जरा विराम घेतला. चढत्या भावनेमुळे आवंढा गिळला, ''मला ती काळजी नाही. दुसऱ्या शब्दांत सांगायचं झालं तर मी... मी स्वतःला नशीबवान समजते. ही माझी स्वतःबद्दलची कल्पना आहे. मी इथे हा माझा अंतिम निर्णय या विवाहित एएलएस रुग्णांना सांगायला आलेली नाही, त्यांना मुलंबाळं आहेत. मला कधीच मूल नव्हतं त्यामुळे त्यांना कसं वाटतं, हे मला कळू शकणार नाहीच.''

कुटुंबात राहिल्याने जे भावनिक इंधन जगण्यासाठी मिळतं, जी ऊर्जा मिळते, ती डेनिस समजू शकत नव्हती. तिला ते जाणून घ्यायचं की नाही, हे पण सांगता येत नव्हतं. जाणलं की त्याचा संबंध भावनेशी येतो आणि ते जास्त भयावह असू शकतं, कारण ते लगेच तुमच्या चेहऱ्यावर उग्र भाव उमटवतात.

जर स्वतःमध्ये एक पायाभूत विश्वास आणि भविष्यातील शक्यतांची ज्वलंत जाणीव असेल, तर ती आपल्या आजूबाजूच्या लोकांकडून चांगली पोसली जाऊ शकते, जे आपल्यावर प्रेम करतात त्याच लोकांवर आपण प्रेम करतो. हे काही कमी प्रमाणात होत नाही. मला माहितेय जेव्हा दोन वेळा कॅन्सरने गाठलं, तेव्हा मेरेडिथ आणि आमची पोरं यांनी माझ्यासोबतच हा आयुष्याचा प्रवास केला. त्या

धगधगत्या निखाऱ्यावरून चाललो आणि भावनिक वादळाच्या वेदनेचा सहअनुभवही घेतला. त्यांनी एक किंमत चुकवली आणि मग मला बळ दिलं.

'डेनिस संभ्रमात आहे' मी विचार केला. भावनिक आधार नसल्याबद्दल तू तक्रार करतेस, पण तो जेव्हा दिला जातो, तेव्हा मात्र तू भडकतेस, याचा अर्थ लोकांना तू दूर सारतेस.

हेच मी तिचं केलेलं चित्रण आहे. दुसऱ्यांना दूर ढकलणारं व्यक्तिमत्त्व. वर पुन्हा तीच प्रश्न विचारायची, की तिच्या आयुष्यात इतर माणसाची गरजच काय?

अनेक महिने आग्रह करूनही तिला मला तिच्या कुटुंबाबद्दल काहीही लिहावंसं वाटलं नव्हतं, पण डेनिसने अचानक आपली वाट बदलली आणि त्यांच्यासोबत जेवणाचा एक कार्यक्रम आयोजित केला. हे सारं... सारी जुळवाजुळव तिने मला काहीही कल्पना न देता केली. मी फक्त तिच्या मताच्या मागे ठामपणे उभं राहावं, अशी तिची इच्छा असल्याचं माझ्या लक्षात आलं. मला हा ही संशय आला की ती उगाच माझा हट्ट पुरवतेय आणि तिच्या कुटुंबासोबत जेवणही देतेय, पण ती पुन्हा आपल्या पूर्वीच्याच भूमिकेवर ठाम राहिली असती. मी तसं तिला जाणवू दिलं असतं तर डेनिसचे नातेवाईक त्या त्यांच्या रुक्ष परिसरातून फार थोड्या वेळासाठी डेनिसकडे खास आले होते. त्यानंतर त्यांना ऑस्ट्रेलियाभोवती नौकाविहाराचा आनंद घ्यायला जायचं होतं. ते त्यांच्या दुसऱ्या मुलीसोबत– लोरीसोबत आणि तिच्या कुटुंबीयांसोबत मुक्कामाला थांबले होते. आम्ही जसे त्या कॅलबेसासमधील आधुनिक महागड्या प्रशस्त घरात प्रवेश करू लागलो तशी मी डेनिसला सूचना दिली की खांद्यांनी त्या दाराला धडकत जाऊ नकोस. ती हसली.

आत बरेच जण बसले होते आणि एकमेकांकडे नुसते टकमक बघत होते. कुटुंब एकंदर नम्र वाटलं, पण जरा आत्मकेंद्रितच! ते मला वरून खालपर्यंत न्याहाळून पाहात होते. आपलं अख्खं वजन टाकून कोचावर आरामशीर रेलून बसलं होतं.

मी प्रत्येकाच्या नजरेला नजर भिडवून पाहिलं, तेव्हा त्यांनी नजरा वळवल्या, पण पुन्हा पाहायला सुरुवात केली. एका अनोळखी अशा माणसाला डेनिसने आपल्याविषयी सांगावं याचंच त्यांना भय वाटत असावं. डेनिसने मला ती तिच्या कुटुंबीयाशी एएलएसवर अजिबात बोलणार नाही, हे आधीच सांगून ठेवलं होतं.

जेवणापूर्वीचा अल्पोपहार संपला आणि लहानसहान गप्पांना सुरुवात झाली, तसा मी डेनिसच्या आईकडे वळलो.

''डेनिस मला सांगते की, तुम्ही मटन कॉफीबरोबर शिजवून त्याचे रोस्ट बनवता, वाईन वापरत नाही. खरंच असं करता?'' मी जरासं साशंकतेनेच विचारलं. डेनिसची आई, सेल्मा जणू कटू विषयापासून सुटका झाल्यासारखी सोफ्याला निवांत टेकून बसली होती. मी वेगळाच विषय काढलेला पाहून तिने

सुस्कारा सोडल्याचं मी पाहिलं.

''तू एकदा खाऊनच बघ...'' नवा सुरक्षित विषय हाताला लागलेला पाहून ती उत्साहाच्या स्वरात म्हणाली, ''फार छान लागतं ते. तुला आवडेल?'' मग आम्ही जसजसे डेनिस आणि या पुस्तकाविषयी बोलायला लागलो, आम्ही हळूहळू त्या विशिष्ट विषयाकडे आलो तसतसे उरलेलेही आमच्या संभाषणात सहभागी झाले.

त्या बैठकीच्या खोलीचं छत चर्चसारखं उंच होतं. त्यामुळे तिथे सलगी, आपुलकी वाटणं आणि उबदारपणा वाटणं, या दोन्हीचा अभावच होता. त्यामुळे अशा प्रकारची सुरुवात गरजेची होती. गप्पांचा आवाज वाढतच होता. डेनिस प्रत्येकापेक्षा मोठ्याने बोलण्याचा कसोशीने प्रयत्न करत होती. पण ते शक्य होत नव्हतं.

जेवण संपलं. सायंकाळही जरा उबदार झाली. डेनिसच्या आई वडलांनी मनात येईल, त्या प्रश्नाचं उत्तर देण्याची तयारी दर्शवली. अल् आणि सेल्माचा माझ्यावर विश्वास बसलाय असं वाटत होतं. मी त्यांना हे सांगितलं की, मला त्यांचं डेनिसबद्दलचं मत ऐकायचं होतं, तेव्हा त्यांचा विश्वास बसल्यासारखा वाटला. जहाजातून प्रवास चालू असतानासुद्धा त्यांच्याशी ई मेल्सद्वारे सहज संपर्क ठेवता येण्यासारखा होता. समोरासमोरील संपर्कपिक्षा अंतरावर राहून इलेक्ट्रॉनिक्स माध्यमांद्वारे संपर्क ठेवणं त्यांच्यासाठी गुंतवून ठेवणारं होणार, हे मी त्यांना सांगूनच ठेवलं होतं.

''तू त्यांना काहीच का नाही विचारलंस?'' आम्ही डेनिसच्या गाडीत बसल्यानंतर तिने लगेच विचारलं.

''जाऊ दे डेनिस,'' मी तिला म्हटलं, ''ही योग्य वेळ नव्हे. तू एक तर मला अद्याप तुझ्या लोकांना भेटूच दिलं नव्हतंस. मला लगेच त्यांच्यावर हल्ला करायचा नव्हता.''

डेनिसलाही कौटुंबिक संबंधांच्या बाबतीत माझ्याशी बोलण्याची इच्छाच नव्हती. आता मात्र तीच माझ्यावर न बोलण्याचं खापर फोडत होती.

''शिवाय,'' मी म्हणालो, ''ते उद्या जाणार आहेत. चांगल्या भावनांवरच ही भेट संपवावी आणि पुढचा संवाद चालू ठेवावा.''

डेनिस काहीच बोलली नाही.

खरं तर एका कुटुंबाशी गप्पा मारण्याचा मी आनंद घेतला होता, पण एका मरणाच्या पंथाला लागलेल्या स्त्रीच्या बाबतीत बोलायचं तर तिच्या आईवडिलांची तिच्यात अजिबातच भावनिक गुंतवणूक नव्हती, हे स्पष्टपणे दिसत होतं. माझा अंदाज असा होता, की त्यांच्यातील भावनिक संबंधातलं अंतरच त्यांना एकमेकांपासून दूर करत होतं, आणि त्यामुळे डेनिसची त्यांच्याबद्दल असणारी परकेपणाची भावना त्यांच्या नेमकी लक्षातही येत नव्हती. त्याचबरोबर मला या ही गोष्टीचं आश्चर्य वाटत होतं की, आपली मुलगी एवढी आजारी असताना ते एवढ्या आनंदाने जहाजातून

प्रवासाला कसे काय निघू शकत होते? आम्ही सारेच चित्रविचित्र होतो.

त्यांना पाठवलेला, माझा पहिला ई मेल, तसा संदिग्धच होता; डेनिसच्या आजारपणाबद्दल त्यांना काय वाटतं, हे विचारणारा होता. सेल्मा आणि अल्ने काही दिवस वाट पाहिली.

"मी अद्यापही... मला वाटतं नकाराच्याच, नैराश्याच्याच भूमिकेत आहे." सेल्माचा ई-मेल सुरू झाला. "एका आईसाठी अशा प्रकारच्या घटनेशी संबंध येणं ही विचित्रच गोष्ट आहे आणि पुढेमागे उपचार होऊन ती चांगली होईल किंवा त्या दुखण्याची सततची होणारी वाढ तरी निदान थांबेल अशा प्रकारचा विचार करणंही दुरापास्त होतं."

अल्चं उत्तर होतं, "डेनिसच्या आजारपणाविषयी माहिती होणं हे आमच्यासाठी धक्कादायक होतं आणि सहानुभूती वाटणारं होतं. आमचे बरेचसे मित्र आम्हाला सततच विचारत असतात की, ती हे सारं कसं काय सहन करते, जमवते आणि तिच्या या वागण्याचं आणि हे सारं एकटीनंच तिचं तिलाच करायला लावणाऱ्या तिच्या नशिबाचं त्यांना आश्चर्य वाटतं. त्याऐवजी हे सारं करत बसण्यापेक्षा असल्या अपरिहार्यतेसमोर ही शरणागती का नाही पत्करत याचंच त्यांना आश्चर्य वाटतं."

मी पुन्हा विचार केला, 'बाबा रे, स्वतःची मतं काय, हे सांगण्यापेक्षा तू इतरांची का सांगतोस?'

या उत्तरांपैकी अल्चं उत्तर थोडंसं वैयक्तिक, थोडंसं भावना व्यक्त करणारं होतं. अल्ला जे काही सांगायचं होतं, ते असं ठरवून मत व्यक्त केल्याप्रमाणे वाटत होतं. माझा प्रश्न कौटुंबिक संबंधाविषयी होता. मी कुणा अनाहूत व्यक्ती डेनिसविषयी विचारत नव्हतो. भावनेचा उत्तम प्रवाह या निवृत्त वकिलात किंवा त्याच्या बायकोत वाहात असल्याचं लक्षण नव्हतं.

एखाद्या कुटुंबात जर आजाराच्या प्रारंभीचे नातेसंबंध असेच गुंतागुंतीचे असतील तर ते नाट्यमयरित्या आजारानंतर पुन्हा ताळ्यावर येतात. त्यांच्यातील वादाचे विषय जागेवरच राहतात असं मला वाटत होतं.

डेनिसची बहीण, लोरी हिला मी भेटलो तेव्हा तिच्या चेहऱ्यावर अस्वस्थता होती. मी जेव्हा न्यूयॉर्कला परतलो, तेव्हा मी फोनवरून पाठवलेल्या कुठल्याही संदेशाला उत्तर आलं नव्हतं. नेमकं काय ते न सांगताही लक्षात आलं होतं. तिला त्रासदायक प्रश्नांना तोंड द्यायचं नव्हतं आणि कुठल्याही प्रश्नाचं उत्तर देण्यात रस नव्हता. दिवस असेच गेले आणि लॉस एंजेलिसबाहेर वकिली करत असलेल्या लोरीच्या नवऱ्याने डेनिसबद्दल आनंदाने चर्चा करायला अचानक बोलावलं.

रॉनने डेनिसप्रमाणेच हॅरीसाठी काम केलं होतं. हॅरीस एएलएसला बळी पडला होता. डेनिसनेच रॉनची लोरीसोबत ओळख करून दिली होती. या कुटुंबातील

आपापसातील संघर्ष, वैमनस्य हे एएलएस या आजाराव्यतिरिक्त काही कारणामुळे आहे का, असा प्रश्न मी रॉनला विचारला.

''माझ्या अंदाजाप्रमाणे हा आतून सतत उसळत येणारा संताप आहे. तो फार जुनाट आहे.'' तो म्हणाला, ''या मुली वाढत होत्या, त्या वेळी घरचं वातावरण फार कडक होतं. अल्ला कामाचं प्रचंड व्यसन होतं, तो कधीच घरात नसायचा. डेनिसच्या मनात त्याविषयी रागही आहे.'' रॉन जरा थांबला आणि म्हणाला, ''आणि हे पालक म्हणजे ज्यांच्या स्पर्शातून ओलावा, प्रेमाचा उबदारपणा जाणवावा असे नाहीतच. तिला हवा तसा आधार हे देऊ शकलेच नाहीत. हे मी पाहिलंय.''

रॉन हळुवारपणे, काळजीपूर्वक बोलत होता आणि हे कुटुंब दोन विरुद्ध मार्गाला गेल्याचं सुचवतही होता.

''एका दृष्टीने डेनिसही फार आपुलकीने वागणारी नाही. ते सारे एकाच माळेतून तुटल्यासारखे आहेत. त्यांच्यात मैत्रीचे संबंध जरूर आहेत; पण अगदी जिव्हाळ्याचे नाहीतच. सेल्माचे बरेचसे गुण तिच्यात आलेत. तसे सारेच चांगले आहेत, अगदी डेनिसही! पण ते सारेच फार ताठर आहेत आणि कुणीतरी त्यांना नियंत्रणात ठेवण्याची गरज आहे. त्यामुळे डेनिस घरी येते हा खरं तर प्रामाणिकपणा, सच्चेपणा म्हणता येईल.''

''तू तिला कडकपणे वागताना पाहिलं असशील, तर तुझ्या लक्षात आलं असेल की, तिच्याजवळ जाणं किती कठीण आहे.'' रॉन बोलत राहिला, ''डेनिस फार बचावात्मक पद्धतीने वागते, आणि ती कुणाला काही विचारत पण नाही. मी बऱ्याचदा विचार करतो, की तिला नेमकं काय हवंय?''

हे दुसऱ्या कुणी सांगितलं असलं, तरी माझ्यासाठी नवं नव्हतंच. आपल्या जवळपास कुणी फिरकू नये, अशाच पद्धतीने वागताना डेनिस दिसायची, माझ्या मनात पुन्हा तोच विचार आला, ती दुसऱ्यांना अक्षरश: टाळतच असे. डेनिस आणि तिच्या कुटुंबातील गुंतागुंत माझ्या डोक्यात गरगरत असतानाच, कॅलिफोर्नियातील एएलएस संघटनेची व्यवस्थापिका असलेल्या स्त्रीचा मला ई मेल आला. मी तिला काही दिवसांपूर्वी भेटलो होतो. या आरोग्यसुरक्षा अधिकारी म्हणून काम बघणाऱ्या बाईने डेनिसच्या आजाराचा काळजीपूर्वक अभ्यास केला होता. तिने तिला आपले अनुभव सांगून डेनिसचं मन बरंच स्थिर केलं होतं.

''आपलं स्वातंत्र्य गमावणं म्हणजे नातीगोती, संबंध जपणं, असा अर्थ कदाचित डेनिस करत असावी. दुसऱ्यावर अवलंबून राहणं, हे ती सहनच करू शकत नाही, अगदी माझ्यावरही! मला बऱ्याचदा असं वाटतं, की हीच आपल्या कुटुंबाला दूर लोटतेय.''

अपरिपक्व अशा लोकांवर विसंबून राहणं... खरंच परिपक्व कुटुंब असतं का?

डेनिसबरोबर ते राहू शकत नव्हते. आपले आईवडील सोबत नसल्याचा बराच काळ डेनिसने मला सांगितला होता. बराच काळ! एएलएसविषयी जाणून घेण्याची त्यांना गरजही वाटत नव्हती आणि ते फक्त आपल्यापुरताच विचार करत होते. त्यांच्यासोबतचा माझा संवाद काही वेगळंच दाखवत होता, पण तो संवाद माझ्यासोबत होता, तिच्याशी नाही. ई-मेलपेक्षा कृती जास्त अर्थ स्पष्ट करते. एएलएस च्या व्यवस्थापिकेने ते बरोबर हेरलं होतं. डेनिसला कुणावर अवलंबून राहणं, आवडणारं नव्हतं. आजाराचा स्वीकार करता पालकांच्या सुरक्षित पंखाखाली ती राहिली असती तर कुटुंबाच्या प्रेमाची शक्ती मिळण्याची कदाचित शक्यता होती. म्हणून डेनिस सर्वांना दूर सारताना दिसत होती आणि दुसरीकडे आपल्याला कुणी नाही म्हणून गळा काढताना दिसत होती.

एका ई-मेलमध्ये मी सेल्माला विचारलं, की डेनिसच्या एएलएसमुळे कुटुंबात काय बदल झाले? तिचं उत्तर होतं, "ज्या वेळी डेनिसला माहिती झालं की, तिला एएलएस झालाय, तेव्हा ती ज्या तज्ज्ञाकडे उपचारासाठी जात होती, तो तिचं मत बहुधा पूर्ण कुटुंबाविरोधी, प्रतिकूल असं बनवत होता." सेल्माने लिहिलं होतं, "आमचं कुटुंब तोपर्यंत असं बंदिस्त, एकमेकांशी संबंध असलेलं, एकमेकांच्या कल्याणाची इच्छा करणारंच होतं, पण मग डेनिसने तिच्याजवळ येण्याला प्रत्येकाला प्रतिबंधच केला."

डेनिसच्या दुरावण्यासाठी तिच्यावर उपचार करणाऱ्या एका तज्ज्ञालाच जबाबदार धरणं, म्हणजे बचावात्मक पवित्रा होता आणि दुसऱ्या दृष्टिकोनातून विचार करता मला सेल्माचं दुःखही दिसत होतं.

"पण एवढं सगळं असूनही या कुटुंबाने डेनिसला सामावून घेण्याचा आटोकाट प्रयत्न केला, म्हणजे तिने जोपर्यंत करू दिला तोपर्यंत." तिने पुढे लिहिलं होतं, "आम्हाला नेहमीच असं वाटायचं की, डेनिसला एएलएस झाल्यामुळे तिचा आमच्यावर राग आहे. एक विचार तर असाही यायचा की तिला असं वाटत असावं की, या आजाराच्या अनुवांशिक असण्याला आम्हीच जबाबदार आहोत. डेनिसचं हे निदान होण्यापूर्वी चार वर्ष आधी तिच्या मोठ्या बहिणीचं, लोरीचं 'ल्युपस'चं निदान झालं. तिची प्रतिक्रिया मात्र एकदम विरुद्ध होती, आणि तिला कुटुंबाच्या जवळ यावंसं वाटलं."

मला तर प्रत्येकाबद्दल वाईट वाटत होतं. आपण प्रत्येक जण डेनिसच्या मागे ठामपणे उभे होतो, असं त्यांना खरंच वाटत असावं. त्यांना हे पण माहीत असावं की, आपण तिच्या पाठीशी उभं राहण्याचा फक्त प्रयत्नच केला होता. माझ्या बाबतीत सांगायचे तर एवढंच म्हणता येईल की, आपण तिच्यासाठी काही केलं, असं प्रत्येकाला का वाटत होतं, हे मला चांगलं कळत होतं.

डेनिसला कदाचित चांगल्या, भरभक्कम आधाराची गरज वाटत होती, पण

तिच्या अटीप्रमाणेच! कुटुंबाकडून होणारे परिश्रम व त्यांच्या तिच्याविषयींच्या भावना टाळणं, हाच खरं तर तिच्या नकाराचा, अस्वीकृतीचाच एक भाग होता. सेल्माला थोडं श्रेय देण्याचं कारण म्हणजे तिने जी माहिती नि:पक्षपातीपणे सांगितली होती, ती ना डेनिसच्या बाजूची होती ना स्वत:चं काम वाढवणारी होती.

''जरी संपूर्ण कुटुंबाला डेनिसमुळे सारखंच दु:ख भोगावं लागलेलं असलं तरीही...'' सेल्माचा ई-मेल चालूच होता, ''तिला मान्य असलेलं आणि तिला आधारभूत ठरेल असं करणं, आम्ही सुरूच ठेवलं. तिने उभं केलेलं स्वातंत्र्य म्हणजे ती किती खंबीर आहे, हे दाखवण्यासाठी आहे की, जे काय अपरिहार्य आहे ते स्वीकारण्याचा तिचा स्वत:चा अट्टाहासाने सुरू असलेला अभ्यास आहे हे मात्र आम्हाला समजलंच नाही.''

''आमच्या कुटुंबाला डेनिसला पुन्हा सामावून घ्यायला आवडेल, पण जर ती तिचा असा स्वतंत्र मार्ग स्वीकारत असेल, तर तो स्वीकारण्याची, मान्य करण्याची आमची इच्छा आहे आणि ती जर तिचं समाधान शोधून काढू शकत असेल, काही लोकांना भेटून जर तिला परिपूर्णता वाटत असेल आणि ज्या कामात तिने स्वत:ला गुंतवून घेतलंय, ते जर तिला समाधान देत असेल, तर आम्हाला आनंदच वाटेल. ती आम्हाला जे काय करू द्यायला तयार असेल ते करायला आम्ही तयारच आहोत आणि आशादायी अशा भविष्यकाळात आम्ही डेनिसच्याच आयुष्याचा एक भाग असू, ही जाण आम्ही ठेवली आहेच.''

मी सेल्माचा ई-मेल डेनिसकडे पाठवला आणि शांतता पसरली. मग एके दिवशी सकाळी सकाळी माझ्या कॉम्प्युटरच्या पडद्यावर काही शब्द माझी वाट बघत होते. ''भोळा रे भोळा! पहिल्यांदा मी संतापाने ओरडले आणि त्यानंतर मान हालवून हसायला सुरुवात केली. ते तसं कधीच करत नाहीत. अगदी या क्षणीसुद्धा! त्यांना कुठल्यातरी गोष्टीपासून दूर सारायचं किंवा त्यांच्यावर आरोप करायचा असं मी म्हणत नाही.'' डेनिस तिच्या आयुष्यात तिचे आईवडील कसे स्वार्थीपणाने वागत राहिले, याचा पाढा वाचत राहिली. ती जवळ असावी, असं वाटतं असं त्यांचं जे म्हणणं होतं, ते तिने खोडून काढलं होतं.

सेल्माने लिहिलं होतं, ''आमच्या कुटुंबापैकी कुणीही, केव्हाही डेनिसच्या जवळ जाण्याचा जेव्हा जेव्हा प्रयत्न केला, तेव्हा तेव्हा तिने विरोधच केला.''

डेनिसचं उत्तर होतं, ''त्यांना माहीत नाहीये, ते कुठल्या पद्धतीने जवळ येतात. तुला माहिती आहे, मला कुणीही काहीही सांगितलेलं नाही. आणि कुणी तसं मला सांगणारही नाही... तुला तसं सांगितलं गेलं, याचं मला वाईट वाटतं. तुला कसं वाटतं, याचा मी अंदाजही बांधू शकत नाही. माझं हे उत्तर ऐकून त्यांना कदाचित धक्का बसेल. ते माझ्या यादीच्या बाहेर आहेत... डॉक्टरांनी जेव्हा निदान ऐकवलं,

तेव्हा त्यांनी मला एकटीलाच त्यांच्यासमोर खुर्चीवर बसवून ठेवलं होतं. माझे हातसुद्धा ते हातात घेऊ शकले नव्हते. ते असे बाजूला, वेगळे आहेत, कारण त्यांनाच ते तसं हवं आहे.''

डेनिस, तिचे वडील, तिची भावंडं आणि तिचे मेव्हणे वगैरे. यांनी तिच्या बाबतीत संपूर्ण वडिलांच्याच धाकाची पद्धतच कशी वापरली, हे सांगताना एका फोनवरच्या संवादात संतापली होती.

''माझा मेव्हणा रॉन, भाऊ स्टिव्ह आणि वडील यांचा प्रत्येक वेळी माझ्या बाबतीतला निर्णय झालेलाच असायचा. माझ्यासाठी चांगलं काय असेल, त्यांनी ठरवलेलंच असायचं आणि मग ते त्यांना जे चांगलं वाटतं, ते करण्याचा दबाव माझ्यावर आणायचे. त्या निर्णयात मला का सहभागी करून घेत नव्हते? डेनिससाठी काय चांगलं असे हे मी सांगू शकत नव्हते का?''

यापूर्वी एवढा संताप डेनिसने कधीच व्यक्त केला नव्हता. ''ते... ते सारे जण कधीच बदलणार नाहीत. आणि त्याच्यासारखी न वागणारी अशी फक्त ही मूर्ख डेनिसच आहे.''

आत्मसम्मान...! हा काही बोलण्यामागचा हेतू नव्हता; फक्त या आजारानंतर आपल्याला दुय्यम दर्जाने घरात वागवलं जातंय, याचं तिला दुःख होतं. आपल्यापैकी बऱ्याच जणांच्या बाबतीत असे होते, आजारपण जुन्या असलेल्या संदर्भांना टाळून नवेच संदर्भ उभे करतं.

आजारपणाची ही धग कुटुंबातील घट्ट बसलेल्या डिंकाला विरघळवत होती आणि त्याचाच दुष्परिणाम म्हणून संताप व्यक्त होत होता. ही सारी माणसं चांगली होती, त्यामुळे कुणाही माणसाला याचं सहजच आश्चर्य वाटेल. ही नेहमीच आढळणारी मतभिन्नता होती का? मात्र एखाद्या भयंकर आजाराशी संघर्ष करण्यापेक्षा कुटुंबातील वादविवादाला तोंड देणं सोपं असतं. भय आणि असाहाय्यता विस्फोटकपणे एकत्र येतात. अतिशय संवेदनक्षम क्षणाला जुने मुद्दे पार उडवून देऊ शकतात. असाध्य आजार कुटुंबांना असे वेढा घालून ओलीस ठेवू शकतात.

माझ्यासाठी तरी हा विषयातला जरासा बदल होता.

जेव्हा आतड्याचा कर्करोग हा माझ्या जीवघेण्या ठरलेल्या मल्टिपल स्लेरॉसिसपेक्षा वरचढ झाला, तेव्हा मीच स्वतःला अशा सुरक्षिततेपासून दूर ठेवलं होतं आणि मग त्या आत्ममग्नतेच्या भयंकर औषधाने माझ्यातलं चांगलं नेमकं काय होतं ते मला कळलं होतं. कुटुंब म्हणजे या वाढत्या रागासाठीचं सुरक्षित घर होतं हे लक्षात येत होतं. उपरोधाने बोलणे हे कुटुंबातील भांडणाचे स्वरूप असते. मग त्याची रंगरंगोटी भले कशीही असो. भांडण्याचा आजार म्हणजे निवांत क्षणीचे युद्ध बनते. कुटुंब कितीही प्रेमळ असो, मित्र कितीही तत्पर, लक्ष देणारे असोत, सरतेशेवटी आपण

एकटेच मरतो आणि मुख्यत: आजारपणात आपण एकटेच असतो. आपला दुःखद अनुभव कुणालाही पूर्णपणे कळतच नाही. आपल्यापैकी प्रत्येकाची आव्हाने ही वैयक्तिक बनतात. सततचा वाढत जाणारा थकवा आपण अक्षरश: धापा टाकत असतो. त्यावेळी भोगाव्या लागणाऱ्या यातना आपणच जाणतो. आपल्या कुटुंबाला भय वाटले किंवा ते घाबरले यात काहीच आश्चर्यकारक नसते.

आजारी माणसाने आपल्या कुटुंबाविषयी कडवटपणाने बोलणे म्हणजे आपल्या प्रियजनांपासून दूर सरणे असाच त्याचा अर्थ असतो. त्याने होते एवढेच की, आपण व्याकुळ होतो आणि शांतता पाळतो. मग आपण कसे ओझे बनले आहोत, हे स्वतःच पाहतो. खरे तर नेहमीच असे जड ओझे कधीच जाणवत नसते, अस्तित्वातही ते नसते.

डेनिसने खालच्या रस्त्यावर गाडी घेतली आणि व्हेंच्युरा फ्रीवेच्या दुसऱ्या बाजूला असणाऱ्या आपल्या त्या भल्यामोठ्या घराचे स्वयंचलित दरवाजे खाडकन उघडले. घराचे बांधकाम जरा आधुनिक होते, तोंडवळा किंचित भकासही वाटत होता, पण त्या जागेने जे चैतन्य हरवले होते, त्याची भरपाई सुखसोयींनी केली होती. डेनिसने गाडी सरळ गॅरेजमध्ये नेली, आतल्या दाराच्या एक फुटाच्या आतच सरळ स्वयंपाकघराकडे जाणारा रस्ता होता.

तुरळक सामान असलेली आतली जागा मला रस्त्यावर अधूनमधून लागणाऱ्या स्थानकांसारखी वाटली. डेनिस आतमध्ये फारशी वावरत नव्हती, याची मला प्रकर्षाने जाणीव झाली. ती बहुधा ते कंप्युटर्स आणि इतर खोक्यातूनच वावरत असावी. जागेला कुठलाही अर्थ नव्हता, ना कुठली वैयक्तिक गुंतवणूक! घरात किंवा बाहेरही कुठलीही झाडे नव्हती. पाळीव प्राणी नव्हते. फक्त फ्रिज होता. त्यात फक्त अत्यावश्यक गोष्टीच भरल्या होत्या. त्या जागेमध्ये सगळीकडे आजचा दिवस, आताची एवढी वेळ भागतेय ना, हाच भाव दिसत होता. ही तात्पुरती विसाव्याची जागा होती. मी विचार केला. तरीही हे घर म्हणजे सुरक्षित आश्रयस्थान वाटत होते आणि एकदा घर आतून लावून घेतले की, डेनिसला सुरक्षित वाटत असणार. अर्थात् तिच्यासाठी असली काही भानगड नसते, हे मला ठाऊक होते. काही आठवड्यांपूर्वी, एका सकाळी सकाळीच तिचा ई मेल आला, तो धोक्याची घंटा वाजवतच... ''मी पडलेय... मला फोन कर.'' उरलेली सारी जागा कोरी होती. मी त्या सकाळीच डेनिसला फोन केला. ती नाराज झाली होती, बरेच खरचटले होते आणि घसरून पडली होती.

तिच्या गॅरेजसमोरचा जो गवताळ भाग होता, तो तिने मला पूर्वी दाखवला होता. तिथून जाणे तिला कठीण जात होते. ती स्वतःला झेपेल त्यापेक्षा जास्त

कचरा घेऊन चालली होती. मीही अशाच प्रकारे यापूर्वींच अशी घटना अनुभवली होती. सारे काही सर्वसामान्य नेहमीप्रमाणे आहे असा भ्रम असतो. पण कुठेही, काहीही घडू शकते. डेनिस एकाच वेळी बऱ्याच गोष्टी करण्याचा प्रयत्न करत होती. त्याही मदतीशिवाय!

"तू एकटीच आहेस... हो की नाही?" मी विचारले.

"मी नव्वद टक्के वेळ स्वत:सोबतच घालवते."

"आणि आजारी पडण्यापूर्वी?"

"तशीच." ती बदल करण्याच्या मन:स्थितीत नव्हती.

"कुणाचा आधार घेतला तर त्यात चुकीचं काय आहे?" मी विचारलेच. "कुटुंबासोबत राहून हे जरा सोपं नाही जाणार?"

"एक बायको आणि पोरं?" ती लगेच म्हणाली, "नाही. मी या साऱ्या गोष्टीला तोंड द्यायला एकटीच बरी आहे." ती आवंढा गिळायला थांबली. मग तिचा आवाज आला, "आणि मी समाधानी आहे. मला हे काही चुकीचं वाटत नाही. हे असं एका बायकोच्या भूमिकेत राहणं आणि मुलांच्या आयुष्याशी सांगड घालून त्यांना याप्रमाणे जगायला लावणं टाळल्याबद्दल मला काही वाटत नाही." ती पुन्हा थांबली. "कारण तो नरक आहे." ती म्हणाली, "नरक आहे."

ती पुढे सांगू लागली, "ज्या लोकांना एएलएस झालाय, अशांचे संसार पाहून मी अक्षरश: रडलेय. कारण ते कोणत्या परिस्थितीतून जाताहेत हे मला माहिती आहे." डेनिसने याचा सांगोपांग विचार केला होता आणि चुका करायला ती तयार नव्हती. "मी माझ्या तीन मैत्रिणींना फारच जवळ होते, कॅथी, शेली आणि चेरीलच्या. त्यांचे नवरे अँडी, अर्नी आणि जेफ यांना एएलएस होता." ती मला अगदी भावनाप्रधान होऊन सांगत होती. "त्या कुटुंबांना एकतर लहान लहान मुलं होती किंवा मुलं मोठी झालेली होती." डेनिसने त्यांच्या व्यथांची मोजदादच केली. "आपल्या नवऱ्यांकडे लक्ष द्यावं लागतं म्हणून माझ्या या मैत्रिणी जवळपास एक वर्षपेक्षा जास्त काळ रात्री झोपल्याही नव्हत्या."

जवळपास नऊ महिन्यांच्या काळात डेनिसचा ठाम विश्वास होता की, तिच्या मैत्रिणी एएलएस झालेल्या नवऱ्यांसोबत असलेल्या नशीबवान ठरल्या. "मला त्याबद्दल आनंद वाटतो, तो याचाच की त्या शरीराच्या कोषातून त्यांची सुटका झाली आणि आतला आत्मा बाहेर पडून मुक्त झाला. पण त्यांच्या कुटुंबाला फारच सोसावं लागलं, आणि अद्यापही ते संपलेलं नाही."

"एएलएस हा एक स्वतंत्रच प्रकार आहे, नाही का?" मी विचारलं. डेनिस 'होय' असे हळुवारपणे कुजबुजली. या आजारामध्ये मृत्यूही त्याच्या पद्धतीनेच वागत असतो. "होय. कारण दीर्घायुष्याची अजिबात अपेक्षा नसते." ती लगेच

उत्तरली. ''फक्त मरणाची शाश्वती असते. एएलएस तुम्हाला देतं ते हेच की तुम्हाला याची जाणीव होते की तुम्ही तुमचं आयुष्य लवकरात लवकर चांगल्या प्रकारे जगा.''

आता या संवादामध्येच मला स्वत:विषयीची जाणीव होत होती. मला माझ्यासाठी हे जाणून घ्यायचे होते की, मी नेमका कुठे होतो? कुठल्याही परिस्थितीत मी शेवटच्या भयानक क्षणी गेलेले सारे नियंत्रण आणि तो विचित्र मृत्यू टाळू शकेन का? एक माणूस फक्त पुढे पुढे राहणे कसे जमवू शकेल?

आपल्यापैकी विभिन्न आजार असणाऱ्यांच्या बाबतीत सांगायचे झाले तर कथेमध्ये एक धागा निश्चितच असा असेल की, कुणाला तरी त्याचा त्रास आपल्यापेक्षा जास्त होत असेल. प्रश्न पडतो तो हाच की, 'ती ते सारं कसं सहन करीत असेल?'– असाच प्रश्न माझ्या डोक्यात धुमाकूळ घालत असतो. मध्यरात्री आणि मग मी अंथरुणातून उठतो, तिला ई मेल्स करतो.

''ते तसं सोपं नाहीये...'' तिचे ई मेलवरचे उत्तर सुरू झाले. ''मी आज .... का? या विचारातच मी जागी होते. आपल्यातील शारीरिक बदल इतके वाईट होणार का? मग मी विचार करते आता मला करता येईल अशा गंमतीदार गोष्टी कोणत्या आणि भविष्यात करता येतील अशा कोणत्या? त्यात माझं मन रमतं, एक उद्दिष्ट मिळतं आणि मन गुंततं. त्यामुळ नैराश्य जरा खालच्या पातळीवर ठेवता येतं.''

''तू आपल्या शेवटच्या क्षणाचा विचार करत असतेस का?'' त्यानंतरच्या एका फोनवरच्या संवादात मी तिला प्रश्न विचारला होता. काही क्षण शांतता पसरली. मग एक हळुवार हुंदका आला.

''होय. कधीतरी विचार जातो तिथपर्यंत. एएलएसमुळे मरण्याचे विचार येणं यात घाबरण्यासारखं काहीच नाही.''

''नाही?''

''नाही. मी सहन करून तरी किती करणार? खरा महत्त्वाचा प्रश्न हाच आहे.''

आणि तुम्ही त्याचे उत्तर देता की, मी विचार केला की आता याविषयी काही करावे तर या गोष्टीला बराच उशीर झालाय. आता अपंग होऊन एका मरणोन्मुख देहाचे कैदी बनूनच राहिले पाहिजे.

''तुम्ही आजाराच्या पलीकडे काही जाऊ शकत नाही.'' डेनिस हळुवारपणे म्हणाली. ''हे त्या दिवशी होईल ज्या दिवशी मी एएलएसमधून मुक्त होईन आणि अर्थातच मृत्यूच माझी यातून सुटका करू शकेल.''

आम्ही कॅलिफोर्नियातील एका महागड्या फळांच्या दुकानात स्वच्छ सूर्यप्रकाशात बसलो होतो. डेनिसचे हे म्हणणे स्वत:विषयीची दया किंवा इतर कुठल्याही हेतूने नव्हते. ''मी माझ्या मित्रांच्या आजारात होणारी वाढ पाहिली. त्यामुळे मला माहितेय की, माझ्यापुढे काय वाढून ठेवलंय ते!''

''पाच वर्षांत तुला वेगळंच कुणी माणूस बनावं लागेल.''

''तू पैज लाव.''

''तू जुगारी आहेस.''

''मी तशी फार दयाळू आहे. फार प्रेमळ आणि बरीचशी आनंदीही म्हणजे जरी मला असं सांगितलं गेलेलं आहे की, 'तू आता मरणारच आहेस आणि आता आपण करू शकू असं काही नाही. तरीसुद्धा!''

एएलएसमुळे या स्त्रीचा एक सकारात्मक दृष्टिकोन खुला झाला होता. एका आजाराने मरणे आणि पुन्हा जन्म घेणे हे किती उपरोधिक आहे.

आत्मभान आणि आजार एकत्र झाले आहेत. एएलएसने आयुष्याला एक अर्थ दिलाय. तो डेनिसला दुसऱ्या कशानेही मिळाला नसता. तिच्या मते ती एक देणगी आहे.

''जर मला एएलएस नसता तर आयुष्यात माझी अशा आश्चर्यकारक लोकांशी गाठ पडलीच नसती. मला काही फार चांगले मित्र आहेत. ते जगण्यासाठी मला मदत करतात.''

तिने तिचे कुटुंब, रक्ताची माणसं सोडली होती आणि एएलएस असलेल्या समाजाशी संबंध जोडला होता. ते तिच्यासारखेच कमनशिबी होते. त्यांच्यात कदाचित एवढी एकच बाब सारखी होती. पण ते सारे कृतज्ञ सहप्रवासी होते. एकमेकांना साह्य करायला उत्सुक होते, सहृदय होते. स्वतंत्रपणे राहणाऱ्या डेनिससाठी हे उघड उघड असणारे रहस्य होते.

ती व्हेंच्युराला गेली तेव्हा तिला मदतीची गरज भासली. ''त्यावेळी मी आयुष्यात पहिल्यांदाच मदत मागितली.'' ती म्हणाली, ''आणि एएलएस झालेल्यांपैकीच जवळपास पंचवीस ते तीस माणसे तिथे आली आणि त्यांनी मला मदत केली. असो. पण अक्षरश: मी त्यांच्यापैकी बऱ्याच लोकांना ओळखतही नव्हते आणि माझं निदान होण्यापूर्वी ही मंडळी माझी मित्र बनतील, असं मला वाटलंही नसतं.'' ती कापऱ्या आवाजात म्हणाली, पण तिच्या चेहऱ्यावरचा निश्चय ठाम होता. ''तर ही माणसं माझ्या आयुष्यात यावीत, हा जणू मला मिळालेला आशीर्वादच आहे.''

तिच्या या विस्तारत जाणाऱ्या वर्तुळात डेनिस सावध राहते. जेव्हा ती कुठल्याही मित्राची मदत घेते, तेव्हा ती शक्य तेवढी स्वत:ला झुकवते, पण पुन्हा मात्र ताठर होते. हे खरोखरच अवघड आहे. ती अद्यापही एकटीच आहे.

कॅलिफोर्नियातील त्या सकाळी डेनिस जास्तच मनमोकळी वागताना दिसत होती. ''माझं एएलएसचं निदान होण्यापूर्वी मी फारच दु:खी स्त्री होते, असं मला वाटतं. माझं जगणं असं काही नव्हतंच. काही मजा नव्हती. प्रवास नाही, काही

नाही. नुसतं काम काम...'' आणि आता ''माझ्याजवळ माझा असा आजार आहे आणि मी जणू एक नवं जीवन जगते आहे. त्याच आयुष्यात दुसरं जीवन जगायची एक संधी मला मिळाली आहे.''

तिला जे काही गवसले होते ते मृत्यूचे एक सूत्र होते, ते जगण्याच्या सूत्रबद्ध आराखड्याप्रमाणे होते.

''मी म्हणते, तुम्ही प्रत्येक दिवसाचं स्वागत करायला हवं. स्वत:साठी काही करा. एखादी मेणबत्ती पेटवा. बाहेर पडा. मोकळ्या हवेत जरा खोलवर श्वास घ्या.'' तिचा चेहरा उत्साहाने चमकत होता. ''गेल्या अट्ठेचाळीस वर्षांत जगता आलं नाही, असं आयुष्य मी जगते आहे.'' ती पुढं सांगू लागली. ''आता मी त्याची भरपाई करते आहे. मी माझी मलाच नवी वाटतेय.''

सकारात्मकता हा तिच्या नव्या जीवनाचा केंद्रबिंदू आहे. ती माध्यमिक विद्यालयात जाऊन त्यांच्यासमोर बोलते. त्याची एक चित्रफित तयार करण्यात आली असून ती महत्त्वाच्या अधिकारी व्यक्तींकडे पाठविली जाते. ''मला माझ्या आयुष्याचं उद्दिष्ट सापडलं आहे. रोज काहीतरी बोलण्यानं मला मदतच मिळते.''

सन २००१ मध्ये जेव्हा डेनिसचे निदान झाले, तिला शाळेत जावेसे वाटत होते. तिथे जाण्याचे तिने ठरवले. जो अनुभव घ्यावासा वाटत होता, तो घेण्याचे तिने ठरवले. मग ती नैराश्याच्या झटक्याने जवळपास कोसळलीच. ''मी स्वत:ला चार-पाच दिवस घरातच कोंडून घेतलं होतं,'' ती म्हणाली.

जवळपास आठ महिने तिने घरात नुसते झोपूनच काढले. अक्षरश: आक्रोश केला आणि नेमके काय घडलेय हे जाणण्याचा प्रयत्न केला.

''मलाच का? म्हणाली, मी भयंकर निराश झाले होते. माझ्या भावना कशा आवराव्या आणि आणि पुढे कसं जावं मला कळत नव्हतं.'' पहिले वर्षभर तिला औषधेही चालू होती.

''पण तुम्हाला हे सारं जमवावंच लागतं.'' ती म्हणाली. तिने डॉक्टरांसोबत तासन् तास घालवले. शेवटी तोही थकला. ''तुमच्या उद्दिष्टाचं अखेर काय झालं? अमुकच असं हवं, असं म्हणणारे तुम्ही आहातच कोण?'' त्याने तिला विचारले आणि डेनिसला तिच्या इच्छा आकांक्षा आठवल्या.

त्या क्षणी जगण्याची एक समर्थक अशी स्वत:ची भूमिका तिला कळली.

''मी एएलएसच्या संघटनेसोबत कार्यरत झाले आणि माझं आयुष्य एएलएस झालेल्या लोकांसोबत बैठकी घेण्यात, त्यांना जगण्यास मदत करण्यात घालवण्याचं ठरवलं.'' सरतेशेवटी तिने 'स्वीकारा आणि पुढे चला' चे सूत्र स्वीकारले.

''तू खरोखरच आजार स्वीकारायला शिकलीस का?''

''एएलएस स्वीकारण्यासाठी लोक संघर्ष करतात, पण जसजशी वर्षं जातात,

तसतसा आम्ही त्याचा स्वीकार करायला शिकतो. अपरिहार्यतेशी संघर्ष करणं फार चांगलं असतं का? 'तो' काही तुमच्या भावी आयुष्याचा मार्ग निश्चित करू शकत नाही.''

''तो कोण?''

''मृत्यू...!''

एएलएस रुग्णाचा संघर्ष म्हणजे फक्त 'जगत राहणे' एवढाच असतो. डेनिसला तिची घसरण डिसेंबरच्या एका शनिवारी लक्षात आली. तेव्हा ती 'जेएफके'ला सूटकेसवर बसून बाजूने कर्कश आवाज करत जाणाऱ्या गाड्या बघत होती. पाणी गोठवणाऱ्या तापमानाला तिथे बसून माझी आणि मेरेडिथची वाट बघत होती, आणि वाट बघत बसावं लागणार म्हणून फारशी खूषही नव्हती. ख्रिसमसच्या फक्त एक आठवडा आधी ती हिमवर्षावात न्यूयॉर्कला आली होती.

डेनिस फार चांगली राहिली, पण फक्त पाहुणी म्हणून राहणे तिला काही पटत नव्हते. ती भूमिका तिला काही आवडली नव्हती. ती स्वयंपाक करू लागण्याचा किंवा साफसफाई करू लागण्याचा आग्रह धरे, म्हणजे थोडीफार परतफेड होईल किंवा काहीतरी केल्यासारखे तरी होईल असे तिचे म्हणणे असे. तिच्या समाधानासाठी ती थोडेफार काम करायचीही. खरे तर या लहान लहान गोष्टी होत्या.

डेनिस मुक्कामाला होती, तेव्हा शेवटच्या काही दिवसांत थंड वाऱ्याचा झोत आणि वाऱ्याबरोबरच्या कचऱ्याच्या झोताने आमच्या घराची धूळदाण उडवली होती. शेवटच्या दिवशी हिमवादळाने हल्ला केला. मी आमच्या झोपण्याच्या बाहेरच्या खोलीत गच्च भरलेली एक सूटकेस उचलायला आलो. मला डेनिसची धडपड ऐकू आली. कारण ही खोली पाहुण्यांच्या खोलीला लागूनच होती.

आदल्याच दिवशी तिने जहाजाने प्रवास करायचा विचार सोडून दिला होता. बर्फाचा व्यत्यय येणार नाही अशी तिला अपेक्षा होती. आमच्यात काही बोलणे झाले नव्हते, ना चर्चा, ना तिने निघण्याबद्दल काही सांगितले होते. पण तरीही ती आपली निघण्याच्या तयारीत होती. तिची विमानाची पहाटेपूर्वीची तिकीटे मोठ्या मुश्किलीने मिळवण्यात यश आले होते.

''डेनिसला तिची सूटकेस उचलायला मदत करा...'' मी पोरांना जोराने हाक मारली, ते त्यांच्या वळकट्या, पुस्तके बांधत होते.

''नाही... नको...'' डेनिसचा आवाज साऱ्या घरभर घुमला. ''नको,'' ती पुन्हा म्हणाली, ''मी माझं ओझं वाहू शकते.''

''माझी खात्री आहे, तू वाहू शकतेस.'' मी तिला म्हणालो, ''पण पोरं मोठी आणि चांगली सशक्त आहेत आणि त्यांना ते चांगलं जमेल.'' डेनिसने माझ्याकडे दुर्लक्ष केले. पाठमोऱ्या डेनिसकडे मी शांतपणे बघत बसलो.

नंतर एका ई मेलमध्ये तिने तिचे अस्तित्व टिकविण्यासाठी लागणाऱ्या गरजांचे बारीकसारीक वर्णन केले होते आणि तेही अतिशय संयमाने. ''मी काम करते. कारण काहीही असलं तरी माझा स्वाभिमान आणि माझं अस्तित्व त्यामुळे काम करत असतं. मी कशी दिसते, हे माझ्यासाठी महत्त्वाचं आहे. हाच संयम आहे. अतिशय व्यवस्थित असणं आणि माझ्या दृष्टीला परिपूर्ण वाटेल असं करणं म्हणजेच माझं 'मी'पण! पण हा आजार जसा वाढत चालला आहे, तसं माझ्या लक्षात येतंय की, माझ्या शरीरासोबतच स्वातंत्र्य आणि संयमही माझ्या हातातून निसटत चाललाय, आता मी पाहतेय. माझ्या आयुष्यात मी दुसऱ्याच गोष्टीवर नियंत्रण मिळवतेय. मला वाटतंय, मी स्वातंत्र्य गमावतेय आणि संयमाचाही वेग वाहून तो भलतीकडेच जातोय.''

अवघड कबुलीजबाब असला तरी हा एक जुगारच! जेव्हा ती नोकरी करत होती, तेव्हापासून आत्मसन्मान, आदर सतत कमी असल्याने तिला संयमाची गरज भासू लागल्याचे तिने सांगितले होते. पण मग ती एएलएसमध्ये अडकली. ''जेव्हा तुमची अशा झंझावाताशी गाठ पडते ना, तुम्ही अक्षरशः नियंत्रणाबाहेर जाता. तुमचं तुमच्या शरीरावर नियंत्रण राहत नाही. म्हणून मी किमान ज्या शक्य होतात त्या गोष्टींवर तरी नियंत्रण मिळवण्याचा प्रयत्न करते. जी गोष्ट मी करू शकते ना, तिथं मी पुढे सरकते. तुझ्या लक्षात आलं का?''

मी मान हलवली आणि तोंड बंदच ठेवले.

''असं होतं. मी पूर्ण जबाबदारी उचलण्याचा प्रयत्न करत नाही. मी आता काय करू शकते तेवढंच मला माहीत असतं, मग मी ते करताना मदत घेणं टाळण्याचा प्रयत्न करते.''

डेनिसची स्वतःवर नियंत्रण, संयम मिळवण्याची पद्धत कोणतीही असो, तिचा जो स्वावलंबनाचा संघर्ष चालला होता, त्याला एएलएसने मेख मारली होती.

''ते 'काहीतरी' किंवा 'कुणीतरी' माझ्यावर, माझ्या शरीरावर नियंत्रण मिळवण्याचा प्रयत्न करतंय. ते मला काही शिल्लक ठेवणार नाही. मला हे माहितेय आणि हेच दुःखदायक आहे. मी जर विचारायचंच ठरवलं तर विचारेन की मी या दुखण्यासोबत किती काळ टिकणार? कुणाला, किती दिवस माझी काळजी घेऊ देणार?''

एक पान उलटत चालले होते. विषय बदलत बदलत शेवटी मी आत्महत्येबद्दल विचार मांडला होता. तिथपर्यंत आला होता. हा विषय जसजसा सरकत होता, तसा डेनिसचा चेहरा करडा होत होता.

''आपण केव्हातरी या विषयावर बोलायला हवं...'' मी डेनिसला म्हणालो, ''तुझ्या या सूचनेनं आपण पुन्हा एकदा जवळ येत आहोत. या नियंत्रण जाण्याच्या घटनेविषयी तुझं मत काय?''

''हेच की, मी माझी काळजी पुढे मागे घेऊ शकणार नाही.'' ती उत्तरली. ''माझी मला अंघोळ करता येणार नाही. माझं वाहणारं नाक मला साफ करता येणार नाही. खाज आली तर खाजवता येणार नाही. हे नियंत्रणासाठीचे महत्त्वाचे मुद्दे आहेत.'' ती जोर देत म्हणाली, ''जर मी माझ्यावरचं नियंत्रण गमावलं तर ते काम कुणाला तरी करावं लागणार, मला प्रत्येक गोष्टीसाठी कोणाला तरी हाक मारावी लागणार.''

ती अशा स्थितीत दूर राहू शकतच नव्हती. ''नाही...'' ती लगेच म्हणाली.

''मग त्या माझ्याकडे लक्ष देणाऱ्याला माझ्या शरीराच्याच नियंत्रणाखाली राहावं लागेल. जो माझ्यासाठी काय चांगलं आहे आणि काय नाही हे मला न विचारता परस्पर ठरवणारा असा कुणी लक्ष देणारा मला नकोच.''

''तू म्हणतेस की तुझी बुद्धी चांगलीच राहणार आहे.'' मी मुद्दा मांडला, ''शारीरिकदृष्ट्या तू परावलंबी असशील. मग तुला तो वगळणार कसा? तुला न विचारता कसं करेल?''

''प्रत्येक गोष्ट मी सहन कशी करते, यावर ते अवलंबून आहे.''

''ते तू बऱ्याचवेळा सांगितलं आहेस. मला तुझ्या या विचारापलीकडे काय आहे ते सांग.''

''मला असं वाटतं, आपल्या आयुष्याचं आता काय करायचं, याचा अधिकार लोकांना असतोच, बरोबर?'' ती जरा थांबली. त्यांनी कुठं जायचं आणि कुठं राहायचं हे त्यांच्या वैयक्तिक निर्णयात बसतं.''

''मिच अल्बोमच्या 'च्युसडे विद मॉरी'मध्ये शारीरिक असाहाय्यता मॉरीला भोगावी लागते. त्याच्या वैयक्तिक, खासगी आयुष्याचे बारा वाजतात. शरीरावरचं नियंत्रण जातं. अगदी ढुंगण पुसायलाही नर्स ठेवलेली असते,'' मी म्हणालो, ''हेच तुला म्हणायचं आहे ना?''

''शारीरिक स्तरावर... हे ठिकाय. मला अशाच प्रकारचं आयुष्य आवडेल का? मी त्याला तोंड देईन. समजा, हा माझा निर्णय आहे.'' ती जरा मागे सरली. ''मला माझं आयुष्य लांबवायचं आहे का? माझ्याजवळ मला हे निवडण्याची संधी हवी की, ती कृत्रिमरित्या अन्न पुरवणारी नळी कुठून घातली जावी किंवा ती नकोच; मला ऑक्सिजन मिळावा की सरळ व्हेंटिलेटर. एएलएससोबत जास्त दिवस जगू शकण्याचे हेच मार्ग आहेत.''

''आणि?''

डेनिस माझ्याकडे एकटक पाहात राहिली.

''शरीर जरी हतबल झालं, तरी संयम आणि उच्चार करेपर्यंत शेवटचे शब्द रुग्णाच्याच मालकीचे असतात. किमान तेवढ्या क्षमतेला सांभाळलं तरी अनिश्चितता

दूर होते.''

''बरोबर?'' डेनिस तातडीने म्हणाली.

''तुला असं वाटतं का की, कुणीच तुझ्या विश्वात येणार नाही आणि तुझ्यावर अधिकार गाजवणार नाही?''

''मी काही कागदपत्रं तयार करतेय. त्यामुळे मला काय हवंय आणि काय नकोय ते कळेल.''

या विषयावर चर्चा केल्याला जवळपास वर्ष उलटले. मध्यंतरी एकदा फोनवर बोलताना मी विषय काढला. ''काय चालु आहे?''

''कागदपत्रं तयार करण्याचं काम जवळपास संपत आलंय. मला जे पाहिजे ते त्यातून कळू शकेल. त्याला 'पूर्वतयारीचा अध्यादेश' म्हणता येईल.''

कागदपत्रात काय होते, तर कोणकोणते पर्याय किंवा धाडसी मापदंड स्वीकारले जातील. वगैरे.

''ठिक! प्रत्येकाजवळ अशा प्रकारचा असावा. तसाच आहे ना?'' 'डेनिस विषय बदलू नकोस' मी मनात म्हणालो.

त्या कागदपत्रात डेनिस साऱ्याच गोष्टी स्वतःच्या हातात ठेवण्याचा प्रयत्न करतेय, याबद्दल अवाक्षरही नव्हते.

''बरोबर.'' ती हळुवारपणे म्हणाली. ''हे बघ, मी अठरा वर्षांपिक्षा मोठी आहे, मला माझे अधिकार आहेत. हे शरीर माझं आहे, त्यांचं नाही. त्यांना जे पाहिजे ते हे नाहीये. मला जे पाहिजे ते ते आहे. आपल्या शरीराचा आपल्याला हवा तसा शेवट होऊन देणं, हा तुमचाच प्रश्न आहे.'' डेनिस तिच्या मुद्द्यावरून अजिबात मागे सरकायला तयार नव्हती. ना तिचं गुपित उघड करायला तयार होती.

''तू फक्त त्यांच्याबद्दल बोलतेस. पण हे 'ते' म्हणजे कोण?''

'तिचा 'ते'बद्दलचा संदर्भ निघताच प्रतिसाद बिघडलाच.

''मला माझ्या कुटुंबाचा कडवट अनुभव होता आणि रागही होता.''

ती तिच्या पद्धतीने उत्तर देत होती, ''आता मी त्यांना ते जसे आहेत तसे स्वीकारते आणि कुठलाही बदल त्यांच्यात घडवू शकत नाही, हेही स्वीकारते.''

मला तिच्या या कुटंबाबद्दलच्या नव्या संतप्त प्रतिक्रियेविषयी शंका आली. तिच्या पालकांशी आणि भावंडांशी असणारा तिचा संबंध इतके दिवस तिच्या मनाला खातच होता. पण डेनिस असे काही करेल असे वाटत होते.

जेव्हा परिस्थिती हाताबाहेर जाईल, तेव्हा कदाचित ती कुटुंबीयांना बोलावेल असे मला वाटले. ''तुझ्या इच्छा-आकांक्षा त्यांना माहीत आहेत?'' मी विचारले.

''नाही, कुणालाच नाही.''

''कुटुंब तुझ्या इच्छेविरुद्ध जाण्याचा प्रयत्न करेल?''

"माहीत नाही. मी त्यांना कधी विचारलं नाही?" अपरिहार्यता स्वच्छपणे दिसत होती, "मी यामुळे मरणार, हे त्यांना माहिती आहेच." ती जरा थांबली, "आणि मला वाटतं, केव्हा काय होणार याची त्यांना कल्पना असावी."

डेनिसने मला, अगदी खासगी गोष्टीही सांगितल्या नव्हत्या. त्यामुळे तिच्या पुढच्या योजनांत तिने मला सहभागी करून घ्यावे, याचे काही कारणच नव्हते. "तुझं आयुष्य कसं संपवण्याचा तुझा विचार आहे?" मी सरळ विचारले. प्रश्न ससंदर्भ असला तरी बोथट होता. आम्ही सरळ सरळ उल्लेख न करता पर्यायांचा विचार करत होतो.

"मी आत्महत्येचा विचार केला होता का? तर हो, अगदी सुरुवातीला." माझ्याकडे पाहत ती म्हणाली.

"मग आता तुझा निर्णय कुठपर्यंत आला?"

ती थांबली. 'मी ठरवलंय की नाही."

'नाही म्हणजे? तू असं काही ठरवलेलं नाहीये?"

"नाही, तसं नाही. मी तसं काही करणार नाही. माझ्याजवळ भरपूर सकारात्मक कामं आहेत, ती करण्यासारखी आहेत." माझ्या लक्षात आले की, ही आजची ठळक बातमी होती.

"आपण बघूया." ती म्हणाली. आता आमच्या संभाषणातील ही ओळ म्हणजे आमच्या फक्त भूखंडाना भेदून जाणारीच होती. त्यातील अंतर दाखविणारी होती. वर्ष, आमच्या भेटी, फोनवरची संभाषणे किंवा ई-मेल्सशी संबंधित नव्हती. मी फक्त मनातल्या मनात गृहित धरू शकत होतो की, डेनिस तुझ्यासाठी जे करायला हवे, ते कसे करायला हवे, याची योजना तू आखू शकतेस किंवा कुणी तुझ्या मदतीला कसे यावे, हे तूच ठरवू शकतेस.

"हेच सारं तुला सांगायचं होतं, हो ना?"

डेनिस हसली. "सर्व प्रकारची माहिती असणारी एक माहितीपुस्तिका माझ्याजवळ आहे. पण सध्याच ते सारं सांगण्याची माझी तयारी नाही."

"मी तुझ्या डोक्यात कोणतीही कल्पना भरण्याचा प्रयत्न करत नाही." मी तिला म्हणालो, "मी फक्त एवढंच विचारतोय की, तू आपल्या अनेक संभाषणांत म्हणत असलेली शेवटची कृती कोणती?"

"ती प्रत्येक एएलएस झालेल्या व्यक्तीची कृती असेल." ती म्हणाली, माझं म्हणणं एवढंच आहे, कुणाची इच्छा आहे एएलएस मागर्ला आडवं येण्याची?"

"तुला जे करावं वाटतं ते करण्याची शक्ती असताना... तू करणार?"

"होय..." ती घाईने म्हणाली, "आणि ऑरेगॉनची हुर्येऽऽ"

डॉक्टरांच्या मदतीने केल्या गेलेल्या आत्महत्येला ऑरेगॉनमध्ये कायदेशीर

मान्यता दिली जाते.

''जर संवाद होऊच शकला नाही, आणि फक्त मौनच स्थिती असेल, तर तुम्हाला काय हवं, हे कुणाला कळणार नाही किंवा तुम्ही कोणतीही इच्छा व्यक्त करू शकणार नाही.'' डेनिस म्हणाली.

कदाचित उत्तर नाही म्हटल्यावर मला भयानक स्वप्रे पडू शकतात, हे जाणून ती म्हणाली, ''एएलएसच्या शेवटच्या क्षणी तुम्ही जखडलेल्या अवस्थेत असता.'' ती पुन्हा म्हणाली, ''तेव्हा तुम्हाला एखाद्या योजनेची गरज भासते.'' पण तरीही तिने कायमची सुटका होण्याचा मार्ग सांगितला नव्हता.

''तेव्हा हे सारं कदाचित मला एखादा वॉकर मिळाल्यासारखं वाटत असेल.'' ती पुढे म्हणाली, ''मला वॉकरचा राग येतो. फार तिरस्कार वाटतो.''

तिला बोलायला त्रास होत होता. ''पण वेळ आलीये. मी ते घेण्याचं ठरवलंय.'' आणि... ''आणि आता... ठिक आहे. मी स्वीकारतेय.''

''शेवटी...'' मी म्हणालो, ''अर्थात, ते सगळं वेगळंच असेल.''

''होय...''

नाटकात वेळेला फार महत्त्व असते. ऐन वेळी अभिनयात डेनिस कमी पडतेय. ही भीती तिच्या डोक्यावर टांगलेली असते.

''नेहमी काही ना काही मार्ग असतोच.'' ती जरा थांबली, ''पण मला या बाबतीत उगाच सविस्तर सांगायचं नाहीये.''

काही वर्षांपूर्वी एका उबदार हिवाळ्याच्या शेवटच्या काळात एका शनिवारी दुपारी, डेनिस आणि मी कॅलिफोर्नियाच्या पर्वतराजीतून समुद्राकडून घराकडे गाडी चालवत निघालो होतो. वारा वेगाने वाहत होता. पॅसिफिक महासागर खवळलेला होता. भूभाग असा खडकाळ आणि कातरल्यासारखा होता. न्यूयॉर्क शहरातल्या मध्यवर्ती भागात असले पंचमहाभूतांचे सान्निध्य मला मिळत नव्हते.

डेनिस अचानक म्हणाली, ''मला तुला अजून एक गोष्ट दाखवायची आहे.''

''तिकडे चल, मग...'' मी म्हणालो.

थोडेच अंतर आम्ही गाडी चालवली.... तेही वाऱ्याचा, घोंघावणारा आवाज ऐकत आणि भूभागाचे धक्के सहन करत...! ''आपल्या पाळीव प्राण्यांची ती स्मशानभूमी आहे. तिथं माझ्या मांजरींचं दफन करण्यात आलं,'' ती म्हणाली, ''ती जागा फार शांत आणि सुंदर आहे.'' ती पुढे म्हणाली, ''मला तिथं असले की, फार शांत वाटतं.''

आमच्या अनेक संभाषणांत डेनिसने तिच्या पाळीव मांजरांचा उल्लेख अनेकवार केला होता. अर्थात तिला प्रिय वाटलेल्या, जिवंत प्राण्यांपैकी फक्त

या दोन मांजरीच होत्या. ''माझ्या आयुष्यात एवढं प्रेम मी कुणावरच केलं नाही.'' ती हे बऱ्याच वेळा म्हणाली होती. मला वाटते तिच्या त्या प्रेमाची तीव्रता व्यक्त करणे अवघड होते. मी तिला विचारलेच की तिच्या आयुष्यात तिला माणसाकडून मिळालेल्या प्रेमापेक्षा तिला प्राण्यांकडून मिळालेले प्रेम मोलाचे वाटले का?

''अर्थात!'' तिचे ठाम उत्तर आले.

खरे सांगायच तर हे पाळीव प्राणीच तिचे कुटुंब होते. ''त्या मांजरीच माझ्या सारं काही होत्या. मला मुलं कधी झालीच नाहीत. तेव्हा त्या मांजरीच माझ्या मुलं होत्या. त्यांना आरामशीर आणि आनंदी वाटावं म्हणून मी एकही गोष्ट करायची सोडली नव्हती.''

त्या प्राण्यांचे मरण तिला तिच्यासाठीची मृत्यूची सावली वाटली असावी.

''क्रिस्टल माझं निदान होण्याच्या सहा दिवस आधी गेली. माझ्या आठवड्यातील तो सर्वात वाईट आठवडा होता. ज्या कुणावर मी जिवापाड प्रेम करीत होते त्याच्या मृत्यूचा वाईट अनुभव आणि माझं असं निदान मला ऐकावं लागलं होतं.''

डेनिसने एक दुःखद घटना सांगितली. ''मी लगेच विचार केला की, जर मी स्टेनपूर्वी मेले तर तिची एवढी चांगली काळजी कोण घेईल? त्या आठवड्यात जणू माझा एक भागच गळून पडला होता.

स्टेनला माझी वेदना कळली आणि ती शांतपणे माझ्याजवळ बसली. मी कधीही नव्हते इतकी तिच्या जवळ होते. नंतर अडीच वर्षांनी ती गेली आणि त्यावेळी मी घरी तिच्याजवळ होते. माझ्या लक्षात आलं होतं, ती आता मरणार आहे, म्हणून मी तिच्याजवळ असताना खूप आनंदात राहिले.''

''जन्ममृत्यूबद्दल स्टेनने तुला काही शिकवलं?'' मी विचारले.

मला काहीसा हळुवार स्फुंदण्याचा आवाज आला आणि मी वळून पाहिले. ती रडतेय हे माझ्या लक्षात आले होते. ''डेनिस ठिक आहेस ना?''

''मी तुला नंतर ई-मेल करेन.'' ती हळुवार आवाजात म्हणाली.

''ठिक...!'' मी न्यूयॉर्कला परतल्यावर ई-मेल वाचला, 'मी रडणं थांबवलंय. मला पुन्हा एकदा निवांत फोन कर. मी प्रश्नाला उत्तर देऊ शकणार नाही, अशा कठीण काळातून जातेय.''

मी काही काळ वाट बघून फोन केला.

''मला माफ कर...'' ती म्हणाली. ''मी प्रत्येक गोष्टीबद्दल विचार करत होते. माझ्या मांजरींनी मला प्रेमाची शक्ती शिकवली. बस्स!''

जेव्हा ती वेळ आली होती, तेव्हा ती त्यांच्या दफनाऐवजी दहनही सहन करू शकली नव्हती. आम्ही त्या शांत दुपारी जेव्हा त्या स्मशानभूमीत शांतपणे बसलो

होतो त्यावेळी आमचे संभाषण शक्याशक्यतेपर्यंत पोहोचले. डेनिस माझ्याकडे वळली आणि तिने सांगितले की, तिचा मृत्यू झाल्यानंतर तिला दुसरीकडे कुठे न नेता तिचे इथेच दहन करावे.

''तुझ्या रक्षेचं विसर्जन कुठं करावं असं वाटतं?'' ती पॅसिफिकच्या वरच्या भागात कुठेतरी म्हणेल अशी अपेक्षा ठेवून मी विचारलं.

''पॅसिफिक...?'' मी अंदाज लावत विचारले.

ती जागची किंचितही हलली नाही, मग मांजरींच्या त्या थडग्याकडे तिने पाहिलं. त्याक्षणी, त्या लहानखुऱ्या बाईवर कुणी प्रकाश ओतावा तशी ती दिसली. मी तिच्याकडे टक लावून पाहिले. डेनिस काहीच बोलली नाही. आणि मग आम्ही परतलो.

* * *

जीवनाच्या मार्गाची निवड

शेवटचा क्षण जेव्हा नजरेच्या टप्प्यात येतो, तेव्हा सारे पर्याय खुले होऊन आपण कोण आहोत, आपल्याला नेमके काय झालेय याबद्दल बोलायला, त्याच्या व्याख्या करायला आपण सुरुवात करतो. आपण एकटेच मरत असतो, हे वास्तव डेनिसला कळले होते. या गंभीर आजारामुळे जी धडपड चालू असते, त्यातून सुटका होण्यासाठी आपल्यापैकी प्रत्येकाने स्वत:चे असे काही सूत्रबद्ध नियोजन करायला हवे, हेच ती आपल्याला आग्रहाने सांगते. काही जणांसाठी भरपूर लोकसंग्रह हाच पुढचा आधार ठरू शकतो. आजूबाजूला भरपूर लोक असणे हे पण एक सांत्वन देणारे सत्य ठरू शकते.

माझ्यासाठी कुटुंबाच्या आणि मित्रमंडळींच्या सुरक्षित सान्निध्यात आणि प्रेमाच्या उबेत राहणे, हीच उपजत प्रेरणा होती. डेनिससाठी एकांताचा शोध आणि स्वत:ला इतरांपासून अलग करणे, हाच एकमेव मार्ग होता.

आपल्यापैकी बऱ्याच जणांना म्हणजे ज्यांना इतरांमध्ये गुंतणे आवडत नाही, त्यांना इतरांपासून लपण्याचा हाच मोठा मार्ग आहे असे वाटेल. असे वेगळे राहणे चुकीचे असते. आणि असले भावनिक अंतर म्हणजे थंडपणा असतो, असे आपण म्हणू शकतो. जी आजारी माणसे जवळपास मृत्यूच्या दाढेत पोहोचलेली असतात ती सहसा परावलंबी आणि त्यांच्या त्या अवस्थेसाठी दयेला पात्र वगैरे मानली

जातात. त्यांच्या अवस्थेपोटी त्यांना थोड छानसे आणि वेगळेच असे काहीतरी मिळावे, कुणाचा आनंददायी आधार मिळावा या अशा दुभंगलेल्या, आयुष्यात जराशा तुटलेल्या व्यक्तीचेही कुणीतरी जवळीक साधून चांगले स्वागत करावे असे आपल्याला वाटते.

डेनिसचा तिच्या आजारपणाकडे आणि मृत्यूकडे बघण्याचा दृष्टिकोन जरा वेगळा होता. डेनिसला कुठल्याही तडजोडीशिवाय एकांत हवा होता. पण नंतर ती एकटे असण्याविषयीही त्रागा करत होती. ती दुसऱ्यासमोर झुकणे अमान्य करते, पण जेव्हा तशी वेळ येते तेव्हा निदान आपले हात तरी समोरच्याला न स्वीकारता ताठर राहतील असे बघते आणि न बोलता काही मागण्याही समोर ठेवते. काही प्रसंगीच ती आपल्या गरजा, मागण्या प्रकट करते. पण त्या गरजांबद्दल संतापही व्यक्त करते. हे वेदनामय चक्र आहे आणि जेव्हा मी आमच्यात असेच अंतर राखून स्नेहभाव जपण्याचा प्रयत्न केला, तेव्हा ते अतिशय कठीण असल्याचे शेवटपर्यंत कळले नाही. असा संबंध ठेवण्याची तिची वृत्ती मला शेवटपर्यंत कळली नाही. मी प्रत्येक वेळी गोंधळात पडलो. मी म्हणतो त्याच अटीवर तिने माझ्याशी स्नेहभाव ठेवावा या माझ्या मागणीवर मीही तिच्यासारखाच ताठर वागलो होतो का?

आम्ही आमच्या ताठरपणाच्या जाळ्यात सारा वेळ अडकलो होतो का? आजारी व्यक्तींनी असे एकमेकांपासून अंतर राखू नये. किंवा कदाचित त्यांना त्यांच्या मार्गाने आपापला वेग सांभाळत जाण्यासाठी स्वतंत्र मार्ग दिले गेले असावेत. भलेही मग ते इतरांना नैराश्य आणणारेही असू शकतील.

आपल्या व्यस्त आयुष्यात आपल्याला हळुवार अशा सहनशीलतेचा पुरवठा हवाच असतो. मर्त्यपणाच्या जखमांनी विद्ध असलेल्या सवंगड्याचा मित्र बनून राहणं हा एक करार असतो. त्यात तुमच्या आयुष्यातील बराच वेळ जातो आणि हे सारे स्वीकारण्याचे मापदंड आपल्याला यापूर्वी माहितीही नसतात. अशा जगातील अनेक डेनिस या समाजापलीकडच्या असतात. कारण त्या इतरांपेक्षा बऱ्याच मागे उभ्या असलेल्या दिसतात, हे ठरवणे जास्त सोपे असते.

मनात ठासून बसलेली डेनिसची प्रतिमा मात्र वेगळेच काही दाखवते. वॉशिंग्टन डीसीमध्ये एएलएसने मृत्यू पावलेल्यांसाठी तिने मेणबत्त्या लावून केलेल्या प्रार्थनेवेळी ती चार फडफडणाऱ्या मेणबत्त्या जपण्यासाठी धडपडत होती आणि आपल्या बळी पडलेल्या मित्रांची नावे हळुवार, किंचित घोगऱ्या आवाजात पुटपुटत होती. मी विचार केला, ही बाई फार खोलवर काळजी करतेय. त्या रात्री ती त्या मृत्यूच्याही पलीकडे गेली. कदाचित तिची आमच्यासारख्या जिवंत व्यक्तींकडे वळण्याची अनिच्छा, तिच्यापेक्षा आमच्यावरच जास्त भाष्य करून गेली असेल.

◆

बझ बे

अढळ विश्वास

''**मी** ठिक आहे.'' बझ बे आपल्या डोळ्यांतील झोप झटकत, माझ्याकडे बघून हसत थरथरत्या आवाजात म्हणाला. सेहेचाळीस वर्षांचा हा अंथरुणावर पडलेला माणूस विचित्र आणि बराच टक्कल पडत असलेला होता. आपल्या या जगामध्ये आढळणारे कॅन्सरचे जणू ते फिकट चित्र होते. एक दिवस आधीच इंडियानामधल्या बीच ग्रोव हॉस्पिटलमध्ये मालिग्नंट ट्युमरमुळे लघवी बंद झाल्याने वेदना असह्य होऊन भरती झाला होता. त्याच्या अंगावरच्या हॉस्पिटलच्या पांढऱ्या कपड्यातून, त्याच्या शरीराच्या विभिन्न अवयवातून बाहेर आलेल्या नळ्या दिसत होत्या. त्या नळ्याही एका काठीला जोडलेल्या विभिन्न बाटल्यांना आणि डब्यांना जोडलेल्या दिसत होत्या. शरीराच्या एका बाजूला बसवलेल्या रबरी नळीतून त्याच्या एका मूत्रपिंडातून थेंब थेंब बाहेर पडणारी लघवी जमा होत होती.

औषध दिल्यानंतर बझ आता कुठे जागा झाला होता आणि लगेच बोलायला तयार झाला होता. 'तुझं विमान इथं किती वाजता पोहोचलं?'' त्याने विचारले. ''हॉस्पिटल लगेच सापडलं का?''

''बझ.'' मी पुन्हा विचारले, ''तुला कसं वाटतं?''

''ओह... मी चांगला आहे.''

''खरंच?''

''होय. बरा होतोय आणि चांगला आहार घेतोय.'' तो म्हणाला.

तो मोठ्या मुश्किलीने बरा होत होता. बझने या प्रश्नाला, या संकटाला तोंड दिले, ही काही त्याची पहिलीच वेळ नव्हती, ना शेवटची होती. डेनिसप्रमाणेच,

याचीही भेट घेण्यासाठी बरीच कसरत करावी लागली होती. आम्ही बऱ्याच वेळा फोनवर बोललो होतो आणि एकमेकांना ई-मेल्सही पाठविले होते, पण दुरूनच. त्यात जवळीक नव्हती.

आमची पहिली भेट अशाप्रकारे व्हावी अशी माझी कल्पना नव्हती. मी जेव्हा इंडियानामधल्या दे-पॉव्ह विद्यापीठात शिकवण्यासाठी निघालो होतो, तेव्हा मला ल्युकेमिया अँड लिम्फोना सोसायटीकडून बझला हॉस्पिटलमध्ये भरती केल्याचे कळवण्यात आले होते.

मी लगेचच माझ्या दे-पॉव्ह विद्यापीठातील एका मित्राला सोबत घेऊन जमेल तेवढ्या वेगाने इंडियाना पोलिसच्या दक्षिणेकडे निघालो. आम्ही नावेने प्रवास करून अगदी मध्यवर्ती अशा भागाकडे आलो. मी काळजीत होतो. टेलिफोनवर अलीकडे झालेल्या आमच्या संवादात त्याचा आवाज फारच क्षीण आणि हळू वाटत होता. एका थकलेल्या माणसाचे स्वरूप त्या आवाजावरूनच उघड होत होते. बझ त्यावेळी केमोथेरपी उपचारपद्धतीच्या चक्रात मधोमध अडकलेला होता. उपचार धोक्याची एक घंटा वाजवतच होता.

बझला नॉन-हॉकिन्स लिम्फोमा आहे. लिम्फोफा हा एक प्रकारचा कॅंसर– कर्करोग आहे. तो शरीरातील क्षमता वाढवणाऱ्या या जंतूंशी झगडणाऱ्या लसिका यंत्रणेत होतो. कर्करोगाप्रमाणेच या लिम्फोमाचेही बरेच प्रकार असतात. त्यातलाच एक प्रकार हॉकिन्स डिसीझ, हा जरा सापेक्षतेने बरा असतो. जगण्याची शक्यता नव्वद टक्क्यांपर्यंत असतेच.

नॉन-हॉकिन्स हा अतिशय वेगाने वाढणारा व जालीम लिम्फोमा आहे. यावर उपचार केला जाऊ शकतो. पण तो पूर्णपणे बरा करता येत नाही. या प्रकारच्या आजारग्रस्त असलेल्या ५० टक्क्यांहून काही व्यक्ती जेमतेम पाच वर्षांपर्यंत जगू शकतात. अशा प्रकारचा लिम्फोमा झालेल्यांमध्ये डिक ग्रेगरी हा चळवळीतील कार्यकर्ता, जॉर्डनचे राजे हुसेन व जॅकलीन केनेडी ओनॅसिस यांचा समावेश होता.

अद्यापही, बझचे ठोके उत्सुकतेने का होईना पडतात, त्याची उर्जा सतत कमी होतेय, पण चेहऱ्यावर वाढता आशावाद मात्र आहे. त्याची तब्येत प्रचंड बिघडली होती, तेव्हा त्याची भेट होईल, असे मला वाटतही नव्हते. पण विशेषत: जेव्हापासून मी त्या विभागात शिकवण्यासाठी जायला सुरुवात केली तेव्हापासून त्याच्या भेटीची आशा दुणावली होती. शिवाय आमच्या या छोट्याशा भेटीत फक्त या माणसाचीच नाही तर त्याच्या संपूर्ण कुटुंबाचीच भेट झाली. पुढचा सारा वेळ आम्ही एकमेकांना आजमावण्यात घालवला.

बझच्या त्या जगात मी सांस्कृतिकदृष्ट्याही पूर्णपणे भिन्न होतो. मॅनहॅटनची पश्चिम बाजू आणि दक्षिण इंडियानाचा ग्रामीण भाग पूर्णपणे वेगळेच आहेत.

आम्हा दोघांनाही जरा निवांतपणा हवा होता. मी डेनिसच्या सोबत असताना तो शोधला होता आणि आम्हाला तो मिळालाही होता. एकमेकात अशा प्रकारचे विश्वासार्हतेचे नाते निर्माण करणे म्हणजे दरम्यान असणारे अंतर सांधणेच होय.

मी बझकडे पाहिले, तेव्हा तो माझ्याकडेच पाहत असल्याचे माझ्या लक्षात आले.

''मला तुझी राहणी आवडली.'' तो माझ्या निळ्या जिन्सच्या पँटकडे आणि बगळ्यासारख्या स्वच्छ पांढऱ्या शर्टकडे बघत म्हणाला. बझची बायको सुझान त्याच्या खोलीजवळच्याच प्रतिक्षालयात बसली होती. त्यांचा नऊ वर्षांचा मुलगा रियान आमच्या गप्पा ऐकत, समजून अस्वस्थ होत होता. त्यांच्यामधे आलेल्या या नव्या माणसाला विसरण्याचा प्रयत्न करत होता.

बझ तसा वरवर व्यवस्थितच दिसत होता, पण त्याचे सारे प्रतिसाद तपासले जात होते. भलतीकडेच चाललेल्या आमच्या संभाषणातही तो त्याची सजग बुद्धिमत्ता दाखवत होता.

'तू इथून कधी जाणार आहेस?' विचारले तर 'माहीत नाही. तू कधी या शहरातून निघतोस?' असे त्याने मलाच विचारले. 'बरा आहेस ना?' असे विचारले तर 'हा काय समोरच आहे ना!' असे उत्तर त्याने दिले.

तो आजारी आणि थकलेला होता. तरी जणू काही त्या आजारापासून पूर्ण वेगळा असल्यासारखा तो भासत होता. मी हेच यापूर्वीही अनुभवले होते. आमचे पहिल्यापासून हे ठरले होते की, त्याने कर्करोगाशी कसेकसे जमवून घेतले, हे सांगायचे आणि या जुनाट असाध्य विकाराशी युद्धभूमीवर मरण न आलेल्या जखमी सैनिकाप्रमाणे तो कसा लढतो ते सांगायचे. आमचे ई-मेल्स आणि फोनवरची संभाषणे आता नेहमीचीच झाली होती. आतापर्यंत आजारपणाच्या कोणत्या तऱ्हा झाल्या. यावर आम्ही चर्चाही करत नव्हतो. आता मी स्वतःच त्याच्या नजरेसमोर होतो आणि इतर किरकोळ चर्चा दूर ठेवायला तयार होतो.

आपली पुढची चाल काय, हे पक्के झाल्याप्रमाणे जणू बझने माझ्याकडे पाहिले. त्याला कदाचित याचेही आश्चर्य वाटत असेल की, पूर्वी चर्चा केल्याप्रमाणे माझ्याजवळ टेपरेकॉर्डर होता. हे सारे अचानकच झाले होते आणि तो काही अद्याप मुलाखतीच्या खेळाची सुरुवात करायला तयार नव्हता.

हा टकल्या माणूस या साऱ्या गोष्टी अगदी सहजपणे घेत होता. या माणसाला माणसे आवडत होती. ती मनापासून आली तर आनंदही होत होता. तो अतिशय सुरक्षित, बचावात्मक आणि थोडासा अंतर्मुखही वाटत होता. त्याच्या चेहऱ्यावरचे भाव अतिशय तरल आणि प्रश्न विचारताच बदलणारे होते. विनाकारण बडबड नव्हती. शेवटी समोरासमोर बोलणे, नजरेला नजर भिडवणे, कदाचित त्याला

घाबरवणारे असावे. मलाही काही क्षण अडखळल्यासारखे झाले होते.

आपण आत्मविश्वासपूर्ण राहावे किंवा शारीरिक स्तरावर तरी आरामशीर, मोकळी हालचाल दिसावी, या दृष्टीने बझ जरा ठरवून बसल्यासारखा दिसत होता. तो थकलेला, वेदना सहन करत असलेला असाच वाटत होता. आजूबाजूला सारे कुटुंब गोंधळलेल्या अवस्थेत बसलेले होते. पण हा मात्र खूप खूश असल्याच्या अविर्भावातच बसला होता. पूर्ण दुपारभर हा गृहस्थ मंद स्मित करत अधूनमधून कोपरखळ्या मारत आणि मुद्दा न सोडता बोलत होता. तोच जणू श्रोत्यांना सांभाळत होता. माझ्याशी बोलतानाही सारखे विनोद पेरतच होता.

"तू कसा आहेस?"

"आज सकाळी उठलो. आजचा दिवस चांगला आहे."

त्याने त्याची दैनंदिनी ठरवूनच घेतली होती. जणूकाही रोम जळत असतानाही हा निवांत फिडल वाजवत होता. बझ, मी त्याच्याबद्दलचा अंदाज बांधला तो हाच की, हा नैसर्गिकरित्याच तेजस्वी आणि सकारात्मक आशा बाळगणारा आहे. त्याचा पेला नेहमीच अर्धा भरलेला राहणार आहे. हे असे व्हावे, असे मला मात्र कधी वाटत नाही. कारण त्यामुळे भावनाशीलतेची कारणे नष्ट होतात, आणि जे घडते ते तसं नसतं.

हे सारे परिचयाचे आहे. निश्चितपणे असणारी नकारात्मकता माझ्यासाठी भावनिक जीवनाचे पक्के बांधकाम करू शकली होती. माझा नकार हा त्या वास्तवांना दूर सारण्यासाठी असे. त्याला मी स्वत: कवटाळू शकत नव्हतो. मी दोन विभिन्न पायऱ्यांवर नाचू शकत नव्हतो. नकाराने मला माझे काम सुरू ठेवण्यास मदतच केली होती. 'बुद्धिमत्ता' हा एक भक्कम आधार असतो, निर्दोषपणे काम चालू राहते, अर्थात् तिचा वापर कसा केला जातोय, यावर ते अवलंबून आहे.

हाच नकार, हीच नकारात्मकता जर बझला स्वच्छ, पारदर्शक व व्यवहार्य विचारांपासून दूर सारत असेल तर वेगळी बाब होती. समजून घेण्यास थोडी घाईच होत होती, पण त्याच्या चेहऱ्यावरची प्रसन्नता या संदर्भापलीकडे दिसत होती, म्हणजे त्यांच्या संवेदना होण्यापलीकडे गेलेली नसेल तर...!

त्या कोपरखळ्या मारत बोलण्याच्या सवयी सोडल्यास, त्याच्या आयुष्याबाबतच्या संकल्पना सुस्पष्ट होत्या. "माझा देवावर ठाम विश्वास आहे; माझ्या हृदयात पूर्ण श्रद्धा आहे," तो सांगत होता, "तुम्ही श्रद्धेला प्रत्यक्ष पाहू शकत नाही, पण ती असते." तो म्हणाला, "आमचं जगणं हे विश्वासाच्या बळावरच असतं, आणि एखाद्या दिवशी हा विश्वासच आम्हाला एका उच्च, उच्च स्थानावर घेऊन जाईल." मी हॉस्पिटलमधून निघतानिघता तो मला म्हणाला. ही विश्वासाची शक्ती बझच्या

त्या आधुनिक सुविधांनी भरलेल्या खोलीत गच्च भरली होती. हॉस्पिटलने त्याला दिलेल्या डागाळलेल्या कपड्यावरही ती होती.

एक धार्मिक ख्रिश्चन असलेल्या बझजवळची श्रद्धा अगदी चिलखताप्रमाणे पक्की आणि अविचल होती. ''मार्ग कुठलाही असो, मी यातून ठणठणीत बरा होणार,'' बझने पुन्हा मला जणू हा सांत्वनपर मंत्र सांगितला. ''कदाचित पृथ्वीवर वा स्वर्गात, पण बरा होणारच.''

या एकाच वाक्यात सारे काही आले होते. श्रद्धेचा खेळ माझ्यासाठी नवा होता. पण मी तो ऐकण्यासाठीच तर आलो होतो.

अपघातानेच झालेल्या आमच्या भेटीनंतर चार महिन्यांनी एका महत्त्वाकांक्षी प्रवासादरम्यान विशेष योजनेमुळे मला पुन्हा इंडियानामधील फ्रँकलीन येथे जाण्याचा योग आला. याच शहरात बझ लहानाचा मोठा झाला होता. आता तिथेच तो त्याच्या कुटुंबासोबत राहत होता.

फ्रँकलीन हे मका आणि सोयाबीनच्या समूहातले जणू एक छोटे बेटच आहे. ते इंडियाना पोलिसच्या पश्चिमेला आहे. जवळपास पंचवीस हजार लोकवस्तीचे ते गाव आहे. या जागेला एक भयानक शिस्त आहे. घरे व्यवस्थित राखलेली, समोरची छान कापलेली गवताळ लॉन्स, रस्ते शांत व स्वच्छ. खरोखरच स्वच्छ आहेत.

न्यूयॉर्कमधल्या रहिवाशांसाठी मध्य पश्चिमेतील असे एखादे छोटेसे शहरच अपरिचित होते. तेथे फ्रँकलीन परिचित असणे ही तर फारच दूरची गोष्ट होती. गावातले लोक गौर वर्णाचे आणि सारे जण स्मितहास्य करत फिरणारे होते. प्रत्येक चौकाचौकात चर्च होतेच.

एकमेकांसमोर पेरल्याप्रमाणे किंवा नवीन कोंब फुटलेल्या पिकाप्रमाणे ती दिसत होती. नव्या सहस्रकात हे गाव जणू १९५० च्या युगातून पुन्हा अवतरले होते.

बे कुटुंबियांचे घर, १८९० साली शहराबाहेर लाकडाचे बांधकाम केलेले होते. एका घाणेरड्या रस्त्याच्या शेवटच्या टोकाला ते होते. त्या जुनाट वास्तूमध्ये किंचित उबदार वातावरण वाटत होते. घरभर खेळणी, बूट, पुस्तके, मासिके अशा वस्तू प्रत्येक खोलीत विखुरल्या होत्या. बझ, सुझान आणि मी आतल्या मोकळ्या-ढाकळ्या सोफ्यावर विसावलो.

हॉस्पिटलमधून बझ बराच चांगला तब्येत सुधरवून आला होता. त्याचा चेहरा तजेलदार झाला होता. मूत्रपिंडातून थेंब थेंब लघवी आणणारी नळी दोन महिन्यांपूर्वींच काढून टाकण्यात आली होती. मागाहून केलेल्या स्क्रनिंगमध्ये कळले होते की,

लघवीचा प्रवाह मध्येच थांबणारा ट्यूमर दुसरीकडे सरकला होता. मूत्रवाहिनीवर येणारा दाब व वेदना थांबल्या होत्या.

तो तात्पुरता का होईना, पण बरा झालेला दिसत होता. म्हणजे मी पहिल्या भेटीच्या वेळी जो त्रास तो भोगत होता, त्यापेक्षा बराच होता. त्याचा जणू पुनर्जन्मच झाला होता. आता तो जरा निवांत दिसत होता. वजन वाढवत होता, डोक्यावर केसही येत होते. पहिल्यापेक्षा जास्त आत्मविश्वास व आनंद आढळत होता.

अद्यापही माझ्या ''हाय, कसा आहेस?'' या प्रश्नाचे उत्तर म्हणून त्याने एक स्मित व ''उभा आहे, चांगला खातो-पितोय'' असेच दिले होते.

माणूस नवा, पण मासलेवाईकपणा तोच होता. रस्त्यावर उभ्या असलेल्या एका माणसाचे पूर्वेकडच्या पद्धतीने काढलेले एक व्यंगचित्र! बझ जिम्मी स्टीवार्टच्या चित्रपटातून उठून आलेल्या पात्रासारखा दिसत होता. एक साधा, सरळ माणूस त्याच्यात कुठली लबाडी नव्हती, ना कुठला टोकदारपणा होता. मी आपले टोमणे मारणे, टोचणे, चिडवणे सुरूच ठेवले. त्याने या स्मितहास्याप्रमाणे काय काय लपवलेय, ते मला पाहायचे होते. पण चेहऱ्यावरचे स्मितहास्य काही ढळले नाही.

बझ आणि सुझानचे लग्न पंचवीस वर्षांपूर्वींच झाले होते. सुझान मोकळ्या स्वभावाची, स्पष्टवक्ती आणि आकर्षक स्त्री होती. बझ जेव्हा त्याच्या दैनंदिन कामाला गेला, तेव्हा ती मनमोकळेपणाने हसत होती.

''तुला बझ तर माहिती आहेच.'' ती बहुधा मित्रमंडळीत नेहमीच वापरायचा वाक्प्रचार वापरत होती. कुटुंबाची गाडी वेळेवर धावती ठेवायचे काम सुझानवर होते. तिने जरा संयमित स्वरूपातच आनंद, भावना व्यक्त केल्या. त्या ही बझसंबंधीच, तिची त्याच्याविषयीची जाण काय आहे, हे तिने व्यक्त केले. मेरेडिथप्रमाणेच ही पण एक पाऊल पुढे टाकून नवऱ्याला त्याची भावनिक अवस्था विचारू शकत होती.

दोघे माध्यमिक शाळेत असतानाच भेटले होते आणि उच्च माध्यमिक शाळेत जोडीनेच राहिले होते. बझ टेनेसीला जॉन्सन बायबल कॉलेजात शिकण्यासाठी गेला, तर सुझानने इंडियानात परिचारिकेचे शिक्षण घेतले. १९८२ मध्ये त्यांनी लग्न केले. ''सुझान एकटीच अशी आहे, जी माझ्यासोबत राहू शकली.'' बझ हसत म्हणाला, ''ती माझी बायको असेल, हे मला खात्रीने माहीत होते.''

१९९५ साली त्यांनी रियानला दत्तक घेतले. वैवाहिक आयुष्याला सुरुवात केल्यावर बऱ्याच वर्षांनी त्यांनी मूल दत्तक घेतलं. अतिशय परिपूर्ण ऊर्जेने आणि उत्साहाने बझने हे पालकत्व स्वीकारले, ज्याला मूल होणे म्हणजे केवळ नशिबाचा भाग वाटत होता. आता त्या तिघांना कोणी वेगवेगळे करू शकत नाही. कुठेही जायचे म्हटले तरी तिघेही जातात.

बझला जेव्हा आठवले की त्याला तातडीने एक निरोप द्यायचा होता, तेव्हा तो आणि मी दोघेही अक्षरश: गंभीर होत गेलो. आम्ही शहरातून गाडी चालवत गेलो आणि चौकात कुठे वाहनतळ आहे का हे पाहण्यासाठी गोल गोल फिरलो. मॅनहॅटनमध्ये ज्या गोष्टीला तास लागला असता ती गोष्ट एका मिनिटात झाली.

बझचा स्वभाव माझ्यापेक्षा निश्चित चांगला होता, म्हणजे तो रस्त्यावरून सरळ चालत होता आणि मी धडपडत होतो. तो रस्त्यावर भेटलेल्या प्रत्येकाकडे बघून अभिवादन करत होता, त्यांना भेटत होता. जणू तो नुकताच निवडून आलेला महापौर होता.

मी चौकशी करताच बझने आनंदाने त्याच्या आजारपणाची कथा सांगायला सुरुवात केली. चुकीच्या पद्धतीने उपचार केल्याची आणि डॉक्टरांनी चुकीचे उपचार केल्याची ती कथा होती. योग्य वेळी औषध मिळाले नव्हते. बझ एक नि:स्वार्थी माणूस आहे. एक खराखुरा ख्रिश्चन.जे रविवारी चर्चमध्ये गातो, आणि त्याप्रमाणेच आपले वर्तन ही ठेवतो.' त्याची रंगत चाललेली कथा सरळपणे पुढे सरकत होती, तरी त्याच्या मनाचा समतोल ढळला नव्हता.

त्याचा हा औषधोपचाराचा चक्रव्यूह ॲथलेटस् फूट या त्याच्या साध्या आजाराने सुरू झाला होता. तो आजार फारसा गंभीर नाही.

''मी काही धावपटू नाही. मी तशी अनेक औषधं वापरली. मलमं वापरली, पण तो त्रास वाढतच होता.'' तो मला सांगता सांगता हसला. जणू काही त्याच्या दूरगामी परिणामांपेक्षा हीच जास्त गंमत होती. त्याने सांगायला सुरुवात केली, तसा त्याचा आवाज जरा कठोर झाला होता, म्हणा!

''मग माझा नेहमीचा डॉक्टर म्हणाला, 'एक नवं औषध आलंय, ते मला तुला देऊन बघायचं आहे. पण माझी अशी इच्छा आहे की, तू पित्ताशयाची जरा तपासणी करून घ्यावीस, ती यासाठी की तू ते घेऊ शकतोस की नाही हे मला पहायचंय. कारण औषध फार प्रभावी आहे.'

रक्ताच्या तपासणीचं निदान संदिग्ध आणि त्रास देणारं ठरलं. त्याचवेळी अल्ट्रासाऊंड तपासणीही करण्यात आली. ते हेच पाहण्यासाठी की, यकृताची काही कारणाने विकृत वाढ झालीये की काय? तेव्हा त्या अवयवाभोवती काळसर डाग होता. ते अतिशय वाईट चिन्ह असते. पण कुणीही दुसरा मार्ग सांगण्याची हिंमत करत नव्हते. ही आश्चर्यकारक घटना असल्याचं माझ्या मनात आलं. 'पारंपारिकता' हाच शब्द याला योग्य वाटतो का? जेव्हा आतड्याचा कर्करोग माझ्या आयुष्यात आला आणि त्या तपासण्यांनी जो निष्कर्ष काढला होता, तेव्हा काय काय दु:खदायक घडणार आहे याची मला सविस्तर माहिती देण्यात आली होती. पूर्वीचे बरेच डॉक्टर्स रुग्णाला ही कल्पनाच देत नसत.

"माझ्या कार्यालयातील प्रत्येकाला आमच्या संदर्भात काहीतरी विचित्र घडतंय हे लक्षात आलं होतं." बझला आठवले. "जिथं या तपासण्या करण्यात आल्या होत्या, तिथल्या साऱ्याच लोकांना, कर्मचाऱ्यांना हे सारं माहिती होतं, त्यांनी ते वाचलं होतं. त्यांना सारं काही माहिती होतं आणि विशेषत: सुझानला ते ओळखत होते. ती अत्यवस्थ रुग्ण विभागामध्येच एक सचिव म्हणून काम करायची. तिथंच हे सारं केलं गेलं, त्यामुळे आम्ही साऱ्यांना ओळखत होतो."

हे वाक्य रहस्यमय असल्याप्रमाणे वाटत होते. "असो. वैद्यकीय सेवेशी संबंधित असणाऱ्या कुठल्याही व्यक्तीने अधिकार नसताना एखादी गोष्ट उघड करणे, हा गुप्ततेच्या कायद्यानुसार गुन्हा मानला जातो." बझ म्हणाला.

"असू दे, बझ..." मी पुन्हा म्हणालो, "ही सारी तुझीच मित्रमंडळी होती ना...! ते कदाचित अप्रत्यक्षपणे काही म्हणाले असतील किंवा त्यांनी एखादी सूचना दिली असेल, त्यांनी एखादा काल्पनिक फास त्यांच्या गळ्याभोवती अडकवला असेल किंवा कायदा न मोडता थोडंफार काहीतरी केलं असेलच."

"कदाचित त्यांना असं वाटलं असेल की मला माहिती आहे म्हणून..." बझने मला म्हटले, "त्यांनी मला सी.टी. स्कॅन करायला सांगितले." तोपर्यंत बझलाही काहीही धोका वाटला नव्हता आणि त्याने साधी चौकशी म्हणून कुठलाही प्रश्न विचारला नव्हता, "ते असं म्हणाले की, त्यात फारसं काही मोठं नाही. तुझी चाळिशी उलटून गेलेय म्हणून आम्हाला तपासणी करण्याची गरज वाटते आहे." आम्हाला हे फक्त तपासून पहायचं आहे." बझने त्याला जे करायला सांगितले होते, तेवढे केले. तो म्हणाला, "मी विचार केला. ठीक आहे. मी असा अंदाज बांधला की, ती फारशी गंभीर बाब नसणार." सी.टी. स्कॅनने काहीतरी गडबड असल्याचा सल्ला दिलाच. डॉक्टरांनी बझचा दुसऱ्या दृष्टिकोनातून विचार सुरू केला.

स्कॅन करण्यात आले. डॉक्टरांनी तो गोळा पडद्यावर पाहिला. "तुला सांगतो, हे कदाचित काहीच नसेल..." तो डॉक्टर मला म्हणाला, "चाळिशीनंतर पुरुषात बऱ्याच वेळा असा निरुपद्रवी मांसाचा गोळा वाढतो आणि जातोही. आणि बऱ्याच वेळा ते काहीच नसतं. त्याची तू काळजी करावी असं मला वाटत नाही."

त्याच्या मनातही शंका येणार नाही, अशीच ती बाब होती.

माझ्या बाबतीत तर जेव्हा डॉक्टर 'बऱ्याच वेळा' हा शब्द उच्चारतात, तेव्हा या शब्दापासून संशय सुरू होतो. हा शब्द म्हणजे व्यवस्थित संवादातला संशयी अडथळा आहे. "जोपर्यंत काळजी करण्यासारखं काही होतं तोपर्यंत डॉक्टरांनी आम्हाला काहीच काळजी करू दिली नाही."

सी. टी. स्कॅन इंडियाना मेडिकल इन्स्टिट्यूटमध्ये केले गेले. तिथल्या तज्ज्ञांनी

ताबडतोब गावातल्या डॉक्टरांना कळवले की, हा गोळा घातक कर्करोगाचा आहे. आता खरेच काळजी करण्यासारखे काही होते. बझला अद्याप काही सांगण्यात आले नव्हते. असा ते विचार करीत राहिले.

बे कुटुंबीयांवर एक शांततेचे सावट पसरले होते. ''डॉक्टर आम्हाला आत बोलावून सारं काही सांगण्याचा विचार करत होते.'' त्याऐवजी, ''त्यांनी आपलं विचारलं की, 'तुम्ही उद्या येऊ शकता का? आम्हाला त्या गोळ्याची पुन्हा एकदा स्कॅनिंगद्वारे तपासणी करायची आहे. यावेळी एक नीडल बायोप्सीही करावी लागेल.'' बझला हे कळत नव्हते की, डॉक्टरांना पुन्हा तीच सारी तपासणी का करायची आहे आणि डॉक्टर तर काहीच सांगत नव्हते.

आम्ही बोलत असतानाच बझ जरा वेळ एका दुकानात डोकावला आणि आम्ही पुन्हा घराकडे निघालो. आम्ही पुन्हा जरा वेळ बोललो आणि खरे तर जरा मोजकेच बोललो. मग आम्ही चहा केला. स्वयंपाकघरातल्या टेबलाभोवती आम्ही चहा घ्यायला बसलो, तेव्हा संभाषणाचा धागा सुझानने पुढे नेला. ''आम्ही आपलं एकमेकांनाच म्हणालो, 'आश्चर्यच आहे!'' ती म्हणाली, ''कुणीच आपल्याला काही सांगत का नाही?''

मला याचेच आश्चर्य वाटले की, बझ आणि सुझानने लगेच धावत जाऊन वरिष्ठांकडे याची चौकशी का केली नाही? ही सारी समोर चालू असलेली चर्चा त्यांना जर संशयास्पदच वाटत होती, तर 'हे का' असे विचारण्याची वेळ आली नव्हती?

''कर्करोगाचा तर माझ्या मनात विचारही नव्हता. मी त्याबद्दल काही विचारही करू शकत नव्हतो.'' बझ पुन्हा म्हणाला. काय हे बझ!

''बघ...!'' तो हळुवारपणे म्हणाला, ''माझ्या आयुष्यात अशी शांती मला लाभलीय. त्यामुळे मला त्याबद्दल कुठलीही काळजी वाटत नव्हती. त्याबाबतीत मी फार स्थिर आहे.'' कळलं! मी विचार केला. आम्ही दोघे जणू दोन उपग्रहांवर राहत होतो. शांतता ही बाब वेगळी आणि एक भरलेला मालट्रक तुमच्यावर येऊन आदळतोय, ते न दिसण्याचा आंधळेपणा ही बाब वेगळी!

सुझानने परिचारिकेचे शिक्षण घेतले होते. तिला तर हे चांगलेच माहीत असायला हवे होते. एखादी माहिती मिळवण्याऐवजी अज्ञानी राहणे, हेच मला विसंगत वाटत होते. बहुधा हा भावातिरेकाच्या दु:खावर नियंत्रण मिळवण्याच्या त्याच्या घरच्या शिकवणुकीचा परिणाम असावा. डॉक्टरांनी त्या वेदनांवर नेहमीप्रमाणे भारी औषधे लिहून दिली. आम्ही त्या तात्पुरत्या का असेना; पण बधिरपणाचे आभारी आहोत. तात्पुरता असणारा विरोधही अशाच स्वरूपाची वेदना दाबून टाकणारी सुरक्षा होऊ शकतो. सरतेशेवटी डॉक्टरांनी या वेदनांना औषधाच्या

स्वरूपात सुरू केलेला विरोधच नंतरच्या कायदेशीर औषधोपचारापर्यंत त्यांना घेऊन गेला होता.

शेवटी सुझानने जरा डोळे उघडे ठेवून लक्ष घातले आणि तेव्हा आपल्या चेहऱ्यावर धोक्याचा लाल प्रकाश पडतोय हे तिच्या लक्षात आले. ''काहीतरी चुकीचं, वाईट घडतंय खरं...'' ती स्वत:शीच म्हणाली.

तिचेच सूत्र पकडून बझने सांगायला सुरुवात केली. ''तिच्या मनात काहीतरी वाईट घडत असल्याचा विचार आहे, हे मी सांगू शकत होतो.''

ती खरे तर एक सूक्ष्म जाणीव होती. ती काहीशी त्यांना सरळसरळ माहिती मिळण्याऐवजी, मित्रमंडळींच्या आणि सहकाऱ्यांच्या चेहऱ्यावरून आणि हालचालीतून जाणवत होती. सूर्यप्रकाश लोपला होता.

''जेव्हा आम्ही क्ष-किरण विभागात गेलो तेव्हा आमची मन:स्थिती पार बिघडलेली होती.'' बझने पुढे सांगायला सुरुवात केली. ''आमच्याशी कुणी धड बोलतही नव्हतं. प्रत्येकजण तुटक वागत होता. आम्हाला त्या खोलीत सोडून ते तसेच न बोलता निघून गेले. असं पूर्वी कधी झालं नव्हतं. माझ्या मनानं मला जाणीव करून दिली होती की, काहीतरी भानगड आहे.'' बझला अद्यापही फार वाईटाची कल्पना आली नव्हती.''

''मला ते त्यांच्या चेहऱ्यावर जाणवत होतं.'' सुझान म्हणाली, ''मी या लोकांना चांगलं ओळखते. काहीतरी खरंच वाईट घडलं होतं,'' मग ती हळुवारपणे हसली आणि तशीच भूतकाळात गेली. ''मग जेव्हा आम्ही स्क्रिनिंगवरचं पहिलं चित्रण पाहिलं, तुझा विश्वास बसणार नाही...'' ती म्हणाली.

''काय?'' मी जोर लावत विचारले.

''तो गोळा म्हणजे एखादे जास्तीचे मूत्रपिंड आहे का, हाच विचार आम्ही पहिल्यांदा केला.''

धोका आहे, हे लक्षात आल्यावर पण एखाद्या ठिकाणी ठाम असा अंधविश्वास असू शकतो. बझचा नकार, त्याचे अज्ञानही असेच संसर्गजन्य असणार होते.

बझला जेव्हा नीडल बायोप्सीसाठी नेले गेले तेव्हा सारे चित्र स्पष्ट झाले. त्याच्या पोटात भयंकर वेदना घडवून आणणारी एक सुई खुपसण्यात आली. सुई कुठे न्यायची ही दिशा दाखविण्यासाठी स्क्रिनिंग चालू होतेच. जरा वेळाने तो क्ष-किरणतज्ज्ञ आत आला आणि त्याने तुमच्या डॉक्टरांनी तुम्हाला काही कल्पना दिली आहे का असे विचारले.

''मी म्हणालो, नाही.'' बझ आठवत म्हणाला, ''मी तोपर्यंत कुणाकडून काही ऐकलं नव्हतं.'' क्षणभर शांतता पसरली. 'डॉक्टरांच्या लक्षात आलं की, आम्हाला काहीच माहिती नाही म्हणून, आणि मी तर त्याच्या चेहऱ्यावरचा तसला मख्ख,

निर्विकार भाव कधीच विसरू शकत नाही.''

डॉक्टर सगळ्या बे कुटुंबीयांकडे पाहतच राहिला. ''तुम्ही कशाला तोंड देत आहात, ते तुम्हाला माहितीच नाही, बरोबर?'' बझ्झने तो काय म्हणाला होता, ते पुन्हा आठवून सांगितले. एक क्षण गेला. '''तुम्हाला जे काही आहे, त्याला नॉन हॉकिन्स लिम्फोमा म्हणतात आणि तुमच्या पोटात त्याचा एक मालिग्नंट ट्यूमर आहे,' असे डॉक्टर म्हणाले.''

इंडियानातल्या त्या उन्हाळ्यातील सकाळी अकरा वाजता, ११ ऑगस्ट, २००१ ला सत्याचा तो क्षण त्यांना समोरा आला होता. ते चित्रच आश्चर्यकारक विचित्र होते. हे बझ्झला आठवले. त्या क्षणाचे वर्णन करण्यासाठी त्याने चमत्कारिक असा शब्द वापरला. त्याची स्मृती पक्की होती, याचेही त्याला आश्चर्य वाटत होते. कालमानानुसार ती जर क्षीण झाली असती, तर...?

बझ्झ यापूर्वीच मला आजारपणात वाटणाऱ्या एकाकीपणाबद्दल बोलला होता. ''माझा आजार अपरिवर्तनीय आहे, असं मी ठरवूनच टाकलं होतं. भावनिकदृष्ट्या आपल्याकडे दुर्लक्ष होतंय, अशी वागणूक डॉक्टरांकडून दिली जाते, जे समुपदेशक असतील किंवा काळजी घेणारे ते अजूनच खच्चीकरण करणारे असू शकतात. हे जेव्हा होतं, तेव्हा आपण एकटे पडत असल्याची प्रखर जाणीव ही अपरिहार्यच असते.'' मी त्याला असे वाटते का असे बझ्झला विचारले. ''मला ही तशी भीती वाटतेच...'' तो म्हणाला. ''मला वाटलं की, सुझान आणि मी असे आम्ही दोघंच उरलो होतो. इतर साऱ्या गोष्टी आमच्यापासून वेगळ्या पडत होत्या.''

लगेच अशावेळी रंगमंचावर भावना प्रवेशते.

''माझ्या बायकोने रडायला सुरुवात केली. मी नुसते हुंदकेच ऐकत होतो.'' बझ्झ काही क्षण बोलायचं थांबला. ''तो फार भीषण क्षण होता. तू ऐक, पण तुझा विश्वास बसणार नाही. मी डॉक्टरांना म्हणालो, 'तुम्ही काय म्हणालात? अॅथलेट फूट या आजाराचं रूपांतरण कर्करोगात होऊ शकतं? मला काहीच कळत नाही.' मी अक्षरश: बधीर झालो होतो.''

''अजून काय वाटलं?'' मी विचारले.

बझ्झजवळ बहुधा याचे उत्तर तयारच होते. ''मग मला आठवलं की, जेव्हा तुम्हाला लिंबू दिलं जातं,'' तो हसत म्हणाला, ''तेव्हा तुम्ही सरबत बनवू शकता.''

जबरदस्त...! मी विचार केला.

''असं आहे तर?''

बझ्झने फक्त खांदे उडवले. वास्तवाचे सँडविच आणि सरबताचा शिकारी! बझ्झने आपली मान दुसऱ्या बाजूला वळवली.

बझ हा अगदी वैशिष्ट्यपूर्ण, दयाळू, न रागावणारा असा माणूस होता. बस, डॉक्टरांनी ज्या पद्धतीने त्याला वागवले, त्याबद्दल तो जरासा नाराज होता. तो जाणीवपूर्वक हसला. विषयांतर करायला तयार झाला आणि पुढे सांगू लागला.

''आम्ही पूर्णपणे अंध:काराच्या दिशेने चाललो होतो.'' ही त्याची विषय बदल करतानाची शेवटची तक्रार होती. मी अद्याप विषय संपवला नव्हता.

''तू डॉक्टरांना काही म्हणालास?'' मी पुन्हा विचारले.

''मी म्हणालो, 'हे किती भयानक असं सारं आमच्या आयुष्यात आलं आहे आणि ज्याला आम्ही तोंड देत आहोत, हा निर्णय तर आम्हाला अगदी सांगण्यातही आलेला नाहीये.' '' बझ साऱ्या गोष्टी आठवत म्हणाला, ''असो, आम्ही खाचखळग्यातून घसरलेलो आहोत.... असं तो म्हणाला, 'आणि ही भयंकर मोठी चीर पडलीये... जी भरायची आहे.'' बझने उत्तर दिले.

''तुझ्या बोलण्यावरून तर असं वाटतं, की तुला डॉक्टर्स फार आवडत नाहीत, बझ.''

''जेव्हा ते तुम्हाला मान देत नाहीत तेव्हा खरंच कठीण जातं.'' त्याने स्वीकारले. त्याच्या डॉक्टरांवरच्या विश्वासाने त्याला पार थंड करून टाकले होते.

''बझ, तुला कधी राग येत नाही?'' मी विचारले. मी त्याच्या चेहऱ्यावरचा प्रामाणिकपणा पाहू शकत होतो.

''कधी कधी मी दुखावला जातो,'' एवढेच तो बोलू शकला. ''जेव्हा आजारपण येते तेव्हा काय अपेक्षा ठेवावी, याबद्दल आमचा काहीच ठाम विचार नाही. हळवेपणा जणू आमच्या शरीरातून रक्त पाझरावे तसा हळूहळू पाझरतो. एका विश्वासार्ह डॉक्टरासोबत असणारा आमचा संबंध एका भावनिक स्तरावर पोहोचतो. आधारासाठी आम्ही वेगवेगळ्या अंगांनी स्वत:ला वाकवतच राहतो.'' त्याने उत्तर पूर्ण केले.

जेव्हा आपले आदर्शच आपल्या ओझ्यांनी डळमळत असतात, तेव्हा आपण फक्त उभे राहण्याचा प्रयत्न करतो. मी त्याला एवढेच विचारले की, डॉक्टरांनी असे वागवल्यामुळे भावनेला अनावश्यक धक्का बसला का, तेव्हा बझने माझ्याकडे असे पाहिले जणू मी त्याला विचारलेल्या प्रश्नांपैकी हा सगळ्यात मूर्खासारखा प्रश्न होता. ''होय'' तो कुठलेही तिखटमीठ न लावता म्हणाला.

लोक जेव्हा वाईट बातमी ऐकतात, तेव्हा प्रत्येकाच्या व्यक्तिमत्त्वाप्रमाणे त्यांच्या प्रतिक्रिया भिन्न भिन्न असतात. बझची प्रतिक्रिया म्हणजे त्याला पहिल्यांदा धक्का बसला होता. मग लगेच त्याची जागा विनोदाने घेतली. दरम्यान त्याचे लक्ष दुसरीकडे गेले. ''माझं अंतर्मन त्या विषयावरून काळजी करता करता दुसरीकडे

गेलं आणि माझं कुटुंब आणि सारं काही व्यवस्थित असावं, असं मला वाटू लागलं.'' स्वत:साठीची काळजी आणि भविष्याची भीती या दोन्हीही त्याच्या मनात स्पर्शही करत नव्हत्या.

मग त्याने चर्चला भेट दिली. ''माझ्या धर्मगुरूनं मला काही क्षण स्तब्ध रहायला आणि डॉक्टरांनी मला जे सांगितलं त्यात खोलवर बुडी मारायला सांगितलं. या क्षणी तुम्ही जे कराल आणि ज्याची अनुभूती घ्याल, तीच तुमच्या उर्वरित आयुष्याची साक्षीदार म्हणून तुमची सोबत करेल.' ते मला म्हणाले. तेव्हा मी एक मिनिटभर मला एकटं सोडण्याची सर्वांना विनंती केली.''

विचार करण्यासाठी आणि उर्वरित आयुष्याची योजना आखण्यासाठी फक्त एक मिनिट?

''म्हणजे खरोखरच एक मिनिट नाही.'' तो म्हणाला, ''मी काही वेळ एकटा होतो. विखुरलेल्या मला विचार करण्यासाठी एकत्र आणणं गरजेचं होतं. मी प्रार्थना केली. ईश्वराची मदतीसाठी प्रार्थना केली.'' त्याने एक खोलवर श्वास घेतला. ''मी म्हणालो, ''आम्ही सारे एक असू.''' या क्षणी तुम्ही जे कराल आणि ज्याची अनुभूती घ्याल, तीच तुमच्या उर्वरित आयुष्याची साक्षीदार म्हणून तुमची सोबत करेल.' या त्या धर्मगुरुच्या वाक्याचा अर्थ बझने काय लावला हे पाहून मी आश्चर्यचकित झालो.

''ते मला संकटाच्या क्षणी मी इतरांशी कसं वागावं, हेच सांगत होते, मी त्या क्षणी जे केलं असतं त्याचंच मला फळ मिळालं असतं.''

''आणि त्यामुळे, त्यामुळे तुला शांतता मिळाली?'' मी विचारले.

''होय... मी काही नकारात्मक विचार असणारा माणूस नाही. अर्थात मला वाटतं, मी बऱ्यापैकी सकारात्मक राहू शकतो.'' यावरून त्याचा घरातील इतरांबरोबर संबंध कसा होता, हे सूचित होत होते, म्हणजे त्याचा इतरांनी पाहावा असा हसरा चेहरा तरीही...! बहुधा बझला या गोष्टीचा विश्वास वाटत असावा की, त्याने आजाराला कसे तोंड दिले, यावरून त्याची शेवटच्या दिवशी परीक्षा केली जाणार होती आणि मृत्यू म्हणजे तरी काय, तर कदाचित त्याचा निश्चित झालेला मार्गच!

आजारपणाच्या छायेत मला पण दैवी कृपेचा शोध लागलेला आहेच. माझ्यासाठी तरी मृत्यू अजून बऱ्याच अंतरावर आहे, त्यामुळे माझा शोध आतापर्यंत दैवनिरपेक्ष राहिलेला आहे. माझ्या माहितीप्रमाणे देवाने मला फासावर देण्यासाठी निवडलेले तर खासच नाही. मी बझचा स्मित करता करता बोलतानाचा आवाज ऐकला. ''होय, 'तो' होता.''

जेव्हा मला कळले की आपल्याला मल्टिपल स्क्लेरोसिस झालाय आणि नंतर कॅन्सरचंही निदान झाले तेव्हा माझ्या मस्तिष्कात भयाण शांतता पसरली होती.

शब्दहीन! एका डॉक्टरने तर मला असा सल्ला दिला होता की, माझ्या भावनांनी चित्रविचित्र रूपे धारण केली आहेत. मी अद्यापही त्या पराकोटीच्या भावनाशीलतेचा कल्लोळ ऐकत असतो.

बहुधा बझ या भावभावनेत फार वाहवत गेला नसावा, असे दिसत होते. आजारपणाला सरळ सरळ तोंड देणे म्हणजे स्वत:शी कणखरपणे तडजोड करणे होय. कृपाप्रसादाने पुढे जाणे हे आम्हा दोघांसाठीही महत्त्वाचे होते. बझ याचा वेगळाच अर्थ लावतो, ''देवाची कृपा ही उदात्त आणि व्याकुळ करणारं प्रेमच आहे. ही कृपा आपल्यावर सतत राहते.''

माझ्या विश्वात, या कृपेची दिशाच वेगळी आहे, ती एखाद्याच्या वैयक्तिक वर्तणुकीवर ठरते. ही कृपा म्हणजे आपण ज्या गोष्टीची काळजी करतो ना, ती गोष्ट इतरांनी व्यवस्थितपणे करणे. कृपा ही माझी त्यांच्यासाठी असणारी भेटवस्तूच! कृपा म्हणजे कोणतीही गोष्ट चांगली करणे. चांगला मृत्यू म्हणजेसुद्धा तुम्ही व्यवस्थित होऊ शकता असा मार्ग... तीही कृपाच.

बझ या साऱ्या गोष्टी तो स्वत:पेक्षाही इतरांनाच जास्त वाटतो. त्याच्यासाठी त्याच्या स्वत:च्या भावनिक गरजांच्या पूर्तीसाठी आलेल्या माणसालाही मदत करणे हे आहेच. मी आजारपणामुळे जाणवणारे दुखणे आणि त्रास याचा अनुभव घेतला आहे आणि जगण्याच्या अनंत मोहांपासून वेगळा असा माझा मार्ग मी शोधण्याचा प्रयत्न केला आहे. मी माझ्या कुटुंबावर प्रेम करतो व त्यांनी सुखाने राहावे, असा माझा प्रयत्न आहे. मी इतरांनाही बरेच काही देऊ शकतो, हा माझा ठाम विश्वास आहे, पण मला माझी काळजीही निश्चितपणे घ्यावीशी वाटतेच.

प्रथम तुमच्या चेहऱ्यावरचा मुखवटा पक्का बसवा. प्रेक्षकांचे सल्ले वाढतच जातात. मग मुलाबाळांची काळजी घ्या. असे सहजपणे जगा की, जणू तुम्ही इतरांना मदत करत जगत आहात. या भयभीत करणाऱ्या आजारपणात हा आत्मचिंतनासाठी एक ठरावीक काळ लागतोच. त्यानंतर आपल्याला ज्यांची काळजी वाटते, त्यांना आपण मदत करू शकतो. बझ देवाशी खलबत करण्यात गुंग आहे. इतर प्रत्येकाच्या अडचणीच्या वेळी आपण कसे मदत करू, यावर चर्चा करण्यात तो मशगुल आहे. एका समर्पित ख्रिश्चनाची व्याख्या त्याला चपखलपणे लागू होते. त्याने काय करायला हवे होते, यावरून तो कुठलाही प्रश्न विचारत नाही.

बझने त्या दिवसाचा शेवट या याचनेतच केला.

''मी देवाला, माझ्यासाठी जेवढा काळ उरला असेल, तेवढ्याच काळापुरता, त्याचा, त्याच्या अस्तित्वाचा एक खंबीर साक्षीदार बनवण्याची विनंती केली आहे. जेव्हा सगळंच नैराश्याने ग्रस्त असेल, तेव्हा मला इतरांसाठी आशेचा दीप बनव.''

तो प्रार्थनेप्रमाणे पुढे सांगत होता. ''सुझान आणि रियानसाठी मला चांगला सशक्त बनव आणि एक चांगला पती व पिता बनण्याच्या माझ्या इच्छेला मदत कर.'' शेवटी तो म्हणाला, ''जे वाईट आहे, त्याच्याशी झगडण्याची व जे चांगले आहे, ते करण्यासाठी आम्हाला शक्ती दे.''

ही बझकडून कृतिशीलतेला मिळालेली पहिलीच हाक होती. मग तो पुढे म्हणाला, ''आणि माझ्या कुटुंबाला, इतर कुटुंबांना देव म्हणजे काय हे समजावण्यासाठी मला मदत कर.'' तो क्षणभर थांबला. ''हे जरा वेगळंच वाटतं, मी आतापर्यंत तरी त्या क्षणाबद्दल कुणाशी काही बोललो नाही.'' ''का?'' मी विचारले. तो जाणीवपूर्वक हसत म्हणाला, ''त्यांना वाटेल, मी शेवटच्या क्षणापर्यंत पोहचलोय.''

नव्याने निदान झालेले बरेचसे रुग्ण त्या शेवटच्या क्षणातच घुटमळतात. अंत:करणात घबराट निर्माण होते. मार्ग अस्पष्ट होतो. तसे बझच्या बाबतीत होत नाही. त्याने सारा टोकापर्यंतचा विचार केलेला आहे. या साऱ्या प्रकरणाचा संबंध त्याने परमेश्वराशी जोडलेला आहे. आता बोलता बोलता बझचा चेहरा जरासा गंभीर झाला.

''तरीही...'' तो त्याचा देवाशी झालेला जणू एक करार वर्णन करता करता म्हणाला, ''तो फार खासगी आहे.''

''पुढे?'' मी विचारले.

''मी ठामपणे ठरवूनच टाकलंय की, सारेच बरोबर आहेत. धर्मगुरू आणि डॉक्टरही...!''

''डॉक्टरही?'' मी विस्मयाने विचारले.

''होय. ज्याने ही बातमी सांगितली, तो एक क्ष किरणतज्ज्ञ होता, आणि हे सांगण्यासाठी खरं तर त्याची नियुक्ती झाली नव्हती. हे सारं माझ्या डॉक्टरांनी करायला हवं होतं.''

रुग्ण डॉक्टरांकडे जातात, पण धर्मगुरू म्हणाले, ''बझ, क्षणभर थांब. ते सगळं तिथल्या तिथं बुडून जाऊ दे. तुला काय संताप यायचा तो येऊ दे.! मी काही संतापू शकलो नाही. मी फक्त सुझानला म्हणालो, ''मी आणि देव बोललो आहोत.''

बस्स. प्रकरण संपलं.

निदानानंतर बझच्या औषधोपचारांनी जरा वेग धरला. ही वाईट बातमी कळली, त्याच्या दुसऱ्या दिवशी तो इंडियाना पोलिसमधल्या इंडियाना युनिव्हर्सिटीच्या मेडिकल सेंटरमध्ये एका ट्युमरच्या तज्ज्ञाला भेटायला आला होता. त्याच्याबद्दल त्याला आदर होता. बझच्या आधीच्या डॉक्टरांनी खेळताना चेंडू सोडून दिला होता.

पण ट्युमरतज्ज्ञाने तो विश्वासाने हाती घेतला होता.

"ती सुंदर, चुणचुणीत, दयाळू, लक्ष देणारी आणि छानही होती." बझ पुढे सांगू लागला, "आणि मी पहिल्यांदा... आयुष्यात पहिल्यांदा अगदी सारं काही सांगितलं... म्हणजे मला विचारलंच नव्हतं. तरीही..." त्या डॉक्टरने बे कुटुंबाला जरा दिलासा आणि आशा दिली. तिने या कुटुंबाशी एक नाते जोडून त्यांची क्षमता वाढवली. त्या डॉक्टरने बझच्या कमरेच्या हाडातून ताबडतोब अस्थिमज्जा काढून घेतली. "माझ्या आयुष्यातला हा सर्वाधिक वेदनामय उपचार होता..." बझ म्हणाला, "त्याची इतकी वेदना झाली की, मी पलंगाचा कठडा अक्षरश: वाकवला." वेदना खूप असल्यामुळे सुझानला बझचे हात धरायला सांगण्यात आले. "नको. मी आभारी आहे." सुझान काय म्हणाली, ते बझने सांगितले. "तो हात मोडून टाकेल."

हे करणे जीवनावश्यक होते. "कॅन्सर आधीच मज्जेपर्यंत पोहोचला आहे की काय, हे पाहणे गरजेचं होतं." बझ म्हणाला, "पण तसं झालं नव्हतं. ही चांगली बाब होती." मग त्यानंतर? "काही नाही." बझचा पुन्हा वाट पाहण्याचा काळ सुरू झाला. डॉक्टर्सही निवांत वाट पाहात बसले. काहीतरी होईपर्यंत ट्युमरचे निरीक्षण चालू राहिले.

हा माणसाच्या बुद्धिमत्तेचा खेळ होता. "डॉक्टर, तुमचं शरीर पुन्हा हालचाल करेपर्यंत वाट पाहतात. नंतर ते काही करू शकतात. हा सगळ्यात वाईट काळ होता." बे कुटुंबियांमध्ये कल्पनाही फार भीषण होत्या. "त्यामुळे सारं असं अवधान एकत्र झालं. कारण जेव्हा तुम्हाला काहीतरी होतं, तेव्हा तुम्हाला शंका येते... ट्युमर तर वाढत नाही ना? जरा थंडी वाजली किंवा काहीतरी झालं, की लगेच वाटतं, हे कॅन्सरमुळे तर होत नाही?"

हा असला मनोधैर्य खचण्याचा कालखंड जवळपास सहा महिन्यांचा होता. एप्रिल २००२ मध्ये केलेल्या सीटी स्कॅनमध्ये स्पष्ट झाले की, कॅन्सर पुन्हा एकदा जोमाने काम करतोय. ट्युमर वाढत चालला होता. बझच्या पोटाच्या खालच्या भागात मेरुदण्ड आणि लहान आतडे यांच्या दरम्यान त्याने हल्ला केला होता.

"तो जवळपास बेसबॉलच्या आकाराएवढा वाढला होता." बझ म्हणाला. डॉक्टरांनी मग त्याला रिटुझॅन या औषधाने उपचार केला. "ट्युमर सुकल्यासारखा झाला. मग अगदी एका गोल्फ बॉलपेक्षा थोडासा मोठा झाला."

"वेदना कमी करण्याच्या कामी औषधाचा फारसा उपयोग झाला नाही," बझने सांगितले की, "त्याचा ट्युमर मोकळाच वाढत होता तो कशाशी जोडलेला नव्हता आणि कुठेही फिरू शकत होता.

"वेदना क्वचितच होत असे, पण तो गोळा जेव्हा हलायचा किंवा माझ्या

मेरुदण्डाला लागायचा, तेव्हा प्रचंड वेदना व्हायच्या. मी त्याच्या सहवासात कसं जगायचं हे सरळसरळ शिकलोच.'' बऱ्याचदा जुनाट, असाध्य आजाराची कथा अशीच असते.

वेदना ही जणू जगण्यासाठीची मोजावी लागणारी एक किंमत ठरते.

''मला वेदनाशामकं घ्यावी लागत,'' बेझने सांगितले, ''त्याचे दुष्परिणाम पाहून मला खरं तर ती घेण्याची इच्छाच नव्हती. तुला कल्पना आहेच... थोडंफार अस्वस्थ वाटतं.'' जेव्हा वेदना प्रचंड होतात, तेव्हा तो ॲक्युपंक्चरचा उपचार घेतो. ''बहुधा मी आपला हसत हसत ते सारं सहन करतो.'' बझने आपले हास्य रुंदावत सांगितले.

''मे २००३ मध्ये मी मदर्स डे च्या दिवशी भयंकर आजारी पडलो,'' बझ पुन्हा सांगू लागला. त्यावेळी या गृहस्थाला त्वचेचा भयानक रोग झाला होता. हर्पिस बहुधा केमोथेरपीनंतर व तणावानंतरच होतो, आणि वेदना प्रचंड थकवणाऱ्या असतात. २००३ च्याच उन्हाळ्यात पुन्हा केलेल्या स्क्रॅनिंगमध्ये ट्यूमर वाढल्याचे निदर्शनास आले, म्हणजे पुन्हा एकदा केमोथेरपी.

''हे फार वाईट झालं होतं...'' बझ म्हणाला, त्वचारोग आला आणि गेला आणि माझे केस गळून गेले. मी आजारी होतो, खरोखरच आजारी.''

आतापर्यंत मी भेटलेल्यांपैकी बझ हा सर्वांत सभ्य माणूस आहे. रविवारी जो विश्वास तो चर्चमध्ये दाखवतो, तसाच तो उरलेले सहा दिवस वागतो. तो बायबलच्या विश्वात अगदी खोलवर बुडालेला आहे. बऱ्याचवेळा मलाही बायबल आठवते. जुन्या करारात हे पुस्तक एक प्रश्न विचारते, 'जर देव आहे तर सज्जनांना दु:ख का भोगावे लागते? त्याच वेळी दुष्ट माणसं मात्र साऱ्या भानगडीतून सहिसलामत सुटतात. त्यांना सुबत्ता आणि ऐषाराम मिळत असतो. असं का?''

''बझ, तुला बायबल चांगलंच माहिती आहे ना?'' मी विचारले.

''माझं भाग्य! आहे.'' तो हसला. ''चर्चमध्ये ते मला आधुनिक काळातला प्रवचनकर्ता म्हणतात.''

''तुझी परीक्षा घेतली जातेय, यावर तुझा विश्वास आहे?''

''होय, आहे तसंच आहे.'' तो तत्काळ म्हणाला, ''हे सारं याचसाठी घडतं आहे. तुमची त्याबद्दल आता काय प्रतिक्रिया आहे, तुम्ही या काळात कसं वागता हे कळायला हवं.'' तो क्षणभर थांबला. ''तुम्ही जेवढं करता, त्यापेक्षा जास्त काही देव तुम्हाला देत नाही. श्रद्धा नेहमी पारखली जाते.'' याच साऱ्या परीक्षा बझला वेगवेगळ्या बाजूने धडका मारतच होत्या.

माझ्या या भेटीनंतर आम्ही पुन्हा काही आठवडे बोललो नव्हतो. नंतर एक दिवस माझ्या कंप्युटरवर त्याचा ई-मेल झळकला. त्याला नुकताच दवाखान्यातून घरी आणले होते. चर्चमधल्या त्या विश्रांतीगृहात बसलेला असतानाच तो अचानक

आजारी पडला. सुझाननेच त्याला घरी नेलं. ''मी पुन्हा भयंकर आजारी पडलो होतो. सुझानने मला रुग्णालयात हलवलं... डॉक्टरांना वाटलं की, मला बहुधा झटका आला असावा. मला सोमवार की मंगळवार हे पण आठवत नव्हतं. माझी ती डॉक्टर आली आणि तिने आपल्या कारकीर्दीत एवढ्या गंभीररित्या आजारी पडलेला रुग्ण न पाहिल्याचं कबूल केलं.

मी मग बझला फोन केला, तेव्हा त्याने मला सांगितले की, त्याच्या रक्तातील सारे घटक अचानकच काही कारण नसताना खूप कमी झाले होते. पूर्ण आठवडाभर तो ताळ्यावर नव्हता. पण शेवटी सुटला आणि रुग्णालयातून चालत घरी आला. हा चमत्कार होता.

तो म्हणाला, ''मी पुन्हा मागे उसळी मारली. हे सारं त्या एका शब्दामुळे झालं. 'विश्वास...श्रद्धा.' मी त्या बळावरच प्रार्थना करतो.''

ट्युमर वाढत चालला होता आणि रुग्णालयात एक आठवडाभर मुक्काम करून आल्यावर बझने रेडिएशन थेरपी सुरू केली. या आजारी माणसाने तब्बल अठ्ठावीस वेळा ही भयंकर त्रासदायक रेडिएशन उपचारपद्धती सहन केली. ''काय होणार, पुढे काय होईल याची अपेक्षाही करणं मला अशक्य होतं.''

दरम्यान मी त्याच्याकडे मारलेल्या एका चकरेत आम्ही दोघे त्याच्या जुन्या व्हॅनमध्ये बसून फिरत असताना त्याने मला सांगितले की, तो सारा आधुनिक तंत्रज्ञानाने होणारा छळच होता. त्याला असे पुतळ्यासारखे स्थिर झोपवण्यात आले होते. तो जरा जरी हलला तरी धोक्याची घंटा वाजत होती.

तो म्हणाला, ''त्यांनी माझ्या शरीरावर नकाशात ठेवतात तशा खुणा ठेवल्या.'' आणि? मी विचारले. ''मला भाजून काढण्यात आलं. जसा काही तो घाणेरडा सूर्यप्रकाश होता.'' पण रेडिएशनने मदत केली. त्यामुळे ट्युमर जरासा वाढला, पण तरीही डॉक्टरांना अपेक्षित होता, तेवढा नाही.'' बझने रागाने म्हटले, ''उपचार अतिशय क्रूर पद्धतीचा, पोटाच्या खालच्या भागावर केंद्रित केलेला होता. त्यामुळे प्रचंड मळमळ झाली. मी प्रचंड आजारी होतो. ते मला भाजून काढत होते. पण उलट्या काही थांबल्याच नाहीत.''

या औषधामुळे होणाऱ्या त्रासाला कमी करण्याचा बचावात्मक उपाय बझने शिकून घेतला होता. ''होय... फारच कठीण आहे.'' तो म्हणाला, ''खूप हलकं जेवण करण्याचं तुम्हाला शिकावं लागतं. मी नेहमी दिवसातून पाच वेळा खायचो. आणि मग बसायचो. आणि आराम! बस, खुर्चीत बसायचं, हलायचं नाही. त्यामुळे जरा बरं वाटायचं. केमोथेरपीमुळे येणारी विचित्र मानसिक अवस्था, त्याला आपण 'बळी' आहोत की काय, असे वाटायचे.''

''मी कुठलाही पर्याय सोडला नाही. तुम्ही स्वतःलाच असं 'बळी' वगैरे

समजणं, फारसं चांगलं नसतं.'' त्याने स्वत:च माणसाचे आयुष्य असे त्रासदायक असते, असा विचारच करून ठेवला होता. किमान उपचार संपेपर्यंत तरी...! माझ्या मनात मात्र विचार तसेच राहिले. त्याने कबूल केले. ''माझं नशीब...'' तो पुढे म्हणाला, ''हे काही दर्जेदार आयुष्य नाही.''

''हे सारं चालू असताना आजार बरा होणारा नाही, हे मला डॉक्टर सांगतच होते.'' बझ म्हणाला. मग आपण हे का करत आहोत? माझं म्हणणं आहे, त्यात काय अर्थ आहे? त्याने हे सारे सोडून जाण्याची इच्छा मनात पक्की बाळगली की काय अशी मला शंका आली. त्यासाठी मी विचारले, ''खरोखरच नाही. माझ्या मनाच्या कप्प्यातही हे विचार कधी राहत नाहीत.'' त्याची जी काय इच्छा असेल त्याला मान द्यायचा असे डॉक्टरांनी पक्के ठरवले असल्याचे बझने सांगितले.

कॅन्सरच्या रुग्णांची सर्वसाधारणपणे आढळणारी भावना बझला चांगली माहिती होती. ''लोक आत्महत्या का करतात, हे मी समजू शकतो. वेदना आणि नैराश्य खूप प्रखर असतं.'' दीर्घ उपचारांचा अनुभव घेतल्यावर तो म्हणाला, ''माझ्या बाबतीत नाही. मला माहितेय की, सरतेशेवटी श्रद्धा मला यातून बाहेर काढेल आणि आणखी मजबूत बनवेल.''

पण देव कॅन्सर किंवा वेदना काही संपवू शकत नाही.

''नाही. पण मला एक शक्ती मिळते आणि माझ्यासाठी तरी देव असल्याची ती पावतीच आहे.'' श्रद्धेवर भाषण असल्याप्रमाणे बझचे पुढे चालू होते. ''नैतिक आणि धार्मिक जीवन जगणं हे आपल्याला खरं तर बंधनकारक आहे. आपण संघर्ष करत राहणं गरजेचं आहे.''

मस्क्युलर स्क्लेरॉसिससाठी मला विशिष्ट औषधं लिहून देण्यात आलेली आहेत. त्यांच्यामुळे बझपेक्षा वेदना व अस्वस्थ वाटणे बरेच कमी होते. अर्थात् त्याचे दुष्परिणाम आहेतच, तरीही ती औषधे बरेच चांगले काम करतात.

हे सारे सोडण्याचा मोह अर्थात होतो. मी तसे केलेही, पण तेही मनाला अनेक वर्षे समजल्यावर आणि खरेच सांगतो, ते तुम्हाला कळणार नाही.

''हेच...'' बझ उद्गारला. ''असा कुठलासा छोटासा मार्ग असेल का, की ज्यामुळे मी बरा होईन? आणि कदाचित त्याची किंमत चुकवावी लागेल. तो पुढे म्हणाला, ''कदाचित त्यामुळे शेवट चांगला होईल. मला असंच आरामशीर शांतपणे जगू दे आणि मला उरलेलं आयुष्य उपभोगू दे.''

मी मृत्यूबाबत फारसा विचार करत नाही, पण बझचे डोळे मात्र त्याच्या वेदनेच्या क्षितिजापार एका बिंदूवर खिळले होते. ''रिचर्ड, स्वर्ग नक्कीच अलौकिक असेल.''

''बझ, आपण दोघं एकाच दिशेला जात आहोत, असं मी काही म्हणणार

नाही,'' मी म्हणालो, ''मी जिथं जातोय तिथं कदाचित जरा बरी परिस्थिती असेल.''

बझ गालातल्या गालात हसला. ''तुला कळणार नाही रिचर्ड, तुझ्याजवळ अजून बराच वेळ आहे.''

नाराजीने का होईना, पण बझने उपचार नियमित घेण्याचे कबूल केले. पण त्याने जरा मध्ये उसंत घेतली. ख्रिसमस आणि थँक्स गिव्हिंगचे दिवस जवळ येत होते आणि त्या काळात त्याला ती त्रासदायक उपचारपद्धती करवून घेण्याची इच्छा नव्हती.

''आपण एक माणूस आहोत, याची जाणीव व्हावी, असं मला वाटत होतं. आयुष्याचा आस्वाद घ्यावा वाटत होता. मला सुझान आणि रियानला असं गोंधळात टाकायचं नव्हतं, तुला माहितेय असं उसळत्या, प्रचंड लाटांच्या तडाख्यात मला त्यांना सापडू द्यायचं नव्हतं.''

बझची इच्छा असूनही आणि सकारात्मक विचार असूनही सुझान आणि रियान खरोखरच या भयंकर प्रकारात ओढले गेलेच होते. कुठल्याही असाध्य अशा आजारात सारे कुटुंबच या भोवऱ्यात ओढले जाते. मेरेडिथने अनेकवार असे नैराश्याने म्हटले आहे, ''हा रिचर्डचा मस्क्युलर स्क्लेरॉसिस नाही, हा आमचा साऱ्यांचा मस्क्युलर स्क्लेरॉसिस आहे.'' आपल्या या दुःखापासून वाचवण्यासाठी मात्र प्रियजनांना दुसरा कुठलाही मार्ग नाही.

काही वर्षांनंतर मार्च महिन्याच्या एका गारठलेल्या सकाळीच मी राज्यांच्या सीमेवरच्या रियानच्या शाळेत गाडी चालवत गेलो. शहराच्या सीमेवर असणाऱ्या त्या प्रदेशात बर्फाचे बारीक बारीक कण उडून अंगावर नुसते काटे येत होते. त्याच्या मित्रांना भेटून मला आनंद होईल, असे मी बझला सांगूनच ठेवले होते. त्यांच्यापैकी बरेचजण त्यांच्या तिसऱ्या वर्षाच्या वर्गासाठी छोटी छोटी पुस्तके प्रकाशित करण्यात गुंतले होते. ती लहान लहान मुले छोट्या छोट्या खुर्च्यांवर मस्त, अस्ताव्यस्त बसलेली होती. त्यांच्या डोळ्यांत आश्चर्य मावत नव्हते. हा पण बऱ्याच वर्षांपूर्वीचा इथलाच विद्यार्थी आहे, असे त्यांना सांगण्यात आले होते आणि मीपण तसेच दाखवत मस्त मजा करत होतो.

काही तरुण मुले तर त्यांच्या या लेखक असण्याच्या भूमिकेत वागताना जरा वाकून हळूच प्रश्न विचारत होती की, 'हे खरंच खरोखरचं पुस्तक लिहिण्यासारखं आहे का?' रियान निवांत मागे टेकून बसला होता. मुले एकमेकांच्या कल्पनांची देवाणघेवाण करत होते. त्यांनी काय तयार केले होते, ते काही जणांनी मला दाखवले. विषय वयोमानाप्रमाणे दिलेले होते, बरेचसे विषय आजोबा आजी किंवा खेळ असेच होते. बझने मला आधीच रियानच्या पुस्तकाबद्दल सांगितले होते.

बझ म्हणाला, ''एके दिवशी रियान घरी आला आणि त्याच्याजवळ आम्हाला दाखवण्यासाठी काहीतरी गंमत आहे असे सांगू लागला. मला वाटले त्याला वर्गात 'एफ' वगैरे मिळाले की काय,'' बझला आठवले. त्याऐवजी रियानने त्यांना एक छोटेसे, रंगीत, छान चित्रे काढलेले पुस्तक दाखवले. ते छोटेसे, पातळ आणि घरगुती बांधणीचे पुस्तक होते. आणि ते स्वत:च प्रकाशित केलेले होते.

'डॅडीचे साहस' हे रियानने स्वत:च तयार केलेले पुस्तक डॅडी आणि कॅन्सरवर होते. या बे कुटुंबीयाला 'बझच्या अत्यवस्थ होण्यामुळे अनेकवार अतिदक्षता विभागात जावे लागले होते. रियानच्या कानावर हा आशादायक शब्द पडला की 'हे सारे म्हणजे 'साहस'च होते. त्याच्या मनावर ते ठसले. या पुस्तकाची सारी कल्पना त्याचीच होती, आईवडलांना न सांगता शिक्षकांच्या प्रोत्साहनाने त्याने हे काम केले होते.

''मला जे काही वाटत होतं, ते मला लिहिण्याची इच्छा होती,'' रियानने आईवडलांना सारे स्पष्टीकरण दिले. ''पालक आजारी आहेत, असे अनेक विद्यार्थी इथं आहेत.'' या पुस्तकात आपल्या वडलांच्या आजारपणाविषयी रियानने लिहिले होते. ''डॅडी आणि मम्मी म्हणतात, रुग्णालयात जाणं म्हणजे एक साहसच आहे.'' या पुस्तकात असे लिहिले होते, ''जेव्हा आम्ही त्या ट्युमर विशेषज्ञाला पाहतो, नवे औषध वापरताना पाहतो किंवा रुग्णालयातच राहण्याची वेळ येते, ही वेळ म्हणजे एक साहस असते. काहीतरी नवे, नेहमीच्या अनुभवापेक्षा वेगळे.''

'डॅडीचे साहस' हे एका मुलाने कॅन्सरच्या गोंधळाची उकल करण्याचा केलेला प्रयत्न आहे. ''होय.'' बझ ठामपणे म्हणाला, ''त्यामुळे रियानला एक दिलासा देणारी बाब मिळाली आहे, तो कॅन्सर आहे, ठीक आहे, तो तुम्हाला लगेच ठार मारणारच आहे असं नाही.'' बझ अगदी सहजतेने सांगत होता. जणू काही त्याच्या डोक्यात असे विचार पूर्वी येऊनच गेले होते. ''तुम्ही कॅन्सर या शब्दासोबत जगू शकता किंवा त्याच्यामुळे मरूही शकता आणि आम्ही सर्वांनी कॅन्सरसोबत जगायचं ठरवूनच टाकलं आहे.''

बझ आणि सुझानने बझला या आजाराला तोंड द्यावेच लागणार आहे, यावर रियानशी खुली चर्चा करण्याचे ठरवूनच टाकले होते. मी आणि मेरेडिथनेही मुलांच्या बाबतीत याच मार्गाचा अवलंब केला होता, तेही याच विश्वासावर की, पूर्णपणे सारे काही उघड करणे, हेच त्यांच्या सुरक्षिततेच्या दृष्टीने योग्य असेल. मी गृहित धरले की, बझने हेही सांगितले असावे की, त्याचे सारे काही भले करण्यासाठी देव आहेच आणि रियान जर आपल्या वडलांच्या या शांत ठेवणाऱ्या श्रद्धेला दूर सारू शकला असेल तरच नवल!

आजारपणात असणारी गाढ श्रद्धा ही माझ्यासाठी तरी गोंधळात टाकणारी बाब

आहे. या औषधोपचारांच्या पलीकडे देव सारे काही पाहून घेईल. हा विश्वास नेहमी नकार आणि श्रद्धा या दोन्हींमध्ये फिरणाऱ्या अनाहूतपणे काहीतरी घडेल या चमत्काराच्या संकल्पनेवर आधारित असतो. हा विश्वास व शांततेचा स्वभाव हे दोन्ही गुण बे कुटुंबात पुरेपूर उतरले होते.

रियानला कॅन्सरबद्दल सांगताना बझ आणि सुझानला फार जड गेले होते. ''रियान आमच्यासोबत शांत आणि अगदी सावधपणे बसला होता. हे फार दुर्मिळ चित्र होतं.'' बझ हसला.

''मी एका बाजूने आणि सुझानने एका बाजूने, असं दोघांनी त्याला सांगितलं की, माझ्या पोटात एक ट्युमर आहे आणि तो कॅन्सरचा आहे. रियान रडला नाही. त्याने विचारलं की, मी मरणार आहे का म्हणून...''

''तू काय म्हणालास?''

''जर माझी स्वर्गात जाण्याची वेळ आलीच असेल, तर मी जाईन आणि मी त्याचं रक्षण करणारा देवदूत बनेन. ते त्याला पटलं असं मला वाटतं.''

बझ आणि सुझानला रियानला तयार करायचे होते, दुखवायचे नव्हते. अर्थात सत्याला दुसरा कुठला पर्याय नाही, हे त्या जोडप्याच्या लक्षात आले होते. ''आम्ही सारं सांगितलं,'' बझ म्हणाला, ''आणि त्याला शरीरातले अवयव नेमके कुठे असतात, हे आता कळलं.'' त्यांनी रियानला कुठे कुठे दुखते, हेपण सांगितले.

''त्याला माझ्या रक्ताची पातळी काय असते, ते माहिती असतं आणि त्याचा अर्थ काय, हे पण कळतं. रियानला लाल पेशी म्हणजे काय, पांढऱ्या पेशी म्हणजे काय ते चांगलं कळतं. त्याला हे सारं माहिती आहे.'' सुझान म्हणाली, ''आम्ही उपचार व इतर गोष्टींबाबत बोललो आणि अर्थात तो स्वत:ही पाहतो की बझ आजारी आहे. तो पाहतो आणि समजून घेतो, हेच चांगलं आहे.''

रियानने या साऱ्या गोष्टींचा अनुभव पूर्वी घेतलेला होताच. बझचा जवळचा मित्र मार्क, याच्या पोटाच्या कॅन्सरचं निदान बझचे हे निदान होण्यापूर्वी फार तर एक वर्ष आधी झाले असावे.

''त्याचा रियानला खरंच त्रास झाला होता,'' बझ म्हणाला, ''मार्क रियानसाठी मार्ककाकाच होता ना, तो घरी आणि रुग्णालयातही भेटी देतच होता. मस्त हसत होता आणि जशीजशी तब्येत बिघडली तसा तो ओरडत होता, अखेरीला गेला.''

रियान त्याच्या वडलांच्या आजारपणात मार्कलाच पाहात होता. ''हं, होय...'' बझ म्हणाला, ''रियान मला तसं आजारी झालेलं पाहत असावा आणि विचारत असावा, 'डॅडी, तुम्हीही मार्ककाकासारखं जाणार का?'' बझला अचानक आठवले, ''मरणाच्या एक दिवस आधी रियान त्याच्या कुशीत बसला होता. ''मी तुला स्वर्गातून पाहीन, असं मार्क त्याला म्हणाला होता. रियानला ते अजूनही आठवतं.''

बझचा असा विश्वास होता की, रियानची ही शांतता जोपर्यंत कॅन्सरशी अशी समोरासमोर गाठ पडत नव्हती, आणि जोपर्यंत त्याचे दुष्परिणाम जाणवत नव्हते, तोपर्यंत होती. कॅन्सरच्या वास्तवतेशी ती निगडित नव्हतीच. "जोपर्यंत तो मला असं वारंवार केमोथेरपीसाठी व रेडिएशन थेरपीसाठी जाताना पाहत नव्हता, तोपर्यंत त्याला कॅन्सरचा एवढा प्रभाव जाणवतही नव्हता. मी फारच आजारी होतो.'' बझ जेव्हा चर्चच्या खोलीत शक्तिपात होऊन कोसळला, तेव्हा रियानला भयाण वास्तवाची जाण झाली.

"तो जेव्हा मला मदत करायला गेला, तेव्हा एवढा शांत होता की, आजूबाजूचे सारे आश्चर्यचकित झाले. त्यांचा विश्वास बसेना.'' बझने आठवून सांगितले. "रियान आता फार परिपक्व झालाय. त्याचंच मला दुःख होतं. तो त्या मानाने फार लवकर मोठा झालाय. कॅन्सर जणू त्याच्या चार वर्षांच्या आयुष्यातला घटकच झालाय.''

आम्ही जे काही बाहेर पाहतो, जे अगदी खोलवरही आपल्या मनात येत नाही... तेच मी माझ्या मुलाच्या बाबतीत ठरवतो. रियानचे हे दिव्य बझ समजू शकतो. त्यापेक्षा जास्त चटका देणारे होते किंवा कदाचित हे सारे हाताळणेही! चर्चच्या त्या खोलीमध्ये वडलांचे असे बेशुद्ध होऊन पडणे हे रियानला अतिशय भेदरवणारे होते.

"सुझान आणि मी त्याच्याशी बोललो आणि त्याला समजावलं की, डॅडी कधी कधी आजारी पडतात, पण औषधं त्यांना चांगलं करू शकतात.'' बझचा विश्वास आहे की, मुलालाही सारं समजावून सहभागी करून घेतल्याने फरक पडतोच.'' मी नुसता संडासाच्या आसपास जरी उशी आणि पांघरुण घेऊन झोपायला गेलो की रियान लगेच अंदाज बांधतो आणि तो मला धीर देतो.''

बझने एक घटना सांगितली. ज्या घटनेने रियानच्या सहनशक्तीची हद्द ओलांडली होती. "रियान बाथरुममधून ओरडतच बाहेर आला होता, 'डॅडी मरताहेत' आणि तो मोठमोठ्याने ओरडत होता.'' बझ म्हणाला, "रियानला जोरदार धक्का बसला होता.

शाळेच्या समुपदेशकाने बे कुटुंबीयांना दिलासा दिला होता की, कुटुंबावरील या संकटाला रियान चांगल्या प्रकारे तोंड देतोय. रियानचे हे गुडघे टेकणे केवळ तात्पुरते होते किंवा हे पोरगं आजूबाजूच्या लोकांशी फक्त खेळत होते. मी तसे सुचवले.

"कॅन्सरशी तोंड देणं त्याला सहज शक्य झालंय.'' बझ म्हणाला. पण माझा काही विश्वास बसला नाही.

इंडियानावरील माझ्या शेवटच्या स्वारीत मला रियानशी त्याच्या कुटुंबात आलेल्या या कॅन्सरच्या संकटाशी चर्चा करण्याची इच्छा होती. शेतावरच्या त्या

जुन्या घराला भेट देणे सहज आणि आनंददायी होते. सुझान आणि बझलाही रियानशी चर्चा करण्याच्या माझ्या इच्छेची माहिती होती. त्यांनी कसलीही खळखळ न करता संमती दिली. अद्याप मीच त्यांना सांगू शकलो नव्हतो.

मला वाटते, मी एक योग्य तेवढे आरामदायी वातावरण या पोरासाठी उभे करू शकलो. ते पोरगं अगदी सामान्य मानसिक अवस्थेत येईपर्यंत मला वाट पाहायची होती. संभाषण त्याच्यावर लादायचे नव्हते. बझ आणि सुझान मला घेण्यासाठी विमानतळावर आले, तेव्हा रियान बाहेर गेला होता. आम्ही बे च्या घरचा रस्ता पकडला आणि त्याच्या जुन्या घरी गेलो. कार थांबली, तसा रियान निघून गेला.

बझ त्याची वाट पाहत माझ्याशेजारी कोचावर बसून राहिला. सरतेशेवटी रियान आला आणि आपल्या वडलांच्या पायाशी जमिनीवरच बसला. त्याच्या हातात त्याने घट्ट धरून ठेवलेले एक खेळणे होते. थोडा वेळ मी आणि रियान इकडचे तिकडचे बोललो आणि नंतर मी अंदाजाने सुरुवात केली.

''रियान, तुला आपले बाबा आजारी असल्याचं कधी कळलं?''

''हुं...हं...''

''तुला जे काय आठवतं, ते सांगू शकतोस?''

''हो, त्यांनीच मला त्याबद्दल सांगितलं.''

''म्हणजे नेमकं काय?''

''मला नाही माहीत...'' त्याने खेळण्याकडे पाहिले.

संवाद तसा अवघडच होता. ''खूप त्रासदायक होतं ना ते?''

''हो.''

मी त्याच्याकडे पाहिलं. रियानने असे पाहिले की जणू त्याची तिथून पळून जाण्याची इच्छा होती.

बे कुटुंबात एकमेकांविषयी प्रामाणिक प्रेम होतं. पण रियान मात्र जरा लहरी वाटत होता आणि ते पोरगं व्यवस्थित आहे, असा विश्वास बझला वाटणे गरजेचे होते. कॅन्सर त्याला काही खाऊन टाकणार नाही, असे वाटणेही गरजेचे होते. मी विषय तिथेच सोडला.

२००५ च्या एप्रिल महिन्यातील पहाटे तीन वाजताची वेळ होती. जेव्हा बझ जागा झाला, तेव्हा तो मोठ्या मुश्किलीने श्वास घेऊ शकत होता. तो निळा पडला होता, प्राणवायूसाठी धडपडत होता.

''ही पहिलीच वेळ होती. सुझानला धक्का बसण्याची...'' तो म्हणाला, ''आम्ही रुग्णालयाकडे चाललो होतो. मला फक्त रियानचा आवाज ऐकू येत होता.

तो वारंवार म्हणत होता, 'श्वास घ्या डॅडी... नुसता श्वास घ्या. सुझान रुग्णालयाला जे काय झालं ते कळवत होती, जेणेकरून ते तयार राहू शकतील.'' बझ या साऱ्या गोष्टी अगदी शांत, भावनाहीनतेने सांगत होता.

फ्रँकलिनला मी दिलेल्या अनेक भेटीत त्या गावातल्या दवाखान्याला मी अनेकवेळा भेट दिलेली आहे. शहराच्या मध्यवर्ती भागात अगदी गजबजलेल्या, उद्योगधंद्याच्या रस्त्याच्या बाजूला ती इमारत होती. त्या रात्रीची कल्पना करणे फारसे अवघड नव्हते.

''मला गाडीतून अक्षरश: खेचून घेण्यात आलं आणि सुझान म्हणाली, मला अत्यावश्यक, अपघात विभागात नेण्यात आलं, माझ्या अंगावरचे सारे कपडे काढून टाकण्यात आले होते. ती काय एकांतातील जागा होती? होय, पण एक चांगला ख्रिश्चन डॉक्टर तिथं कामावर होता आणि तो माझ्या शेजारून काही हलला नाही. माझे ग्रह तेव्हा खराब होते, आणि एका क्षणी तर तो भरलेल्या डोळ्यांनी सुझानजवळ गेला आणि तिला म्हणाला की, यापेक्षा जास्त काही तो करू शकेल असं वाटत नाही. मला श्वसनयंत्र लावावं असं तिला वाटलं का हे पण त्याने विचारलं. सुझान म्हणाली की मी केव्हाही मरू शकत होतो, या विचाराने ती रात्र फारच भयानक गेली. तिथे रियान होता. ती त्याला कशी सांगू शकणार होती?''

बझ आणि मी पत्र पोहचवत फिरत होतो, मधूनच कथा थांबत होती. मी त्याला रुग्णालयाच्या वाहनतळावर गाडी घेण्यास सांगितले. लोक निवांतपणे दवाखान्याच्या आत बाहेर करत होते.

''तुला असं वाटलं का की, हाच शेवट आहे?''

''मला असं वाटत होतं की, मी प्रत्येक गोष्ट वरून पाहतोय आणि प्रत्येक गोष्ट हळूहळू काम करतेय. ते आश्चर्यकारकच होतं.''

''मग काय झालं?''

''मी ते सांगू शकत नाही. पण काहीतरी जादू झाली. माझे ग्रह जरा ताळ्यावर आले आणि माझा रक्तदाब पुन्हा नियमित झाला.'' मी बाकीच्या गोष्टींचा अंदाज लावू शकत होतो. ''माझी वेळ आलीये, असा विचार तेव्हा देवाने केला नसावा. मी दुसऱ्या दिवशी सकाळी जागा झालो, तेव्हा सकाळी त्या अतिदक्षता विभागात स्वत:ला पाहून मी आश्चर्यचकित झालो. मी इथे कसा काय?''

''त्यावेळी तू काय विचार करत होतास?'' मी विचारलं.

''मी हाच विचार केला की, खरंच देव किती चमत्कारिक आहे? त्याची महानता जाणण्यासाठी मी याचा वापर कसा करू? मला त्या क्षणी मरणाची अजिबात भीती वाटत नव्हती.''

बझला त्या रेडिएशनमुळे उन्हाळ्यात संडास न होण्याचा, गुदद्वार काही

प्रमाणात बंद होण्याचा त्रास सुरू झाला. डॉक्टरांनी शस्त्रक्रियेचा सल्ला दिला. बझने नकार दिला, एकतर त्याला स्वतःला असे कापून घ्यायचे नव्हते आणि कॅन्सर फैलावण्याची भीती वाटत होती. त्याऐवजी परिस्थिती सुधारेपर्यंत हे सारे सोसण्याची तयारी त्याने दाखवली.

डॉक्टरांनी एक पर्याय म्हणून नवी शक्यता सांगितली. पेरिफेरल स्टेम सेल ट्रान्सप्लांटची उपचार पद्धती, त्यात अस्थिमज्जेतून पेशी काढण्याऐवजी सरळ रक्तातून काढता येणार होती. ही पद्धत पाच वर्षांच्या आतलीच होती. असले ट्रान्सप्लांट करणे म्हणजेच पुनर्पेशीभरण करणे अत्यंत त्रासदायक होते. शिवाय धोकादायकही! शक्ती आणि सहनशीलतेची पराकाष्ठा रुग्णाला दाखवावी लागते.

बझ अशक्त आहे, हे डॉक्टरांना माहिती होते आणि या उपचारातच तो जिवंत राहील की नाही, याची खात्री वाटत नव्हती. पण सरतेशेवटी निर्णय त्याचाच लागत होता. त्याने मला त्यानंतर डॉक्टरांनी ज्या पद्धतीने त्याच्याजवळ पर्याय मांडले, त्याची तक्रारच केली. ''मला याचं आश्चर्य वाटतं की, डॉक्टर त्यांच्यात तरी पूर्वी कधी चर्चा करतात का किंवा रुग्णाला अशीच कायम अशा घटनात मध्यस्थी करावी लागते?''

एकापेक्षा जास्त पर्याय देण्याला बझचा विरोधच दिसला.

''हो, ते एखाद्या गोष्टीवर सहमत का होत नाही आणि काय करायचं ते मला का सांगत नाहीत, किंवा काय उपचार असतील ते सरळसरळ सांगू का शकत नाहीत?''

बरेचसे, जास्त उत्साही रुग्ण कायम पर्याय जाणून घेऊ इच्छितात, तेही फायद्यातोट्याची बाजू पाहून घेतात. असे रुग्ण या साऱ्या गोष्टीचा एक भाग बनण्याची इच्छा ठेवतात. बझला फक्त आज्ञापालन करण्याची इच्छा होती. त्या जडजड सूचनांची गरज वाटत नव्हती.

सरतेशेवटी स्टेम सेल ट्रान्सप्लांट ही एकमेवच पद्धत किंवा पर्याय नसल्याचं त्याच्या ट्यूमर तज्ज्ञांकडून खात्रीलायकरित्या सांगण्यात आलं. ''डॉक्टर म्हणाले मी काही ते सहन करू शकणार नाही.'' बझ म्हणाला, त्या घटनेतलं सत्य काय, हे त्याच्या शब्दात व्यक्त होत होतं.

''म्हणजे ते हे होतं?'' मी विचारले. ''दुसरा काही सल्ला किंवा पुढे काही संशोधन वगैरे?''

''नाही.''

जुन्या, असाध्य विकारांनी ग्रस्त असलेल्या लोकांना डॉक्टरांचे असे रुक्ष वागणे अजिबात आवडत नव्हते. जे डॉक्टर, ते त्यांचे काम आहे किंवा तो त्यांचा मार्ग आहे, असे सांगतात आणि जे मुकाट्याने आहे ते स्वीकारायला सांगतात, असे

डॉक्टर रुग्णांना अजिबात आवडत नाहीत. बाकीचे रुग्ण त्यांच्या तज्ज्ञांनी घेतलेल्या निर्णयाच्या पलीकडे जाणे नाकारतात. त्यांना असले निर्णय घेण्यात काही रस नसतो, ते तज्ज्ञांनी दिलेल्या आज्ञा पाळणेच योग्य समजतात.

बझ दोन्हीही करतो. ''काही ट्युमरविशेषज्ञ तुम्हाला सांगतात की आपली पुढची योजना अशी आहे किंवा काहीच नाही. ते अशी संदिग्धता ठेवत नाहीत. हे तुम्ही करत आहात किंवा नाही, ते तुम्ही करू शकता किंवा नाही ते स्पष्टपणे सांगतात.''

बझचा दावा होता की, तो ह्या नव्या उपचार पद्धती पाहून संतापत असे आणि जेव्हा जेव्हा तो डॉक्टरांना सांगे तेव्हा त्याला सारे स्वीकारावे लागे.

''मला दोन चार डॉक्टर्स असेही भेटले की ते म्हणत, हं, तू अजूनही तेच कशाला करत बसतोस?'' हे बझने नेहमीच सहन केलेल्यापैकी एक होते. ''एक तर म्हणाला, 'हे सारं त्या जुन्या म्हाताऱ्यांच्या कथांपैकी आहे.' माझ्या मनात आलं, आणि हे सांगणारा तू कोण रे?'' बझ म्हणाला.

बझ प्रयोगांना नेहमीच विरोध करतो. ''माझ्या बऱ्याच मित्रांना कॅन्सर होता, आणि काहीजण मेलेही. मी त्यांना विसरूच शकत नाही'' तो म्हणाला, ''हे माझं आयुष्य आहे आणि हे माझं शरीर आहे.'' तो म्हणाला की, त्याचा विश्वास असणाऱ्या एका डॉक्टरांनी त्याला एक सल्ला दिलाय. त्याने मनात ठसवून ठेवलंय, ''प्रयत्न सोडू नका. तुम्हाला जो योग्य विचार वाटतो तोच करा. तुम्हाला योग्य वाटेल तेच करा.''

पण बझची गोष्टच वेगळी आहे. नशिबाने जे काय समोर वाढून ठेवलेय, तेच करण्याचे त्याने ठरवून ठेवलेय. ''एक असं गिनिपिगसारखं राहून ते जे काय करतील ते करून घेणं आणि कुटुंबाचा वेळ वाया घालवणं हे कशासाठी करायचं?''

''दुसरा डॉक्टर का नको, दुसऱ्या पर्यायाचा शोध का नाही घ्यायचा?'' मी पुन्हा एकवार विचारले.

''नाही'' बझ भावहीन स्वरात म्हणाला, ''मी ठीक आहे.''

'हा कॅन्सर आहे बाबा,' मी मनातल्या मनात म्हणालो. 'एवढा सुस्त राहू नकोस. काहीतरी नवं शिकत जा. सारखा साशंक रहा. हे असं दुर्दैवाने घडलंय आणि माझं मन सांगतंय की हे चांगलं नाही.'

जबाबदारी स्वीकारणे आणि उपचाराचा एक भाग बनून राहणे हे एक चांगला, सहकार्याची भावना असलेला रुग्ण बनल्याचे लक्षण आहे. नॉन. हॉकिन्स लिम्फोमा हा उपचाराची मोठी यादी असलेला आजार आहे. होणारे फायदे आणि धोके हे दोन्हीही या मार्गावर येतातच. आपण त्याची सारी जबाबदारी डॉक्टरांवर टाकू शकत नाही.

मी प्रयत्न करत राहिलो. नोव्हेंबरमधल्या कडक थंडीच्या दिवसात आम्ही फ्रँकलीनमध्ये गाडी फिरवतच होतो. मी त्याला एकदा विचारले. मग पुन्हा विचारले की, कुठे सल्ला घेण्यासाठी तो बाहेर जाणार का?

''नाही.'' तो लगेच म्हणाला, ''इथं सारं व्यवस्थित आहे.''

निष्क्रियता बऱ्याचवेळा डॉक्टरांना आयुष्याबद्दल एकांगी निर्णय घ्यायला भाग पाडते.

औषधोपचाराच्या सततच्या वाढत्या, उसळत्या लाटेप्रमाणे असणाऱ्या खर्चात आर्थिकदृष्ट्या तरंगत राहण्याचा व्यर्थ प्रयत्न सतत करत राहणे, ही असाध्य, जुन्या विकारांमध्ये दडलेली एक उपकथा आहे. आधुनिक तंत्रज्ञानाची उपचारपद्धती आणि महागडी औषध पद्धती यांची बिले घातांकाप्रमाणे वाढतच जातात. त्याच वेळी, उत्पन्नाचे साधन असणारा व्यवसाय मात्र या थकवणाऱ्या उपचारांमुळे गाळ बसल्यासारखा खाली बसतो. त्यामुळे उत्पन्नही कमी होते. सन २००१ मध्ये हॉर्वर्ड मेडिकल स्कूलच्या अभ्यासानुसार असे सिद्ध झाले की, जवळपास पंधरा लाख अमेरिकन कुटुंबांची दिवाळखोरीमध्ये नोंद आहे. यातली अर्धी औषधोपचारांच्या खर्चामुळे भरडली गेली आहेत. अगदीच सांगायचे झाले तर मध्यमवर्गीय, सुरक्षित मानली जाणारी कुटुंबेसुद्धा या आर्थिक नष्टचर्यात सापडू शकतात, ती केवळ आजारपणाचा वाढता खर्च आणि मिळणारे उत्पन्न यांचा ताळमेळ न बसल्यामुळेच!

सन २००४ लागता लागता बझच्या कुटुंबाला एक नवी आघाडी उघडावी लागली. आर्थिक स्थितीच्या युद्धासाठी...! त्याचा औषधोपचाराचा खर्च नियंत्रणाबाहेर गेला होता आणि तो कल्पना करू शकत होता. त्यापेक्षा जास्त त्याची आजारी प्रकृती त्याला मिळवू देत नव्हती. त्यावर मर्यादा आली होती. तो कर्जातच बुडाला होता.

ही नवी जखम बरीच खोलवर होती. एक व्यावसायिक माणूस, बझ, घरातला कर्ता म्हणून, कुटुंबाचा पालक म्हणून आपली प्रतिमा डागाळत चाललीये, हे लक्षात आले आणि तो दुखावला गेला. त्याच्यासाठी त्याने बराच काळापासून जपलेले वेड एक समाधान म्हणून पुढे आले. फुले! अनेक दशकांपासून तो फुलांच्या घाऊक विक्रीमध्ये गुंतलेलाच होता. दुसऱ्यासाठी काम करत होता, तरी स्वतःचे दुकान असावे असे त्याला वाटत होतेच. त्याला स्वतःला मालक बनायचे होते.

जेव्हा नवरा वरचेवर आजारी पडू लागला, तेव्हा सुझान त्याला म्हणाली, ''सुरू करूनच टाक.'' बझला हे चांगलेच आठवले. त्याच्या कल्पनेला साकार करण्याची संधी आली, हे तिच्या लक्षात आले होते. जर असे केले तर...? या

पलीकडे बे कुटुंबाला जायचे होतेच. शंकाकुशंका होत्याच. बझने आपला क्षण न्‌ क्षण आपल्या आवडत्या कामात घालवावा, अशी सुझानची इच्छा होती.

"आम्ही घर आणि व्यवसाय एकाच वेळी विकत घेतला. हे सारे म्हणजे बँकेसोबत एक करार होता..." सुझान म्हणाली. तिने आणि बझने मिळून घर घेतले आणि व्यवसायासाठी लहानसे कर्जही काढले. त्यांनी अशा पद्धतीने व्यवसाय सुरू केला.

बझचे फुलांचे दुकान इंडियानामधील ग्रीनवुडला होते. त्यांच्या फ्रँकलीनमधील घराच्या उत्तरेकडे होते. दुकान एका शांत रस्त्याच्या बाजूला होते. "व्यवसायाला चांगली जागा मिळाली आणि तो चांगला चालू आहे." बझ हसत म्हणाला. बे कुटुंबीय त्या दुकानाला सदाबहार फुलांचे दुकान म्हणायचे.

मध्य अमेरिकेतील एक लहान भाग हा रंग आणि सुगंधाने इतका भरलेला होता की, तो जणू फुलमळ्यांनी वेढलेला वाटायचा. चांगली सुवासिक फुले बझची आशा पल्लवित करणारी होती. "जेव्हा केव्हा दरवाजा उघडायचो तेव्हा माझं मन प्रफुल्लित व्हायचं." तो म्हणाला. फुले त्याला आनंदी बनवत होती, कारण ती सगळीकडे सगळ्या प्रसंगी असायची. बझने मला सांगितले, "मी लोकांना आनंदी करण्यासाठी आणि पुरण्यासाठी फुलांचा वापर करतो."

"तू जेव्हा फुलाच्या व्यवसायाविषयी बोलतोस, तेव्हा फारच संतुष्ट असतोस." मी त्याला म्हणालो.

"ती वर्षं फार चांगली गेली," तो उत्तरला. एक उसासा टाकत तो भूतकाळात रमला.

सरतेशेवटी दुकान बंद होणारच होतं.

"कॅन्सरने भयानक रूप धारण केलं आणि तो मुळातच फोफावला." बझ म्हणाला, "मी पाहिजे तसं काम करू शकत नव्हतो. मी तिथं दिवसभर थांबूही शकत नव्हतो."

बझने हेही सांगितले की, ९/११ च्या (अकरा सप्टेंबरच्या) हल्ल्यानंतर सारा पायाच उद्ध्वस्त झाला. इतर साऱ्या गोष्टींबरोबरच फुलांचा व्यापारही बसला.

बझचा व्यापार बसला त्यामागे त्याचे व्यवसायावरचे नियंत्रण गेले होते, हे ही एक कारण होते. चांगले कर्मचारी सोबत असते, तर त्याने काम कदाचित सुरू ठेवलेही असते. तो काही क्षण थांबला.

"होय. कदाचित..." त्याने उत्तर दिले. "मला धंद्यामध्ये मी ज्याप्रमाणे काम करतो त्याप्रमाणे काम करणारी मंडळी भेटली नाहीत. मी फार काटेकोर काम करणाऱ्यांपैकी आहे." तो गालातल्या गालात हसत म्हणाला.

डेनिसची तब्येत जेव्हा घसरत चालली होती आणि कुणी चांगला माणूस

दृष्टिपथात नव्हता, तेव्हा ती, नियंत्रण राहावे, सारे व्यवस्थित राहावे म्हणून धडपडत होती. बझ दुसऱ्या कुणाच्या हातात व्यवसाय देऊ इच्छित नव्हता, अगदी प्रामाणिक नोकरांच्याही! बे कुटुंबाने तो व्यवसाय विकून टाकला.

एक माणूस जो आपल्या आयुष्याच्या शेवटच्या क्षणांवर ढेपाळत होता, त्याने आपले उपजीविकेचे साधनही गमावले होते. ''एक पती म्हणून, एक पिता म्हणून, अर्थात साऱ्यांच्या गरजा पुरवू शकणारी कर्तृत्ववान व्यक्ती म्हणून मी माझी प्रतिमा गमावलीये, असं मला वाटलं. माझ्या आयुष्यातला हा सर्वांत दुर्दैवी क्षण होता.'' तो म्हणाला, ''कॅन्सर जाईल, असं मी काही म्हणू शकत नव्हतो. मी त्याच्या कह्यातच राहिलो. मला पराभूत झाल्यासारखं वाटलं.''

बझ अगदी मनापासून फुलांची काळजी घेतो, पण त्याच्या त्या अगत्यशील आणि आरामशीर घरात मात्र त्यांची अगदी विसंगतीने वानवा जाणवत होती.

''आश्चर्य आहे. तुझ्यासाठी घरात एकही फूल नाही.'' मी म्हणालो.

''ती जरा महागडी आहेत.'' बझने उत्तर दिले, ''म्हणजे एक तर जेवा किंवा फुलं आणा.''

त्याच्यासाठी खरे तर कठीण बाबी एकाच वेळी समोर होत्या. ''या परिस्थितीत मला पूर्णवेळ अशी नोकरी मिळत नाही.'' तो म्हणाला, ''नोकरी देणाऱ्या कुणालाही असा नोकर नकोय, जो सारखा तपासण्या करण्यासाठी किंवा औषधोपचारासाठी जातोय. त्यांच्यासाठी ते काही फारसं योग्य नाहीये. पण ही सारी बाब आमच्यासाठी चांगली नाहीये.'' नैराश्य जणू त्याच्या अंगभर ठसठसत होतं, ''असं होईल, हे आमच्या मनातही कधी आलं नव्हतं.''

आपल्याला मृत्यूकडे ओढणारा कॅन्सर आहे याचे बझला वाईट वाटत नव्हते. त्याला या सतत वाढणाऱ्या किमतीचा राग होता. ''आमच्या लग्नाचा विसावा वाढदिवस हवाईला साजरा करण्याचं आम्ही ठरवलं होतं,'' तो म्हणाला, ''आम्ही त्यासाठी बचत करत होतो. पण ते सारं कॅन्सरमुळे संपलं. आमची सारी बचत खलास झाली.''

काही महिने आधी त्याची एक नैराश्यग्रस्त ई मेल मला आली होती. ''मित्रा, कुठे वळावं, काहीच कळत नाहीये. मला किमान काही हजार डॉलर्स लागतील आणि ते कुठून येतील, ते मला काही कळत नाहीये. कदाचित काम न करू शकणारा, असा नोकर कुणाला नकोय. मी त्याबद्दल बरंच बोललोय. प्रामाणिकपणे सांगायचं झालं तर मला माझ्या कुटुंबाच्या भविष्याविषयी फार काळजी वाटतेय.''

आपल्याला घरदार नसलेल्या अवस्थेत वाटणारी भीती त्याने अजिबात लपवली नव्हती. ''आमचं घर गेलं तर काय होईल? जर अजूनच परिस्थिती वाईट झाली तर काय होईल? सुझान व रियान या गोष्टीला कसं तोंड देतील? आम्हाला कुठं

जाऊन रहावं लागेल?'' बझला कॅन्सरच्या विनाशक संकटापेक्षा ही आर्थिक विनाशकता घाबरवत होती.

''या साऱ्या गोष्टींनी मी अक्षरश: जखमी झालोय. हे सारं विनाकारण तुझ्यावर लादल्याबद्दल माफ कर, पण त्यामुळे जरा बरं वाटतं. मी चमत्काराची वाट बघत रात्रभर जागा राहतो, त्यामुळे. त्या चमत्कारामुळे ही सारी घटना म्हणजे एक दु:स्वप्न असल्याची जाणीव होऊन मला जाग येईल. सुझान भरपूर काम करतेय, तेवढंच! सारं ऐकून घेतल्याबद्दल आभार!''

बझ आणि सुझानने कायदेशीर सल्ला घेतलाय.

आम्ही एका वकिलासोबत दिवाळखोरी घोषित करण्यासंबंधी चर्चा करत आहोत... म्हणजे किमान आमचं घर तरी आम्हाला सोडावं लागणार नाही... एवढं तरी...'' त्यानंतर एकदा फोनवर बोलताना बझ म्हणाला, ''खरोखरच फार विचित्र आहे. आम्ही जवळपास पाच लाख डॉलर्स कर्जात आहोत आणि ते आमच्या विमा रकमेपेक्षा जास्त आहे.'' असा आकडा डोक्यावर ताण आणतो, ''तो तुमचा दोष नाहीये, हे तुम्हाला कळतं. पण मला बिलं भरायची होती. ते घडलं, तेव्हा लक्षातही आलं नाही.''

सहायक यंत्रणेवर विसंबून राहणे आणि मदत मागत फिरणे हा माणसाचा पारंपरिक धंदा आहे, पण आजारपणात स्वातंत्र्य आणि पुरुषाचा हट्टीपणा हा पण विरघळून जातो. ते कधीही इतके चांगले नसतातच, पण बझ कुणाही उपकारकर्त्याविषयी कृतज्ञच होता.

सुझानच्या पालकांनी त्यांना केलेली मदत, एका मर्यादित असली तरी बे कुटुंबाला जरा दिलासा देणारीच होती. फ्रँकलीनच्या बाहेरच्या वस्तीत असणाऱ्या त्यांच्या विस्तीर्ण घराकडे जाणे म्हणजे सरळ मध्यपूर्वेकडे जाणे होते. शेती आणि ट्रॅक्टर्स होते. सपाटीचा भूभाग होता. वारा घोंघावत होता. त्याचा आवेग थांबण्याजोगे कुठलेही टेकाड वा इमारत तिथे नव्हती.

बॉब आणि डोरोथी ही दोघे म्हणजे बे कुटुंबासाठी दोन माणसांची जातीजागती संरक्षक व्यवस्थाच झाली होती. ''होय,'' सुझान म्हणाली, ''मी जेव्हा कामात असते, तेव्हा ते रियानला घेऊन जातात किंवा बझ कामात असतो तेव्हा नेतात आणि... अशीच मदत करतात. मग काम उरकल्यावर मी त्याला आणायला जाते. त्यामुळे ही फार मदत होते.''

बॉब आणि डोरोथीची ही मदत एकाच वेळी सुखकारक आणि दु:खदायकही होती. उद्या सारा पायाच निखळून पडला, तर ते आपल्याला मदत करण्यासाठी आहेत, याची बझला जाणीव होती. ''ते खरेतर आमच्या मदतीसाठी आहेतच. मला माहितेय ते मदत करतीलही.''

ते निवृत्त जोडपे अतिशय आपुलकीने आम्हाला भेटले. डोरोथीने सर्वांना कॉफी आणि बिस्किटे दिली.

''जे काय शक्य आहे ते करण्यासाठी आम्ही आनंदाने तयार आहोत.'' डोरोथी सहज म्हणाली होती.

बझ अस्वस्थ दिसत होता. जेव्हा आम्ही शहरात परतत होतो, तेव्हा एका रस्त्यावरच्या लाईटखाली निवांत बसलो असताना तो विचारांची जुळवाजुळव करतोय, हे मला सहज समजू शकत होते. शेतावरच्या उपकरणांचा आवाज येतच होता. आणि त्यामुळे बझला आवाज वाढवावा लागला. ''मी... मला वाटतं आपण पार आपल्या मर्यादेच्या बाहेर गेलो आहोत.''

''मला वाटते, तुझ्या सासुरवाडीला आपण मदतीसाठी गेलो ही गोष्ट तुला जड जातेय.''

''फार अवघड आहे...'' तो म्हणाला, ''फार अवघड आहे. याचा अर्थ असा होतो, तुम्ही त्यांच्या मुलीचा धड सांभाळही करू शकत नाही.''

''असं कुणी म्हणालं नाही, बझ.''

''नाही, पण त्यांनी माझ्यावर एवढा विश्वास टाकला होता. मला वाटतं, मी त्यांना फार धोका दिलाय.''

बझला एक माणूस, एक पिता म्हणून तडजोड करावी लागतेय, असे जाणवत होते. ''जर रियानला बेसबॉलसाठी काही लागलं तर मी ते करू शकत नाही. माझा गळा भरून येतो बघ. तुम्ही तुमच्या कुटुंबाची साधी काळजी घेऊ शकत नाही. मी असा नुसता जगतोय.'' त्याने ठामपणे सांगूनच टाकले, ''मी कुटुंबाची काळजी करणार आणि त्यांच्या गरजांची पूर्तता करणार.'' त्याने खाली रस्त्याकडे पाहत म्हटले. ''मी फक्त जिवंत राहण्याचा प्रयत्न करतोय.''

''बझ, तुझ्या पोटात गाठी आहेत,'' मी म्हणालो, ''मला म्हणायचंय तुला कॅन्सर आहे.''

तो हसला. ''ते सारे म्हणतीलही. 'तू वेडा आहेस. हा तुझा दोष नाहीये.''

असाध्य विकारातून निर्माण होणारी भयंकर स्वप्ने ही जगण्यासाठी निर्माण झाली पाहिजेत. मग तुम्ही कसे जगला किंवा कसा हवा तो विचार करता, याला फारसा अर्थ उरत नाही.

बझने आत्मवंचनेचे एक अंत्यवस्त्रच घालून घेतलेले आहे. त्याच्या लहानशा जगात आर्थिक विवंचनेचे शब्द शिरले आहेत आणि त्यानंतर येणारे नाटक हे रडायला पुरेसे आहे.

जेव्हा फ्रँकलिनच्या दैनिक वृत्तपत्राने बे कुटुंबाच्या या नॉन हॉकिन्स विरुद्धच्या संघर्षाची कथा छापली तेव्हा बझचा संघर्ष फारच लहान करून टाकला. एका

वैद्यकीय रडारडीची कथा तेवढी लिहिली. तेव्हा बझला कळले की, वृत्तपत्रे आजारपणाचे चित्रण कसं करतात आणि जनताही या छापील पानावरच्या तमाशावर कसा प्रतिसाद देते ते!

बझला असा प्रसिद्धीचा चेहरा घालून जगण्याची सवय नव्हती. त्या लेखात तर असेही लिहिले होते की, त्याच्या मृत्यूनंतर सुझान हे सारे कसे निस्तरेल, याची त्याला काळजी वाटतेय. ''त्याच्या मृत्यूनंतर कुटुंब आर्थिक संकटाला कसं तोंड देईल, याची त्याला काळजी वाटतेय...'' लेखात लिहिलं होतं. ''त्याला याची काळजी वाटतेय की, सुझान....या रुग्णालयात फक्त सचिवाचं काम पाहतेय. त्यात घरातील आणि औषधाची बिलंही भागणार नाहीत.''

''ते म्हणजे असं चित्रविचित्र स्वप्नच होतं...'' बझ उद्गारला. 'या प्रसिद्धीने तो अपमानित झाला होता व गुन्हेगारही ठरला होता. म्हणजे त्या अतिरेकी लिखाणाने.' असं तोच म्हणाला, ''मी काहीही करत नाहीये.'' तो म्हणाला, ''मी उद्याचाच फक्त विचार करतोय, असं त्या लेखावरून तरी वाटतंय.''

त्याच्या दहनाबद्दल जे काय त्याने आणि सुझानने ठरवले होते त्याची सर्व माहिती बातमीदाराने छापल्याबद्दल तो नाराज झाला होता. ''अशाही काही गोष्टी आहेत, ज्या मला करण्याची इच्छा आहे आणि त्या ही दोघांनी न ठरवलेल्या... सुझानला कदाचित त्या केलेल्या कळणारही नाहीत. त्या तशा फारच सरळ, साध्या आहेत. बातमीदाराने लिहिल्या तशा घातक नाहीत.'' असे तो म्हणाला.

फ्रँकलीनमधल्या समाजाने त्या कथेला भरपूर प्रतिसाद दिला. बझ म्हणाला, ''जवळपास चाळीस-पन्नास फोन मला यासाठीच आले की, तुम्ही एवढं कामकाजाकडे का लक्ष दिलंत, तब्येतीकडे का दिलं नाहीत, वगैरे... फ्रँकलीन हे असं गाव आहे, जिथं एकतर लोकं एकमेकांना भेटतील तरी नाहीतरी खुशाल आपापल्या खिडक्यात बसतील.''

बझ आपल्या खाजगी आयुष्याबाबत लोकांच्या मोठ्या दृष्टिकोनाला तोंड देत होता. ज्या बाबतीत समाजाने बऱ्याच नवनवीन कथा तयार केल्या होत्या, त्याला पाठिंबा देणारा होता प्रसिद्धीमाध्यमांचा हात! खरं असो वा खोटं, कथेला पाय फुटले होते.

ख्रिश्चन समाजातील बरेचजण बे ला आर्थिक मदत करण्यासाठी पुढे सरसावले. असा प्रसंग फार क्वचित येणारा होता. कारण बझने अगदी नम्रपणे मदतीचे हात नाकारले होते. ही डळमळीत अवस्था सादर करण्याच्या बाबतीत तो सजग होता. जरी बझची आर्थिक घडी पार झोपली होती, तरी त्याला त्या म्हणीचा बहुधा विसर पडला होता... 'पडण्यापूर्वी अभिमान जात असतो.'

शेवटी वास्तव होते ते असेच. ''बिलं येतच राहिली...'' तो म्हणाला.

''माझे धर्मगुरू... लॅरी. ते एकदा असेच माझ्या समोर बसले आणि म्हणाले की, मी कितीतरी जणांना असी मदत केलीये आणि आता मी त्यांची मदत करण्याची संधी हुकवून त्यांचा आनंद हिरावून घेतोय.''

बझने कटु वास्तव गिळले आणि कबूल केले. ''त्या रात्री मला वेगळीच अनुभूती आली.'' त्याने आठवत म्हटले, ''लोक माझ्याकडे भरल्या डोळ्यांनी यायचे. मला ती माझी जागृती असल्यासारखं वाटायचं. लोक चांगलं बोलले म्हणून त्यांची आठवण असूनही मी त्याविषयी विचार केला नाही. त्यांची आयुष्यं बदलवली म्हणून ते माझे आभार मानत होते.''

बझ जणू एक पकडला गेलेला संरक्षक होता.

''त्या रात्री मला भेटायला आलेल्या लोकांमुळे मी बराच भूतकाळात गेलो. इतकं कुणी प्रेम केलेलं मला कधी जाणवलं नव्हतं. ज्या अनेकांच्या आयुष्याला मी स्पर्श केला होता, तेही या धक्क्याने बावरले होते.'' एक धडाही शिकला होता तो. ''कधी कधी दाखवलेला थोडा फार दयाळूपणाही बराच काळ परिणाम करून जातो. देवाने मला त्या रात्री हे दाखवून दिलं की, प्रेम अतिशय खोलवर असतं आणि इतर कुठल्याही, जगातील कुठल्याही गोष्टीपेक्षा ते दूरपर्यंत पोहचतं. कदाचित आम्हाला वाटतं, तसे आम्ही एकटे नसूही.''

याचा फायदा झाला बराच! कठीण वेळ येतेच.

सहज आठवणाऱ्या स्थितप्रज्ञतेशी बझचे जणू मैत्रीचे नाते होते. अगदी भावनातिरेकाला बळी न पडण्याची त्याची खेळी त्याच्या मनाला, विचारांना पुढची दिशा देणारी ठरली. त्याला या तणावाच्या सापेक्ष नेहमीच उच्च मनोवस्थेत राहायला आवडायचे. या त्याच्या भूमिकेमुळे तो नेहमीच कॅन्सरपासून अलिप्त वाटायचा. तो किती आवेगाने हा संघर्ष करायचा, हे कायमच संदिग्ध राहिले.

बझच्या या असहकाराच्या भूमिकेने त्याच्या अंतर्मनात एक शांतता तरी आणली असावी किंवा त्या भयंकर भीतीला नष्ट तरी केले असावे. त्याचा तो मौन संघर्ष फक्त त्यालाच माहिती होता. कॅन्सर किंवा देव किंवा नशीब या कुणाबद्दल आपल्या मनात क्रोध नाहीये, हे त्याने स्पष्टच केले होते. त्याच्या त्या ढासळत्या परिस्थितीचे प्रत्यक्ष चित्रण करणाऱ्या त्या बातमीदारालाही लगेच माफ करण्याची क्षमता त्याने दाखविली. ''मी जरासा निराश झालो होतो, इतकंच! मी रागावलो नव्हतो. त्या बातमीदार बाईने ते मनापासून लिहिलं होतं, हे मी जाणतो. बस्स! त्यापैकी ही एक बाब होती.''

निदानाच्या बाबतीत हयगय करणाऱ्या आणि रुग्णाला एकटे भविष्याकडे एकाकी अवस्थेत सोडणाऱ्या त्या डॉक्टरविषयीही त्याच्या मनात अजिबात राग

नव्हता. ''तुला माहितीये का, मी या दिवसात कुणावरच रागावणार नाही,'' बझ म्हणतो, ''कशासाठी रागवायचं?'' मी अनेक कारणांचा विचार करू शकत होतो. पण ते या बंद कानांवर टाकून उपयोग नव्हता.

''मला वाटतं, युद्धाचा अठ्याण्णव टक्के भाग हा एका वृत्तीवर अवलंबून असतो.'' बझ नेहमीच म्हणायचा. ''सकारात्मकता ही खूप महत्त्वाची असते. सकारात्मक दृष्टिकोन ठेवून तुम्ही तुमच्या शरीरावर नियंत्रण ठेवू शकता.''

चाणाक्ष, निरपेक्ष माणसे, मन, बुद्धी यांच्या साहचर्यावर विश्वास ठेवतात. ती माणसे सापडण्यास याला बहुधा फारशी तोशीस पडत नसावी. बझचा असा भावनेला दूर सारण्याचा आग्रह त्याच्या आयुष्याबद्दल लोकांना काळजी करायला लावतो.

त्याच्या भावना व्यक्त न करण्याच्या अशा वृत्तीबद्दल सुझानही निराशच होती. कदाचित ती त्याच्या भावना समजू शकत नसावीही.

''काही चुकीचं, वाईट घडत असेल तर मी आणि रियान सांगू शकतो...'' तिने मला सांगितले, ''काय चालू आहे, एवढं मात्र नक्कीच समजून घेण्याची आमची इच्छा असते.''

माझ्या कुटुंबात जे घडले होते, तसेच मला हेही वाटत होते.

एका शांत राहणाऱ्या आणि आजारी असणाऱ्या वडलांविषयी नेमके काय वाटते, याचा अनुभव मी घेतला होता. माझ्या वडलांना मल्टिपल स्क्लेरॉसिस आहे आणि प्रत्यक्ष स्थितप्रज्ञासारखे राहण्याचा अनुभव मी घेतला होता. किमान या गोष्टीवर विश्वास ठेवणे मला भागच होते.

बझच्या मेंदूत जे काय शिजत होते, त्याची प्रतिक्रिया म्हणून त्याच्या ओठांवर 'गरीब बिच्चारा'ची झाक अजिबात नव्हती. त्याचे म्हणणे असे होते की, जग त्याच्याकडे बघेल तर तेही त्याच्याच इच्छेप्रमाणे. तो राहील त्याप्रमाणे. केवळ कॅन्सरग्रस्त व्यक्ती म्हणून नाही.

''बझला इतरांचीही काळजी घ्यावीशी वाटते.'' सुझान म्हणाली, ''हा त्याचा एक चेहरा आहे.'' निस्वार्थीपणा हा त्याच्या मानसिक, भावनिक आरोग्यातूनच जन्माला आला होता. ''तो त्याच्या भावनांची काळजी करतो, असं काही मला वाटतच नाही. त्याचं ध्येय मुळातच स्वर्गप्राप्ती आहे. मला ते चांगलं माहितेय.'' सुझान पुढे सांगत होती, ''आणि त्याने त्याचा मार्ग धरलाय.''

बझचे एकांतासारखे मौन सुझानला डिवचते. ''मला खरंच त्याच्या मौनामुळे वेड लागेल असं वाटतं.'' ती जोरात म्हणाली, ''कधी कधी तर मी त्याला सांगते की, किमान काही वाईट वाटलं तर ते तरी सांग.'' ती जणू नवऱ्याकडे पाहात सांगतेय अशा आविर्भावात म्हणाली, ''तू असं का सांगत नाहीयेस की, 'हा दिवस

फारच कंटाळवाणा जातोय. मला बरं वाटत नाहीये.' हे असं राहाणं म्हणजे काहीतरी बांध घालून रस्ता बंद केल्यासारखं वाटतं.''

हे सारे बझसमोर पूर्वीच मांडले गेले होते, ''मी त्याला असं सांगितलं तेव्हा तो रागावला,'' मी सुझानला आठवण करून दिली की, बझने मला सांगितलं की, तो कधीच रागावत नाही. ती हसली... किंचित. ''असो, तो तसं कधीच दाखवत नाही. आम्ही तसं म्हटलं की तो फक्त नाराज होतो.'' ती म्हणाली, 'रियानला आणि मला कळलंय, केव्हा गप्प बसायचं ते...!''

जुन्या असाध्य विकारांमध्ये हे आजार बहुधा जोडप्यांना एकमेकांपासून विलग करतात, हे तिला माहिती आहे का, हे मी तिला विचारले.

''नक्कीच. बायकांना याचा असह्य असा ताण घरात व बाहेरही जाणवतो. जर ते मोकळे झाले नाहीत तर बरेचसे लोक हे सहन करू शकत नाहीत.''

''आणि तू?'' मी विचारलंच.

''त्यातून आम्ही बाहेर कसं पडायचं याची मला माहिती नाही.''

यातून पुन्हा पारंपारिक श्रद्धेवरच आलो. ''आपण लग्नाच्या वेळी चांगल्या आणि वाईट क्षणांना सोबत राहण्याची शपथ घेतो. तुला माहितेय.'' सुझान आणि बझ यांच्यातील समजूतदारपणा प्रश्नातीत होता. एक आयुष्य धोक्यात आलेले होते, पण लग्न म्हणजे पुढे चालत राहणे, सोबत जात राहणे एवढा अर्थ कायम होता. ''बझ आणि मीपण प्रामाणिकपणे ईश्वराला तसं वचन दिलंय.''

आजारपण आणि घटस्फोट सोबत प्रवास करू शकतात आणि धोक्याची घंटा अपरिहार्यच असते. आपल्या सर्वांमध्ये अशा भयंकर कथा ऐकू येतातच.

सात वर्षांपूर्वीची माझी आतड्याच्या कॅन्सरसोबतची दाहक झुंज मेरिडिथला अशीच दाहक वाटली होती. आणि माझ्या मुलांचे बालपण कपरवून गेली होती, पण त्या झुंजीला आरंभ, मध्य आणि शेवटही होता. बझच्यासारखे जुनाट विकार फारच अंतहीन असतात. बझने जो आशावाद व्यक्त केला, त्यापेक्षा माझ्या संघर्षाचा शेवट चांगला होता. आम्ही आमच्याच आशावादावर जगू शकलो. सुझान आणि बझच्या बाबतीत मात्र या पेटलेल्या ज्योतीला धगधगती ठेवायला भरपूर जळण, इंधन आहे.

दुसऱ्यांना शांतपणे मरण येऊ देण्यासाठी मदत करते हा बझचा एक व्यवसायच होऊन बसला होता. साधारण दहा वर्षापूर्वी अशा मृत्युशय्येवरच्या रुग्णासाठी काम करणाऱ्या स्वयंसेवकांनी त्याच्या आईला स्तनाच्या कॅन्सरने झालेल्या मृत्युक्षणी मदत केली होती. त्यानेही मृत्यूच्या वाटेवरच्या रुग्णासाठी स्वयंसेवक म्हणून २००५ मध्ये काम सुरू केले होते आणि एकाच वर्षानंतर त्या तशा रुग्णालयाच्या

वरिष्ठांनी त्याला पगारी स्वयंसेवक समन्वयक म्हणून काम करण्यास बोलावले. जो आठवड्यातून तीन दिवस काम करतो. त्याच्या शारीरिक गरजा व्यवस्थित भागवून वाटेल त्या वेळी काम करण्याची त्याला मुभा आहे. ''मी माझ्या पद्धतीने काम करतो. ते फार सावधान आहेत, बचावात्मक पवित्र्यात असतात. जर तुम्हाला बरं वाटत नसेल, तर काळजी करण्याचं कारण नाही.''

पगारी कामाने जरा दिवसही बरे आलेत. ''खरंच'' बझने उसासा सोडला, ''त्या कामाने मला जरा आत्मसन्मान दिला. मी पुन्हा माणसांत आलो.''

त्याला मिळालेल्या कामाने त्याच्या मनावर चांगला परिणाम केला. तो चांगला कॅन्सरविषयी मार्गदर्शन करणारा झालाय आणि त्याने आत्मसन्मानही परत मिळवलाय. तो आता पुन्हा खेळी खेळायला तयार झाला आहे.

सुझानच्या खांद्यावरच्या आर्थिक ओझ्याचा जरासा भार आपणही उचलू शकतो, यातच बझ जरा समाधानी होता.

''सुझानसाठी एवढंही केलं तरी भरपूर झालं.'' तो सुखासमाधानाने म्हणाला. ही परिस्थिती म्हणजे... जरी दोन वेळच्या जेवणाची गरज भागवण्यासाठी नसली तरी हातभार लावण्याइचकी निश्चित होती. त्याला चित्र जास्त आशादायक वाटू लागले. शब्द न् शब्द निवडून तो म्हणाला, ''कॅन्सरग्रस्त माणसासाठी आशा म्हणजे लॉटरी लागणं आहे.''

''हे सारं चमत्कारिक आहे, असं तुला वाटत नाही का?''

''होय...'' तो हसला, ''पण कसं आहे बघ. मी आशावादी राहू शकतो ना.'' काही क्षण शांतपणे तो जेवणाच्या टेबलाजवळ बसून राहिला. सुझान रियानला वरच्या मजल्यावर काहीतरी सांगतेय, हे मी ऐकू शकत होतो.

''आशा हीच की, यातून आपण बाहेर पडू शकू'' बझ सांगत राहिला.

''कदाचित उद्या, एखाद्या संशोधकाकडून एखादा जीन असा ओळखला जाईल, की तो कदाचित म्हणेल, 'या जीनवर हल्ला करा आणि कदाचित त्याने लिम्फोमा थांबेल. हे त्या संशोधनाने फार मोठं उत्तर दिलेलं असेल.''

बझला एवढीच आशा होती. ''आशा म्हणजे आयुष्यातील चेंडूचा खेळ आहे.'' तो म्हणाला, ''कारण तुम्ही जर आशा गमावली, की सारं गमावलंत. पण म्हणजे तुम्ही ती मिळवली की तुम्हाला पुन्हा मिळवावीशी वाटते. आशेशिवाय, दुसरं काही नाहीये?'' मृत्युशय्येवर खिळलेल्या रुग्णासाठींच्या रुग्णालयात आशा करणं, खरं तर अवघड असतं, पण तिथे काम करण्यातच बझला बरेच समाधान मिळत होते, असे दिसत होते. ''ते नेमकं काय आहे, हे जाणण्याचा मी प्रयत्न करतोय, असं माझी बायको म्हणते...'' बझ म्हणाला, ''लोकं शेवटच्या क्षणी नेमकं कसं प्रतिसाद देतात ते.''

त्याने सुझानशी याही विषयांवर चर्चा केली होती. त्याला या आयुष्यापासून दूर निघून जाण्यासाठी खरे तर इतर कुणाचे मृत्यू बघत बसण्याची गरजच नव्हती. ''त्या... त्यांच्यासोबत मी तो पूल ओलांडून जातो. ते जाताना मी त्यांचा हात माझ्या हातात धरलेला असतो. जर हे करणं म्हणजे एखाद्याचं आयुष्य जरा चांगलं बनवणं असं असेल, तर मी ते केलंय.''

''त्यातून तुला काय मिळतं?'' मी विचारतो.

''मला प्रगाढ शांततेचा अनुभव येतो.''

एक प्रचंड शक्ती त्याला मिळते. मृत्युशय्येवरच्या रुग्णासोबत काम करणं ही बहुधा बझसाठीची सुयोग्य जागा आहे. ती त्याची वैयक्तिक उद्दिष्ट्ये साध्य करून देते. मरणाच्या भीतीतून मुक्तता! हे जणू त्याला 'ती जागा' दाखवण्यात येत असल्यासारखे होते. तो मला म्हणालाही की त्याने ते जाणलंय!

फ्रॅन्कलीनला मी दिलेल्या पहिल्या भेटीत बझ, सुझान आणि मी त्यांच्या गाडीत बसलो होतो आणि एका शांत रस्त्याने प्रवास करत होतो. सकाळची वेळ होती. रस्त्यावर फारसे कुणी नव्हते. ''देवा, प्रत्येक ठिकाणी चर्च आहेच.'' बझ उद्गारला. ''जरा रस्त्याच्या पलीकडे बघा.'' तो म्हणाला, ''बॅप्टिस्टचं आहेच, प्रेसबेटेरियन्सचं आहेच, पेन्टेकॉसलचं आहे, मॉर्मन, मेथोडिस्ट आहेच.'' आम्ही वळलोही नव्हतो, ''आपण बायबलच्या प्रभाव क्षेत्राखाली आहोत'' सुझान म्हणाली.

एवढी चर्चची संख्या पाहून मला आश्चर्य वाटले, ''देव सर्वत्र आहे'' मी म्हणालो.

''अर्थात मित्रा. इथं फक्त एकाच प्रकारचे नाही तर बॅप्टिस्ट, सदर्न बॅप्टिस्ट, नॉर्थन बॅप्टिस्ट सगळ्या प्रकराचे आहेत.''

''ती सगळी वेगवेगळी चर्चेस आहेत?'' मी विचारले.

''ती सगळी वेगवेगळी चर्चेस आहेत,'' बझने माहिती दिली, ''बरीचशी चर्चेस ज्यांना धड नावंही नाही, ती आमच्या चर्चपेक्षाही फार सजग, चैतन्यपूर्ण आहेत.''

''म्हणजे?'' मी विचारलं.

बझने ती चर्चेस फक्त चालतात हे समजावून सांगितलं, ''फक्त चालू असतं, झालं.'' तो म्हणाला, ''नुसता आरडाओरडा आणि बेसूर गायन. ते हात उंचावणं आणि टाळ्या वाजवणं वगैरे चालतं.'' काही क्षण तो थांबला. ''पण मला विभिन्न प्रकार आवडतात.'' तो पुढे म्हणाला, ''आम्ही कधीकधी साध्या चर्चेसमध्ये जातो.''

''त्यातून तुला काय मिळतं?'' मी विचारले.

''तिथं इतर ख्रिश्चनांविषयी एक जागरुकता आहे. एक नवेपणा.'' बझ आपल्या

सुधारणावादी चर्चचा दृष्टिकोन स्पष्ट करत असतो. ''या चर्चमध्येही मी मला हवी तशी, माझ्या पद्धतीने प्रार्थना करत असतो.'' तो म्हणाला, ''तिथं ही चांगली सहकार भावना आहे. आमचं चर्च उच्च आहे, पण ही समानता नाही.''

ज्या चर्चमध्ये सतत असे संगीत वगैरे चालू असते, तिथे बझ बहुधा जात असावा. ''त्यामुळे एक उभारी येते आणि वॉव...! त्यामुळे एक प्रकारे आपण सैलावतो.'' तो उत्साहाने म्हणाला, ''सुझानला या असल्या प्रकारची आवड नाही. ठिकाय. मी कधी कधी अशा चर्चमध्ये एकटा जातो किंवा रियानलाही नेतो. तिथं एक प्रकारे भावनांचा निचरा होतो. ते माझ्या पद्धतीसारखंच आहे.''

''याचा अर्थ असा होतो की, देवाच्या नावाने वाजवलेल्या या बँडमुळे तुला पुढे अजून जगण्याची इच्छा होते.'' मी बझकडे पाहिले.

''ती सारी श्रद्धा आहे.'' तो म्हणाला.

मी त्याला न्याहाळत विचारले, ''कशावरची श्रद्धा?''

''देव, देवावरची!'' त्याने तत्काळ उत्तर दिले.

''देव तुला मदत करेल, यावर तुझा विश्वास आहे?'' मी विचारले.

''मला खात्री आहे.'' बझ न अडखळता म्हणाला, ''या जन्मात तरी मी बरा होणारच किंवा स्वर्गात तरी.'' मला हे माहिती आहे, की आत्मविश्वासच बझचा जीवनमंत्र बनला होता.

त्यानंतर एकदा, बे कुटुंबीय आणि मी त्यांच्या गाडीतून जात असताना माझ्या समोरच्या सीटवरच्या सीडीने माझे लक्ष वेधून घेतले. रस्त्यावरच्या प्रकाशात मी लगेच ती उचलून घेतली. त्या अल्बमचे नाव होते 'श्रद्धेचा मार्ग... एक चमत्कार!' त्यावरच्या भागावर विटांच्या भिंतीसमोर उभ्या तिघांचा फोटो होता, ज्यात ते व्यवस्थित, सहज उभे दिसत होते. त्यात मधोमध बझ उभा होता. त्या सीडीबद्दल त्याने काही सांगितले नाही. ते मी शोधून काढावे म्हणून त्याने जणू सोडून दिले होते.

''अच्छा म्हणजे तू गाणारा फुलवाला आहेस तर...'' मी म्हणालो.

''तू त्याचा आवाज ऐकला पाहिजेस.'' सुझान म्हणाली, ''फार छान आहे.''

ध्वनिमुद्रण उत्तम केले गेले होते. 'हा एक श्रद्धेचा मार्ग आहे. मित्रांनो, हळूहळू 'तो' तुमच्यासोबत येतो. त्याच्या प्रेमाला अंत नाही.''

मग गीत सुरू झाले. ''तो दूर करेन दिन हा अंध:काराचा अन् वर्षाव होईल त्याच्या कृपेचा / दूर दूर सारा तो दिन कालचा, अन् आज धरा मार्ग त्याच्या श्रद्धेचा.''

सीडी २००२ मध्ये ध्वनिमुद्रित करण्यात आली होती, म्हणजे बरोबर त्याच्या कॅन्सरच्या निदानानंतर..!

''आम्ही साऱ्या मंडळींना साऱ्या शक्यता माहिती होत्या,'' बझने सांगितले, ''पण आम्ही जोपर्यंत शक्य आहे, तोपर्यंत गायचं ठरवलेलं आहे.'' सीडी बनवण्यासाठी एक स्वतंत्र व्यवस्थापन असल्याचे त्याने सांगितले.

''या ध्वनिमुद्रणाचा तुझ्या आजारपणाशी काही संबंध?'' मी विचारले.

''सुझान आणि रियानसाठी मला काहीतरी ठेवून जायचं आहे,'' बझ उत्तरला, ''कधी कधी माझा आवाज तरी त्यांच्यासोबत असेल.'' त्यातले प्रत्येक गाणे त्याच्या पद्धतीने एक श्रद्धाच होती, श्रद्धेचा मार्ग दाखवत होते.

ही तरुण मुले देवाबद्दलची गाणी एवढ्या ठामपणे, श्रद्धेने गातात, ही गोष्ट मला विसंगत वाटत होती. श्रद्धेशी असणारे माझे सांस्कृतिक संबंध फक्त जुन्या म्हाताऱ्यांशीच होते. बझने एक गाणे नव्यानेच लिहिले होते. ते नव्या पिढीतील त्या तरुणासाठी होते.

''त्याने केली कशी तुझी प्रार्थना, जशी होती केली माझ्यासाठी प्रार्थना, नि:शंकपणे जाणले त्याने तुजला, तू पुरवशील माझ्या मागण्याला,

देवा, मी येतोय तुझ्याकडे, मी येतोय तुझ्याकडे,

मला नाही माहीत मार्ग येण्याचा, पण आहे विश्वास तुझ्यावर बघतो मी मार्ग रियानचा.''

बझने मुलासाठी जे गाणे लिहिले होते, त्यावरून त्याची श्रद्धा झिरपत मुलापर्यंत आली होती, हे स्पष्ट दिसत होते.

फ्रॅन्कलीनमधल्या समाजात ख्रिश्चन धर्मविचार खोलवर रुजलेले दिसतात आणि सगळ्या वयोगटातील लोकांसाठी शांततेची ती एकमेव व्याख्या दिसत होती. बायबलच्या प्रभाव क्षेत्राखालच्या भूमीचा हा मध्यप्रदेश आहे. फ्रॅन्कलीनमधले ख्रिश्चन पापभिरू, जीझसवर प्रेम करणारे ख्रिश्चन आहेत. बझसाठी ख्रिश्चन धर्मविचार हा आयुष्याचा एक भाग नव्हता. तेच आयुष्य होते.

''इथं जगण्यासाठी तुमच्याजवळ श्रद्धा असणं नितांत गरजेचं आहे.'' किम म्हणाली, जी तिच्या नवऱ्यासोबत, क्रेगसोबत राहाते. तिचं ऑशलीड्रेक मालकीचं आहे. तिथे मी प्रत्येक भेटीच्या वेळी मुक्काम केला. मी तिथे राहावे, ही बझची इच्छा होती. त्या तरुण जोडप्याने त्या जुन्या चमत्कारिक इमारतीच्या भिंतीवर कुठलेही धार्मिक चिन्ह लावले नव्हते. त्यांच्या श्रद्धेची कुठलीही बाह्य निशाणी नव्हती, पण आम्ही एका पुरातन ओक लाकडाच्या टेबलाजवळ कॉफी पिण्यासाठी बसलो, तेव्हा ती श्रद्धा स्पष्ट स्वरूपात प्रकट होत होती. ख्रिश्चनधर्म ही त्यांच्या संदर्भाची चौकटच होती आणि ती बऱ्याच संभाषणातून हळूहळू बाहेर पडतच होती.

फ्रॅन्कलीन मेमोरियल ख्रिश्चन चर्चची इमारत अगदी आधुनिक आणि चांगली मोठी आहे. ती एखाद्या मोठ्या दुकानासारखी वाटते.

या चर्चमधून भरपूर धार्मिक सेवा आणि ख्रिश्चनांची सांस्कृतिक सेवाही पुरवली जाते. धार्मिक गटासाठी ती एक परिपूर्ण अशी सेवा आहे. बझ एखाद्या ठिकाणी कधी कधी रविवारी दोन सेवा द्यायला जातोच. चर्चचे कार्यक्रम आणि चळवळींनी त्याचा उरलेला आठवडा व्यापलेला असतोच.

बझची श्रद्धा आणि चर्च दोन्हीसाठीचे समर्पण म्हणजे त्याच्या जीवनचक्राच्या आसातील तोल सांभाळणारी खिळ आहे. समाजाची खरी जाणीव ही त्याच्या टेकूसारखी काम करते. कुणीही या मार्गाने एकटा जाण्याचा प्रयत्न करत नाही आणि इथे याला एक अशी आध्यात्मिक नशा सापडली होती, जी त्याला या अंधारातून तरून जायला मदत करत होती. जरी माझ्यासारख्यांनी यावर अजिबात विश्वास ठेवला नाही, यांच्या श्रद्धा स्वीकारण्यास कठिण आहे, असे आमच्या लक्षात आले तरी, त्यांना चर्चशी संबंधित यंत्रणाच नशा आणणारी वाटते. एका विशिष्ट जातिपंथाची विचारधारा कोणावरही अंमल गाजवू शकते.

डिसेंबरमधल्या एका थंड रात्री मी बे कुटुंबाबरोबर एका चर्चमध्ये गेलो. ही गोष्ट ख्रिसमसच्या सुट्ट्या लागण्यापूर्वींची होती आणि बझला गाडी लावण्यासाठी जागा मिळवण्यासाठी भरपूर धडपड करावी लागली. त्या दिवशीचा कार्यक्रम खूपच मोठा होता. मी खास तेवढ्यासाठी आलो होतो, कारण रियान कसा शहाण्या माणसासारखा वागतो आणि एक ख्रिसमसचे सुंदर गीत, कसे छान म्हणतो, हे बझला मला दाखवायचे होते.

त्या सायंकाळी नृत्यगायनाचा कार्यक्रम होता, त्यामुळे सारे लोक हसत, गप्पा मारत, एकमेकांना भेटत चर्चमध्ये येत होते. ही एकमेकांसाठी महत्त्वाची, एकमेकांच्या आयुष्यातील सुखदु:खे जाणणारी, मदत करणारी मंडळी होती.

ही सारी बझची माणसे होती. मी पाहिले की, हा माणूस साऱ्या गर्दीवर प्रभाव टाकत होता. क्वचितच नेते मतासाठी असे करतात. पण एक सामान्य माणूस इतरांकडून जीवनऊर्जा घेत होता. ''बरा आहेस ना, बझ?''चा आवाज सायंकाळभर येत होता. साधेसे हस्तांदोलन किंवा कुठे कुणी त्याला नि:शब्दपणे मारलेली मिठी शब्दांची गरजच संपवत होती. बझ प्रत्येकाच्या हसण्याला हसून प्रतिसाद देत होता आणि ती सारी आनंदाची ऊर्जा ओढून घेत होता. हे सारे दृश्य म्हणजे डेनिसने निवडलेल्या एकांतवासाच्या पूर्ण विरुद्ध होते. चर्च जणू एका माणसाभोवतीच केंद्रित झाले होते. बझ अगदी सहजतेने फिरला. त्याची पूर्ण श्रद्धा आणि त्याचेही तेवढ्याच मोकळेपणाने लोकांकडे झुकणे या दोन गोष्टी इतक्या बेमालूमपणे मिसळल्या होत्या की त्यातला दुवा कुठेच दिसत नव्हता. त्याच्या घरी श्रद्धा आणि नकार दोन्ही जणू सुखाने एकत्र नांदत होते.

बझचे धर्मगुरू रेव्हरंड लॉरी मॅकअॅडम्स यांना सारेजण 'लॉरी' म्हणून ओळखत

होते. बझने बसवलेला अतिशय आनंदाचा नृत्याचा कार्यक्रम ते मन लावून पाहात होते. ''बझला स्वत:बद्दल सांगण्याची फार गरज वाटते. त्याला कसं वाटतं. हे कुणालातरी त्याला सांगावंसं वाटतं. तो दुसऱ्यांच्या गरजांच्या वेळी तिथं बरोबर जातो. हे खरंच खूप छान आहे. पण...'' 'पण काय?' मी आश्चर्यचकित झालो. लॅरींची बझच्या बाबतीत प्रेमाइतकीच निराशाही स्पष्ट दिसत होती. ''आम्ही बझला विचारतो की, तो कसा आहे आणि मग तो जुन्याच गोष्टी आपल्यासमोर घेऊन येतो. उदाहरणार्थ, मी त्यांना अद्याप कळलो नाही आणि हे काय मी उभा आहे. चांगला खातोपितोय वगैरे. मी म्हणतो, बझ, माझ्यासाठी एवढं पुरेसं नाही.''

रेव्हरंड म्हणाले की, बझ त्यांना कधीकधी टाळतो, त्याला ज्या गोष्टींवर बोलायचं नसतं, त्यावेळी तो तिथून सटकतो आणि कदाचित, काही भावनांना त्याला वाट करून द्यायची नसते. आजार असो वा दु:ख, संताप येणं साहजिक असतं. रेव्हरंड मॅक ॲडम्सनी सूचित केलं. लॅरींनी मला जीझसच्या वाक्याची आठवण करून दिली, ''संतापा, पण पाप करू नका.'' म्हणजे संतापा जेवढं संतापायचं तेवढं संतापा, पण तुमच्या क्रोधामुळे कुणाचं नुकसान करू नका.

त्याच्या धर्मगुरुंच्या म्हणण्यानुसार, बझने संगीताकडे लक्ष द्यायला हवे होते. ''डॉक्टर काय म्हणतात, यावर माझ्याशी किंवा इतर कुणाशीही बझ मनमोकळेपणाने बोलला असेल, असे मला वाटत नाही. आपल्याला कुणीही, काहीही वाचवू शकणार नाही, हे सत्य बझने स्वीकारले की नाही, हेही मला माहिती नाही.''

रेव्हरंडनी असेही म्हटले की, कदाचित बझ देवाशी सौदा करत असावा, ''कदाचित बझ असा विचार करत असेल की या स्थितीतही तो इतरांना मदत करतो म्हणून, देव त्याचं आयुष्य वाढवेल'' ते जरा थांबले, ''त्रेसष्ट वर्षांच्या माझ्या या धर्मगुरूच्या कारकीर्दीत मी तरी बझसारखी व्यक्ती पाहिली नाही.''

लॅरींनी आपला निष्कर्ष जाहीर केला. त्यांचे ते एक जबरदस्त मूल्यमापन होते.

लॅरी मॅक ॲडम्स असे कार्य अनेक वर्षांपासून करत होते. एक चांगला रेव्हरंड आणि मी, आम्ही दोघेही चुकत होतो तो इथेच. बझ जर लवकरच मरणार असेल तर, त्याला जे वाटेल ते करू द्यावे. मला अद्याप असे काहीही सापडलेले नाही की ज्याच्यामुळे मला असे वाटेल की, दुसऱ्याच्या मतानुसार कठोर सत्याशी आपण सामना करण्यात काही तथ्य आहे. स्वत:लाच असे आरशात पाहून दु:खी होऊन वागण्यात काय हशील आहे? जर आपण कसे जगायचे, हे आपण कुणाला सांगू दिले ना, तर ते आपण कसे मरायचे हेच सांगतील. त्यांचे सत्य बझला वाचवू शकेल असे काही नाही. मग असे करणे म्हणजे (मग ते बझच्या बाबतीत का असेना), एक विदुषकी चाळा होईल आणि पुन्हा श्रद्धेतच येऊन पडणे क्रमप्राप्त होईल.

ज्या लोकांना श्रद्धा सापडली आहे (जी माझ्या हातून निसटली आहे) अशांचा

मी आदर करतो, पण द्वेष काही सतत उभा राहू शकत नाही. देवाने मला कधीच काही दिले नाही. म्हणजे एखादा चांगल्या रकमेचा चेक, किंवा मला थंडी वाजत होती, तेव्हा स्वेटर वगैरे आणला असे काही झालेलं नाही. जेव्हा मी भुकेला होतो, तेव्हा मीच मला खाऊ घातले आणि इथे हा बझ होता, जो स्वतःला, त्याला सापडलेले प्रत्येक अंडे श्रद्धा नावाच्या बूड फाटलेल्या टोपलीत टाकत होता. त्याचे आयुष्य त्याला मृत्यूच्या दिशेला हळुवार नेत निघाले नव्हते. तरीही हा गृहस्थ विश्वास ठेवून होता की, कसा का होईना देव येऊन मध्यस्थी करेल आणि सारे काही व्यवस्थित होईल.

अगदीच सांगायचे म्हणजे जेव्हा त्याचा भाऊ वारला तेव्हा बझने एकाच वाक्यात सांगितले, ''माझा भाऊ त्या शांत विश्वात आनंदी आहे.'' तो शांतपणे म्हणाला, ''तो माझ्या आई, वडील आणि बहिणींसोबत ते जुने दिवस पुन्हा स्वर्गात उपभोगतोय.'' तो गालातल्या गालात हसला. बझने आश्चर्य वाटावे असे काहीतरी सांगितल्यालाही बरेच दिवस झाले होते.

या गृहस्थाची श्रद्धा परिपूर्ण आहे. स्वर्ग मोहक आहे. मृत्यू आपल्याला दिसतो, पण मृत्यू म्हणजे त्याच्या दृष्टीने फक्त दिशा बदलणे आहे. ''स्वर्ग ही अशी अवर्णनीय गोष्ट आहे, जिथं खूप काही गोष्टी आहेत. लोक आहेत. माणुसकी आहे, आपलं कुटुंब व मित्रही आहेत.''

तो सांगतो. माझे मित्र मला नेहमीच विचारतात की, मला बझच्या अढळ श्रद्धेचा हेवा वाटतो का? मला बझला मिळालेल्या श्रद्धेचा खरंच हेवा वाटतो, पण मी तिथपर्यंत पोहचू शकत नाही.

''मला जरा स्वर्गाबद्दल सांग.''

''मला जे काही ज्ञात आहे त्या पलीकडे ते आहे. मी काढू शकेन त्या चित्रापेक्षा ते वेगळं चित्र आहे. ते सौंदर्य टिपण्यासारखा एकही कॅमेरा नाही. त्याचं वर्णन एखाद्या कवीने सुंदर शब्दांत करावं असे शब्दही नाहीत.'' त्या वर्णनाने मी अक्षरशः संमोहित झालो.

''माझ्यासाठी तरी मृत्यू म्हणजे त्या दुःखविरहित, चिंतामुक्त जीवनाचं द्वार आहे. ज्यांना मी दुरावलो, त्यांना मी तिथं भेटेन. त्यांना मिठी मारेन आणि नेहमीसाठी त्यांच्यासोबत राहीन. ते काय इतकं वाईट आहे का?''

''तुझा त्यावर खरंच विश्वास आहे, आहे ना?''

''मी त्यावर कायमच विश्वास ठेवलाय. मला मरणाची भीती नाहीये.''

दुसरीच कशाची तरी भीती आहे. ''मला माझ्या कुटुंबाला सोडून जाण्याचं भय आहे, पण मला माहितीय, त्यांची श्रद्धा त्यांना स्थिर ठेवेल,'' बझ हसत म्हणाला, ''मला वाटतं, सुझान म्हणेल 'मला दोन आठवडे दे, मग मी पुन्हा बाहेर पडेन

आणि दुसऱ्या कुणाला तरी शोधेन?'' बझचे विचार गमतीदार होते. ''नाही.'' सुझान मध्येच म्हणाली, ''हो'' बझ उतरला, ''पहिल्यांदा प्रेमासाठी जां, नंतर बकरा पाहायला जा.''

''तू हसताना चांगला दिसतोस, बझ. मी रागावेन पण...''

''मला माहिताय, तुला मला हेच सांगायचं आहे की, मी रागावले आहे. पण मी नाही. या पृथ्वीवरचा आपला हा जरासा मुक्काम आहे. नंतर आपण सारे मरतोच. या दुखण्यातून, मी देवासाठी एक तारा बनेन आणि पुन्हा परतणार नाही. आपण काही मागण्यापूर्वीच देवाला आपल्या गरजा माहीत असतात. आपण त्याला फसवू शकत नाही. मी परिपूर्ण आयुष्य जगू शकलो नाही, पण मला क्षमा करण्यात येत आहे.''

फ्रॅन्कलीनला जाणाऱ्या ३१ नंबरच्या रस्त्यावर पेट्रोल पंप आणि ग्रीस टाकणाऱ्या पंपासमोर ठळकपणे उभी असलेली एक स्टारब्यूक दिसत होती. माझी छोटी, जणू भोपळ्याची गाडी असावी तशी गाडी आणि बाहेरची ती अठरा चाकांची भलीमोठी गाडी यात एक विसंगती दिसत होती.

''बझ,'' मी विचारले, ''तुझ्या या ठाम श्रद्धेने तुला मृत्यू स्वीकारायला आणि संघर्ष बंद करायला भाग पाडलं का?''

''हा अवघड प्रश्न आहे.'' तो जरासा थांबत म्हणाला, ''आपण कुठं चाललोय, हे जेव्हा मला कळलं, तेव्हा मला मृत्यूची भीती वाटणं बंद झालं.''

''खरंच?''

''होय. तुला कदाचित असं वाटत असेल की, हा वेडा आहे. पण मी मरायला उत्सुक आहे.''

''मी आधीच विचार केलाय की तू वेडा आहेस बझ,'' मी पुढे विचारले.

''पण मग हा संघर्ष कशासाठी?''

''रियान आणि सुझानसाठी'' तो उत्तरला. ''हे कारण आहे.'' मग त्याने एक वाक्य असेच भिरकावले, ''एकमेव स्वार्थी हेतू एवढाच आहे. मला हा विसरावा वाटत नाहीये.''

आजूबाजूच्या लोकांना वाटत होते, तेवढा कदाचित बझ आपल्या नकारात्मक विचारात बुडालेला नव्हता.

तो असा वेळोवेळी राग वगैरे प्रदर्शित करत असे. या साऱ्या आनंदापासून मला हिरावून घेतोय, म्हणून त्या आजारावर मी रागावलो आहे. त्याने एकदाचे कबूल करून टाकले. प्रामाणिकपणे सांगायचे झाले तर, मला काही गोष्टींचा राग येतो हे खरं उदाहरणार्थ, हे आताच का होतंय? त्याचं कारण काय असावं? मलाच ही कठीण वाट का चालावी लागते?''

आमच्या गप्पा तावातावात आणि जोरजोरात चालू होत्या.

मी आजूबाजूला पाहिले, आणि माझ्या लक्षात आले की, काही लोक आमच्याकडे पाहात होते. बझने मला सांगितले की, माझ्या उपस्थितीची गावाने विशेष नोंद घेतली होती.

"बझ..." मी जरा हळू आवाजात म्हणालो, "त्याच कारणांसाठी मी संतापतो. संतप्त प्रतिक्रिया.तुझ्या या तर्काशी वा श्रद्धेशी फारसा संबंध नसतो. तुझा देवावर विश्वास आहे आणि तरीही अद्याप तुला वाटतं की, तुझी पिळवणूक होतेय." मी पुढे बोलू लागलो, "तुझी पिळवणूक होतेच. असं आपल्यापैकी अनेकांचं होतंच. कदाचित मीच एकमेव असेन जो या उकळत्या कढईतल्या माझ्या आयुष्यासाठी तपासणी करतोय. असं वारंवार उकळून घेण्यातूनही एक दिलासा मिळतोच. पुन्हा एकदा असं भरडून घ्यावं. त्याला असं हसून टाळू नये."

"विनोद किंवा एखाद्या गोष्टीकडे नरमाईनं पाहाणं ही माझ्या शरीरातील नकारात्मक विचार बाहेर टाकण्याची रीत आहे." बझ म्हणाला, "माझा राग हा या विनोदात विरघळलेला असतो. जेव्हा मी रुग्णालयात जाण्यापूर्वी खिन्न होतो ना, तेव्हा मी एकतर हसायला सुरुवात करतो किंवा फालतू विनोद करत बसतो. आपल्यासारख्या लोकांसाठी ज्या गोष्टी भयानक असतात ना, त्या सुलभ बनतात. आपण हसतो आणि हे जाणतो की देव आपल्यासोबत आहेच."

किमान बझलिखित नाटकातल्या प्रत्येक प्रवेशात देव येतोच. तो बहुधा स्वतःपेक्षा जास्त देवाविषयीच बोलतो. "मी सुरक्षित राहू शकतो ना." तो जाणीवपूर्वक हसत म्हणाला,

"तुला कशापासून सुरक्षितता हवी आहे?"

"लोकांनी माझी दुसरी संवेदनशील बाजू पाहावी. असं मला वाटत नाही."

त्याने सांगितले, "दुसऱ्यांनी माझ्या अस्तित्वाची दखल घ्यावी, असं मला वाटावं इतका मी कठोर माणूस नाहीये."

"तुझं ते मरणाच्या शय्येवरच्या लोकांसाठीचं काम तू संवेदनशील आहेस, हे सिद्ध करत नाही का?" मी विचारले.

"मृत्यूच्या क्षणी माझ्या कोणत्या भावना असतील त्याच जाणण्याचा मी प्रयत्न करतो. म्हणून मी त्या मृत्यूचा साक्षीदार असतो."

"पण त्यामुळे तुझ्या भोवतीचं संरक्षण कमी होत नाही."

"बझ चांगला कणखर आहे, हे मला लोकांना सांगायचं असतं."

"म्हणजे हा एक अभिनयच असतो ना..?"

"अर्थात..." बझ नेहमीच शांत असला तरी बोलून गेला, "तू त्याला अभिनयही म्हणू शकतोस." बझला स्वतःला खरं म्हणजे एक कणखर शांत,

संयमित असे दाखवण्याची गरज भासत होती, ''मला अक्षरश: दगड व्हायचंय.'' तो म्हणाला, ''पण ते दुसऱ्यांची काळजी घेण्यासाठीच!''

''बझ'' मी जरा हिंमत करून म्हणालो, ''आम्हा सगळ्यांचीच ती इच्छा असते. कदाचित ही काळजी करण्याची तुझी पाळी असावी.''

''नाही, मला असं गरिबासारखं बळी पडल्यासारखं जगणं आवडत नाही.'' तो तत्काळ म्हणाला.

''असं त्याच्याबद्दल कोणी कधी म्हणालं का?''

''पण मला जाणवतं.'' बझ मला लगेच म्हणाला, जणू काही मी त्या मुद्द्याला पकडून ठेवणार होतो किंवा त्याला धोबीपछाड करणारा होतो. तो पुढे सांगू लागला, ''बऱ्याचवेळा ट्युमरच्या वेदना असह्य असतात. असहनीय होतात. पण त्याबद्दल कुणाला ऐकण्याची इच्छा असते? मी लोकांना साध्या दुखण्याबद्दल आणि कळांबद्दल बोलताना ऐकतो, पण त्यांना माझ्या या दुखण्याची कल्पना नसते.''

''हे लक्षात घे...'' भावनाशीलता बाजूला करत आणि त्यात अडखळणं थांबवत तो म्हणाला, ''मी कायम शांती प्राप्त करत असतो.''

''बझ, हे असं म्हणणं म्हणजे पळवाट शोधल्यासारखं आहे.'' मी म्हणालो.

''अजिबात नाही. मला वाटतं, माझ्या मर्यादा मला माहीत आहेत. मी समंजस वगैरे बनण्याचा प्रयत्न करतोय असं नाहीये.'' तो मला म्हणाला.

''म्हणजे?''

''म्हणजे, मी एका मर्यादेपर्यंत जाऊन थांबतो, पुढे जात नाही.''

''का?'' मी विचारले.

''लोकं एका मर्यादेपर्यंत काळजी करतात, सगळंच काही ऐकत बसत नाहीत,'' हे बझचे म्हणणे बरोबर होते, ''ही तक्रार करावीशी, सांगावीशी वाटणारी बाब माझ्या शक्तीच्या बाहेरची आहे. तुला कळतंय का काही रिचर्ड? या साऱ्या गोष्टींवर संयम मिळवणं अतिशय अवघड बाब आहे. हा संयमाचा, नियंत्रणाचा विषय आहे.''

खल्लास! म्हणजे हा समारोपावरच आला होता.

सहनशक्तीच्या, नियंत्रणाच्या बाहेर जाणे, ही आजारी माणसाची कायमची तक्रार असते. आपला क्रमांक पाहा आणि रांगेत उभे राहा. आपल्यापैकी बरेच जण असेच झगडताहेत. आपल्याला या संदर्भात डेनिसचे उदाहरण माहिती आहेच. आयुष्यातील दोन थकवणाऱ्या असाध्य आजारांशी झुंजण्यात जात चाललेल्या नियंत्रणात किंवा संपत चाललेल्या सहनशक्तीत कधीही शांती मिळवू शकलो नाही. हळूहळू आपले रक्त पाझरतच राहते. बझ आजार नाही तरी भावना आवरू

शकतो. तुम्ही काय मिळवू शकता, ते तुमचे तुम्ही ठरवा.

* * *

बझ्झने एका सुटीच्या दिवशी फोन केला. त्या दिवशीची बातमी आणखी वाईट होती. पुन्हा शहराकडे यावे लागले होते. ''कॅन्सरचे जंतू माझ्या लहान मेंदूपर्यंत पोहचले आहेत.'' तो भावनाहीनतेने म्हणाला. लहान मेंदू हा डोक्याच्या कवटीच्या मागच्या बाजूला असणारा मोठा मेंदू व मेंदूच्या मुळाचा भाग यांच्या दरम्यानचा भाग असतो. हालचाल आणि शरीराचे संतुलन यावर त्याचे नियंत्रण असते.

''तू कसं काय शोधून काढलंस?''

''मी एमआरआय साहाय्याने सखोल तपासणी केली. कॅन्सर आता पुन्हा सक्रिय झालाय. असं होऊ शकतं, हे आम्हाला माहिती होतं.''

''पुढे काय?''

बझ्झ गालातल्या गालात हसला असावा. मग म्हणाला, ''प्रत्येक दिवस आपल्या हाती घ्यायचा आणि निरीक्षण करायचं.''

मला वाटले की तो तिकडे झटकून टाकल्यासारखे करावे तसे खांदे उडवत असावा. ''मी चांगला आहे.'' आणि सुझान, ''सुझान रडकुंडीला आली होती. ती तेव्हा दूर होती. मी तिला घेण्यासाठी विमानतळावर गेलो. त्याचवेळी काहीतरी भानगड झाल्याचं तिच्या लक्षात आलं.'' बझ्झ म्हणाला.

त्याने नेमके काय झाले, हे सांगेपर्यंत बहुधा सुझान गाडीत बसलीच नसावी. तिला इतके अतीव दुःख झाले होते की, तिला रडून घेण्यासाठी एकांतासाठी आरामाची खोली शोधावी लागली.

''आम्ही त्या रात्री पुन्हा बायबलच्या अभ्यासाला गेलो. जवळचे बारा मित्र तिथं वाट पाहात बसले होते.''

ज्यांना एकमेकांबद्दल सारी माहिती होती असे ते जवळचे मित्र होते.

''त्यामुळे जरा बरं वाटलं?'' मी विचारलं.

''बरंच बरं वाटलं.'' बझ्झ उतरला, ''ती सारी जबरदस्त धार्मिक खिश्चन मंडळी आहेत.''

बझ्झला पाठीच्या मणक्यातील द्रव्य काढून त्याच्या तपासणीला सामोरे जावे लागले.

''त्या तपासण्याचे निकाल कधी हाती येणार?'' मी विचारले.

''येत्या काही दिवसांतच...'' तो 'शुक्रवारी' असे म्हणाला म्हणजे पूर्ण आठवडा जाणारच होता. एक तणावाचा कालखंड...!

''मी आपला शांत आहे.'' ठिक! तो वाईट बातमीची अपेक्षा करत होता, हे स्पष्टच होते. कॅन्सर पसरतच होता. यावर त्याचा पूर्ण विश्वासच होता. आता तो

काय करत होता तर फोनची रिंग वाजण्याची वाट पाहात होता.

आणि मग फोनच्या रिंगने तिचे काम केले. दोन दिवस मी सारखा बझ आणि सुझानशी संपर्क करण्याचा प्रयत्न करत होतो. ते कुठेच सापडत नव्हते. घर बहुधा रिकामे पडलेले असावे, कुणीच फोन उचलत नव्हते. त्यांचे सेलफोन बंद होते. सोमवारी मी सुझान जिथे काम करत होती, त्या अतिदक्षता विभागात फोन लावला, तर तिथेही 'ती इथं नाहीच'चा निरोप मिळाला. मग सारी ओळख वगैरे देऊन, कामाचे स्वरूप सांगितल्यावर फोन वरच्या मजल्यावरच्या विभागात जोडून देण्यात आला.

''मणक्यातलं पाणी काढून घेणं झाल्यावर बझला घरी सोडून देण्यात आलं, अन् दुसऱ्या दिवशी त्याने मला तब्येत बरी वाटत नाही म्हणून सांगितलं.'' सुझान थकल्याभागल्या स्वरात म्हणाली, ''अचानक तो कोसळलाच. धड बोलूही शकला नाही.'' तिने सांगितले की, ती इतकी गांगरून गेली होती की तिला ९११ नंबर फिरवून मदतीसाठी कुणाला बोलावण्याचेही सुचेना. बझ जवळपास तासभर बेशुद्धच होता. सुझानला वाटले की तो गेलाच. ''रियानलाही तसंच वाटलं. ते पोर वेड्यासारखे रडत होतं. डॅडी गेले! डॅडी गेले!''

त्यानंतरचा हा फक्त दुसराच आठवडा होता. ही शब्दांत न सांगता येण्यासारखी घटना आता त्यांच्या अंगी भिनली होती. सुझानने मग बझला फोन लावून दिला. ''हाय मित्रा!'' सारी शक्ती एकवटून बोलल्यासारखा त्याचा आवाज वाटला.

''पार पिळवटून निघाल्यासारखा वाटतोस, होय ना बझ?'' मी विचारलं.

''हो.''

आम्ही काही तासानंतर बोलण्याचे ठरवले म्हणजे जरा डॉक्टरांनी तपासले आणि त्यालाही जरा आजूबाजूला काय काय घडतेय, याची व्यवस्थित जाणीव आल्यानंतर बोलायचे ठरवले.

मग मी सुझानशी घरी संपर्क साधला. बझवर पुन्हा एकवार मणक्यातले पाणी काढण्याची शस्त्रक्रिया चालू होती. यावेळी त्याच्या पायातून जिथून पाणी काढायचे होते तिथपर्यंत रक्तपुरवठा करण्यात येत होता. त्यामुळे मणक्यातले पाणी अतिरिक्त वाहून जाण्याचा धोका टळून त्याला पूर्वीसारखे अनेक दिवस बेशुद्धावस्थेत काढण्याची गरज नव्हती. आजच्या दिवस मात्र तो कुठेच जाऊ शकणार नव्हता.

''हे सारं मलाच का. मला माहिती नाही.'' तो दुसऱ्या दिवशी म्हणाला.

''फार विचित्र आहे. साऱ्या गोष्टीत झपाट्याने वाढ होतेय.'' लवकरच आपल्याला पेशीतपासणीचे निकाल मिळतील, तेव्हा सारं काही कळेल.'' मग त्याने सांगितले की, त्याच्यासाठी आता शिल्लक राहिलेली उपाययोजना म्हणजे 'सडन बस्ट केमोथेरपी', जी कॅन्सरची झपाट्याने होणारी वाढ थांबवू शकते. ''पण हे म्हणजे

काही आजारातून मुक्ती नाही'' बझने सूचित केले. ''जरा दुखणं कमी होईल इतकंच! बस एवढं एक आता राहिलंय.''

पुन्हा एकवार दूरवर कुठेतरी बघत वाट पाहात बझ एका नव्या कथेला जन्म द्यायला तयार झाला होता. काही दिवसांपूर्वी त्याला असे वाटायचे की त्याची प्रवासाची दिशा बदलेल. त्याने मनात एक चांगले स्थान निश्चित करून ठेवले होते आणि आपण निश्चितच काही दिवसात तिथे असू, हे ठरवून ठेवले होते. प्रश्न फक्त एवढाच होता की केव्हा...

आपल्या शरीरात काय पुढचे घडतेय, हे पाहण्यासाठी बझ थांबला आणि त्याला स्वप्ने पडली. तीच स्वप्ने, दृश्ये ज्यांना तो दृश्य म्हणायचा, जी गेल्या काही वर्षांत त्याला दिसत होती आणि त्याच्या म्हणण्यानुसार त्यामुळे त्याच्या आयुष्यात जरा उबदारपणा व शांतता आली होती. त्याने फक्त सुझानला त्याबद्दल जरा सांगितले होते. बाकी कुणाला काही सांगितले नव्हते. पहिले दृश्य त्याला २००२ मध्ये दिसले. ते ही पहिल्या केमोथेरपीनंतर. जे काही घडते, तेव्हा तो मध्यरात्री आपल्या अंथरुणावर होता.

''माझ्यासमोर जणू तिघांचं अस्तित्व होतं. मी त्यांचे चेहरे नाही सांगू शकत, पण पुरुषांचेच आवाज होते. त्यांचे अस्तित्व अतिशय थोडा वेळ होतं, पण मला वाटतं, पण मला वाटतं. ते म्हणजे औषधं होते'' असं होतं? ''नाही'' बझ लगेच म्हणाला, ''मला वाटतं, ती सारी औषधांची रूपं होती आणि जे एकदा घडलं, ते पुन्हा घडू शकतं.'' असा त्यात एक संदेश होता. ''त्यांनी मला असं सांगितलं की मी अशा एका ठिकाणी पोहोचणार आहे. ज्याची मी यापूर्वी आयुष्यात कल्पनाही केलेली नसेल.'' तो म्हणाला की, तसे आवाज चालूच होते. ''पण ते आवाज आता नाहीत. कदाचित ती दैवी वेळ असेल.''

मला त्याचे आश्चर्य वाटले. ''मला त्यावेळी जे काही सांगण्यात आलं होतं, ते त्या विशिष्ट वेळीच प्रकट करण्यासारखं असावं.'' तो पुढे सांगत होता.

''तुझी प्रतिक्रिया काय होती?''

''मला त्यावेळी त्यामुळे धक्का बसला होता.'' तो गालातल्या गालात हसला असणार. ''ही सारं माणसं होती, पण त्यांना चेहरे असे नव्हते. त्यामुळे मी शांत झालो एवढं खरं!''

आणि काही वर्षांत अशा काही अनाकलनीय अस्तित्वाच्या व्यक्ती बझसमोर जरी आल्या, तरी त्या फक्त याचसाठी येणार होत्या की, त्याचा पृथ्वीवरचा काळ काही संपलेला नव्हता आणि त्याला जे काही बक्षीस मिळणार होते, ते त्याने पूर्वी कधी कल्पना न केलेले असेच असणार होते! ''मी असा विचार करत राहिलो की,

हे सारे माझ्या मनाचे खेळ आहेत, माझ्याच कल्पना. मला स्वत:ला काहीतरी व्यक्त करण्याची गरज भासली असावी.''

बझने यातील बरीचशी गोष्ट त्याच्या धर्मगुरूंना सांगितली, पण उरलेले मी त्यांच्याशी बोलावे अशी अपेक्षा त्यांनी व्यक्त केली. लॅरी अजिबात गोंधळले नव्हते. ''गेल्या अनेक वर्षांत ज्यांना असे बरेच अनुभव आलेत, त्यांच्याशी मी बऱ्याचदा बोललोच. या कथांकडे दुर्लक्ष करण्यासारख्या त्या नाहीत.'' रेव्हरंड मॅक अॅडम्सनी मला सांगितले, ''बऱ्याचशा गोष्टी या माणसाच्या, मानवाच्या नजरेच्या टप्प्यापलीकडच्या आहेत. देवदूत आणि राक्षसी वृत्तीचे सैतान आहेत, यावर माझा विश्वास आहे. बायबल असं सांगतं की, आपण कायमच अदृश्य अशा शक्तीसोबत झुंजत असतो. देव आपल्याला विभिन्न मार्गांनी सूचना देतच असतो.''

अशी दृश्ये फक्त मध्यरात्रीनंतरच दिसत होती असे नाही. एक दृश्य तर भर दिवसा प्रकाशात दिसले. ''एकदा मी असाच निवांत खुर्चीत बसलो होतो.'' बझ म्हणाला, ''आणि मग रियान आला आणि म्हणाला की, त्याने मला कुणाशीतरी बोलताना ऐकलं. त्याला असं वाटलं की निवांत बसलेला पाहून कुणीतरी मला भेटायला आलं असावं.'' बझला आठवले की, रियान तिथं पाहायला आला होता आणि कुणीच नाही हे त्याने पाहिले होते. मी त्याला विचारलं की, 'रियान, ती तीन माणसं कुठे गेली?' रियानने मला सांगितलं की, ''घरातच काय घराबाहेरही कुणीच नाहीये.''

''मग रियान त्यानंतर काय म्हणाला?''

तो म्हणाला, ''डॅडी आता वेडे झालेत.''

असेच दृश्य पुन्हा एकदा त्याला दिसले ते २००४ मध्ये, जेव्हा बझला मूत्रपिंडाला वेदनामय त्रास झाला होता. ''त्या माणसांनी मला दिलासा दिला की मी यातून बाहेर पडणार आहे. त्यांनी मला एक जागा दाखवली की कुणी कल्पनाही करू शकणार नाही, एवढी ती सुंदर होती.'' कशासारखी होती? बझ शब्दांची जुळवाजुळव करायलाही अडखळला. ''ती फार सुंदर, मनावर अक्षरश: ठसली जाणारी आकर्षक अशी पृथ्वीवरची एकमेव जागा असावी. म्हणजे त्याच्या तिप्पट सुंदर...!'' त्याने जरा भर घातली.

२००६ मध्ये त्याला फ्ल्यूवरच्या उपचारासाठी आणि स्ट्रोकच्या शक्यतेवरून पुन्हा दवाखान्यात ठेवण्यात आले. तो दोन दिवस बेशुद्धावस्थेत होता. दुसरं दृश्य समोर आलं, ''मी माझी आई, वडील, सारं कुटुंब आणि जवळची सारी मंडळी उभी आहेत, हे पाहिलं. त्यांनी मला दिलासा दिला की माझी या वेदनांतून सुटका होण्याची वेळ लवकरच येईल; पण ती दैवी वेळ असेल. ते मला घरी आणतील, असंही त्यांनी मला सांगितलं.''

मणक्यातून पाणी काढण्याच्या अवघड शस्त्रक्रियेतून तो जेव्हा बाहेर पडला. तेव्हा त्याच्या मनात पुन्हा एकवार विचार आला की, तो त्याच्या साऱ्या कुटुंबाला आणि मित्रमंडळींना भेटायला तयार झालेला असताना, त्याला पुन्हा दूर जावे लागले आहे.

''आमचं गायन घेणारा माझा मित्र डॉन, तो हिपॅटायटिस सी मुळे वारला. तो आणि माझा मित्र मार्क तिथं होते. ते इतके वास्तव आणि सुंदर दिसत होते की अक्षरश: अवर्णनीय दिसत होते आणि माझ्या आठवणीप्रमाणे ते जसे त्या वेदनांनी पार पिळवटून काढल्यासारखे वा त्रासलेले दिसायचे, तसे दिसत नव्हते. ते फार भयंकर होतं.''

मी रेव्हरंड मॅक ॲडम्सला फोन केला. त्या गोंधळातल्या वातावरणात त्यांच्याशी सेलफोनवर बोललो.

''हे शक्य आहे का?'' मी विचारले की, ''बझ त्यांच्या सांस्कृतिक संकल्पनेतून, संगीतापासून, सिनेमातून व मासिकातून जी स्वर्गाची प्रतिमा तयार करतो आणि तीच त्याची त्या तीन विद्वान लोकांसोबत शेवटची विश्रांतीची जागा आहे. हे खरं होऊ शकतं?''

''होय शक्य आहे.'' लॉरीनी सहजपणे उत्तर दिले.

''आणि हे पण शक्य आहे की, देव बझशी बोलत असावा आणि पृथ्वीवरच्या त्याच्या शेवटच्या तासात तो त्याला दिलासा देत असावा?''

माझ्या या प्रश्नावर त्यांनी विचार केला, ''हे आम्हाला माहीत नाही.''

लॉरी त्यांची नेहमीचीच सहनशीलता दाखवत मला म्हणाले, ''हे आम्हाला कळणारही नाही.''

''सत्य काय आहे, हे जाणणं महत्त्वाचं आहे का?'' मी विचारले.

आणि लॉरीचे उत्तर येण्याची वाट न पाहता म्हटलं, ''नाही!'' मीच इतक्या जोरात म्हणालो की रेव्हरंडना ते इंडियानात ऐकू जायला पाहिजे. बझ त्याची शांतता शोधत होता. हे सारे असे घडले होते.

बझसमोर येणारी सारी दृश्ये संकटाच्या वेळीच यायची. ती दृश्ये तो अर्धमूर्च्छितावस्थेत असताना वा रुग्णालयात वा घरी एकटा शांत बसलेला असताना त्याला दिसायची. शेवट असा वेगाने येतोय, हे पण त्याला माहीत नव्हते. बऱ्याचवेळा हा माणूस एखादी उपदेशात्मक कथा स्वत:साठी लिहित असे, ते सारे त्यांच्या कामाचा भाग म्हणून तो करत होता.

या साऱ्या त्याच्या न सांगितलेल्या कथा होत्या. त्याच्या कल्पनेप्रमाणे स्वर्ग म्हणजे जिवंत असणं आणि हिरवळ, ते ही अमर होऊन राहाणं! स्वर्ग म्हणजे सतत श्वसन. ''स्वर्ग'' बझ म्हणाला, ''मला माहितेय लोक असा विचार करतील

की, मी वेडा आहे किंवा हे म्हणजे दारूचा परिणाम वा माझी कल्पना आहे.'' तो म्हणाला, ''पण मला माहितेय की हे घडलंय आणि मला हृदयातून याची जाणीव आहे की, बझ बेवर देव प्रेम करतो. देवाचे दूत सतत माझ्यासोबत आहेत आणि त्यामुळेच मला मरणाची भीती नाही. रिचर्ड, मी जो अनुभव घेतला, तोच तू ही एके दिवशी घेशील. त्यामुळे तूही कायमचाच बदलून जाशील.''

* * *

एका शांततेचा सन्मान

इंडियानाला दिलेल्या अनेक भेटीत कदाचित मला शिकायला मिळालेला जबरदस्त धडा म्हणजे बंदिस्त ठेवलेल्या, संकुचित ठेवलेल्या मनाचा धोका! बऱ्याच वेळा आपण आपल्या पूर्वग्रहदूषित दृष्टिकोनाचे कैदी होऊन बसतो आणि मग बाहेर डोळे उघडून बघण्याची शक्ती गमावून बसतो. बझ माझ्या निरीक्षणाखाली होता, तो मला सहज स्वीकारत होता. माझी चूक हीच होती की, मी त्याला तेवढ्या सहज स्वीकारत नव्हतो.

एक आत्मसंतुष्ट, नास्तिक, न्यूयॉर्कचा रहिवासी या नात्याने मी बायबलच्या प्रभावाखाली असलेल्या एका प्रदेशात या अपेक्षेने घुसलो होतो की, मरणाच्या दाढेत आजारपणाशी संघर्ष करणारा एक माणूस माझ्याच पद्धतीने विचार करत असेल. आपण सारे असा विचार करतो की, आपल्याजवळ जादूची कांडी आहे. मी माझ्या पद्धतीने आजाराचा स्वीकार केलाय; म्हणजे सतत संशय घेत माझ्या बुद्धिवादावर अवलंबून राहात आणि स्वत:च्या डोळ्यांत कुठलं वेड न घुसू देता मी त्याचा स्वीकार केलाय. मी दुर्लक्ष केले असेल तर ते याकडे की, या सूत्रांचा उपयोग मला होतो, बझला नाही.

आपण दुसऱ्यांची श्रद्धा अशी उडवून लावू शकत नाही, म्हणजे आताच्या दिवसांत त्याची कितीही प्रसिद्धी चालू असली तरीही...! आणि तशात मी एका शहरात घुसत होतो, तेही अशा माणसाकडे ज्याच्याकडून मी काहीतरी शिकायला पाहिजे होते. माझे मन थोडेसे खुले झाले. आणि मी निर्णयापर्यंत येऊन पोहचलो होतो. या निर्णयांची तपासणी करायला माझ्याकडे कुठलीच कसोटी नव्हती.

आमच्यापैकी सारेच ख्रिश्चन काही फार धार्मिक नाहीत. पण बझचं या बाबतीत कौतुक करायला शिकलो कारण त्याच्याजवळ खरोखरच काही मजबूत तत्त्वचिंतन

होते आणि तो त्याप्रमाणे जगतो. अगदी त्याची न चुरगाळली गेलेली विचारसरणी स्वीकारायला अवघड असली तरीही...! जर एखादा आजारी धडपडत असेल तर... त्याचे ते धडपडणे आमच्या नाटकात तो सापडल्यामुळेही असू शकते. या गोष्टीकडे दुर्लक्ष करा की, आमच्याजवळ वादळात आम्हाला जमिनीवर ठाम उभे राहायला मदत करणारे नांगर असतील... तरी ते खरोखरच स्वत:पुरतेच आहेत. जेव्हा आपल्याला आपले नांगर ओळखू येतील, तेव्हा इतरांचे वेगळे आणि तेवढेच प्रभावशाली नांगरही आम्ही स्वीकारू शकू.

बझचा या ग्रहावरचा सारा वेळ देवाची सेवा करण्यात गेला. त्याच्या आसपासच्या ख्रिश्चन समाजाशी व्यवहार करताना तो फार नि:स्वार्थी असतो आणि त्या रखरखीत, चटके बसणाऱ्या आयुष्याच्या वळणावर त्याच्या कुटुंबाला सोडायला तो तयार झालाय. बझ तयार आहे म्हणजे उत्साही नसला तरी, स्वर्गात चमकायला तयार आहे. यापेक्षा त्याला मिळणारी आणखी मोठी शांती कोणती असू शकते?

◆

बेन कम्बो

असुरांशी एक संघर्ष

करड्या रंगाच्या आकाशातून उडणारे भुसभुशीत बर्फाचे कपचे जाडसर आणि ओलसर होते आणि केंट हॉलवर, जणू विद्यार्थ्यांच्या फलटणीनी त्या जुनाट इमारतीत घुसावे, तसे कोसळतच होते. मार्च महिन्याच्या या शेवटच्या वादळी दिवसांत आफ्रिकेतील सांस्कृतिक जीवनावरचे चर्चासत्र भर दुपारी सुरू होईल, अशी अपेक्षा होती.

ठरवलेल्या वेळेप्रमाणे तरुण-तरुणींची गर्दी आतमध्ये दाटली होती, पण कुठलाही प्राध्यापक तिथे नव्हता. ना 'बेन कम्बो'ची कुठलीही चाहूल लागत होती. माझा या दिवशीचा तो खास विषय होता. या जागेमुळे मला माझ्या साऱ्या कॉलेज जीवनातील दालनांची आठवण झाली, तेही असेच मला एका नाराज विद्यार्थ्यांचे कोंडवाडेच वाटत होते. विद्यार्थी त्यांनी पकडलेल्या खुर्च्यांत चुळबुळत होते. इथे अडकण्यापेक्षा दुसरीकडे बरे, असे त्यांना वाटत असावे.

मेरिलँडच्या सेंट मेरीज कॉलेजमध्ये जाणे एवढे सोपे नव्हते. राज्याच्या अगदी दक्षिणेकडे असणाऱ्या सेंट मेरी नदीच्या किनाऱ्यावर ही इमारत आहे. या नदीचे खारट पाणी पॅटूझेंटला जाऊन मिळते आणि त्याचा प्रवाह पुढे चेसापिक खाडीकडे जातो, त्या संगमावर ही इमारत आहे.

"तू इतक्या दूर जाणारही नाहीस." असे मला सगळेच म्हणत होते आणि वॉशिंग्टन डिसीतल्या माझ्या मित्रांनीही मला सतत हाच आशीर्वाद दिला होता. ते खोटे बोलत नव्हते. देशाच्या राजधानीतील किंवा इतर ठिकाणच्या नागरिकांकडूनही प्रवास करून हे ठिकाण सहज सापडण्यासारखे नव्हते. फक्त एका परिचयाच्या

पर्यटन संस्थेने मला तिकडे पोहेचवले होते.

वॉशिंग्टनहून आम्ही महामार्गाने दक्षिणेकडे गेलो, मग पुढे देशात अनेक ठिकाणांना जोडणाऱ्या लहानसहान रस्त्याने प्रवास केला. शहराच्याच आसपास असणारा ग्रामीण भाग आम्हाला पाहायला मिळाला, त्यामुळे या गावातील रस्त्यांना बघून आम्ही आश्चर्यचकित झालो. शाळा शेतांनी आणि कुंपणांनी वेढलेली होती, दूरवर असलेले पॅटूझेंट नौदलाचे केंद्र दिसत होते.

मी केंट हॉलभोवती एक चक्कर मारली. त्याच्या बाहेरच्या हॉलकडे येणाऱ्या मोक्याच्या जागेवर ठिय्या मारून बसलो. तिथे बसून बेनचा शोध घेणाऱ्या तरुण मुलांचे चेहरे निरखत बसलो. सरतेशेवटी, बेनचे शिक्षक हातात कागदांचा गठ्ठा सांभाळत आले. मी लिफ्टकडच्या दरवाजाचा उघडलेला आवाज ऐकला. मशीन जोडलेल्या खुर्चीचा हुंकारही ऐकू आला, बेन येत असल्याची ती खूण होती. बेन शांतपणे, मानेनेच ओळखीच्या लोकांना अभिवादन करत येत होता.

बेन दिसायला चांगला, काळ्याशार डोळ्यांचा सशक्त बांध्याचा दिसत होता. तो अठरा वर्षांचा असला तरी त्या मानाने मोठा दिसत होता, कारण त्याच्या आयुष्यातला जास्तीतजास्त काळ त्या चाकाच्या खुर्चीतच होता. ती त्याची एका बाजूने कैद होती, तर दुसऱ्या बाजूने विचार करता त्याला मोकळेपणाने फिरवणारीही होती. बेनचा असा आकार त्याच्या रोजच वापरल्या जाणाऱ्या स्टेरॉइड्समुळे झाला होता. त्यामुळे त्याचे आयुष्य जरी लांबवले जात असले तरी वाढ मात्र चित्रविचित्र पद्धतीने खुरटत चालली होती.

बेनची खुर्ची म्हणजे एक मशीनच! "ती वेगाने जाऊ शकते का?" मी मागच्या भेटीत त्याला विचारले होते.

"ती चालते," तो हळुवार स्मित करत म्हणाला होता. "जरा मोकळ्या मैदानात, गुळगुळीत जमीन असेल, तर मात्र तुम्हाला कदाचित नियंत्रण ठेवता येणार नाही."

खरंय... मी माझ्या हातातल्या काठीकडे बघत विचार केला. लिफ्टमधून बाहेर पडण्यासाठी बेनने १८० अंशाच्या कोनात गिरकी घेतली आणि वर्गाकडे तोंड केले. चर्चासत्रासाठी टेबलाभोवती बसलेल्या सगळ्यांजवळून खुर्चीवर बसून तरंगत जाता जाता त्याने माझ्याशी हस्तांदोलन केले. जणू आपले सारे कौशल्य दाखवत, अगदी कंगोरेही काटेकोरपणे पार पाडत तरंगतच तो त्या प्राध्यापकांच्या शेजारी जाऊन बसला. हे सारे सहज होते. मी त्याच्यासमोरच्या रिकाम्या खुर्चीत जाऊन बसलो आणि चर्चासत्र सुरू होण्याची शांतपणे वाट पाहू लागलो.

बेन शांत होता किंवा त्याला काही फारसे समजत नव्हते. असे सांगणे म्हणजे त्याचा कमीपणा करण्यासारखे होते. पण पोरगं फारच शांत वाटत होतं. गेल्या

काही वर्षांत त्याच्या कौटुंबिक भेटी जरी होत असल्या तरी त्यातून तो हेच शिकला होता की, सहजपणे, विनाकारण आपल्याशी संवाद साधायला कुणीही येत नाही. मला अगदी स्पष्टपणे जाणवली होती ही शांतता, हा लाजाळूपणा म्हणजे दुसरे तिसरे काही नसून त्याच्या असाध्य, जुन्या आजारासोबतचा दुसरा एक विकारच होता.

"बेन जेव्हा मूळ विषयावर येतो, तेव्हा बरीच वळणं मारून येतो." त्याचे डॅडी म्हणाले, "जेव्हा त्याच्याबद्दल किंवा त्याच्या आयुष्याविषयी बोलू लागतो, तेव्हा त्याच्याजवळ बोलण्यासारखं असं फारसं काहीच नसतं." बेनचे वडील बेंझामिन कम्बो तृतीय, मोठे बेन मला म्हणाले. म्हणूनच पूर्वी त्याच्यात नसलेली; पण आता असलेली अस्वस्थता मला दूर सारायची होती.

"मेरीलँडच्या या प्रदेशात मी यापूर्वी कधीच आलो नव्हतो." मी जरासा मोठ्याने कुजबुजत बेनला म्हणालो, "हा परिसर छान थंड आहे." मी पुढे म्हणालो, "हो" तो सरळ माझ्याकडे अगदी वळूनही न पाहता म्हणाला. "असं दुसरीकडे कुठंच नाही." मी म्हणालो. बेन फक्त हसला. ठिकाय, पुढे? असेच त्यालाच म्हणायचे असावे. हे असे औपचारिक बोलणे बहुधा आमच्या वयातील फरकामुळे होते.

बेन जवळपास अठरा वर्षांचा असावा आणि मी जवळपास त्याच्या वयाच्या तिप्पट! बेन आफ्रिकन वंशाचा अमेरिकन आणि मी कॉकेशियन! आम्हाला अद्यापही निवांतपणा मिळाला नव्हता आणि वैयक्तिक बाबींवर चर्चा करण्यास आम्ही अद्यापही बिचकत होतो. बेन असा पहिल्या पायरीवरच होता. एक विकलांग पोर जे घराच्या सुरक्षिततेपासून असे पहिल्यांदाच बाहेर येण्याचे धैर्य दाखवत होते. बोलण्यासारखे बरेच काही होते.

या विशेष चर्चासत्रासारखे आफ्रिकेतील विभिन्न संस्कृतींवर चर्चा घेण्यात आली, त्यांचे रितीरिवाज, विधी यावर चर्चा झाली. मग वर्गव्यवस्थेवर चर्चा झाली, आणि तो विषय होता. काळे व गोरे, शहरी व ग्रामीण, काही विशेषाधिकार असलेले वा नसलेले... यात हळुवारपणे वेगळी अशी बेनचीही ओळख होत होती. आम्ही किती विभिन्न आहोत? हा प्राध्यापकांना प्रश्न होता.

बेनच्या शेजारी बसून मी त्याच्या अंगी असणारे गांभीर्य आणि त्याची एकाग्रता याकडे काळजीपूर्वक पाहात होतो. दोन तासांच्या त्या काळात त्याने क्वचितच बोलण्याची जोखीम उचलली, म्हटले तरी चालेल. कधी काहीतरी विचारण्यासाठी तर कधी दुसरे कुणाच्या लक्षातही येणार नाही अशा अवघड विषयावर प्रश्न विचारण्यासाठी!

जेव्हा साऱ्या विद्यार्थ्यांना उत्तरपत्रिका परत दिल्या गेल्या, तेव्हा बेन जरा निवांत

मागे टेकून आपण काय काय केले होते, ते पाहू लागला. त्याच्या लेखनाचा प्रकल्प होता श्लुह, श्लुह ही उत्तर अमेरिकेतील एक जमात, मोरोक्कोच्या पर्वतराजीत विसावणारी एक संस्कृती! बेनने प्राध्यापकांकडून आपली उत्तरपत्रिका जवळजवळ हिसकावलीच आणि त्यांनी प्रत्येक पानावर दिलेले शेरे तो काळजीपूर्वक तपासू लागला. त्याच्या चेहऱ्यावर कुठलाच भाव नव्हता. मी त्याला काहीतरी सांगण्याची संधी शोधू लागलो, पण त्याची एकाग्रता अढळ होती.

शेवटी मी त्याच्याकडे झुकलो आणि काय प्रगती होती हे त्याला विचारले. ''एक गुण कापला गेला.'' चेहऱ्यावरचे स्मित तसेच ठेवत त्याने उत्तर दिले. त्याच्या आवाजात कुठल्याही आनंदाचे वा समाधानाचे चिन्ह नव्हते. ''छान! एकच गुण कापला गेला, म्हणजे चांगलंच की!'' म्हणालो, पुन्हा शांतता पसरली.

''मला खरं तर काही एक गमवायचं नव्हतं.'' त्याने पुढे केव्हातरी फोनवर बोलताना मला सांगितले, ''पुढच्या वेळी यापेक्षा जास्त चांगलं काम करण्याची माझी इच्छा आहे. पुढचं आव्हान पेलण्यासाठी मी जोरात तयारी करतोय.'' त्याने त्याचे उद्दिष्ट जाहीर केले. ''पण तू एवढा गंभीर का?'' मी विचारले.

''माझ्याच वयाच्या बऱ्याच जणांनी छान काम केलंय, हे मला मान्य आहे.'' तो म्हणाला, ''काम करण्याचं माझं तत्त्व हे आहे. मी अगदी ठामपणे काम केलं पाहिजे. जेव्हा मी सारं काही व्यवस्थित शिकेन, तेव्हा मी आनंद साजरा करेन.'' त्यावर विश्वास ठेवणे, कठीण होते हे माझ्या लक्षात आले.

''तू हाच विषय का निवडलास?'' मी त्याला हळूच कुजबुजत विचारले.

''इस्लामच्या वर्चस्वापूर्वीच्या इथल्या श्रद्धा परंपरेवर माझा विश्वास होता, मला त्यात रस होता.'' हं? मी या वयाचा होतो, तेव्हा जसा होतो, त्यापेक्षाही हे पोरगं जास्त अभ्यासू आणि गांभीर्याने विचार करणारे होते तर...!

धर्माच्या बाबतीत असलेली आपली अनास्था सांभाळण्याची बेनची मनापासूनची इच्छा दिसत होती. तो जन्मापासूनच मेथडिस्ट होता, पण तो म्हणाला, ''मी स्वत:ला ख्रिश्चन, ज्यू किंवा मुसलमान समजत नाही. मला एवढं माहितेय, माझा देवावर विश्वास आहे आणि त्यांच्यामध्ये काही अलौकिक सापडलं की मी ते स्वीकारतो.'' तो पुढे सांगू लागला, ''मी माझा कुळवंश शोधण्याचा प्रयत्न करतोय. फार मजेशीर आहे, म्हणजे माझी कुळपरंपरा कुठे सुरू झाली, तुम्ही कुठले आहात, तुम्हाला सारं काही कळतं.''

बेन एक प्रामाणिक आणि तळमळीने काम करणारा विद्यार्थी आहे. आफ्रिकेबद्दल त्याच्या मनात खूपच रस आहे. दुसऱ्या सत्रात अभ्यास करणाऱ्या कोणाला शंभर टक्के गुण होते त्याचे लक्ष त्यावरच केंद्रित होते. त्याचे मागचे सहपाठीही त्यांना काही शंका असेल तर त्याला विचारत होते.

बेनसाठी सुटी म्हणजे श्वास घ्यायला फुरसत लागते, त्यापेक्षा जरा जास्त वेळ! वर्गातले बाकीचे सारे रातोरात, न झोपता फ्लोरीडाच्या सहलीला जाण्याचा, किनाऱ्यावर हुंदडण्याच्या किंवा पार्टी करण्याच्या गप्पा मारत. बेन त्याचा आठवडा घरीच पुढची तयारी करण्यात घालवे. बेन त्याच्या दुबळ्या शरीराची होणारी हानी भरून काढण्यासाठी मनाला व्यायाम देत असतो, असे मी ठरवूनच टाकले. त्याच्याबाबतीत सांगायचे झाले तर, शिक्षण आणि येणाऱ्या संभाव्य संकटांसाठी तयारी करणे, हेच त्याचे मुख्य काम होते. लढत लढत हे युद्ध जिंकणे, स्वत:ला सिद्ध करणे आणि आपण यशस्वीपणे प्रौढत्वाकडे जाईपर्यंत जिवंत राहू, हे सिद्ध करणे हे त्याचे मुख्य उद्दिष्ट होते.

बेनला डचेन मस्क्युलर डिस्ट्रॉफीचा त्रास आहे. हे निदान झाले तेव्हा बेन तीन वर्षांच्या, काहीही न समजण्याच्या वयाचा होता. त्याच्या पालकांनाही कल्पना नव्हती. बिग बेन हा करडी दाढी आणि केस असलेला गृहस्थ संरक्षण विशेषज्ञ होता. त्याची जवळपास तीस वर्षे पेंटॅगॉनमध्ये गेली होती. बेनची आई, डेबी, आपल्या मुलाचा जन्म झाल्यावर फारच कमी काळ घरी राहिली. मग यूएसए टुडे मधली आपली वितरणाची नोकरी करण्यासाठी ती गेली. ती जवळपास टायलरचा- तिच्या मुलीचा जन्म होईपर्यंत तिकडेच राहिली. डेबी अतिशय परखड आणि सरळ आहे. आपण जेव्हा गरज असते तेव्हा करारी असतो आणि कुठलीच अडवणूक, अडचण नसेल, तेव्हा सरळ, मोकळ्या असतो, असे तिने स्वत:च सांगितले. सध्या अमेरिकन शिक्षण परिषदेवर ती काम करते.

टायलर कम्बो ही बेनपेक्षा तीन वर्षांनी लहान आहे. ती व्हर्जिनियातील हॅम्प्टन युनिव्हर्सिटीत नव्यानेच दाखल झालेली विद्यार्थिनी आहे. ती आफ्रिकन अमेरिकनांची विशेष वर्चस्व असलेली संस्था आहे. बिग बेनची पहिल्या लग्नापासून झालेली मुलगी, इरिन, ही बेनपेक्षा आठ वर्षांनी मोठी आहे. इरिनने वॉशिंग्टनमध्ये हॉर्वर्ड विद्यापीठात शिक्षण घेतलेले आहे. सध्या ती वास्तुतज्ज्ञ म्हणून काम पाहात असते.

बेनने आपल्या पूर्वजांचा अतिशय रस घेऊन अभ्यास केलाय. ते बहुधा आफ्रिकेच्या पश्चिम किनाऱ्यावरून आले होते. बेन मात्र मार्लबोरोहून आलाय. हे शहर मेरीलँडमध्ये आहे, अगदी देशाच्या राजधानीला लागून आहे. बेन अतिशय शांत अशा मध्यमवर्गीय लोकांच्या सहवासात लहानाचा मोठा झाला. कम्बोच्या समाजाने जास्तीतजास्त कॉकेशियन संस्काराच्याच प्रभावाखाली जगण्याचा प्रयत्न केला. पण गोऱ्यांचा प्रभाव जादूसारखा पडलाच. त्यामुळे ते जास्तीतजास्त आफ्रिकन अमेरिकन बनले, असे बिग बेनने सांगितले.

सन १९९१च्या एका रविवारी कम्बो कुटुंबाचा प्रवास या आजारपणाकडे

सुरू झाला. ''बेन एक गुबगुबीत, तुरुतुरू चालणारा पोरगा होता.'' बिग बेनने सांगितले, ''तो त्याच्या सोबतच्या एका मुलासोबत बालवाडीत होता. त्या मुलाचे वडील वॉशिंग्टनमधल्या लहान मुलांच्या रुग्णालयात डॉक्टर होते. त्यांनी आम्हांला त्यांच्या घरी खेळ पाहायला बोलावले.''

पुढचा घटनाक्रम स्वच्छ होतो. ''त्या खेळाच्या दुसऱ्या दिवशी मला डॉक्टरांनी फोन केला. आम्ही खेळावर एक मिनिटभर बोललो आणि मग त्यांचं एक निरीक्षण त्यांनी मला सांगितलं.'' बिग बेन जरा थांबले. ''ते म्हणाले की, कदाचित काहीच नसेल, पण बेन पायऱ्या कशा चढतो हे मी जरा पाहिलंय.''

बिग बेनने ही 'जरा' म्हटलंच. ''हो, माझा मुलगा जरा वेगळं चालतो, एवढं खरं!'' मग ते पुढे सांगू लागले, ''ती म्हणजे पुढे मागे चांगला खेळाडू होईलच असं आमचं म्हणणं नाही, पण आपला जरा विकासही व्हावा, या हेतूने आम्ही त्याला सांगतोय.'' बिग बेन म्हणाले, ''डॉक्टर म्हणाले, शक्य आहे. पण तुम्ही मुलाच्या पुढच्या तपासण्या व्हाव्यात, म्हणून एखाद दुसरा दिवस का काढत नाही?''

बिग बेनला त्यांच्या मुलाची काळजी वाटत नव्हती. ''बेन जरा इतरांपेक्षा संथ होता. इतर मुलं धावत असताना तो जरा मागे पडत होता, एवढं खरं! पण ही मोठी बाब नव्हती. तो असा वेगाने धावणारा नाहीये, हे माझ्या लक्षात आलंच होतं. इतर कुठलंही वेगळं लक्षण नव्हतं म्हणजे मला असं म्हणायचं की...'' त्यांनी मागोवा घेत म्हटले. ''तसं व्यवस्थित लहान पोरगं होतं ते! तो हसत होता, पळत होता, म्हणजे जवळपास नऊ यार्ड पळू शकायचा, आपल्या लहान बहिणीची काळजी घ्यायचा.''

एखाद्या आजाराची ओळख अतिशय हळुवारपणे पटू शकते, पण अशा निश्चित, रोगनिदान करणाऱ्या लक्षणांमुळे त्याविषयीची सजगता वाढते. कम्बोच्या या कहाणीने मला खूप दिवसांपूर्वीच्या काही घटनांची आठवण झाली. खूप दिवसांपूर्वी मी असाच कॉफीचा कप पाडला होता आणि कठड्याला धडकून पडलो होतो. या क्षुल्लक घटनेने मला मल्टिपल स्क्लेरोसिसच्या निदानावर नेऊन पोहचवले असते. धोकादायक असे काहीच नाही असे कम्बोंना तेव्हा वाटले होते. ''मला खरंच काळजी वाटत नव्हती.'' ते पुन्हा तेच म्हणाले, ''मला खरंच वाटत नव्हतं.''

मग एके दिवशी मुलासाठी त्यांनी साऱ्या तपासण्या केल्या. त्याला तसा जवळपास आठवडा लागला. ''थोडक्यात सांगायचं म्हणजे त्या दिवशी सायंकाळी डॉक्टरांनी आम्हाला बोलावलं. मग तिने आम्हाला सांगितलं की, 'तुमच्या मुलाला मस्क्युलर डिस्ट्रॉफी असण्याची सत्तर टक्के शक्यता आहे.''

बिग बेन म्हणाले की त्यांचं जणू रक्त गोठलं. ''त्या दोन शब्दांनी माझ्या मनात जेरी लेविसची आठवण चमकून गेली. त्या क्षणापर्यंत हा आजार काय आणि त्यामुळे काय होते याबद्दल मी अनभिज्ञ होतो.''

''इतर कुठून काही कळलं नव्हतं.''

''हो ना...'' त्यांनी होकार भरला. मग ते एकेक शब्द जुळवत म्हणाले, ''हे काय झालंय?'' मी विचार केला. 'याचं पुढे काय होतं?' मला आठवतं ती डॉक्टरीण माझ्या बायकोशी बोलत होती. मी तर पूर्णपणे संभ्रमाच्या धुक्यात होतो.'' आणि मग उगाच आकड्यांचा खेळ सुरू झाला, ''मी आपला नुसता... याच विचारात की काय, फक्त तीस टक्के चांगला असण्याची शक्यता? याचा अर्थ?''

डॉक्टर्स मात्र ठाम होते. बिग बेन म्हणाले, ''पहिली बाब म्हणजे ते खरंच हुशार होते.'' त्यानंतर बऱ्याच तपासण्या झाल्या. पहिल्यांदा मसल बायॉप्सी म्हणजे मांसाचा एक तुकडा काढून त्याची तपासणी करण्यात आली. डॉक्टर म्हणाले की, आता नेमकं काय झालं ते कळेल. त्याचा निकाल कळण्यासाठी जवळपास सहा आठवडे लागले, जो काळ अतिशय भयानक होता.

त्याच्या वडलांनी रोगाचा सर्वसाधारण अभ्यास करण्यासाठी बराच काळ खर्च केला. ते त्यावेळी अतिशय भावनाशील झाले होते, ''सारा वेळ असाच खिन्न मनःस्थितीत जायचा.'' बिग बेननी आठवत सांगितले, ''दुःखाची एक जाणीव सतत असायची. खरंतर डोक्यात सतत विचार असायचा की, हे सत्य कसं काय पचवायचं याचा?''

जिवावर बेतलेल्या, मृत्यूकडे घेऊन जाणाऱ्या आजारांमध्ये एक जबरदस्त संदिग्धता असतेच. ''अशी संदिग्धता असली की सत्याच्या जवळ जाता येत नाही.'' ते म्हणाले, ''तुम्हाला प्रत्येक दिवसाला सजगतेने ओलांडून जावं लागतं. त्यावेळी मी पेंटॅगॉनमध्ये होतो आणि मी व्याकुळ झालो होतो.'' बेनची भावना एवढी सरळसरळपणे व्यक्त करण्याची पद्धत मला आश्चर्यचकित करून गेली. या माणसाचे सारे आयुष्य एकतर संरक्षण विभागात गेले होते. अशा माणसांचा सहनशीलता या शब्दांशी फारसा परिचय नसतो; म्हणजे आयुष्यात त्यांनी बजावलेल्या कामकाजात तरी...!

ती प्रत्यक्षात सहा आठवड्यांची प्रतीक्षा करावी लागली नाही. साधारण दहा दिवसांतच फोन आला. कम्बो कुटुंब पुन्हा डॉक्टरांकडे गेले. ''तुमच्या मनात जी चित्रं येत असतील ती कशी विस्मयकारक असतील नाही?''

''कशी काय?''

''माझा व्यवसायच दिसण्याशी संबंधित आहे. नकाशे, छायाचित्रे, उपग्रहांनी पाठवलेल्या प्रतिमा वगैरे'' ते मला म्हणाले, ''बुद्धीचा वापर म्हणजे अनुभवांचे

तुकडे आणि त्यांचं एकत्रीकरणच नाही का?'' ते नेमके मला कुठे घेऊन जाताहेत हेच मला कळेना, ''आम्ही डॉक्टरांकडे गेलो, तेव्हा तिथं बरीच भली मोठी रेखाटनं पडली होती. ते एक दुश्चिन्ह होतं.''

''कशाचं?''

''जर बातमी चांगली असती तर तिथं तशी रेखाटनं वगैरे पडलेली दिसली नसती.'' बिग बेनचे सहावे इंद्रिय त्याच दिशेने काम करत होते.

''ही मस्क्युलर डिस्ट्रॉफी आहे, याची आम्हाला खात्रीच होती.''

डॉक्टरांनी घोषणा केली. बेन भावनाशील होत असल्याचे माझ्या लक्षात आले होते. ''९५ टक्के आम्हाला खात्रीच होती.''

वैद्यकीय क्षेत्रामध्ये बहुधा बऱ्याचशा गोष्टी टक्केवारीतच सांगितल्या जातात. जणू काही त्यांना घोड्यांविषयी दाखवायचे, सांगायचे असते.

''तीन प्रकारच्या मस्क्युलर डिस्ट्रॉफी असतात,'' डॉक्टर सांगत होती. बेनची सहनशीलता संपत आली होती. मी म्हणालो, ''त्यातली सर्वांत वाईट प्रकारची डिस्ट्रॉफी कोणती?'' बेनच्या सांगण्याप्रमाणे ती डॉक्टर क्षणभर शांत झाली. मग म्हणाली, ''हीच.''

''हीच म्हणजे डचेन मस्क्युलर डिस्ट्राफी, जो यातला अगदी सर्वसाधारणपणे आढळणारा आजार आहे. त्यामुळे शरीरातील सर्व मांसपेशी अतिशय अशक्त बनतात. फार तर पाच-दहा वर्षांत त्यांचं विघटन होऊन त्याजागी चरबीयुक्त पेशी जमा होतात. या आजारामुळे पुढे शरीरावरचं नियंत्रण कमी होत जातं. काही प्रायोगिक तत्त्वावरची मोजकी उपचारपद्धती त्यावर उपलब्ध आहे आणि आजार पूर्णपणे बरा होत नाही,'' तिने आपले बोलणे पूर्ण केले.

डचेन हा वाढत्या वयातला घातक आजार आहे.

''एक क्षणभर अं...'' बेन आठवत म्हणाले, ''हं आता सारं एकेक आठवतंय.'' त्यांचे डोळे जणू ते क्षण शोधत गेले. ''त्या डॉक्टरच्या लगेच लक्षात आलं की, मला आणि माझ्या बायकोला या साऱ्या गोष्टीशी जमवून घेण्यासाठी एकांताची, विचार करण्याची गरज आहे. ती निघून गेली आणि आम्ही मात्र भावनातिरेकाने...'' बेन क्षणभर थांबले. ''आम्ही संभ्रमात होतो. तिथं जणू साऱ्या आयुष्याची धूळधाण उडवणाऱ्या गोष्टी होत्या, असं वाटत होतं.''

भावनेचा आवेग जरा कमी झाला. मग ते पुढे सांगू लागले. ''ती डॉक्टर पुन्हा आत आली आणि मग ज्या गोष्टी ऐकण्याची आमची अजिबात इच्छा नव्हती, ती त्या समजावून सांगू लागली.'' ''म्हणजे नेमक्या कोणत्या?'' नेमकं काय काय होईल, हे ती सांगू लागली, म्हणजे अकराव्या वर्षापासून चाकाच्या खुर्चीत बसून जगणं, पंधराव्या वर्षापासून श्वसनयंत्र, अठराव्या वर्षापर्यंत मरणाकडे चालत जाणं,

वगैरे. आम्हाला सारं काही माहित असावं, अशी तिची इच्छा होती.''

दु:खमय अशा भविष्यकाळाबद्दल कम्बो कुटुंबाला डॉक्टरांकडून जणू घाबरवून सोडण्यात आले होते. पुढच्या काही क्षणातच ते जोडपे उठून बाहेर आले.

जुन्या विकारांचे रुग्ण आणि त्यांचे कुटुंबीय यांच्या डॉक्टरांविषयी ज्या तक्रारी असतात. त्याला गणतीच नाही. त्यातल्या त्यात असे भविष्य वर्तवणारा डॉक्टर हा असा भावनिक बलात्कार करणाऱ्यांपैकीच असतो. आम्हाला याच गोष्टीचे आश्चर्य वाटते की, हे डॉक्टर्स किती गंभीरपणे या गोष्टीचा विचार करतात आणि आशा-आकांक्षा जिवंत राहाव्यात म्हणून किती प्रयत्न करतात?

''मला वाटतं डॉक्टरांनी या साऱ्या गोष्टी सांगितल्या ते चुकीचं केलं.'' मी बिग बेन यांना म्हणालो.

''या साऱ्या गोष्टी अनौपचारिक असतात, असं आपण म्हणू शकतो. सुदैवानं त्या लहान मुलांच्या रुग्णालयात आमचे मित्र काम करत होते.'' ते म्हणाले, त्यांना अजूनही काहीतरी चांगलं ऐकण्याची अपेक्षा होती, याचं मला आश्चर्य वाटलं. ''मी त्यांना भेटलो.'' ते म्हणाले.

''मग पुढे?'' मी विचारले.

कम्बो पुढे सांगू लागले. पुढे त्यांनी एक चांगला, नवा डॉक्टर शोधला. डॉक्टरांनी आजार नियंत्रणात ठेवण्यापासून इतर अपरिहार्यतेपर्यंत साऱ्याच गोष्टींची कल्पना दिली. ''ते आशावादी होते. त्यांनी अशा प्रकारे सांगितलं, 'होय, अशा गोष्टी घडतातच, पण याची गणितं रोजच बदलतात.''

वास्तव आणि आशा यांचे संमिश्रण करण्याचा गुण अंगी असणे, हे जबरदस्त कसब आहे.

बेन आणि डेबीच्या हे लक्षात आले होते की, त्यांच्या मुलापुढे आणि त्यांच्यापुढेही एक खाचखळग्यांनी भरलेला मार्ग होता. त्यांनी ठरवूनच टाकले की, तरुण बेनला शक्य तेवढे सर्वसामान्य आयुष्य जगू द्यायचे. या आजाराने असे खितपत पडण्यापेक्षा त्याने बाहेर पडावे, अशी त्यांची इच्छा होती. आपल्या मुलाचीही काही स्वप्ने आहेत, हे त्यांच्या लक्षात आले होते.

''त्याला सुरुवातीला रेल्वेचा वाहक होण्याची इच्छा होती'' त्याच्या वडलांना आठवलं, ''आणि मग वैमानिक.'' स्वप्न पाहाणे, तरुणांना भविष्याकडे बघायला शिकवते. भावना आणि वैचारिक गोंधळ यांच्या मधोमध उभे राहून समतोल साधायला शिकवते. ''बेनच्या स्वप्नांनी त्याला फक्त तो काय करू शकणार नाही. यावरच लक्ष ठेवायला शिकवलं नाही तर तो काय काय करण्याची इच्छा बाळगत असेल, त्या त्या कल्पनाविहारावरही संयम ठेवायला शिकवलं. हे फार चमत्कारिक

होतं.'' म्हणजे इतक्या वर्षांत त्या पोराने जे काही करण्यासाठी पुढे पाऊल टाकले ते फक्त वास्तवात घडू शकणाऱ्या गोष्टीकरताच होते.

या साऱ्या शक्यतांकडे कानाडोळा करणे, हे उद्दिष्टांच्या पूर्तीसाठी सुरुवातीला, बेनच्या लहानपणातच सोपे होते. रोग हळुवारपणे पुढे सरकत होता. बेनची स्वत:ची ओळखही त्याप्रमाणे तयार होत होती.

''मला अग्निशामक दलात किंवा पोलिसांत जायचे होते किंवा अशीच गोष्ट करायची होती.'' तरुण बेन म्हणाला, ''पण या साऱ्या सर्वसामान्य बाबी आहेत. अशा गोष्टी पाचव्या ते नवव्या वर्षापर्यंतचा मुलगा नेहमी करण्याचं ठरवतो.''

''आपल्या निदानाबद्दल माहिती होणं आणि काय दोष आहे हे कळणं, या दोन्ही गोष्टी हळूहळू घडल्या. मला वाटतं, मला कळलं तेव्हा मी पाच वर्षांचा होतो.''

''तुला आश्चर्य वाटलं किंवा धक्का वगैरे बसला का?''

''खरंच नाही. त्या माहितीचा माझ्यावर काही फारसा परिणाम झाला नाही. मी काहीतरी वेगळा आहे, हे कळलं; पण हे सगळं किती घातक असू शकेल, हे नाही कळलं.'' पुढे कालमानानुसार त्याला मस्क्युलर डिस्ट्रॉफीच्या परिणामाची जाणीव होऊ लागली, ते कळण्याइतका बेन मोठा झाला होता. ''किमान तोपर्यंत तरी आपण सर्वसामान्य मूल आहोत, असंच मला वाटत होतं.''

अंतर्मन अशीही सूचना देते की, कुठल्याच विकाराचे प्रारंभीच झालेले निदान हेही गरजेचे असते. बेनच्या पालकांनी आजाराविषयीची सारी माहिती हळूहळू गोळा केली आणि मुलगा जेवढे समजू शकेल, तेवढी समजावयाला सुरुवात केली. ''सत्याचेही काही स्तर असतात.'' त्याचे वडील म्हणाले, ''आम्ही त्याला पाचव्या वर्षी जे सांगितलं होतं, ते त्याच्या सातव्या, दहाव्या किंवा पंधराव्या वर्षीपेक्षा वेगळं होतं. पाचव्या वर्षी म्हणजे... बाळा, तुला जे दुखणं झालंय, त्यामुळे तुझ्या मांसपेशींना त्रास होतोय... असं सगळं होतं.''

त्या मुलाच्या पालकांना हेही माहिती नव्हते की, हा आजार दुसऱ्या दिवशी त्यांच्या मुलाला कुठे पोहोचवेल...! ''सुरुवातीला आम्ही म्हणायचो की, जे काय व्हायचं ते खूप काही काळानंतर व्हावं, आताच नको.'' बिग बेन म्हणाले, ''म्हणजे ते उगाचच दृष्टिआड ठेवण्याचा आणि भविष्यात बघण्याचा प्रयत्न आम्ही करत होतो.''

''हा वाढत जाणारा आजार आहे, हे आम्ही त्याला सांगितलं होतं.'' डेबीला आठवले, ''पण डॉक्टर म्हणाले की, तो ते सगळं व्यवस्थित सांभाळतोय.''

अनिश्चित अशा भविष्यकाळविषयी मुलाला समजावणे, खरंच प्रामाणिकपणे सांगायचे तर अवघड आहे. लहान मुलांकडून असंदिग्धता स्वीकारली जाऊ

शकतही नाही. तारुण्यात असताना मलाही मस्क्युलर डिस्ट्रॉफी पचवणे, तेही तो आजार मला कुठे नेऊन सोडणार आहे, हे माहित नसताना स्वीकारणे फार कठीण गेले होते. भविष्यकाळ पूर्ण अंध:कारमय होता, तरी कम्बो कुटुंबासमोर प्रकाश होताच.

"येणारा दिवस येईल तसा स्वीकारण्याचं आम्ही ठरवलं." डेबी म्हणाल्या. आजार जसजसा गंभीर होत चालला. तसतसे तरुण बेनचे डोळे हळुवारपणे उघडले जाऊ लागले. तो दुसऱ्या किंवा तिसऱ्या टप्प्यात पोहोचला, तेव्हा त्याचे पाय ढिले पडले. तो जरी स्वत: सारे काही करू लागला, तरी तो फार लवकर थकू लागला. आजाराची अभद्र चिन्हे दिसू लागली होती.

तरुण बेनने अतिशय संयमाने आपल्या भावना व्यक्त केल्या. "मी काही सकारात्मक दृष्टिकोनातून प्रतिसाद देऊ शकलो नाही." तो म्हणाला, "मी अतिशय खिन्न झालो होतो." त्याने नेहमीप्रमाणे त्याचा दृष्टिकोन व्यक्त केला. "त्यावेळी शारीरिक स्तरावर तरी एवढं अवघडल्यासारखं वाटत नव्हतं."

बेन जेव्हा चालू शकत होता आणि स्वतंत्रपणे हिंडू फिरू शकत होता, त्यावेळी त्याला आपल्यापुढे काय काय वाढून ठेवलेय, याची भावना सतत कुरतडत असावी. "त्यावेळी मी भविष्याचा विचार करत होतो. अर्थात सारा वेळ तेच नव्हतो करत...!" लहान मुलांना मिळणाऱ्या बंडखोरीच्या गुणामुळेच त्याचे आशेचे जहाज असेच तरंगत असावे. "मी वास्तवापासून दूर गेलो, बहुधा सारीच मुलं असं करतात. मी ज्या गोष्टी मला त्रास देतात, त्यापासून दूर राहायला सुरुवात केली."

त्याने अगदी सहजपणे राहावे, म्हणून त्याचे आईवडील जरी आटोकाट प्रयत्न करत होते, तरी यानंतरची आजाराची पुढची पायरी म्हणजे त्याच्या व्यक्तिमत्त्वात होणारा मूलभूत बदल आहे, हे त्यांच्या लक्षात आले होते. बिग बेन आणि डेबी दोघेजणही त्याला आजार म्हणजे आपल्या शरीराचाच घटक समजून वागण्यासाठी आणि त्या आजारासोबत जास्तीतजास्त समाधानाने राहण्यासाठी समजावत होते.

छोटा बेन आठ वर्षांचा असतानाच त्याची याच आजाराने ग्रस्त असलेल्या लोकांशी ओळख करून देण्यात आली होती. त्याने त्यांच्यात मिसळावे आणि प्रश्न समजून घ्यावेत, अशी त्यांची अपेक्षा होती. मस्क्युलर डिस्ट्रॉफी असोसिएशनच्या कामात बेन कुटुंब सक्रिय भाग घेऊ लागले होते. त्यात स्वयंसेवकाचे काम करू लागले होते. स्थानिक स्तरावरच्या कार्यक्रमांत भाग घेऊ लागले होते. इतर लोक या आजाराने ग्रासलेल्या मुलांना मदत करून आपल्या घरापर्यंत आणण्याचा कम्बो कुटुंबाचा हेतू हाच होता की, आपण फक्त एकटेच असे नाही, हे त्यांच्या मुलाला कळावे.

बेन तसा गोड स्वभावाचा होता, त्यामुळे मस्क्युलर डिस्ट्रॉफी असोसिएशनचा प्रतिनिधीवर त्याची चांगलीच छाप पडली होती. लवकरच मस्क्युलर डिस्ट्रॉफी असोसिएशनच्या वॉशिंग्टन गुडविल ॲम्बॅसिडर म्हणून त्याची निवड झाली. ''बेनला जे काय वास्तव होतं, ते कळून चुकलं होतं...'' त्याचे वडील म्हणाले, ''तो लोकांना मदत करत होता.'' हाच एक संदेश त्याचे आईवडील देऊ इच्छित होते. नंतर मग कम्बो कुटुंबाने राष्ट्रीय संघटनेद्वारे काम सुरू केले. बेन आता एक ॲम्बॅसिडर म्हणजे प्रतिनिधी या नात्याने काम बघत होता. मस्क्युलर डिस्ट्रॉफी असोसिएशनने मेरिलँडला कम्बो कुटुंबावर एक चित्रफित बनवण्यासाठी कॅमेऱ्यांचा ताफाच पाठवून दिला. मग त्या गटाने त्यांना बोस्टनला जेरी लेविसच्या भेटीसाठी पाठवून दिले. तो टीव्हीच्या कार्यक्रमांचा प्रणेताच होता. तो त्यावेळी उपेक्षित अमेरिकनांवर त्यांच्या पुनर्वसनावर कार्यक्रम करत होता. ''प्रत्येक गोष्टीचं चित्रीकरण केलं गेलं.'' बिग बेनला आठवले. छोटा बेन एकमेव राष्ट्रीय प्रतिनिधी म्हणून निवडला गेला होता. तेव्हा अमेरिकेच्या शहराशहरातून हे कुटुंब फिरले. सगळीकडे बेनवर सन्मानाचा वर्षाव झाला आणि त्याने त्याच्या योग्यतेच्या निकषावर टाकलेले ते पहिले पाऊल ठरले. ''त्या क्षणाचा अनुभव फारच गमतीदार होता,'' बेन म्हणाला, ''मी लोकांना भेटत होतो, टीव्हीवर जात होतो. नंतर ते यापेक्षाही काही वेगळं आहे, हे कळलं. मी इतरांना मदत करायला शिकलो आणि प्रत्येक गोष्टीत बदल करायला शिकलो.''

काही वर्षांनंतर तरुण बेनला कॅपिटॉल हिलला जावे लागले, पेनसिल्वेनियाचे ॲर्लेन स्पेक्टर यांच्या अध्यक्षतेखाली असलेल्या, आरोग्यासाठी खर्च करणाऱ्या विनियोग मंडळाच्या सदस्यांनी खचाखच भरलेल्या सुनावणीला सामोरे जावे लागले. बेन त्या मोठ्या टेबलाआड बसलेला, मायक्रोफोन्सच्या उंचीपेक्षाही कमी उंची असणारा एकमेव मुलगा होता.

त्याच्यावर प्रकाशाचा झोत पडलेला असतानाही तो शांत होता. ''मी फक्त तेरा वर्षांचा, तेरावं वर्ष चालू असलेला मुलगा आहे.''

तो त्या सदस्यांना म्हणाला, ''एखादी मैत्रीण मिळते का, यासाठी प्रयत्न करणारा आणि गमतीजमती ऐकण्याच्याच वयाचा आहे. तेरा वर्षांचा मुलगा जे काही करू शकतो, ते करणाऱ्यांपैकी मी आहे.'' मग तो गंभीर झाला. ''मी तसा फारच नशीबवान आहे आणि देवानेही मला आशीर्वादच दिलाय कारण असे अनेक लोकं आहेत, ज्यांची अवस्था माझ्या अवस्थेपेक्षाही भयानक आहे.''

मग त्याने पार षटकार मारला. ''जर सरकार एका बी १ बॉम्बर विमानावर दोन अब्ज डॉलर्स खर्च करू शकते.'' तो क्षणभर हल्ला करण्यापूर्वी थांबला. ''तर दहा कोटी खर्च संशोधनावर करणं म्हणजे काहीच नाही. हो ना?'' या एका ओळीने

साच्या सभागृहाला जमिनीवर उतरवले होते, यात शंका नाही. छोटा बेन प्रौढांच्या विचारविश्वाशी संवाद कसा साधावा, हेच शिकत होता.

बेन या प्रकारचा अगदीच व्यावसायिक बळी ठरला जाऊ नये, याची काळजी त्याचे पालक घेतच होते. ''मला अशा लोकांसमोर मान वाकवण्याची गरज पडली नाही.'' बिग बेन म्हणाले, ''पण हे लोकं असं करतात ना, त्यांच्यात आणि इतरांत फारच ओळखू न येण्याइतका फरक असतो. मी तिकडे कधी वळलो नाही.''

छोटा बेन आजारासोबतच येणाऱ्या जबरदस्त आत्मभानाला सामोरा जात होता. ''मित्रांना जवळ करा,'' वडील सांगत होते. ''शत्रूंनाही जवळ करा.'' मस्क्युलर डिस्ट्रॉफी खरं तर शत्रूच, पण त्याच्यासोबत जगण्याचे ठरवले आहे, हेही बेन मौनातूनच सिद्ध करत होता.

कम्बो दांपत्य आपल्या इतर मुलांवर कुठला अन्याय होणार नाही, याची काळजी घेतच होते. छोट्या बेनची जनमानसात जी प्रतिमा उंचावत होती, त्यावरून भावंडांत कुठला संघर्ष होत नव्हता. मी टायलरसोबत चर्चा केली आणि विचारले की, तिचा भाऊ लक्ष वेधून घेतो त्याचे तुला काय वाटते? ''नाही, ते बेनला बोलावतात आणि त्याच्यावरच सारं सोपवलं जातं.'' टायलर म्हणाली, ''पण त्याला माझ्यापेक्षाही चांगली वागणूक वगैरे दिली जाते, असं मला काही वाटत नाही.'' ती सुंदर तरुणी अगदी सहज सांगत होती. ''समरस होणं म्हणजे आमच्यापैकी प्रत्येकाला बरंच काही मिळणं.''

शिस्तीचे धडे मात्र दोघांनाही नि:पक्षपातीपणे मिळत होते. मुले जेव्हा लहान होती, तेव्हा त्यांच्यात काही ना काही घडायचेच, अगदी बेनच्या बाबतीतही हे म्हणता येईल. टायलर हे आठवून हसली. ''म्हणजे डॅडींनी मला शिक्षा केली व त्याला केली नाही, असं नाही. बेनलाही तशीच शिक्षा मिळायची मग 'कम्प्युटर नाही, फोन नाही, जा...!' वगैरे ते म्हणत आम्हाला वेगवेगळं वागवलं गेलं नाही.''

कम्बो कुटुंबामध्ये यशाचं हे सरळसरळ सूत्र होतं आणि प्रत्येकातूनच मोठ्या अपेक्षा केल्या जायच्या, कुणाची सुटका नसायची. सतत चांगले काहीतरी करावे, म्हणून मुलांना पुढे ढकललेच जायचे. टायलरने बास्केटबॉलमध्ये प्राविण्य मिळवलं, तर बेनने लिखाणात! आणि ते एकमेकांना पूरकच ठरत होते. ''बेन बास्केटबॉलच्या प्रत्येक सामन्याला हजर राहायचा, नुसतं ओरडून प्रोत्साहन द्यायचा.'' टायलर म्हणाली, ''मला नाही वाटत की, बेनला कधी 'मी ही असं खेळू शकलो असतो' असं वाटलं असेल किंवा काही दु:ख झालं असेल.''

टायलरचा चेहरा आता एक चिंतनशील दिसू लागला होता. ''बेन वरचेवर वेगवेगळ्या छान कथा लिहित होता. मलाही कधी कधी वाटतं, आपल्यालाही

असं छान लिहिता आलं असतं तर...?''

"तुला असं वाटतं का की, तू जी कामं शारीरिक स्तरांवर सहजपणे करतेस, तशी बेनला जमत नाही, याचा त्याला त्रास होत असेल?''

"मला वाटतं, त्याला त्यापासून त्याची कामं अजून चांगली कशी करता येईल, याची प्रेरणाच मिळत असेल, कारण मी बास्केटबॉल खेळताना त्याने प्रत्येकवेळी मला पाहिलंय.'' तिच्या यशाने त्याला प्रेरणा मिळून तो पुढे सरकतच होता.

"बेनला आजारपण नसताना आम्ही याच अपेक्षा मुलांकडून करत होतो.'' बेनचे वडील म्हणाले, "आजार झाल्यानंतर तर हीच अपेक्षा आम्ही प्रखरपणे बाळगून होतो.'' का? "आम्ही दोघांनाही जे सातत्याने सांगत होतो की अडथळे दूर करा, जरा वेगळं काही करण्याचा प्रयत्न करा. त्याला दुसरा असा कुठला पर्याय आम्ही दिलाच नव्हता.''

जर कम्बो दांपत्याने ही जाणीव ही भिन्नता लक्षात न घेता बेनला अगदीच सामान्य मुलांप्रमाणे वागवण्याचा प्रयत्न केला असता, तर त्याच्याही स्वत:बद्दल तशाच कल्पना राहिल्या असत्या. आजूबाजूच्या मुलांनीही तसेच वागावे, पण त्यांना समजून घ्यावे हे गरजेचे नसतेच. त्यामुळेच मुले काही कारण नसताना एकमेकांशी क्रूरपणाने वागतात एवढे मात्र खरे!

"बाकीची काही मुलं ज्या पद्धतीने बोलतात, विचारतात, त्यामुळे खरे तर आपण इतरांप्रमाणे सर्वसाधारण नाही, याची जाणीव होते. किमान ते विचारतात, त्यावरून तरी...'' बेनने स्पष्ट केले. "म्हणजे... 'तू वेगाने का नाही चालू शकत?' किंवा 'तू असं मजेशीर का चालतोस?' 'तुला उठायला इतका उशीर का लागतो? वगैरे.'' बेनची मित्रमंडळी नेहमी कसे आणि दु:खदायक कसे बोलतात हे सांगितले.

"अर्थात, ही खरे तर त्या अजाण लहान मुलांची बघण्याची दृष्टी तशी असू शकते.''

"बहुधा...'' बेन म्हणाला. अद्यापही तो भावना दुखावला गेल्यासारखाच वाटत होता. "बहुधा लोकं त्यांना माहीत नसतं म्हणून विचारत असावेत, पण मग मला असं वाटतं की, ठीक आहे, याचा आपल्याला त्रास होतोच आणि ही गोष्ट अशी आहे की मी तिला टाळून पुढे जायला हवंय.''

बेनचे आई वडील याबाबतीत काही मदत करू शकले नव्हते. "मी उगाच असं म्हणणार नाही की, त्या गोष्टीला तोंड देण्यासाठी त्यांनी मला तयार केलं. मीच मला स्वत:ला तयार केलं. आम्ही बऱ्याचवेळा या गोष्टीवर चर्चा केली की, काही लोकं असं का वागतात, पण शेवटी काय करायचं ते मीच ठरवायचो!''

बेन म्हणाला की, एकवेळ त्याची भीती दूर, पण ही वाईटपणाची भावना

दुखऱ्या पोटरीप्रमाणे सतत ठसठसायची. हा छोटा मुलगा जेव्हा तरुण बनला, तेव्हा त्याला आपल्या सूक्ष्म दृष्टिकोनालाच निर्णय मानण्याचे वेड जडले. दुसऱ्याविषयी वाटणारी भीती त्याच्यासाठी एक भयंकर बागुलबुवा ठरली. त्याची शारीरिक विकलांगता ही त्याच्या दृष्टीने रस्त्यावरच्या एखाद्या अपघातापेक्षाही भयानक वास्तववादी ठरली. "शेवटी मी हे लक्षातच ठेवलं की, अशा गोष्टी आहेत. ज्यांना मला अपेक्षेपेक्षा जास्त वेळा तोंड द्यावं लागणार आहे.''

"जास्त वेळा... का बरं?''

काही क्षण शांतता पसरली. "जास्त वेळा म्हणजे उरलेलं आयुष्यभर.'' गंभीर आजारपणात, आपले आयुष्य एका मर्यादेपर्यंतच उरलेय, याचा स्वीकार हळूहळू होतोच. विशेषत: जेव्हा आपण तरुण असतो, तेव्हा सुरुवातीला आपल्याला मर्यादा असल्याचे आपण नाकारतो. मग हळूहळू आपण सत्याचा स्वीकार करायला लागतो. विशेषत: जेव्हा इतरांची भावनाहीनता आपल्या अंत:करणाला भिडते तेव्हा. बेन म्हणतो, "मला वाटतं मी हळूहळू ते स्वीकारायला सुरुवात केलीये आणि करेनही... जसं ठीक आहे, मला तेही बहुधा करणं जमणार नाही. अगदी मी लहान असताना करत होतो, कदाचित तेही मी आता करू शकणार नाही, हे मी स्वीकारतो.''

छोटा बेन बिशप मॅक नॉमराच्या संकुचित विचारांच्या शाळेत जात होता. जी विशेषत: काळ्या लोकांची शाळा होती. कम्बो कुटुंबीय व्यवस्थेप्रमाणे बदलणारे होते, पण तिथल्या स्थानिक शाळेपेक्षा ही शाळा आपल्या मुलाला चांगले शिक्षण देईल, असे त्यांना वाटत होते. बेन वरच्या वर्गात असताना मी एक अख्खी सकाळ विद्यार्थ्यांभोवती घिरट्या घालण्यात आणि वर्गातील तासांना हजर राहण्यात घालवली.

आम्ही त्या दिवशी फ्रेंच फ्राईजचे सुंदर जेवण घेतले. माझ्यासाठी ही आठवणीत राहणारी बाब होती. शाळेतल्या त्या गोंधळातल्या उपाहारगृहातले ते जेवण होते. त्यावेळी मी नुसते निरीक्षण करत होतो. बेन इतर गिऱ्हाईकाप्रमाणेच मस्त वागत होता, गप्पा मारत होता. इतरांबरोबर ओरडतही होता. काही क्षण तो इतरांत पार मिसळून गेला होता.

अकिली आणि ग्लेन त्याच्याशेजारी बसले होते, दोन्ही बाजूला रक्षकांप्रमाणे बसले होते. ते दोघेही त्याचे विश्वासू आणि जिवाभावांचे मित्र होते. ज्यांनी बेनला घराबाहेर पडायला मदत केली होती आणि कुटंबाच्या बाहेर येऊन जगायला शिकवले होते तीच ही पोरं होती.

खरे सांगायचे झाले तर त्या जेवणाच्या खोलीतील प्रत्येक टेबलाभोवतीची कृष्णवर्णीयच पोरे होती. पोरांची सहज हालचाल स्पष्ट जाणवत होती. बेनने

त्याच्याकडे लक्ष देणाऱ्या मुलांप्रमाणे केले. त्याचे पाय टेबलाखाली ठेवून दिल्यावर तोही इतरांप्रमाणे दिसू लागला. अखेर घंटा झाली, तशी ही मजा संपली, पोरे गंभीर चेहरे करत वर्गाकडे परतली.

शालेय शिक्षण संपत आले, तशी बेनची लेखक होण्याची इच्छा उफाळून आली. 'एक यशस्वी लेखक' तो आपली योजना सांगत म्हणाला, 'एक प्रसिद्ध लेखक' माझी अशी इच्छा आहे की, मला सगळ्या लोकांनी एक पटकथा लेखक म्हणून, तेही वीस-पंचवीसाव्या वर्षीच ओळखावं.''

लेखक म्हणून यश मिळणे हे तो एक परिपूर्ण व्यक्ती असल्याचे सकारात्मक भाव देणारे होते.

''होय,'' बेनने ते मान्य केले, ''याचा अर्थच असा की, एवढं डोकं आदळूनही मीच त्या अडथळ्याला चिरून बाहेर पडलोय. त्याचा अर्थ असा की, मी हे युद्ध जिंकतोय.''

''हे युद्ध कुणाविरुद्ध आहे?''

''हे युद्ध इतर लोकांविरुद्ध नाही. हे युद्ध म्हणजे माझ्यात दडलेल्या एका राक्षसाविरुद्ध, त्या बागुलबुवाविरुद्ध आहे.'' तो सांगू लागला, ''मी संताप आणि आत्मसंशयाविरुद्ध झगडतोय, जो माझ्यात जन्मला आणि विकलांगतेमुळे वाढला.'' या पोराच्या डोक्यात हे वाक्य कुणी घुसवले? ते काहीही असो, बेनला स्वतःवर विश्वास ठेवणे, गरजेचे होते हे खरे!

बऱ्याच वर्षांपासून बेन लहानसहान कथा लिहित होता. ज्या बहुधा सैन्याच्या पार्श्वभूमीवरच्या होत्या. संघर्ष आणि डावपेचांतून हे त्याने लिहिले असावे, हे स्पष्ट दिसत होते. त्यातल्या कथेतही प्रचंड दबावाखाली असणारी माणसे अडथळा पार करून कशी बाहेर पडतात, हेच होते. ही सारी कल्पनाशक्ती म्हणजे त्याच्याच आयुष्याचे रूपक होते. त्याला आदर्श वाटणाऱ्या माणसाचे ते खरे तर चित्रण होते.

''जर बेन शंभर टक्के आरोग्यसंपन्न असता ना, तर तो नक्की सैन्यात गेला असता,'' डेबीने मला सांगितले होतेच, ''माणूस म्हणून असण्याची त्याची संकल्पनाच तशी आहे.'' पण तो स्वतः आयुष्यात कधीही जो बनण्याची शक्यताच नाही, अशाच गोष्टी तो लिहित असतो, हे या आईच्या लक्षात येत नव्हते.

''बरोबर.'' बिग बेन म्हणाले, ''अगदी हेच... हेच मी त्याला म्हणालो की, तू जे काय लिहितोयस ना, ते रोमांचक आहे, सिनेमासारखं आहे. पण ते वास्तवातलं आयुष्य नाहीये.''

पण जिथे या तरुण बेनला फक्त फासाचाच दोर निवडावा लागेल असेही वास्तव जग नसावे. पलायनवाद हा काही तितकासा घाणेरडा शब्द नाही. वास्तवाला कवटाळूनही बेन अखेर मिळवतो ते काय? मी त्यांना विचारले की, त्यांच्या

मुलाला वास्तव स्वीकारून काय मिळते? ''नैराश्य'' ते एका सुरात म्हणाले. ''तुम्ही जर ते सारं त्रासदायक पाहिलं ना, तर कदाचित विचाराल, कशाला त्याची काळजी करायची?'' डेबी म्हणाली, ''कशासाठी रोज सकाळी उठायचं?''

''कशाला शाळेत जायचं?'' ''उगाचच काहीतरी करत बसायचं.''

''या प्रश्नांची उत्तरं आहेत?''

''होय. अशा प्रकारचं नैराश्य असणं, हे अस्वीकारार्हच असतं. तुम्ही सतत पुढे जायलाच हवं.''

बेन त्याच्या लेखनाच्या क्षेत्रात पुढे पुढे जातच राहिला, त्याच्या विषयांचा विस्तार करतच राहिला, त्याच्या कल्पनांना पंख देतच राहिला. त्यामुळे त्या कल्पना अमेरिकेला वाचवणाऱ्या सैनिकांच्या पलीकडे पोहोचल्या. शालेय शिक्षण संपवून कॉलेजात जाताना त्याला जुने मित्र दुरावतात की काय याची आणि भविष्यातील आव्हानांना एकट्यानेच तोंड द्यावे लागणार याची भीती वाटत होती. त्यातूनच त्याच्या नव्या कल्पनेचा जन्म झाला, 'मला राजा बनवा'च्या कथेचा! ती त्याच्या आयुष्यावर आधारित होती, तो आपली सुरक्षित जागा म्हणजे घर सोडून बाहेर येतो, त्याची ती कथा होती. ही कथा जवळच्या अगदी घनिष्ठ मित्र असलेल्यांची कथा आहे. जे काहीतरी चांगले करण्यासाठी घराबाहेर पडतात.

त्यात चार मुख्य पुरुष पात्रे आहेत. तीन जणांची नावे तर बेनच्याच मित्रांची आहेत. अकिली, ग्लेन आणि थॉमस. चौथे पात्र काल्पनिक आहे. ते लेखकाच्या स्वतःच्या दृष्टिकोनावर आधारित आहे. चौघेजण मिळून एक गट स्थापन करतात. त्यांचे नाव असते. 'विद्यार्थी, जीवनात जे सामाजिक प्रश्न येतात, त्याची उकल करण्याचे प्रयत्न यात आहेत. ही तरुण माणसे आपले आयुष्य नैतिक पेचप्रसंग आणि धार्मिक तणावांची व संघर्षाची उकल करण्यासाठी घालवत असतात. असाहाय्यतेसोबत असणारी, हृदयातून होणारी वेदना त्यांचे लक्ष वेधून घेते. चौघेजण निष्ठेची शपथ घेतात आणि समाजात या कार्यासाठी जातात, दरवर्षी एकमेकांना भेटण्याचेही ठरवतात, हे म्हणजे लेखकाला एक समाधान देण्याचाच प्रकार होता.

प्रत्येक 'विद्यार्थी' एक संघटना स्थापन करतो. अकिलीच्या त्या संघटनेचे नाव असते. 'आनंदाचा गाभा', जो संघटनेच्या सामाजिक जाणिवेचा कणाच असतो आणि त्यातून बेनचे वैयक्तिक विचारदर्शनही होते. हा गाभा म्हणजे लोकांना सहकार्य करणारा गट असतो. तो आजाराने विकलांग झालेल्या लोकांना मदत करण्याची आव्हाने स्वीकारत असतो.

विकलांगता हा बेनला मिळालेला शाप, त्याने त्याच्या पुस्तकात अकिलीच्या कामाचा हेतू तो दर्शवलाय. ''यापेक्षा सरळसरळ आत्मचरित्रात्मक कथानक करणं,

अवघड गेलं असतं का?'' मी विचारले, ''कदाचित ते गेलं असतं. माझ्यावरच लिहिणं म्हणजे कदाचित आजाराची एक कथा झाली असती.'' बेनने अशा पद्धतीने ठासून सांगितले की, ''जणू त्याला एकांगी विचारांची भूमिका पार पाडायचीच नव्हती.''

त्याची ती काल्पनिक संघटना ज्या कामाची दिशा आपल्याला दाखवते. ती बेनच्या मते खऱ्याखुऱ्या जगात प्रात्यक्षिकाची बाब आहे. ''मला हेच दाखवायचं होतं की, आयुष्य बऱ्यापैकी सुकर करण्याचे अनेक मार्ग आहेत. अगदी विकलांगांच्या बाबतीतसुद्धा! होय...'' तो हळुवारपणे म्हणाला, ''या गोष्टीबद्दल सतत सांगणं, हे माझं कामच आहे, माझ्यासाठी आणि इतरांसाठीसुद्धा!''

'मला राजा बनवा' ही बेनची कथा कागदावर उतरलीये.

''मला हे चांगलं माहिताय की, मी जे काही लिहिलंय ते चार तरुण आणि यशस्वी आफ्रिकन अमेरिकनांबद्दल लिहिलंय. ते काही तरी करण्याची इच्छा बाळगतात.'' तो म्हणाला. बेनला कल्पित आणि वास्तव यातला भेद चांगला कळतो, ''ते काही तसं वास्तव नाही, पण अखेर यशस्वी होणं ही जीवनाची गुरुकिल्ली आहेच ना!''

'मला राजा बनवा'मध्ये जे स्वच्छपणे मांडलेय. त्यात जी बेनची निर्मितीक्षमता व यशाकडे दौड रेखाटलीये, ती त्याच्या वयाच्या मुलांच्या मानाने असाधारण अशीच आहे. पण त्याच्या कल्पनेतून बाहेर पडलेली ती मूलभूत संकल्पना अशाच कुणा व्यक्तीला आश्चर्यकारक वाटण्यासारखी नाहीये, शरीर गलितगात्र होत असलेल्या शारीरिक क्षमता कमी होणे, आणि त्याबरोबरच बौद्धिक क्षमता वाढणे यांच्यात काही अंत:स्थ नाते आहे, यात शंकाच नाही. मनाच्या सामर्थ्याचा वापर करत जाणे, ही विकलांग व्यक्तीकरता सामान्य बाब आहे. तिथे आम्ही मुक्त आहोत. आम्ही शोध घेऊ शकतो आणि जिथे आमचे शरीर आम्हाला नेऊ शकणार नाही, तिथे आम्ही जातो.

हा प्रवास बेनच्या कथेत आहे. जिथे आमची शरीरे आम्हाला सोडून जातात, तिथून मन उचलून नेते. ''नक्कीच.'' बेन उत्साहाने म्हणाला. त्याचा आवाजही सजग होता. ''तुम्हाला नेमकं काय म्हणायचं, ते समजू शकतो. जर एक संवेदना काढून घेतली गेली तर बाकीच्या जास्त चांगल्या काम करतात. हे सारं माझ्याबाबतीत घडतच असतं.''

इरिन आणि मी तिच्या या लहान भावाबद्दल बोलत वॉशिंग्टनमध्ये कॉफी पित बसलो होतो. बेन फार चांगल्या पद्धतीने तडजोडी करू शकतो यावर त्या स्त्रीचा ठाम विश्वास आहे. ''मला वाटतं विकलांग असणाऱ्या व्यक्तीला इतर देणग्या भरपूर मिळालेल्या असतात. बेनमध्ये मला हे जाणवलंय.''

मुले आपापसात राहताना एकमेकांचे पाहून कशी शिकतात आणि सारे परिपक्व कशी होतात, यावरच खरे तर हे निरीक्षण नोंदवले जाते. ''शारीरिक क्षमतेची कृपा काही माझ्यावर नाही.'' बेन म्हणाला, ''जेव्हा मी मागे वळून पाहतो आणि त्या खडतर घटना मला आठवतात, मला याची जाणीव होते की सरतेशेवटी मी विभिन्न मार्गांनी जाऊन जिंकणारच आहे.''

'मला राजा बनवा'ची कथा लोकांपर्यंत पोहोचावी म्हणून डेबी आणि बिग बेननी स्वतःच ते प्रकाशित केले. बेन कॉलेजात नव्यानेच दाखल झाला, तेव्हा ते पुस्तक एकदाचे प्रकाशित झाले. त्यानंतर त्यांनी आपल्या कामाचा व्याप वाढवून इतर तरुण आफ्रिकन अमेरिकन लेखकांचे काम कसे असते, हे पाहण्यास सुरुवात केली.

या नव्या लेखकाच्या लेखनक्षेत्रातल्या स्वागत समारंभासाठी कम्बोच्या घराजवळच ठेवलेल्या कार्यक्रमात मित्रमंडळी, नातेवाईक, कॉलेजमधली प्राध्यापक मंडळी, अगदी स्थानिक नेतेही बेनच्या सत्कारार्थ उपस्थित राहिले. सामाजिक कामाच्या निमित्ताने कम्बो कुटुंब चांगले नावाजलेले होते.

दुपारी जेव्हा पाहुण्यांनी त्याच्या प्रार्थना म्हटल्या, तेव्हा त्याच्या चेहऱ्यावर एक तटस्थता दिसत होती. आपल्या मागोमाग साऱ्यांनी यावे अशी इच्छा करणे आणि दुर्लक्ष करणे या दोन्ही विरोधी गोष्टी स्पष्टपणे जाणवत होत्या. त्याच्या विचारांप्रमाणे लोकांची अशी स्वीकृती त्याला कायमच हवी होती. पण जेव्हा लोक ते सारे स्वीकार करून उभे होते तेव्हा हा खांदे झटकून म्हणत होता, ''मला वाटतं हे आवश्यक नाहीये.''

समाधानाचे एक चिन्ह त्याच्या अंतरात्म्याने जरी दाखवले असले, तरी बेनच्या चेहऱ्यावर स्मित हास्याची रेषाही नव्हती.

हिमवर्षावाच्या एका दिवशी सेंट मेरी कॉलेजमध्ये मी बेनला त्याच्या स्वयंचलित खुर्चीत बसून सहजतेने फिरताना पाहून आश्चर्यचकित झालो. तो बटने दाबून स्वयंचलित दरवाजे उघडत, ठामपणे फिरत, वरखाली चढत साऱ्या केंट हॉलभर फिरला. अगदी बेफिकीरपणे परिसर ओलांडतही फिरला.

बेनने अडथळे आणि खड्डे नसलेले रस्ते शोधून ठेवले होते. त्याने जवळचे मार्ग शोधून ठेवले होते आणि मध्ये लावलेल्या कार टाळून कसे जायचे आणि केव्हा सरळ जायचे हे त्याला चांगले माहिती होते. हा सारा जगण्यातला एक खेळ होता आणि तो जिंकण्यात त्याला रस होता.

आम्ही एक सरळ, उभा असणारा उतार पार करून टेकडीच्या पायथ्याशी पोहचलो. त्या परिसराकडे जाणाऱ्या, मध्येच थोड्याशा तुटलेल्या रस्त्याने आम्ही

जसे जाऊ लागलो, काहीतरी संकट उभे राहणार असे मला उगाचच वाटले. बेन त्या रहदारीत घसरून पडता पडता आणि घरंगळत जाता जाता वाचला. ''ठीक आहेस ना?'' मी विचारले. बेनने मान हालवली आणि तो हसला. जणू धोक्याशी खेळणे त्याचा उद्योगच होता.

हिवाळ्यात त्या चाकाच्या खुर्चीवर बसून फिरणे ही हसण्यावारी नेण्यासारखी बाब नक्कीच नाही, या खडतर रस्त्यावर बेन एक धडा आधीच शिकलाय. एक आठवडावर आधी, त्याला भूक लागली होती. तो त्या परिसरातल्या दुकानाकडे एकटाच चालला होता. ''रस्त्यावर खूपच बर्फ साठला होता आणि त्यामुळे तो धोकादायक बनला होता.'' आणि एका बाजूने पुन्हा टेकडीची घसरण सुरू झाली. ''मी विचार केला, 'देवा, मी हे काय करून ठेवलं?''

जेव्हा खुर्चीची ओढ संपली आणि ती त्याच्यासहित घसरत जाऊ लागली, तशी त्याला असाहायतेची जाणीव झाली. ''धीर गमावू नकोस. खुर्ची थांबेल अशी आशा तर करं.'' तो स्वत:लाच भराभरा सूचना देत होता. तो म्हणाला, ''मग ती थांबली पण! पण त्यावरून धडा हाच घेतला की, बर्फात जायचंच नाही.'' तो धैर्य खचल्यासारखा म्हणाला, मी पण तेच म्हणालो होतो की, हा जीवनातील एक खेळच आहे.

बेनचे आयुष्य म्हणजे संभाव्य त्रासाचे आणि आजार नेमका काय हल्ला करणार त्यातून बचाव करणे एवढेच आहे. ''जास्तीत जास्त काळजीपूर्वक राहाणं आम्ही शिकलोय. तसा मी इतरांसारखाच असतो. पण शारीरिक अवस्थेवर विचार करण्यासारखं माझ्याजवळ बरंच काही असतं.''

बेनच्या शारीरिक गरजांचा विचार त्याच्या आईवडिलांनी पूर्वीच करून ठेवलाय. निदान झाल्यानंतर लगेचच त्यांनी एका वर्षांनी कुठलीही पायरी वगैरे नसलेलं मोठं घर विकत घेतलं. जेव्हा विकलांगता येते किंवा दिसू लागते. तेव्हा योजना आखणे गरजेचे असते, आणि कम्बो दांपत्याने अजिबात वेळ दवडला नव्हता. फिरण्यासाठी अत्यंत सोयीचे असे बेनचे हे घर होते. तो जवळपास वयात येईपर्यंत स्वत:च्या पायावर उभा राहात होता आणि फिरत होता. डॉक्टरांनी अपेक्षा ठेवल्याप्रमाणे सारे होते.

तो जेव्हा प्रशालेत गेला, तेव्हा त्याचे पाय अतिशय अशक्त होऊ लागले. अखेर वयाच्या सोळाव्या वर्षी ते कामातून गेले आणि आजाराला बळी पडले. या घातक आजाराचा परिणाम दिसू लागला होता.

छोटा बेन आपल्या आजीशेजारी कारमध्ये बसून चालला होता. कार तीच चालवत होती. एक जोरदार टक्कर झाली आणि ती खलास झाली. तो बेशुद्ध पडला. ''फार दु:खदायक घटना होती ती.'' बेनचे वडील आपली आई गमावल्याचे

आणि त्यांच्या मुलाच्या जखमी अवस्थेबद्दल दु:ख व्यक्त करत होते. ''आम्हा साऱ्यांनाच वाटत होते की, बेनची डावी बाजू कायमची जाणार, आणि पुन्हा कधीच नीट होणार नाही.''

बेनने होकार दिला, ''मला वाटतं त्या अपघातानंतर माझी शारीरिक स्थिती खूपच बिघडली.'' त्यानंतर लगेचच त्याला खुर्चीचा आधार घ्यावा लागला. ''होय. अपघाताने मला जरा लवकर खुर्चीवर नेलं. मला तेच वाटतं.'' हे परिवर्तन भयानक होते. छोट्या बेनची अगदी अपरिहार्यपणे स्तुती केली जात असली, तरी ते खरेच सहन करणे तितकेसे सोपे नव्हते.

''सुरुवातीला मी विरोध केला.'' बेन लगेचच कबूल झाला. ''प्रश्न स्वाभिमानाचा होता. मला कुणाच्या मदतीची गरज आहे, हे मी कबूल करतच नव्हतो. पण मी थोडंपण चालू शकत नव्हतो.'' आणि त्यामागे एक जबरदस्त हेतूही होता. जो माझ्या लक्षात आला, ''मला प्रत्येकवेळी खाली पडता पडता कुणी सावरावं, असं वाटत नव्हतं.''

बेनच्या पायांची जागा मग एका आरामशीर बऱ्यापैकी चांगल्या खुर्चीने घेतली. ती मोटार बसवलेली खुर्ची त्याला घेऊन सगळीकडे फिरली. अगदीच सांगायचे झाले तर त्याच्याकडे लक्ष ठेवणाऱ्या सगळ्यांनीच त्या खुर्चीवर बसून ती चालवून पाहिली. जर नवी कार ही आपल्या समाजात प्रतिष्ठेची बाब असते, तर चाकाची खुर्चीही एक विकलांगतेची निशाणी असते. शारीरिक परिपूर्णतेलाही ती असा आनंद साजरा करायला लावते.

यातील विसंगती अशी की, सर्वसामान्य लोकांना चाकाची खुर्ची ही परावलंबित्वाची खूण वाटत असली तरी विकलांग व्यक्तीकरता ही पळणारी खुर्ची अगदी विरुद्ध प्रकारे एक स्वातंत्र्य देणारे उपकरण वाटत असते. बेनने त्याचे पाय गमावले होते. पण या खुर्चीने त्याचे नुकसान हे स्वातंत्र्य मिळत असल्यामुळे काही प्रमाणात भरून काढले होते.

''फार अवघड होतं. मला ते लपवणं शक्य नव्हतं. मला काळजी याचीच होती की लोकं काय काय म्हणतील?'' तो म्हणाला. त्याला कसे वागवले जाईल, याची त्याला चिंता होती. त्याची खिन्नता दिसून येत होती. पी बी एसच्या एका माहितीपटात एका चाकाच्या खुर्चीत फिरणाऱ्या माणसाने अतिशय कडवटपणे प्रतिक्रिया व्यक्त केली होती की, लोकांना जणू फक्त ही खुर्चीच दिसते, त्यातला माणूस काही दिसत नाही.

''तुझ्याकडे माणूस म्हणून दुर्लक्ष होत असल्याची जाणीव तुला कधी झाली?'' मी बेनला विचारले.

''जर त्यांना मला जाणून घ्यावंसं वाटलं असतं ना, तर ते नक्की म्हणाले

असते 'अरे, हा मुलगा शांत आहे. हा खुर्ची नाहीये. चांगला माणूस आहे'.'' बेन अगदी आश्चर्य वाटावे इतक्या सहजपणे म्हणाला, ''हा कुठल्या यंत्राचा भाग नाहीये. हा खराखुरा माणूस आहे. ज्याला विचार आहेत. उद्दिष्ट्ये आहेत. एक जोश आहे, जो त्याने स्वत:त बाळगलाय.'' असं वाटलंच नाही तर अपमान करण्याची भीती कशाला?''

बेनची भीती जरा जास्तच होती, पण ती जात मात्र नव्हती. ''परिणाम मला वाटत होता, तेवढा भयानक नव्हता, कारण लोकं आपसूकच कळवळत, जसं 'अरेरे, त्याचं दुखणं गंभीर झालंय बुवा. सारा शारीरिक त्रास आहे.'' मला वाटतं बहुतेक लोकं असा विचार करत असावेत, 'आपण याला काहीतरी मदत करायला पाहिजे आणि बहुतेक मी ज्यांना ओळखतो त्या लोकांनी हे स्वीकारलं ही.''

हा तरुण शांत कसे राहायचे हे शिकत होता. ''मला वाटतं लोकांचा माझ्याबद्दलचा दृष्टिकोन मी बदलला.'' जसा संशयी स्वभाव कमी होऊन तोही इतरांचा आदर करू लागला, ''लोकं दूर राहण्याचा प्रयत्न करत नाहीत हे मी शिकलो.'' आणि ''कुणाचंही काही वाईट झालं की, लोक उभे राहतात याची मला जाणीव झाली.'' आमेन! ''आजूबाजूची सगळी माणसं बहिरी आणि आंधळी आहेत. असं समजून मी फक्त आशीर्वाद मोजायलाच शिकलो.''

''जरा लवकरच शिकलास.'' मी म्हणालो.

''ती म्हणजे एक शिकवणीच होती. मी असं बदलावं, मदतीसाठी हाक द्यावी असं म्हटलं जायचं, घडणं अपरिहार्य होतंच.''

मदतीसाठी हाक मारणे, एवढे सोपं नसते, विशेषत: जे पुरुषी अहंकारात असतात त्यांना तरी! स्वतंत्रपणे, स्वावलंबी वागण्याची अभिलाषा आणि पुढे होऊन 'कृपया' असे म्हणणे या दोन विरुद्ध गोष्टीत पराकोटीचा तणाव असतोच.

बेन सध्या प्रसिद्ध आहे आणि तेही स्वत:च्याच बळावर! खुर्चीतील आयुष्य म्हणजे हेच की त्याला इतरांवर अवलंबून राहावे लागते. फक्त जेव्हा तो घरी जातो, तेव्हा त्याला त्याच्या हक्काची सुरक्षितता जाणवते. एका हिवाळ्यातल्या दुपारी मी त्याच्यामागे घरभर फिरलो. त्या पोराने खुर्चीत बसल्याबसल्या झोपण्याची खोली, समोरचा दिवाणखाना, स्वयंपाकघर सगळीकडे सहज प्रवास केला. अडथळे अगदी जवळून पार करत होता आणि अगदी सहजपणे कोपरे आणि दारातूनही छानपैकी जात होता. एका खुर्चीने त्याला जी फिरण्याची शक्ती आणि स्वातंत्र्य दिले होते. त्यावरून तरी पायांशिवाय जगणे म्हणजे अडथळ्यांनी आणि अडचणींनी भरलेले वाटले.

दररोज सकाळी उठल्यानंतर त्या चाकाच्या खुर्चीपर्यंत पोहचणे म्हणजे शरीराच्या

वरच्या भागात शक्ती आणि चपळता असणे गरजेचे आहे. अंथरुणावर उताणे पडल्यापडल्या बेनला हात वर ताणून ते पुन्हा सरळ रेषेत डोक्यावरून झटका मारून पुढे घ्यावे लागतात. मग तो वेगाने आपले धड आणि हात सरळ उभे करून घेतो. ''जोपर्यंत मी असा बसत नाही, तोपर्यंत मला या कसरतीवर अवलंबून राहावंच लागतं.''

बेन वर आणि बाहेर उसळू शकतो. ''मी अंथरुणावरून चाकाच्या खुर्चीवर उसळी घेतो. मग बाहेर येतो व अंघोळीला जातो आणि मग परततो.'' हे असे करणे तो सहज समजतो. ''हे करणं माझ्यासाठी गरजेचं आहे, कारण काही प्रमाणात का होईना, मला अजून स्वातंत्र्य आहे. अजून मी सक्षम आहे.''

हा सारा प्रकार जरी कष्टदायक असला तरी जेव्हा खुर्ची अंथरुणाजवळ अगदी व्यवस्थित उभी केलेली असते तेव्हाच अतिशय सहजपणे करणे शक्य होते. एके दिवशी बेनचे आईवडील सकाळीच कामासाठी गेले तर बहीण टायलर जिमखान्यात निघून गेली. खुर्ची व्यवस्थित ठेवली गेली की नाही, हे पाहायचे प्रत्येक जण विसरून गेला म्हणजे सकाळी सकाळी बेनला हा डोंबाऱ्याचा खेळ व्यवस्थित करता यावा म्हणून खुर्ची त्या जागेवर ठेवायचे विसरले. खुर्चीच नाही मग खेळही नाही. बेन रिकाम्या घरात सकाळी सकाळी जागा झाला, तर खुर्ची जाग्यावर नाही.

त्याने शांतपणे शरीर लांबवले आणि तो गजापर्यंत पोहोचला. एका हाताने गजाला पक्के धरून, हळुवारपणे स्वत:ला खाली झोकून देत त्याने गुडघे जमिनीवर ठेकवले. मग खुर्चीकडे सरकत गेला. खुर्चीला जोडलेली मशीन सुरू करून ती तो पलंगापर्यंत आणू शकला. मग पुन्हा चढून पलंगावर आला आणि मग पुढे रोजच्याप्रमाणे त्याने काम सुरू केले. अगदी बरोबर!

''कोंडून ठेवल्यासारखं तुला वाटलं असेल ना?''

''नाही.'' बेन लगेच म्हणाला. त्याच्या त्या स्वरावरून माझे निरीक्षण चुकीचे होते किंवा त्याला ते त्रासदायक वाटत होते, हे माझ्या लगेच लक्षात आले. ''मी त्याकडे त्या दृष्टीने पाहातही नाही. मी उठून बसलो आणि लगेच काय करायला हवं, हे माझ्या लक्षात आलं. मी ते करत होतो.'' तो म्हणाला, ''फारसं काही नाही.''

बेन कमजोरी व्यक्त करतच नाही. तो क्षणभर थांबला. ''मी कुणावरही दबाव टाकत नाही. मी फक्त कामाची चिंता करतो. माझं मन फक्त कामात असतं. कधी कधी ते जरा चातुर्याने वागतं.''

चाकाच्या खुर्चीच्या काही त्रासदायक शिक्षाही आहेत. जेव्हा कारमध्ये जायचे असते किंवा त्यातून बाहेर पडायचे असते तेव्हा बेनला आडवे जावे-यावे लागते. बगलेत हात घालून त्याला उचलले जाते आणि आई-वडील किंवा मित्राकडून

उचलून आडवे नेले जाते. बेनला त्यांच्या गाडीत घालण्यासाठी किंवा काढण्यासाठी जे करावं लागते ना, ते पाहून माझा श्वासच थांबला.

त्याचे पाय उचलून नेताना दोन्ही बाजूने लटकत होते, जणू लोलक लटकावेत तसे ते हालत होते. कम्बोच्या दोन पिढ्या विमानातून प्रवासासाठी निघाल्या होत्या, पण हे असे डळमळणे मला जास्त भयानक वाटले.

कम्बो कुटुंब हे सारे करते. कुठलाही सर्वसाधारण माणूस गाडीत बसून जसे जग पाहू शकतो, त्या उंचीवर बसून बेनही पाहात असतो. एका खुर्चीत बसलेल्या व्यक्तीसाठी हा बदल स्वागताहं आहे.

बेन आजारही विसरतो की काय असे मला वाटले.

''हो,'' तो न अडखळता म्हणाला, ''तसा बऱ्याचवेळा मी खुर्चीबद्दल विचारही करत नाही. बऱ्याचवेळा मी इतर मुलांप्रमाणेच असतो.'' ती स्वातंत्र्याची खूण आहे का? ''वास्तविक तसं नाही,'' तो निर्विकारपणे म्हणाला, ''प्रत्येक क्षणाचा आनंद उपभोगा, हेच मी स्वतःला सांगतो. पण महत्त्वाचे म्हणजे तो टिकवून तर ठेवता येत नाही.''

बेनला सातत्याने जाणवणारी त्याच्या आफ्रिकन अमेरिकन विश्वाची सुरक्षितता अखेर तो जेव्हा सारे सोडून प्रामुख्याने गोऱ्यांच्या कॉलेजात शिकायला गेला, तेव्हा संपली. ''खरं तर ती एक देणगी होती आणि एक तणावही...'' तो म्हणाला, ''खऱ्या जगाचं चित्र मला त्यावेळी पाहायला मिळालं.'' त्यानंतर क्षणभर थांबून तो म्हणाला, ''मला तर सतत दहशत वाटत होती.''

त्याच्या म्हणण्याप्रमाणे या अनुभवामुळे त्याला त्याची सारी झापडे दूर सारून जरा खुल्या मनाने बघण्याची सवय लागली. ''काही दिवसांनंतर मी फक्त 'विद्यार्थी' राहिलो.'' म्हणजे त्याला बहुधा 'कृष्णवर्णीय विद्यार्थी'ऐवजी असे म्हणायचे असावे. ''अगदी बरोबर. लोकं एकमेकांना मदत करत होते आणि त्यांना हवं ते मिळवत होते. त्याचं त्यांना फारसं काही वाटतच नव्हतं.''

ते स्वतःकडे कसे पाहात असतात, असा प्रश्न मला पडला. ''बेन, तू पुरुष आहेस, कृष्णवर्णीय आणि विकलांगही! स्वतःची ही ओळख तू इतरांना कशी देतो?''

एक क्षणभर थांबून त्याने ठामपणे सांगितले, ''मी प्रथम माझी विकलांगता मांडायला हवी.'' नंतर त्याला बहुधा आपण कृष्णवर्णीय आहोत, हे सांगायचे असावे, पण सावरून घेत तो म्हणाला, ''पुरुष आहे ही दुसरी बाब.'' मग तो म्हणाला, ''त्यानंतर आफ्रिकन अमेरिकन.'' सेंट मेरीजच्या विद्यार्थी परिषदेत जवळपास वीस टक्के आफ्रिकन अमेरिकनच आहेत. ''होय, आणि ती निराशाजनक बाब

आहे. पण त्यात मस्क्युलर डिस्ट्रॉफीचे फक्त दोनच विद्यार्थी आहेत.''

बेनने बहुधा त्याची जातीय ओळख बदलली असावी. तो एक अभिमानी कृष्णवर्णीय तरुण होता. त्यामुळेच त्याने प्रथम विकलांगता निवडली, हेच आश्चर्य होते.

''तुमच्या मताप्रमाणे बेनच्या ओळखीचा क्रम कसा होता?'' मी बिग बेनला विचारले.

''प्रथम आफ्रिकन अमेरिकन...'' न अडखळता त्यांनी उत्तर दिले.

ही बेनची बहीण इरिनला वॉशिंग्टनजवळच्या ॲडम्स मॉर्गनमधील कॉफी शॉपमध्ये भेटलो आणि हाच प्रश्न विचारला.

''तो आफ्रिकन अमेरिकन म्हणाला असणारा. मला खात्री आहे, बेन हेच म्हणाला असेल.'' इरिन अंदाज बांधत हसली.

''नाही...'' मी म्हणालो, ''हा तुइया वडलांचा क्रम होता.''

''खरंच?''

''होय. असंच टायलर म्हणाली, तिला कृष्णवर्णीय असणं म्हणजे हुकूमाचं पान हातात असल्यासारखं वाटतं. इतरांवर दबाव टाकायला...''

''विकलांगता हा माझ्या आयुष्याचा एक अविभाज्य भाग आहे,'' बेनने हे ठामपणे सांगितले होते. ''विकलांगता आरशावर प्रभुत्व गाजवते. जे सरळ सरळ निदर्शनास येतं तेच शारीरिक त्रासामुळे प्रत्यक्ष घडतं. आपण स्वत:ला जे काय समजत असतो ना, त्यावर ही अपूर्णता अधिराज्य गाजवते. मर्यादा स्पष्टपणे जाणवायला लागतात. अगदी आपल्या प्रेमळ कुटुंबालाही ते दिसत नाही. ते जे निवडतात तेच फक्त त्यांना दिसतं किंवा त्यांची त्यांना गरज भासते.''

कम्बो कुटुंब जवळपास दोन दशकांपासून हे आजारपण अगदी जवळून पाहात होते. जुन्या, असाध्य विकारांशी सामना करण्याच्या आघाडीवर घरातील आईवडील हे त्यांचे आदर्श होते. जीवन प्रवाहात सरळ सरळ वाहात जायचे आणि दैनंदिन जीवनात येणाऱ्या आकस्मिक घटनांना तोंड घ्यायचे, त्यांनी स्वीकारले होते. ही वागण्याची रीत त्यांना जणू सहजासहजी प्राप्त झाली होती.

''मला वाटतं मी बाजूने निसटून जाण्याचा प्रयत्न करत नाही.'' मुलगा जेव्हा शाळेत गेला होता, तेव्हा बिग बेन म्हणाले, ''मी त्यातून त्या प्रसंगातून संघर्ष करून बाहेर पडतो. प्रत्येक दिवसाच्या अडचणीतून रस्ता शोधून बाहेर पडणं, माझं कामच आहे.'' ते जणू क्षणभर विचार करण्यासाठी थांबले, ''शोधून बाहेर पडणं, हे खास त्याच्यासाठी आणि इतरांसाठी असतं.'' बिग बेननी असे सांगितले की, या तरुण बेनला या आजारातही सुखसमाधान मिळावे, म्हणून त्यांनी काही दैनंदिनी व काम लावूनच घेतले होते.

मुलगा घरी असताना वडील बैठकीची खोली ते त्याची खोली अशा फेऱ्या मारतच असावेत. ''मी त्याच्या खोलीत जातच असतो. तो बऱ्याचदा त्याच्या खोलीत कम्प्युटरवर काम करत असतो. बऱ्याच वेळा मी त्याच्या अंथरुणावर जाऊन पडतो.'' आपले मुलाशी संबंध कसे चांगले आहेत, हे त्यांनी सांगितले.

''त्याच्यासोबत राहण्यातून तुम्हाला काय मिळतं?'' मी विचारले.

''एक मानसिक समाधान. थोडं फार...! आम्ही एकत्र आहोत, असं वाटतं.''

एका तरुण मुलाचे आयुष्य या आजारामुळे धोक्यात आल्याची भीती वाटत असावी काय? ''माझी भीती हीच की मला मागे सारून तो मृत्यूकडे चाललाय.'' त्या वास्तवाने त्यांना खरोखरच घेरले होते. ''त्याच्यासोबतचे क्षण मला जरा जमिनीवर पाय ठेवून जगायला मदत करतात. मी जास्तीत जास्त त्याच्या सोबत राहातो आणि मग आम्ही त्या दिवसाकडे चाललोय का? या प्रश्नामुळे वाटणारी अस्वस्थता जरा कमी होते.''

त्या प्रश्नांच्या पलीकडे जाऊन पाहण्याची वृत्ती बिग बेनने जोपासली आहे. ''काही स्तरांवरचा विश्वास आमच्या आयुष्यातील साऱ्या गोष्टी नियंत्रणात ठेवतो.'' ते म्हणाले, ''आपण प्रार्थना करायला शिकतो आणि बाहेर पडायला शिकतो. आम्हाला असं वाटतं, आमचं देवासोबत एक खरंखुरं नातं बांधलं गेलंय. 'कृपा कर देवा,'' आमच्या मुलाला हे भोगायला लावू नकोस.' अशी आम्ही प्रार्थना करत असतो. डॉक्टरांचं निदान चुकावं, असं वाटतं.''

एक दशकापूर्वी मस्क्युलर डिस्ट्रॉफ असोसिएशनने तयार केलेल्या एका चित्रफितीत डेबीने तिच्या मुलाचे निदान झाल्यावर कुटुंबावर कसा आघात झाला हे सांगितले होते आणि सारी स्वप्ने आणि आशा तुमच्यासमोर असताना त्या कुणीतरी हिसकावून... कॅमेरा चालू असतानाच तिने तोंड वळवले.

तिच्या नवऱ्याने, म्हणजे बिग बेनने एक निवेदनच सादर केले होते. त्यात त्या दिवसांमध्ये त्यांना काय काय सहन करावे लागतेय, त्याचे वर्णनच होते. ''पुन्हा एकदा आत्मशोधाची गरज भासतेय. पुन्हा एकदा आयुष्याची पुनर्रचना करावी लागतेय.'' ते सरळ म्हणाले, ''फार कठीण होतं, पण आम्ही कसं बसं त्यावेळी निभावून नेलं.''

डोळ्यांत पाणी आणून बिग बेनने, या संकटातून आपले कुटुंब कसे बाहेर पडले हे सांगितले. ''आम्ही हे सारं विश्वासाच्या बळावर केलं. देवावरच्या श्रद्धेच्या बळावर...! आम्ही हे सारं देवावर सोपवलं. त्याने ते सारं निभावून नेलं.''

मग मी बिग बेनला इंडियानामधील बझबद्दल सांगितले आणि त्याच्या दृढ श्रद्धेबद्दलही. ''बझचं देवासोबतच नातं हेच त्याचं आयुष्य आहे.'' मी म्हणालो, ''आणि तो या बाबतीत सारं स्पष्टपणे सांगतो.'' मला बेनला हेच सुचवायचे होतं

की, आतापर्यंत मी त्यांच्याकडून देवाविषयी तितके स्पष्ट ऐकले नव्हते.

"मला वाटतं, श्रद्धा ही अतिशय वैयक्तिक बाब आहे. मी ती बाब माझ्यापुरतीच ठेवतो, कारण इतरांना माझ्याकडून ते ऐकताना कसं वाटेल, याची मला चिंता वाटते." बहुधा आजारपणातून जरा आराम मिळण्याच्या बाबतीत धर्माचं स्थान काय आहे, याबद्दल माझा दृष्टिकोन जरा वेगळा असल्याचे त्याला सिद्ध करायचे असावे. बिग बेनच्या दृष्टीने श्रद्धा हा जीवनाच्या शांततेचा एक भाग होता, पण पूर्ण आयुष्य म्हणजे श्रद्धा नव्हती. हे जरा बझपेक्षा वेगळे होते.

तरुण बेनने मला सांगितले की, त्याचा देवावर विश्वास आहे, पण त्या धर्मरचनेपासून तो चार हात दूर आहे. पण श्रद्धा हा खरंच एक सुटण्याचा मार्ग आहे का? मी विचारले, "जेव्हा तुम्ही आजारी असता, तेव्हा तुम्हीच तुमच्या शेजारी असल्याप्रमाणे वाटतं," हा तरुण बहुधा याचे उत्तर शोधत असावा. "धर्म याबाबतीत फारसं काही करू शकत नाही."

"मी प्रार्थना करतो, पण कधी कधी ती ही तशीच सोडून देतो." मी बेनला विचारले, "याचा अर्थ असा होतो की, प्रार्थना हा त्याच्या सर्व विचारांचा पाया आहे?" "मी प्रार्थना करतो, पण त्यामुळे कशात परिवर्तन होईल, असं मला वाटत नाही." क्षणभर शांतता पसरली. "ती परतते आणि पुन्हा माझ्यासमोर येते."

"मी जेव्हा कॅन्सरने ग्रस्त होतो, त्यावेळी मी माझ्या साऱ्या बुद्धीच्या जोरावर धर्माची भरपूर कुचेष्टा करायचो. देवाने तरी आतापर्यंत माझ्यासाठी काय केलंय?" मी रागारागात विचारायचो.

"होय" बेनने होकार भरला. "कधी कधी मलाही देवाचा राग येतो, पण मग मलाच असं वाटतं की असं रागावणं चुकीचं आहे. मग अशावेळी मी श्रद्धेवर विसंबून राहतो आणि हाच विचार करतो की, इतरांचं जीवन याहूनही किती त्रासदायक आहे."

हा तरुण पोरगा रस्त्याच्या दोन्ही बाजूंनी एकाच वेळी चालण्याचा प्रयत्न करतोय, असे वाटत होते, एका बाजूने संशयाचा मार्ग तर दुसऱ्या बाजूने सुरक्षितता! वडील आशेवर जगण्याचा प्रयत्न करतात आणि डॉक्टर आपल्या मुलाच्या उरलेल्या आयुष्यात काही तरी पर्याय शोधून काढतील अशी आशा ठेवतात, त्याविरुद्ध हा तरुण होता, मात्र त्याचा हेतू निरपेक्ष आणि फलदायी वाटावा, असा होता. प्रत्येक गोष्ट तो समोर येईल तशी स्वीकारत होता. आपले आयुष्य एका विरुद्ध दिशेला नेणारी एक काळी बाजू आहे, हे पण त्याला चांगले माहिती होते.

"मी काही जगातला सर्वांत आनंदी असा माणूस नाही, पण अद्यापही मी ज्या गोष्टी पूर्वी केल्या होत्या, त्या करण्याचा प्रयत्न करतोय. आपण नाराज होऊन, संतापतच का होईना, काही तरी करणं श्रेयस्कर!" बेनचा हा संताप म्हणजे एक

प्रकारची आत्मवंचनाच आहे, असे मला वाटले. मला जेव्हा शारीरिक काम जमेनासे झाले होते, तेव्हा त्याचा अनुभव मी घेतला होता. तो माझा दोष होता, असे मला वाटते.

ही निश्चितच स्वीकृती नव्हती. ''नाही, निश्चितच नाही.'' आणि अनेकवेळा, बेन काही एखाद्या आनंदी पोरासारखा बोलला नव्हता. आपल्या शारीरिक न्यूनतेपोटी स्वत:लाच शिक्षा करणे, हा विकलांगतेचा दुर्दैवी दुष्परिणाम आहे. कम्बो कुटुंबातील मोठ्यांची आयुष्यातील तडजोड ही त्यावेळच्या संतापाबरोबरच संपून गेली होती. गेल्या काही वर्षांपासून तरुण बेनच्या दैनंदिन गरजा या कुटुंबाने फक्त अंदाज लावण्याच्या आणि योजना करण्याच्या येऊन थांबल्या होत्या, पण बेनची घराबाहेर पडून काम करण्याची वेळ आली आणि त्यासाठी कुटुंबही तयार होते, स्वत: बेनही तयार होता. ''खरं तर मी दुखावलो होतो, पण ती वेळच तशी होती...'' तो म्हणाला. सेंट मेरीज कॉलेजमध्ये बेन कुणालाही ओळखत नव्हता आणि आपणच हे सारे पुन्हा उभे करायचे आहे, कठीण काम पार पाडायचे आहे, याची त्याला जाणीव झाली होती.

''तू तुझी स्वत:ची काळजी घेऊ शकतोस,'' त्याने असे एकट्याने घर सोडण्यापूर्वी मीच त्याला समजावले होते. ''आणि हे तुला चांगलं माहिती आहे.''

''बेनने हे सारं अनुभवणं गरजेचं होतं.'' बेनचे शालेय शिक्षण संपल्यानंतर एकदा दुपारी आम्ही तिघे बैठकीच्या खोलीत बसलेलो असताना त्याचे वडील त्याला म्हणाले होते, ''ती काही फार मोठी बाकी नाही.'' बेनही जरासे झटकून टाकत म्हणाला होता. त्याला उगाच त्याबद्दल प्रवचन ऐकण्याची इच्छा नव्हती.

तरीही, घरातून बाहेर पडणे ही नाट्यमयता असणारी, घटना होतीच. बेंझामिन कम्बो, चतुर्थ या व्यक्तीने घराबाहेर पडणे, त्याने त्याचा छानसा प्रवास आखणे, असं भविष्य तयार करण्याचा प्रयत्न करणे, म्हणणे जे होण्याची, घडण्याची शक्यताही डॉक्टरांनी नाकारली होती, त्याची सारी सुरुवात होती. बेन आणि डेबी दोघांनीही ही नाट्यमय सुरुवात पाहून काही क्षण समाधानाचा सुस्कारा सोडला असणार.

''आम्ही अक्षरश: बेनला पाण्यात पोहायलाच शिकवलं, असं का म्हणेनात. त्याच्याजवळ आत्मविश्वास आहे आणि त्याला सर्वसामान्य जीवन जगण्याची इच्छा आहे...पूर्ण आयुष्यावर.'' हा विश्वासच बुडत्याला काडीच्या आधारासारखा वाटतो. ''चांगले दिवस असतात, तेव्हा सारं काही व्यवस्थित चालू असतं'' वाईट दिवसच कथानकांचा विषय बनतात.

आईजवळ जरा वेगळे विषय आणि भावना होत्या. ''भीती...'' ती अस्वस्थपणे हसली, ''बऱ्याच गोष्टींची भीती त्यावेळी वाढत होती.'' कोणाची? ''माझीच,''

डेबी हसत म्हणाली, "त्याच्याकडे लक्ष देते, त्याचा दिवस कसा जाईल याचा विचार करत, मीच काळजीत असते..." ती म्हणाली.

"एका संत्रस्त मुलाचा आत्मविश्वास हा त्याच्या दैनंदिनीवरून मोजता येतो. बेनला मध्यरात्री लघवीला जायचं असतं. तो एकटाच असू शकतो आणि कदाचित जायला असमर्थ असू शकतो..." ती स्वर बदलत म्हणाली, "मला त्याचा अपमान होईल, अशीही भीती वाजते. तो फार स्वाभिमानी आहे. तो स्वत:लाही मदत करू शकत नाही अशा परिस्थितीत तो सापडेल का, याच्यावर लक्ष ठेवण्यातच मी रात्रभर जागी असते."

एका व्यथित मातेची आणि मुलाची, दोघांचीही ही भीती होती. डेबीला बेनच्या आयुष्याची भीती वाटत नव्हती. ती एक सर्वसाधारण भीती आहे, अशा साधारण अडचणीच्या जागा ह्या तरुणाला मृत्यूच्या रस्त्यावर आणून टाकत होत्या, एवढेच!

बेनच्या कॉलेजच्या पहिल्या सत्रातच ही भीती अक्षरश: खरी ठरली. शहराच्या गजबजलेल्या रस्त्याच्या बाजूला कॉलेजच्या बऱ्याच इमारती होत्या. या इमारतीत विद्यार्थ्यांना त्यांच्या मागणीनुसार राहायला मिळत होते आणि बेनच्या शारीरिक विकलांगतेवर एक उपाय म्हणून त्यालाही कॉलेजजवळच राहायला घर मिळाले होते. पण बेनला भर वस्तीत राहायचा अनुभव नव्हता. एका लहान अडचणीच्या घरात, तेही माहिती नसलेल्या, ज्यांच्यावर विसंबून राहता येणार नाही, अशा मित्रांबरोबर राहण्याची वेळ बेनवर आली.

बेनने ते कटू सत्य पचवले आणि आपण राहू शकतो, असे स्वत:ला समजावले. "मी खरं तर माझ्या मित्रांना आणि इतर लोकांनाही ते मला मदत करू शकतील की नाही हे विचारायला हवे होते." त्याने कॉलेजसाठी घर सोडतानाच म्हटले होते. "माझा अंदाज असा आहे की, मी एखादा दिवस त्यांच्या ओळखीसाठी द्यायला हवा, म्हणजे हवा असलेला विश्वास निर्माण होईल मग त्याच आधारावर मला ते लोक माझ्याशी किती चांगले वागतात हे पण कळेल. ते असे अलिप्त वगैरे वाटले नाहीत, तर मी त्यांच्याकडे एखादी मदत मागूही शकेन."

आणि...ती दबा धरून बसलेली घटना घडलीच. बेनच्या खोलीतील मुले जरा आरडाओरडा करणारी, एकमेकांत फूट पाडणारी व बाहेर खाण्यापिण्याला जाणारी अशीच होती. त्याने स्वत:ला पिण्यापासूच चार हात दूरच ठेवले होते, कारण आपली बुद्धी कायमच जागृत राहू देण्याची त्याला गरज होती. एके दिवशी रात्री त्याच्या खोलीतील मित्र मंडळी पिऊन रात्री उशिरा परतली.

"ते प्यायलेलेच होते, खूप प्यायलेले होते..." बेननेच आठवून सांगितले. "ते एकेक करून झोपेपर्यंत त्यांचा आरडाओरडा चालूच होता."

बेनला उठून लघवीला जाण्यासाठी मदतीची गरज होती. कुणीतरी त्याला

तिकडे जाण्यासाठी मदत केली, पण तो परत येण्यापूर्वी तो गायब झाला होता. ''मी हाक मारली आणि वाट पाहिली. शेवटी, मी बाहेर आलो आणि फरशीवर रांगत रांगत माझ्या खोलीत आलो,'' मग अंथरुणावर चढून न जाता आल्यामुळे बेन खालीच झोपून राहिला.

''बेनने मला फोन केला...पहाटेचे दोन किंवा तीन वाजले असतील...'' त्याचे वडील म्हणाले, ''मी बेनच्या इमारतीतल्या माणसाशी माझ्या फोनवरून संपर्क साधण्याचा प्रयत्न केला, पण उत्तर मिळाले नाही. मला कार काढावी लागली असती, जवळपास तासभर कार चालवून बेनला अंथरुणावर झोपवण्यासाठी जावे लागले असते. मी त्याच्यासाठी अस्वस्थ झालो होतो.'' पण तेवढ्यात त्याचाच फोन आला.

''नको डॅडी...'' बेनने म्हटले, ''मी अंथरुणाजवळ जाऊन उशी, पांघरूण घेऊन जमिनीवर झोपू शकतो.''

ते खरेच ठरले होते. बेनने सारे काही सहज हाताळले होते. ''मी ठरवलं होतं...बस्स! मी ठरवूनच टाकलं होतं. ही लहानशी बाब आहे. आता यानंतर कुणावर विसंबून राहायचं नाही.''

तो सेंट मेरीज कॉलेजच्या प्रशासनाकडे दुसऱ्या मित्रांना माझ्या खोलीत द्या, म्हणून सांगायला गेला.

''अरे, तिथं आग लागू शकत होती...'' बेनचे वडील म्हणाले, ''या मुलांना कदाचित धोक्याची घंटा ऐकूही आली नसती, ते बेनला मदतही करू शकले नसते.'' प्रशासनाने तर हे मान्यच करून टाकले की, ते पुरेसे लक्ष देत नव्हते.

मग कम्बो दांपत्याने एक व्यावसायिक आरोग्य सेविकाच नियुक्त करून टाकली, ती बेनच्या खोलीवर जाऊन अंघोळ घालून, कपडे घालून त्याला तयार करून जायची. पण आई आणि वडलांनी जे आयुष्यभर आपल्यासाठी केले, ते कुणा अनाहूत, अपरिचित व्यक्तीकडून करून घ्यायचे, या कल्पनेने तो हादरला होता.

''एक डॉक्टर आहे, असे समज.'' वडिलांनी त्याला समजावले होते. ''एवढा आत्मसम्मान बाळगण्याचे काहीच कारण नाही.''

मग जसे घरी होते, तशी दैनंदिनी सुरू झाली. ''मी उठतो अन् उठल्याबरोबर काय करतो, तर कपडे बदलणं. मी माझ्या पॅटचे खांद्यावरचे पट्टे काढतो, आणि मग पॅट घेऊन स्वतःला थेट बुटापर्यंत झाकून टाकतो.'' बेन एकटा कपडे बदलू शकतच नाही.

बेनला स्वतःकडे बघण्याची एक दृष्टी जरूर आहे आणि कसे का होईना, पण स्वतःच्या व्यंगांशी दोन हात करण्याची शक्ती आहे. ''अशा परिस्थितीत तुमचा

अहं तुम्हाला तुमच्यातलं चांगलं काय ते दाखवतो, अशी जागा ही दाखवतो, जिथं तुम्हीच तुम्हाला दुखवता.'' तो शांतपणे म्हणाला, ''अशा परिस्थितीत कुठल्याही मोठ्या माणसाला 'मला गरज नाही' असं म्हणण्यापेक्षा मदत मागायलाच शिकवतो.''

''माझ्या आयुष्यातील या अशा रोजच्याच भावमय नाटकात, प्रसंगी मी अंतर्मनातल्या आरोळ्यांनी स्वत:लाच वेडावतो. जरा क्षणभर थांबा, मीच माझा किंचाळतो. मला असं जगणं खरंच अपेक्षित नाही. खरंच, हे माझं जगणं नाही. हो, खरंच. हे मला झालंच कसं? हा कधीतरी अंतर्मनात घुसून बसलेला विलाप मोठा भासतो.'' ता म्हणाला आणि त्याला विचारले.

''तू स्वत:ला कधी हा प्रश्न विचारतोस?''

''होय,'' बेन गालातल्या गालात हसला. ''तुमचं बरोबर आहे. जी तुम्हाला कधी रडायला लावते. ती अशी फार क्षुल्लक बाब आहे, आपण आश्चर्यचकित होऊ शकतो, पण पर्याय नाही. मलाही आश्चर्य वाटतं, पण त्यामुळे मला उत्तर सापडत नाही, म्हणून मी त्याचा विचारच करत नाही.'' मामला खतम्!

बेनची वाद संपवण्याची, शांतता बाळगण्याची कला फार उपयोगी आहे. असे काळे हुकूमनामे बुद्धिवादी आवाजावर संयम ठेवून त्यांना काबूत ठेवू शकतात. ते मग तुम्हाला कुठेच पोहोचू देत नाही. शिस्त आणि नरकयातनेपासून दूर ठेवणारी अशी त्याची बौद्धिक क्षमता त्याला स्वत:च्या नियंत्रणातच ठेवते. त्याच्यासाठी किंवा बच्याच जणांसाठी ही अशा प्रकारची शांतता ठेवणे हा एक बचावात्मक पवित्रा आहे. तो त्याला या आकस्मिक घटनेपासूनच नाही, तर स्वत:च्या भावभावनांपासूनही वाचवायला मदत करतो.

''दुसऱ्यांनी केलेल्या, विशेषत: खोलीत राहणाऱ्या इतर मित्रांनी केलेल्या अपेक्षांचा भंग पाहणं हे कंटाळवाणं काम असतं. मी स्वत:वर नियंत्रण मिळवतो आणि चिडतो, कारण ते मला लहान मुलांसारखं वागवत असताना उगाचच मोठ्या माणसांप्रमाणे वागण्याची इच्छा करतो.'' बेनजवळ या गोष्टींसाठी वेळ नाहीच. ''मी हा आत्मविश्वास सातत्यानं उभारतोय.'' तो प्रामाणिकपणे म्हणाला.

Xenophobia मध्ये कायमच विरुद्धलिंगी व्यक्तीला भेटण्याची भीती वाटतेच, पहिल्यापासूनच त्याला कोणाशीही भेटण्याची, बोलण्याची भीती वाटत होती, पण आता ती हळूहळू नाहिशी झाली होती. मात्र आता या भीतीची जागा दुसऱ्याच भीतीने घेतली होती. आता त्याला एखादी तरुणी आपली मैत्री नाकारेल अशी भीती वाटते.

इतर कोणत्याही गोष्टीपेक्षा बेनला सर्वसामान्य जीवन जगायला आवडते. एखाद्या तरुणीबरोबर आपले निखळ, पण गंभीर नाते असावे, मनमोकळी मैत्री

असावी, असे त्याला वाटते. त्याच्या सर्वसामान्य जीवन जगण्याच्या कल्पनेचा तो एक अविभाज्य भाग आहे. कित्येक दिवसांपासून तो या संदर्भातील पहिले पाऊल टाकण्यास उत्सुक होता. त्याला फक्त गप्पा मारायच्या होत्या. मैत्रिणीबरोबर शांतपणे बसून आपल्या भावना, अनुभव सांगायचे होते.

"मी जर कुठल्या मुलीशी काही बोलण्याचा प्रयत्न केला तर...माझा अंदाज आहे, म्हणजे मी असा विचार करतो की ती माझ्याशी अजिबात बोलणारच नाही." तो खिन्न होत म्हणाला. अजिबात नाही? "म्हणजे कदाचित ती असाही विचार करेल की, काय हा बोलण्याचा उगाच प्रयत्न करतोय. म्हणजे मला आपलं असं वाटतं..." त्याच्या नैराश्यपूर्ण विचारांची छाया त्याच्या आयुष्यावर दिसतेच. "मी असाच विचार करतो की, मी काही बोलण्याचा प्रयत्न केला तर शेकडो लोक माझ्याकडे बघून हसतील." आपला अपमान होईल, अशी ही भावना म्हणजे लोक आपल्याविरुद्ध काहीतरी कट कारस्थान करत आहे. या मनोविकृतीचाच (paranoia) एक भाग आहे.

इरिन म्हणाली की, तिने आपल्या भावाला मुलींना भेटण्यासाठी सल्ला दिला होता. "मुली मैत्रिणी होतील, या दृष्टीने पहा." मी त्याला म्हणाले, "मुलींकडे असं टक लावून बघणं सोड, तसंच त्यांना पाहून बावचळल्यासारखं ओरडणंही बंद कर" इरिन नाखुश दिसत होती. "त्याचे सारे मित्र हेच करतात." ती पुढे म्हणाली, "ती पोरं असे काही चाळे करतात की ती जास्तीतजास्त बावळट दिसतात."

बेनचे असे चाळे, जे अक्षरश: रस्त्यावरचे प्रणयाराधनेचे चाळे असतात, ज्याला त्याबद्दल जरा व्यवस्थित कळले आणि हे सारे शांतपणे घ्यायचे असते, हे त्याला कळले "ती बेनची चूक नाही...." त्याचे वडील गालातल्या गालात हसले, "त्याला त्याच्यासाठी काहीतरी हवं होतं...बस्स!"

नात्यामधले विभिन्न पैलू वेगवेगळे करण्यासाठी टायलरने आपल्या मोठ्या भावाला मदत केली. ती अर्थातच वयात येणाऱ्या प्रत्येकासाठी महत्त्वाची बाब असते. आपण इरिनपेक्षा वयाने बेनच्या जास्त बरोबरीचे आहोत या गोष्टीकडे तिने लक्ष वेधले आणि सामाजिक संबंधाबद्दल ते एकमेकांशी जरा मोकळेपणाने चर्चा करू शकत होते. "तो मला नेहमीच सल्ले विचारतो, म्हणजे उदाहरणार्थ 'मी तिला फोन करू का? की एखादा निरोप पाठवू?'"

मी त्याला सांगते, "तू तुझ्या पद्धतीनेच राहा. लोकांना तुझ्याकडून हेच अपेक्षित असतं." वयात येणाऱ्या प्रत्येकासाठी धोके फारच असतात. विकलांग व्यक्तीच्या बाबतीत सांगायचे झाले तर हे धोके प्रचंड असतात. "माझ्या बाबतीत सांगायचं झालं तर, धोका हा नकार आहे आणि मी कुणाला तरी भेटल्यावर त्या नकाराने मी थिजून जाईन, हाच खरा धोका आहे." बेनने पुन्हा आपली माघार

घेण्याची वृत्ती दाखवली, ''होय, कुणाही मुलीशी बोलायला मी या करताच अडखळतो.'' त्याने कारण सांगितले. तोच काय कुणीही, अशा खुर्चीत बसलेल्या अवस्थेत, उभ्या राहू शकणाऱ्या मैत्रिणीला स्वत:च्या वाढणाऱ्या आत्मविश्वासाबद्दल किंवा स्वाभिमानाबद्दल तो सांगतोय, हे अद्यापतरी, त्याचे खिन्नपणे विव्हळणेच समजेल.

''माझ्यासारखा एखादा गरीब पोरगा एखाद्या पोरीला भेटण्याचा प्रयत्न करतो म्हणजे नेमकं काय करतो?'' मग स्वत:लाच दोष देणे सुरू केले. ''मी काही इतरांसारखा धडधाकट नाही. ना कुणाला माझ्यासोबत रहावंसं वाटतं.''

''तुला कसं माहिती?''

''मी अंदाज लावू शकतो ना. असं चाकाच्या खुर्चीवर बसून फिरणं म्हणजे काय, याची लोकांना कल्पनाच नाहीये.'' मग तो वाईट कल्पना मनाशी रंगवतो. ''माझं अपयश हे माझ्या विकलांगतेमुळे आहे किंवा मला चांगलं बोलता येत नाही म्हणून आहे, हेच मला कधी कळणार नाही.''

मुलींविषयी त्याला एक आशा आहे. या तरुणात काहीतरी वेगळं आहे, हे पाहतील आणि मग कदाचित स्तुती करतील वा एक संधी देतील. ''जे लोक मला ओळखतात ते किंवा माझ्या बहिणी मला एक संधी देतील. पण मी काय म्हणतो, विकलांग व्यक्ती ही प्रत्येकाची नसतेच. तू प्रयत्न तर केलाच पाहिजेस. ''त्यांना काहीतरी शारीरिक आकर्षण वाटायला हवं. पण ते मला सांगता येणार नाही..'' त्याने अंदाज बांधणे बंद केले.

बेन त्याच्या नव्याने मिळालेल्या इमारतीत स्वयंपाकघरात गेला. नवे मित्र आत बाहेर करत होते. बेन एकटा बिचारा आला. त्याच्या बारकाईने पाहण्याच्या सवयीमुळे तो वेगळा पडला. तो खरं तर आपले आयुष्य घडवायला आला होता. तो थांबवला जाऊच शकत नव्हता. त्या परिसरातील आपल्या खोलीत तो वाचत राहतो. ''कदाचित, मी माझ्या शारीरिक क्षमतेच्या मुद्द्यावर येईन आणि माझ्या विकलांगतेचा स्वीकारही करेन.

मी हे सारे स्वीकारायला शिकलोय, असं म्हणण्यापूर्वी पण बरेच काही अनुभवणे त्याच्यासाठी गरजेचे आहे. या तरुणाच्या साऱ्या भावभावना त्याला ज्या स्तरावर घेऊन जातात ना, त्याला स्वीकारापेक्षा हार मानणे, असे म्हणणे श्रेयस्कर ठरेल. तो म्हणतो त्याप्रमाणे, ''हे माझं आयुष्य आहे आणि कदाचित तेच दुर्दैव असेल, पण जे काय असेल ते मला स्वीकारणं भाग आहे. त्याचा स्वीकार करून जगणं, हाच एकमेव पर्याय आहे.''

त्याचं भय आणि त्याचे इतरांसोबतचे संबंध यातील संघर्ष तो नेहमीच

अधोरेखित करतो. तो इतरांबद्दल सतत वाटणाऱ्या भीतीला बाजूला ठेवण्याचा प्रयत्नही करतो. ''लोक नेहमीच तुमच्याबरोबर चांगलंच वागत असतील असं नाही, पण मी ही गोष्ट समजून घ्यायला सुरुवात केलीय की, ती माणसं स्वभावत: चांगली असतात. प्रत्येकाचीच मला टाळण्याची इच्छा असतेच असंही नाही.''

त्याचा त्याच्या या शब्दांवर ठाम विश्वास असेल. असे मला तेव्हाही वाटत नव्हते.

त्याची मोठी बहीण इरिन, हिचा तर ठाम विश्वास आहे की, त्याच्या नकारात्मक विचारांच्या ढगांनी त्याचा निर्णय झाकोळलेलाही असतो. ''बेन असं सांगतो, जसं काही लोक त्याच्याबद्दल काय काय बोलतात हे पण तो ऐकू शकतो आणि हे काही खरं नाही.'' इरिनला आपल्या भावाची काळजी वाटते. ''काय चालू आहे, हे सांगणारे काही आवाज त्याच्या डोक्यात सुरू असतात.'' हे आवाजच बेनला लक्ष ठेवायला सांगतात.

इरिन स्वत: शहर आराखडे बनवणारी तज्ज्ञ म्हणून सकारात्मकतेने काम करता करता भावाच्या भविष्याबद्दलही चिंतित आहे. ''मी प्रार्थना करत असते की बेनचा व्यवस्थित विकास व्हावा.'' ती म्हणाली.

या वेगाने पसरणाऱ्या अविश्वासावर नियंत्रण मिळवण्यासाठी बेन धडपडत असतो. दुसऱ्याबद्दल सतत असलेला त्याच्या मनातील संशय त्याचे इतरांच्या बरोबरच संबंधाचे रस्ते बंद करतो. ''मला वाटते, बेन स्वत:ला याच गृहितकावर तयार करतोय की, जेव्हा तो कोणत्याही परिस्थितीत सापडेल तेव्हा त्याला त्यापासून त्रास होईल.'' इरिनने तिचे निरीक्षण सांगितले. ती म्हणते, ''जेव्हा एखादी व्यक्ती तुम्हाला भेटते, तेव्हा ती योग्य तेच बोलेल आणि तू बोलण्याइतका चांगला मुलगा आहेस हे नक्की.''

बेनने स्वत:भोवती एक अलिप्तपणाचे कडे तयार केलेय आणि त्याचा त्यालाच त्रास होतो आहे. ''एकटं असण्याशी मी तडजोड करतोच.'' बेन जणू भविष्यकाळ एकट्यानेच पार करायचा आहे या आवेशात बोलला. आम्ही त्याच्या वर्गात होतो. बेन मस्क्युलर डिस्ट्राफीने येणारे नैराश्य दूर सारतो आणि इतरांवर उगाच नेम धरतो. त्यामुळे होते काय, ज्यांना कुठला आजार नाही अशी माणसे त्याची शत्रू बनतात. ''मी रागावलेला आहे, असं मला वाटतं पण मी दु:खी आहे.'' आणि सगळ्यात वाईट म्हणजे त्याला सगळेजण आपला अपमान करत असल्याप्रमाणे वाटते. त्याने तो अवमान स्वत:च स्वत:वर ओढवून घेतलाय.'' सगळं काही गमावलेला म्हणून मी ओळखला जातो. कुणीतरी आणि असा कुणालाच नको असतो.'' त्याने स्वत:च स्वत:ला एकटे बनवलेय.

एका रात्री बेनने सगळ्यांमधून आपल्या खोलीवर परतल्यानंतर नैराश्यग्रस्त

होऊन आपल्या बहिणीला इरिनला फोन केला. अगदी पूर्ण नैराश्याने, या तरुणाने आपल्या चाकाच्या खुर्चीवरून आपला दृष्टिकोन सांगितला, ''मी इथे खाली बसलो आहे. पण बाकी प्रत्येक जण उभा आहे. ते उभ्या उभ्याच काहीतरी बोलतात आणि ते कशाबद्दल बोलतात, हे पण मला समजत नाही.'' त्याने ते सारे आपल्या बहिणीला सांगितले.

इरिनने वर्णन केल्याप्रमाणे बेन त्यावेळी त्रयस्थपणे सारे पाहत होता. मी त्याला सांगितलं, ''ठिक आहे, मला खात्री आहे, काही जण तिथे खाली बसलेले असतील. प्रत्येकजण उभाच नसेल. प्रत्येक जणच अगदी नृत्य करण्यासाठी वर चढला नसेल...'' कुणीतरी उभे आहे, याबद्दलची त्याची भीतीच, प्रभावशाली ठरली होती. खरे तर ही प्राण्यांची अंत:प्रेरणा आहे.

एक दुखावलेले मन नेहमीच मार खाल्लेल्या शरीराची पाठराखण करते. इरिन आपल्या भावाचे भावनिक दु:ख समजू शकते आणि अगदी त्याला मदत करावी असे तिला मनापासून वाटते. ''मी तुला हेच सांगितलं की त्या मेजवानीच्या कार्यक्रमात तुझ्यासाठी गंमतीशीर आणि आनंददायक काय होतं हे तू शोधायला हवं होतंस.'' इरिनचा ठाम विश्वास होता की, त्याने मेजवानीच्या कार्यक्रमाचे एक अवास्तव, खोटे चित्र रंगवून डोक्यात ठेवले होते.

''जेव्हा मी अशा कार्यक्रमात असते, तेव्हा नृत्यापासून दूर राहाते'' इरिनने स्वत:च्या नैराश्याबद्दलही सांगितले. ''कधी कधी मी कंटाळते, ते इतरात मिसळणं वगैरे. बेन खाली बसलेला असतो. तो इतर लोकांकडेही 'काहीतरी गमावलेले लोक' याच दृष्टीकोनातून पाहतो.'' ती म्हणाली, ''तो तिथे प्रवेश करताच प्रत्येकाचं कशात न् कशात वर्गीकरण करून टाकतो.''

बेन आजूबाजूला असणाऱ्या लोकांमधून त्याच्या बाजूला असणाऱ्या लोकांकडून जरासा दिलासा मिळवतो. गेल्या काही वर्षांतल्या आमच्या संबंधात मी हे जाणले आहे.

''लोक मला सातत्याने सांगतात की, हे काही फार नाही, हे तसं मुळीच फार मोठं नाहीये.'' बेनने एकदाच हे कबूल केले. हे सतत दिलासा देणारे शब्द काही त्याचे कायमचे मन वळवणारे ठरत नाही आणि त्याची स्वत:बद्दलची धूसर कल्पनाच त्याला समाधान देणारी भविष्यवाणी ठरते.

बेन, आमच्या अनेक संभाषणात स्वत:ला दु:खी ठरवण्यासाठी अनेक गृहितके मांडणाराच ठरला. स्वत:च केलेला संताप हा आत्मसन्मान कमी करणारा ठरतो, हे त्याने हसत कबूल केले. ''होय. मी माझ्याच लेखी मला कमी लेखलंय. मी अद्यापही हेच करतो हे मी कबूल करतो. अद्यापही...'' बऱ्याच स्तरावर आपण आपल्याच निंदा नालस्तीला बळी पडतो, पण त्यापेक्षा त्यावर जरा नियंत्रण

मिळवलेलेच बरे!

''कदाचित ही माझीच कर्म असावीत, गेल्या जन्मीची पापं!''

''तू गंभीर नाहीस.''

''मी पुनर्जन्माचा अभ्यास करतोय. तो कदाचित असेलही.''

''तू सरळ सरळ स्वत:ची पिळवणूक करतोयस.'' मी म्हणालो, ''संताप येतो पण, त्या संतापाच्या बाहेर ये. आग पेटवून त्यात तो जाळून टाक. तुला जरा बरं वाटेल.''

बेन जे काही करतो, ती माझ्यासाठी एक वेगळीच बाब आहे.

''माझ्याजवळ एक अवघड तत्त्वज्ञान आहे,'' तो तरुण म्हणाला, ''मी स्वत:लाच कधी कधी मारून घेतो त्यामुळे मी पुन्हा जमिनीवर येतो. सर्वसामान्य विचार करतो. त्यामुळे मी खूप संतापत, चिडत नाही आणि लोकांना छळतही नाही. म्हणजे असा माझा अंदाज आहे.''

म्हणजे तुम्ही तुमचेच डोके भिंतीवर आदळा. आणि त्यामुळे तुम्हाला बरे वाटून सारे काही थांबते? मला तर शंकाच आहे.

मनस्तापाची ही वेगळीच कथा आहे. चांगली पेटलेली मशाल स्वत:वर धरली तर ती नक्कीच भरपूर भाजून काढेल. संतापाला स्वत:च तोंड देणे आणि सतत अवमान होत असल्याची जाणीव ठेवणे, हे एखाद्या दु:ख भोगणाऱ्या जीवात्म्याला त्रासदायकच आहे. कदाचित वयात येणाऱ्या मुलांसाठी 'अशक्यता' निर्माण करणारे आहे.

जेव्हा मी फिरतो, अडखळतो आणि पडतो आणि त्याच्याशिवाय दुसरे काहीच माझ्या हातात नसते, तेव्हा माझाही अवमान मला खूप प्रखरपणे जाणवतो, मी पण या अशा नैराशामध्ये चांगली पेटवलेली मशाल स्वत:कडे वळवू शकतो. मग मी त्यावर नियंत्रण मिळवतो, ती धग विझवतो. पण बेनला त्याच्या संतापाची इतकी भीती वाटते की, त्याचे काहीच करू शकत नाही. त्यामुळे त्या संतापाची धग तो स्वत:कडे वळवतो.

आम्ही जरा त्या परिसराबाहेर पडत होतो. टेकडीच्या पायथ्याकडे जाणारा रस्ता नदीकडे जात होता. हा बर्फाच्या तुकड्यांनी आणि झाडांच्या फांद्यांनी भरलेला होता. मी विचार केला की हा गावंढळ परिसरच कदाचित बेनला संताप आणत असावा.

पुन्हा त्याच्या त्या वस्तीत तशीच वागणूक मिळणार असल्याची तक्रार! ''हे असं म्हणजे रस्त्यावर सारी डुकरं सोडल्यासारखं आहे.'' तो म्हणाला, तो जरा चांगले विचार जास्त दिवस बाळगून राहूच शकत नाही. त्यामुळे तो त्याला बदलवू शकत नाही. या विचारात लवचिकता होती, पण तो तरुण फार वेळ स्वत:ला या सकारात्मक दृष्टिकोनात काही ठेवू शकला नव्हता.

बेनला हे माहीत आहे की, त्याचे हे दीर्घकाळपर्यंत चालणारे युद्ध स्वत:विरुद्धच आहे. त्या मार्गावर नेहमीच त्याचा इतरांकडून अपेक्षाभंग होत आला आहे. ''लोकांना माझं आयुष्य म्हणजे काय किंवा त्याची काळजी घेणं म्हणजे काय, हेच माहीत नसावं.''

''लोकांनी तुझी काळजी करण्यात त्यांचं सारं आयुष्य घालवावं का?''

''हे समजून घेणं काही फारसं त्रासदायक नाही.'' हा सहजच आलेला प्रतिसाद म्हणजे नेहमीप्रमाणेच नैराश्याजवळ होता, नेहमीप्रमाणेच तो इतरांवर दोषारोपण करणारा होता.

या तरुणाला हे माहीतच होते की, मुख्य रणभूमी ही त्याच्या गळ्याच्या उत्तरेकडेच, म्हणजे मेंदूतूच आहे. त्याने तिथे शांतता निर्माण करावयास हवी होती.

बेनच्या हे पण लक्षात येते की समाजाची भीती वाटल्याची त्याने एक मोठी किंमत चुकवली आहे. ''या त्रासामुळे मी काही काही गोष्टींना मुकलो. खरंच महत्त्वाच्या होत्या, म्हणजे प्रत्यक्ष लोकांशी संवाद साधणं आणि आपण आनंद लुटणं'' हे सारे शालेय शिक्षण संपता संपता त्याच्या लक्षात आले होते. जरी त्याचा हेतू हे संबंध वाढवण्याचा असला तरी, रीत तशीच आकसलेली राहिले.

बिशप मॅकनर्मराकडे शिकायला असताना विद्यार्थी अगदी त्यांच्या वहिवाटीप्रमाणे वर्ग कसे बदलायचे यावर आपण बोललोच आहे. नेहमीप्रमाणे बेन एकटाच खुर्चीवर बसून चालला होता. माझ्यासोबतच तो जरा पुढे आला आणि त्याला दुसऱ्या मजल्यावर घेऊन जाणाऱ्या छोट्याशा लिफ्टमध्ये शिरला. ही एक विशेषत: बेनसाठी केलेली व्यवस्था होती. ती पायऱ्यांशेजारच्या उरलेल्या रिकाम्या छोट्याशा जागेत बसवली होती.

एकही मजला आम्ही सोबत चढू शकलो नाही. त्या लिफ्टसाठी दिलेली जागा इतकी तोकडी होती की, बेन एकटाच त्या लिफ्टमधून वर जाऊ शकत होता. पुन्हा एकदा तो इतरांपासून वेगळा पडला होता. त्याच्या स्वत:च्या वेगळ्या स्तरावर गेला होता. मी त्याला लिफ्टमध्ये प्रवेश करताना पाहिले. खुर्ची व्यवस्थित आत घेताना पाहिले. काही क्षणातच तो वर निघून गेला.

वर जाणारा रस्ता, त्यांच्या वर्गकडे जाणाऱ्या, हसणाऱ्या, गोंधळ घालणाऱ्या तरुण विद्यार्थ्यांनी गच्च भरला होता. बेन त्यांच्यात नव्हताच. तो अधूनमधून कुणाकडे बघून मान हलवत होता तेवढेच.बाकी त्याने त्याचा...वेगळा मार्ग ठेवला होता; जणू काही एकांताकडे, विजनवासाकडे तो निघाला होता. तो इतरांच्या मागेपुढे न चालता एकटाच बाजूने चालला होता. त्याची खुर्ची त्याला इतरांपासून वेगळा पाडत होती. त्याच्या डोक्यात असलेली कुंपण ती खुर्ची तयार करत होती.

''तुला असं राहणं वेगळं वाटत नाही का बाबा?''

''कधी कधी'' एवढंच काय तो त्या दिवसभरात बोलला. मी कम्बो कुटुंबाला भेट दिल्यावर मला दुसऱ्या एका दुर्घटनेची माहिती मिळाली. त्यामुळे त्या तरुण बेनला जरा कमी एकटे वाटले असेल. आश्चर्यकारक घटनांच्या या अनेक वर्षांनंतर डेबीला ल्युपस झाल्याचं निदान झालं, एक गंभीर, शारीरिक क्षमता ढासळवणारा आजार!

ल्युपस हा या कुटुंबाला अलगद फसवणारा एक बॉम्बच होता. कम्बो कुटुंब पार ढवळून गेले होते. ''आमचं आमच्यावरचंच नियंत्रण सुटत चाललं होतं,'' डेबी म्हणाली, ''आम्ही फक्त ओरडण्याचंच काम करत होतो, आमच्याच नशिबी हे का? आताच का?''

हे वळण कसे पार पाडावे आणि या भावनाशीलतेतून वाट कसे काढून पुढे जावे, हाच प्रश्न होता. ''तुम्हाला त्यातून बाहेर पडायचं म्हणजे स्वत:ला इतर भावभावनांतून नेण्याची परवानगी द्यावी लागते.'' ती म्हणाली, ''नाहीतर त्या प्रभावी होतात. तुम्हाला रडावं लागतं, रागवावं लागतं आणि आरडाओरडा करावा लागतो.'' याचा अर्थ असा की, राग हाही एका दृष्टीने विधायकच असतो, असं तुम्हाला वाटतं.

''होय, मी बेनला सतत संतापत, चिडत राहण्याचा सल्ला दिला.'' तिने कबूल केले. ''पण तुम्ही जास्त वेळ रागावलेले ही राहू शकत नाही.'' ती पुढे म्हणाली, ''त्यात एक सापळा असतो. कधी कधी मी राग दाबून धरते, कारण कधी कधी मलाच भीती वाटतं की, मी पार मर्यादा ओलांडून जाईन आणि पुन्हा परतणं, मलाच कठीण जाईल.''

बेनने मात्र या प्रश्नाची उकल केली. ''बेनने मला आजाराचं सारं स्वरूप नजरेसमोर आणायला लावलं.'' डेबी म्हणाली, ''मी ते केलं, एक लहान मूल करतं, त्याप्रमाणे केलं.'' मग ती एक पायरी पुढे गेली, आपणही आपल्या मुलासोबत एकेक भूमिका पार पाडत असतो, हे सांगत ती पुढे गेली.

''तोच उपदेश बेनने मला केला, काही काळापूर्वी मी त्याला केला होता. प्रत्येक गोष्ट एवढी वाईट नसते. आम्ही बराच वेळ एकमेकांशी बोललो, सोबत रडलो.'' डेबी स्मित करत म्हणाली. ''अशा प्रकारचं दोन जणांचं मनोमीलन फारच छान वाटतं.''

बिग बेन म्हणाले की त्यांच्या मुलाचा आईसोबतचा संबंध चांगला दृढ आहे. ''आता तिला पण आजार आहे. बेन आता एकटा नाही.''

आईला मदत करणे हे मुलाचे मुख्य ध्येय असते. बेनने काही क्षण आपला संताप बाजूला ठेवला. ही ज्योत नियंत्रणात ठेवायची, पण विझू द्यायची नाही, ही मुख्य गुरुकिल्ली आहे. न्यूयॉर्कमधल्या एका प्रथितयश मानसोपचारतज्ज्ञाला जेव्हा हे लक्षात आले की, त्याला आतड्याचा कॅन्सर, शिवाय मल्टिपल स्क्लेरॉसिसही

झालाय, तेव्हा त्याची प्रतिक्रिया सरळ सरळ अशी होती...''तुम्ही संतापणं गरजेचं आहे.'' ही त्याची प्रतिक्रिया कॉफी पितानाची होती. छान डॉक्टर! माणूस नैराश्य किंवा खिन्नता याची कल्पना करू शकत नाही. हे सारे नष्ट होत जाते किंवा कमी होत जाते. तसा माणूस संतापतो. संतापापासून परावृत्त होऊ नको. दोनशे डॉलर्स जमा ही करू नका. ''अद्यापही तुम्ही रागवलेलेच आहात?'' त्याने विचारले. होय, राग हा अपवादात्मक नसतोच.

शांती ही पण सक्रिय बनवली जाऊ शकते. डेबी आणि बिग बेनच्या बाबतीत सांगायचे झाले तर भावनांच्या अग्नीवर पाणी ओतणे म्हणजे त्यांच्यासाठी वेळ विकत आणणे होय.

''माझं सारं प्रशिक्षण एक संरक्षण विश्लेषक म्हणून झालंय, त्यामुळे संतुलन न ढळू देणं, मी शिकलोय...'' बिग बेननी म्हटले, ''मी नियंत्रण करायला शिकलोय. त्यामुळे मी संतुलन, स्थिर राहणं शिकलोय.'' डेबीसुद्धा संघर्षात उडी घेण्यापूर्वी लक्ष द्यायला शिकली आहे.

कसा का होईना, भावनेचा निचरा झालाच पाहिजे. ती योग्य वेळ कोणती आणि पुढे सरण्याची वेळ कोणती, याचे डेबीला चांगले ज्ञान आहे. ''माझी बायको जणू स्वत:लाच टोचून घेते आणि ती भावना बाहेर पाडते.'' बिग बेन स्मित हास्य करत म्हणाले. ''मी रडतो आणि आम्ही बोलतो. आम्ही आम्हाला वाटणाऱ्या भीती एकमेकांसमोर कबूल करून टाकतो.''

कॉलेजच्या काळाच्या सुरुवातीला बेनच्या लक्षात आले की, त्याच्या पुस्तकामुळे डेल्टा सिग्मा थिटातर्फे २००६ चा नवोदित कलाकार म्हणून त्याची निवड झाली होती. वॉशिंग्टनमधल्या अमेरिकन युनिव्हर्सिटीत मोठ्या श्रोतृवर्गासमोर त्याचा परिचय करून देण्यात आला. मी त्याला या गोष्टीची आठवण करून दिली की, आपल्याला लेखक म्हणून ओळखले जावे अशी त्याची इच्छा होती. ''जे काय घडत होतं, ते हेच होतं ना?''

''तसंच वाटत होतं...'' त्याने जरा सावधपणे उत्तर दिले, ''मी त्याचं अद्याप स्वप्नच पाहत होतो, तेवढ्यात ते प्रत्यक्ष उतरलं होतं.''

''तुला त्याचा अभिमान वाटत नाही?''

''त्याचं जरासं श्रेय मी मला द्यायला पाहिजे, याची मला कल्पना आहे.''

तो जरा नाखुशीनेच म्हणाला, ''मला वाटतं, स्वाभिमान आणि अवमानाचं ते संमिश्रण आहे. एक तरुण आफ्रिकन अमेरिकन या नात्याने ही बाब मी सांगतोय. ठिक आहे. मला त्याचा अभिमान आहे, असं मी म्हणेन.''

''आभार,'' मी परत म्हणालो, ''आणि मलाही खरोखरच तुझा अभिमान वाटतो.

बेनभोवती असलेली ही अदृश्य तटबंदी उंच आहे. ती त्याच्या कुटुंबालाही दूर करते. ''बेन आम्हालाही एका विशिष्ट अंतरावर ठेवतो.'' डेबी एका सायंकाळी म्हणाली, ''आमचा मुलगा त्याच्या भावनाही फार राखून ठेवतो.'' टायलर, बेनपेक्षा थोडी लहान आहे, तीच काय ती तटबंदी भेदून जाण्याचे आव्हान स्वीकारू शकते. बऱ्याचवेळा मुलांनाच एकमेकांना कसे भेटावे, हे उत्तम कळते. टायलरला हे सारे तिच्या उपजत प्रेरणेतून मिळाले होते. त्यांच्या अनेक वर्षांच्या सहवासातून ती प्रेरणा निर्माण झाली होती. ''आम्ही नेहमी कशासाठी न कशासाठी एकत्र हसत असतो,'' ती म्हणाली, ''आम्ही एकमेकांना विनोद सांगतो. आम्ही जर इतके जवळिकीने एकत्र वाढलो नसतो, तर आताही इतकं जवळ येण्याचा आम्ही विचारही करू शकलो नसतो. आम्ही आता रोजच इंटरनेटवरून बोलतो. तो केवळ माझ्याशी बोलण्यासाठी मला फोन करतो.''

टायलर त्यांच्यातल्या विशेष संवादाचे वर्णन करते. ''बेन, कसं वाटतं?'' ''ठिक आहे,'' तो म्हणतो, ''नाही, खरंच तुला कसं वाटतंय सांग? काय चालू आहे?'' माझं आपलं असं बेनसोबत चालू असतं.''

टायलर हसली. ''खरं बोलण्यासाठी त्याला सतत टोकावं लागतं. मला वाटतं तो नेहमीप्रमाणे सर्वसामान्य आहे, एका सर्वसामान्य माणसाने जसं असावं, तसा तो आहे.'' वॉशिंग्टनच्या बाहेर असलेल्या निमशहरी मॅरीलँडमधल्या होली क्रॉस अॅकॅडमीच्या निवांत जिमखान्यात बसून मी आणि टायलर बोलत होतो. या भल्यामोठ्या जागेत ही तरुणी गंभीरपणे बास्केटबॉल खेळत होती.

ही टायलरची नेहमीची निवांत जागा होती. आपल्या भावाचा ताण घालवण्याची इच्छा तिने स्वतः बोलून दाखवली, तेव्हा तिच्या डोळ्यांना धारा लागल्या. तिच्या प्रतिष्ठेवरचा हा भयंकर हल्ला ती तरुण खेळाडू व्यक्त करत होती. ''मी तर मॉमला म्हटलं की, त्याची काही वेदना मला घेता आली तर मी घेते. कारण त्याला कसं वाटतं, हे मला कधीच कळलं नाही. तुम्हाला त्याच्या खऱ्या वेदना कधीच कळणार नाहीत.''

जेव्हा तरुण बेनला त्यांनी खुर्चीतच बेशुद्ध झालेला पाहिले, तेव्हा साऱ्या कुटुंबाला प्रचंड धक्का असला. ''जेव्हा तो स्वतःला मदत करू शकत नाही, तेव्हा तो खरंच खूप वाईट परिस्थितीत असतो, याची मला जाण आहे. तो स्वतःला मदत करू शकत नाही, सावरू शकत नाही, हे जाणून तुम्हीच त्याला मदत करायला हवी.''

तरीही एकटे राहण्याबद्दल बेनने कुठलेही भय व्यक्त केले नव्हते. ''भविष्यात जमणार नाही, असं वाटून तुम्ही काळजी करताहात का?''

''मी असा विचार करतो की, माझं आयुष्य कसं जायला हवं?'' त्याने मला

सांगितले. आम्ही त्याच्या कॉलेजच्या सुटीच्या काळात घरीच बोलत होतो. बेन त्याच्या विद्यार्थी गृहातच एकटाच चाकाच्या खुर्चीवर बसलेला पाहिल्याचे मला आठवत होते, त्याची मी जरा आठवण करून दिली. तो त्यावेळी एका महोत्सवाच्या जागी बसलेला एकमेव दु:खी मुलगा वाटत होता, बाकीचे सारे एकमेकांशी खिदळत, जेवत असताना दिवसभराचे कार्यक्रम ठरवत असताना हा एकटाच जेवत होता.

"मी जेव्हा वयस्कर होईन, तेव्हा कदाचित दु:खी होईन, कारण मी इतका, इतका दुखावला गेलोय आणि इतका हतबल झालोय की मला माझी सुरक्षितता सोडून कुठेच जाता येत नाही आणि कुठलाही धोका पत्करता येत नाही." तो म्हणाला. तो कधीच आयुष्यात धोका पत्करू शकला नव्हता, याची जाण त्याच्या वडलांना आहे. "मला जर खरंच त्याच्याबद्दल दु:ख वाटत असेल तर..." बिग बेन म्हणाले, "ते हेच की तो कुठलीच संधी घेऊ शकत नाही, कुठलीच म्हणजे त्याचं आयुष्य बदलवून टाकेल अशी तर नाहीच, पण अगदी साधी कुठल्या माणसाला साधं भेटण्याची पण नाही."

"मला हे माहितेय..." तरुण बेन म्हणाला, "एकटं राहणं हे तर प्रत्यक्ष जखमी होण्यापेक्षा भयंकर असतं. ते कसं असतं, तर मी रागावलेला असतो आणि असं आपलं आयुष्य कुणाला हवं असतं? कुणालाच नाही." हे असं बोलता, तेव्हा तो पोरगा वीस वर्षांपेक्षा कमी वयाचा होता, तो स्वत:ला त्याविरुद्ध लढायला शिकवत होता, तो ज्याला भयंकर भीत होता, अशीच ती अवस्था होती.

जगण्याची दुसरी बाजू आपल्या डोक्यात असते ती ही की जेव्हा आपण वाईटातून, राक्षसी प्रवृत्तीतून सुटतो, तेव्हा वास्तव फारच अप्रासंगिक वाटू लागते. कल्पनारम्यता आणि भय, दोन्ही आपल्याला अशा निसरड्या जागेवरून ढकलून देण्यासाठी एकत्र येतात, जिथे आपण बुद्धिवादापासून सरळ सरळ दूर जातो. मग पुन्हा आपल्याला घरी येण्याचा रस्ता शोधावा लागतो.

विद्यार्थीगृहाच्या त्या गोंधळात मी आणि बेन दोघेही निवांत बोलत बसलो होतो. काही तरी खात होतो, ते खाणे काय होते, ते मला ओळखू आले नव्हते.

"इतर साऱ्या गोष्टींप्रमाणेच तुम्हाला या वादळातून जावंच लागतं." बेन सहजपणे म्हणाला, "मी हळूहळू काळजी न करण्याचं शिकतोय, कारण मला निराशावादी बनायचं नाही."

त्याने शिकलेल्या नव्या अनुभवाबद्दल सांगितले. "एखाद्या वेळी या साऱ्या गोष्टी किती वाईट आणि विरोधी दिसतात, हा मुद्दाच नाही. मी फक्त काम करत राहिलं पाहिजे आणि काय होतं ते पाहिलं पाहिजे." तो जरासा थांबला. "मी कधी स्वत:लाच हसू पण शकतो ना...! माझ्या लक्षात आलंय, सगळ्याच गोष्टी वाईट

नसतात. कदाचित त्या चांगल्याही असू शकतात.''

मुलांसाठीचे रुग्णालय दुसऱ्या टेकडीच्या टोकावर आहे; ही जागा वॉशिंग्टनच्या वायव्येकडे आहे. उत्तरेकडे जाणाऱ्या महामार्गापासून थोड्याच अंतरावर आहे. हे भलेमोठे रुग्णालय मुलांशी मैत्री करत त्यांचे आजारपण नाकारते.

इमारतीत स्वच्छ प्रकाश येणाऱ्या तीन मजल्याच्या अवकाशात पारंपरिक दिसणाऱ्या फुग्यांनी जागा व्यापली होती. प्रत्येक गोष्ट जणू रंगीत खडूने रंगवल्याप्रमाणे होती. बोलक्या बाहुल्यांचा खेळ मधल्या ओसरीत, त्या लहान मुलांच्या बडबडीप्रमाणे चालू होता. जी मुले विभिन्न तपासणी विभागात आणि उपचार विभागात फिरत होती, ती एकतर चाकाच्या खुर्चीत बसलेली होती किंवा कुबड्या घेऊन फिरत होती, पण हे पाहून खूप आनंदात होती.

मला मस्क्युलर डिस्ट्रॉफी केंद्रात नेण्यात आले होते. ही भेट जरा बरीच लांबल्यासारखी वाटत होती. बेनची डॉक्टर तिथे फिरत होती. ती अतिशय आकर्षक, मध्यमवयीन स्त्री होती, तिच्या चेहऱ्यावर सतत स्मित दिसत होते.

डॉक्टर अर्जेन्टिनात जन्मलेली होती. रुग्णाच्या आरोग्याच्या काळजीवरून चर्चा सुरू झाली, तेव्हा अमेरिकन औषधापासून आपण दूर राहतो, हे सांगण्यात तिने अजिबात वेळ घालवला नाही. ''अमेरिकेची उपचारपद्धती कशी त्रयस्थपणे असते नाही?'' तिने माझे एक मत तर जिंकलेच, ''म्हणजे ते असं असतं, की मी तुमच्यावर उपचार होते. 'उपचार करते म्हणजे, आजारावरच करते, माणसावर नाही.'' चालू ठेव. तुझं बरोबर आहे. आम्ही एका रिकाम्या तपासणी कक्षात बसलो. बेन किंवा इतरांच्या संबंधातले माझे जे प्रश्न होते, त्यात फक्त मस्क्युलर डिस्ट्रॉफी या आजारासोबत दीर्घायुष्य मिळण्याची शक्यता आहे का, याची चाचपणीच होती. ''या दरम्यान ते त्यांच्या चाकाच्या खुर्चीवर असतानाच, वीस वर्ष वयाच्या आतच बहुधा मृत्यू पावतात. हा त्या रोगाचा आजपर्यंतचा नैसर्गिक इतिहास आहे.'' डॉक्टर आपल्या भावना प्रामाणिकपणे व्यक्त करत म्हणाली.

तिने सांगितले की, सुरुवातीच्या काळात स्टेरॉईडसची ढवळाढवळ मस्क्युलर डिस्ट्रॉफीच्या रुग्णाचे आयुष्य काही वर्षे वाढवू शकलेली आहे. त्यामुळे दहा ते वीस वर्षे आयुष्य साधारणपणे गृहीत धरायचे. ''जर तुम्ही वापर थांबवला नाही तर ''स्टेरॉईड्सच्या उपयोगाने त्यांची श्वसनसंस्था खरंच चांगलं काम करते, त्यामुळे आमच्याकडे श्वसनसंस्था व्यवस्थित चालू असलेला एक चोवीस वर्षांचा एक रुग्ण आहे आणि असे काही लोक तीस वर्षांचेही आहेत, त्यांची कामं आणि जीवनच या स्टेरॉईड्स व इतर उपचारपद्धतीवर ठिक चालू आहे. आपण या मस्क्युलर डिस्ट्रॉफीच्या बाबतीत अगदी योग्य दिशेने चाललेलो आहोत.'' ती म्हणाली, ''पण

पाहिजे तेवढं नाही.''

त्या डॉक्टरानी अगदी स्पष्टपणे सांगितले की एखाद्याचे आयुष्य त्यांच्या आजारावरच मोजले जावे. अर्थात अगदी आरोग्यसंपन्न माणसातही आयुष्य हळुवार श्वासाने सुरू होते. ''होय, पण मस्क्युलर डिस्ट्रॉफी हा आजार फार क्रूर आहे आणि तो लवकरच माणसाला संपवतो.'' तिने मला हेही सांगितले की वरचेवर असे रुग्ण जाणे, हे सुद्धा तिला सहन होत नाही. ''मी माझ्या रुग्णाच्या अंत्यसंस्काराला वा त्यांना भेटायलाही जाऊ शकत नाही.''

''बरीच माणसं जातात. मी नाही जाऊ शकले आणि जाणारही नाही. मला माहिताय, मलाही एकदा तिथंच जायचं आहे. मी जाऊ शकत नाही, याची खंतही मला वाटते. पण मी खरंच नाही जाऊ शकत.'' अचानक माझ्या लक्षात आले की, डॉक्टर सरळ ताठ उभी राहिली होती. ''ते इथं असताना त्यांच्यासाठी जे शक्य असतं, ते मी करते. मी अगदी तत्परतेनं उपचार करते. पण जर ते मेलेच तर त्यांच्यासाठी काय करणार?'' डॉक्टर विचार करता करता थांबली. या विषयाने तिलाही वेदना होतात, हे जाणवत होते. ''जोपर्यंत ते जिवंत आहेत ना, तोपर्यंत मी शक्य ते सर्व त्यांच्यासाठी करतेच.'' ती पुन्हा म्हणाली. जर मृत्यू हा पण आयुष्याचा एक भाग असेल, तर डॉक्टर तिचा रुग्ण बरा करू शकणारच नाही, ती हे सारे थांबवण्यासाठी आणि स्वत:ला शांतता शोधण्यासाठी धडपडत होती.

या डॉक्टरसाठी तरी 'स्वीकार' नावाची कुठलीच बाब नव्हती. मी बिग बेनला हेच विचारले होते की, त्याने परिस्थितीचा स्वीकार केला होता का?

''स्वीकार?'' त्याने जणू तोच शब्द माझ्याकडे फेकला. तो आव्हानात्मक वाटत होता. ''मला वाटतं स्वीकार ही कुचकामी बाब आहे'' त्याने त्याच्या प्रभावशाली शांत आवाजात म्हटले होते. ''लोकं शेवटच्या क्षणी ते स्वीकारतात.'' या विचारावर आधारित त्यांचं मत होतं. ''आपण स्वीकारत नसतो.'' ते ठासून म्हणाले. ''आपण कुटुंबाने बांधलेलो असतो आणि आशेवर अवलंबून असतो. तोच आपला मंत्र असतो.

बिग बेन आपल्या मुलाला स्वीकार नावाच्या गमतीमध्ये करमणूक करून घेण्यास कायमच विरोध करत होते. तरुण बेनला सतत आशेवर जगण्यास सांगण्याची आपली भूमिका ते कायम बजावत होते. ''त्याच्यासोबत आपणही नैराश्याने ग्रस्त होणं मला शक्य नव्हतं. मी त्याला वर ओढतच होतो. पण ते फार अवघड आहे.''

'स्वीकार' हा रुग्णाला आणि जे त्याच्यावर प्रेम करतात, त्याची काळजी घेतात त्यांना अक्षरश: बांधतो. पण मग या अशा आजारासोबत शांततेने नांदत. म्हणजे तरी काय, हा असा काल्पनिक, जादुई स्वीकार म्हणजे तरी दुसरे काय?

जर हा एक खेळ वाटत असेल, तर ते तसे नाही. ''शांतता आणि स्वीकार या पुरेसा विचार न करता भिरकावलेल्या दोन संदिग्ध संकल्पना वाटतात. धर्माच्या बाबतीत सांगायचे झाले तर स्वीकार म्हणजे सनातनत्व ठासून सांगणे म्हणजेच आमचे नशीब म्हणजे काय भगवंताची इच्छा! मी तरी स्वीकाराचा एवढाच अर्थ लावतो.

अर्थात आम्ही आजारी लोक एक निदान स्वीकारतो. ते जे काय आहे ते आहे आणि ते आपण पुढे स्वीकारायलाच हवे. जीवनावर लक्ष केंद्रित करत जगणे ही वेगळी बाब आहे. ते नेमके कशाचे सारतत्त्व आहे हे फारच लहान वयात बेन जाणतो. त्याची स्वप्ने त्याला कुठे घेऊन जाणार आहेत, हे ही पक्के माहीत असण्याची त्याला गरज आहे. ''जीवनातील वास्तव काय आहे, अशा गोष्टीवर प्रकाश पाडण्याची क्षमता माझ्यात असावी, याची मला आवश्यकता वाटते.'' तो म्हणाला, ''आणि मी काय आहे, ते पाहावं आणि मी नेमका चाललोय कुठे, हा प्रवास किती कडवा आहे, हे मला कळावं. असं मला वाटतं.'' या मुलात खरेच धैर्य होते. सरतेशेवटी सारे कम्बो कुटुंबही हेच म्हणते की, रोजच्या जगण्यात त्यांच्याजवळही धैर्य आहेच. ते त्यांच्या संपूर्ण आयुष्यात विश्वासाच्या बळावर, कुठून तरी मदत येईल याची वाट पाहत जगतात. एका दशकापूर्वी डेबीने मस्क्युलर डिस्ट्रॉफीच्या त्या चित्रफितीत एक सकारात्मक भूमिका मांडलेली होतीच. ''डॉक्टर रोगमुक्त करण्यासाठी कठोर परिश्रम घेताहेत. ते आता अगदी जवळ पोहचलेत. कधी ना कधी तो दिवस येईल आणि त्या दिवशी ते उपचार सर्वांना मिळतील.''

तरीही अद्याप, आशेने भय किंवा वेदना पुसल्या गेलेल्या नाहीत. कुठल्याही आईवडलांसाठी, आपला मुलगा किंवा मुलगी कुठल्याही वयात असे आजाराने ग्रस्त आहेत हे असाहायपणे पाहणे या पेक्षा जास्त पिळवटून टाकून विदीर्ण करणे दुसरे काहीच नाही.

''आपण ज्याच्यावर प्रेम करतो असा तरुण मुलगा अशा भावनात्मक दु:खाला तोंड देत जागतो आहे. तुम्ही त्याला त्यातून सोडवू शकत नाही, किंवा त्याविषयी काही करू शकतही नाही, हे भयानक आहे.'' बेनचे वडील भावनातिरेकाने मला म्हणाले.

सरतेशेवटी आमच्यापैकी दोघेजण धोक्याच्याच पातळीवर होते. तरुण बेनच्या संभाव्य अकाली मृत्यूबद्दल झालेल्या चर्चेचा सारांश आपण पाहिलाच आहे. आम्ही त्या निमशहरी मेरीलँडमधील कम्बो कुटुंबाच्या ऐसपैस घरात कडक उन्हाळ्यातील एका दुपारी स्वयंपाकघरातील टेबलाजवळ बसून थंडगार पाणी पित होतो. मी आपला त्या खडखड करणाऱ्या टेपरेकॉर्डरशी झटापट करत सुरुवात केली. मला पाहिजे तेव्हा कधीच काम करत नाही तो तिथेच अडकत होता हा टेपरेकॉर्डर

"जगातील सगळ्यात अवघड बाब हीच आहे...वास्तव काय आहे, त्याला तोंड देण्यासाठी स्वत:ला तयार करणं...'' बिग बेन यांचा आवाज जरा चिरकला, ''मला वाटतं, ते सगळ्यात अवघड काम आहे, ''शांतता शोधणं.''

''बहुधा अंतहीन प्रवास...'' मी हळुवारपणे म्हणालो.

''प्रश्नच नाही...'' बेन ताबडतोब मला म्हणाले.

''मला सर्वांत मोठी भीती आहे ती...बेन पुन्हा म्हणाले, ''ती हीच की, मला माझ्या मुलावर अंत्यसंस्कार करावा लागणार...'' त्यांनी रडायला सुरुवात केली. त्याला कुठलाही आजार नसावा, मला वाटत होतं, पण ते मात्र झालं.'' आम्ही एकमेकांना न्याहाळत बसलो. ''रिचर्ड, माझ्या मुलाने त्याच्या वडिलांचा अंत्यसंस्कार करावा, अशी माझी इच्छा आहे.''

साधारण आठ वर्षांपूर्वी मस्क्युलर डिस्ट्रॉफीवर बनवलेल्या चित्रफितीत एक तरुण बाप आपले दु:ख व्यक्त करत होता. ''तुम्हाला स्वत:लाच मारून घ्यावंसं वाटतं. तुम्हाला निघून जावंसं वाटतं. तुम्हाला जागं व्हावंसं वाटतं, कारण आतापर्यंत तुम्हाला पडलेलं ते सर्वांत भयावह स्वप्न असतं.''

अनेक वर्षांनंतर बिग बेनही असेच भावनाशील बनले होते. ''मी...मी त्याला तोंड नाही देऊ शकत. मला युद्धात मरतात ती माणसं माहिती आहेत. मुलांना कार ठोकरू शकते, पण असं...?

''तुम्ही बेनसाठी शक्य ते सारं करता, ज्यामुळे त्याला चांगला उपचार मिळू शकतो, याचं समाधान तुम्हाला आहे ना?''

''तसं फार नाही. मी भाकरीसाठी लढणारा एक माणूस आहे. या कुटुंबाचा मी संरक्षक आहे.'' बिग बेननी खोलवर श्वास घेतला. ''मी अपयशी ठरलोय. मी त्याचं संरक्षण करू शकलो नाही. हे असं घडू नये म्हणून जे काय करायला हवं, ते मी करू शकलेला नाही.'' बिग बेनना, बहुप्रमाणेच आपण एका पारंपरिक बापाप्रमाणे कर्तव्य पार पडू शकलो नाही, याची खंत होती.

पेनसिल्व्हेनिया विद्यापीठामध्ये उन्हाळ्यातल्या एका दुपारी माझी कम्बोशी शेवटची भेट झाली, टायलर तिथे बास्केटबॉलच्या प्रशिक्षणासाठी आली होती. मी न्यूयॉर्कवरून काय बोलण्यासाठी येणार हे डेबी आणि बिग बेन यांच्या लक्षात आले होते.

शनिवारी सारा परिसर शांत होता. आम्ही रमतगमत फ्रॅन्कलीन फिल्डच्या बाहेर आलो. तो परिसर एका वेगळ्या बेनच्या नावाने गाजत होता आणि जिमकडे जात होता, उंच जुन्या लोखंडी खांबांनी बनवलेला तो उंच छताचा जिमखाना होता.

आपल्या युवा बेनने आयुष्याच्या स्पर्धेतला आणखी एक दिवस गमावला होता. त्याबद्दल आम्ही पुन्हा एकवार, शेवटचे का म्हणेना, बोलणे पण, भाग होते.

''आम्ही सारेच मृत्यूकडे जात आहोत.'' डेबी त्या छताला आधार देणाऱ्या मोठ्या खांबावर बसली होती, तिथूनच म्हणाली. हा खेळाचा परिसर आमच्या या गप्पांसाठी, चर्चेसाठी फारच विसंगत होता. जुन्या लाकडी तख्त पोशीवर बॉल आपटला गेल्यावर त्याच्या आवाजाचे प्रतिध्वनी सगळीकडे उमटत होते. अशा परिस्थितीत मृत्यूचा विषय सहजपणे हाताळला जावा, हेच एक आश्चर्य होते. ''आमच्यापैकी काही जण इतरांच्या आधी मरतील केव्हा ते आपल्याला माहीत नाही. कसं ते ही आपल्याला माहिती नाही.'' डेबीने सुरू केले. ''कदाचित तुमच्यापूर्वी मी मरू शकते.''

''तुमच्या बेनला हे कळतं?''

''कधी कधी...'' डेबी गालातल्या गालात हसत म्हणाली, ''जर आमचं त्याच्यावर, त्याच्या आजारावर काहीच नियंत्रण नाही, तर त्याची काळजी कशाला करायची? मी सांगावं असं नाही ते...'' डेबी शांतपणे म्हणाली, क्षणभर अंदाज घेत ती पुढे म्हणाली, ''पुढचा माणूस हे करतोच.''

बिग बेन यांनी तरुण बेनच्या जीवेष्णेला सतत ऊर्जितावस्थेत ठेवण्याचे त्यांचे कर्तव्य ते कसे पार पाडतात, हे सांगितले. डेबीलाही हे कळत होते की, तिच्या मुलाकडे लक्ष देण्यासाठी का होईना, तिला खंबीर राहणे भाग होते. ''मी पार कोसळलेय...'' तिने कबूल केले. आणि पुढे? डेबीने तिच्या चेहऱ्याचे स्नायू आवळून धरले. ''तुम्ही अशावेळी पार वेडे होता. तुम्ही कागदं फाडता, उशा फाडता.'' एक पाय जोराने खांबावर आदळत ती म्हणाली, ''तुम्ही विचारता, का, का, का? मग ठिक आहे. जे व्हायचं, ते झालंय.''

पुन्हा पुढचे पाऊल त्याच वाटेवर आणते. ''आता आम्हाला पुढं जावंच लागणार. त्याला पर्याय नाही. तुम्हाला पुढं जावंच लागेल.''

''मला वाटतं, तुमच्याजवळ दुसरा पर्याय नाही.''

''बरोबर. तुम्ही देवाला शिव्याशाप देऊ शकता,'' ती शांतपणे म्हणाली, ''पण मला पुन्हा स्वत:ला गुंडाळून घ्यायचं नाही आणि पुन्हा ते भोगायचंही नाही. आमचं फक्त बेनला जिवंत ठेवायचं. एवढाच प्रयत्न आहे.

''होय...'' त्याचे वडील लगेच म्हणाले. त्याच्या आईने, डेबीनेही होकार भरला.

''बेनला हे सारं समजतं?''

''मला वाटतं, खोलवर त्याला कुठेतरी हे कळतं...'' बिग बेन म्हणाले, ''मला वाटतं, तीच गोष्ट. तोच विचार त्याला झपाटून टाकतो.''

खालच्या मैदानात टायलर बास्केटबॉलवर नियंत्रण मिळवत आहे, हे आम्ही पाहिले. ती पोरगी अतिशय चपळतेने व वेगाने हालचाल करत होती, लांब उड्या

मारत होती, बॉलला बास्केटकडे वेगाने घेऊन जात होती. ती धोका पत्करत होती. शारीरिक पराक्रमाच्या क्षमतेचा तिचा आलेख भावाच्या अगदी विरुद्ध वाटावा, असा उंचावत होता. टायलरला कुटुंबातूनच आत्मविश्वासाची देणगी मिळाली होती. ती निर्भय तरुणी होती.

“बेन तिला आपलं खरं भय कधीच सांगू शकणार नाही,’’ आम्ही एका ठिकाणी बसलो, तशी त्याची आई म्हणाली, ‘‘काय होतेय, हे तो उघडपणे सांगून त्याची भावना कधीच व्यक्त करणार नाही.’’

“पण तोही एकदम चांगला मुलगा आहे.’’ मी म्हणालो.

डेबी खाली बसली आणि स्मित करत म्हणाली, ‘‘हो, तो आहेच.’’

ती काही क्षण रेंगाळली. “त्याने जाणायला हवं की...’’

बिग बेन मध्येच अडवत म्हणाले, ‘‘आपण आशा करू या. आशा अर्थात क्षणभंगूर असते, पण त्याचवेळी असंही म्हणता येईल, की आपल्याला ही काहीच नसतं. कुणालाच काय होणार, हे माहीत नसतं.’’

आता फक्त आम्ही तिघेच काय ते तिथे उरलो होतो. पेनसिल्वेनियाच्या महिलांचे प्रशिक्षक टायलरसंबंधी बोलण्यासाठी कम्बोजवळ आले. तिचे पालक आनंदी होते. अभिमानाने त्यांचा चेहरा उजळत होता. टायलरचा भविष्यकाळ उज्ज्वल होता.

आपला तरुण बेन मात्र उद्या काय होईल, याची कधीच काळजी करत नसतो. “बेन आजचा दिवस जाणतो.’’ बिग बेन म्हणाले, ‘‘त्याचे हेतू ही आजच्यापुरतेच असतात. आजचा दिवस हेच त्याचं जग आहे.’’

“मी बेनला उद्याबद्दल आणि सतत पुढे सरकणाऱ्या काळाबद्दल कसे प्रश्न विचारू शकतो?’’ फिलाडेल्फियाच्या त्या उष्णतेच्या दुपारी मी कम्बोना हा प्रश्न विचारला. या विषयावर त्यांच्या मुलाशी बोलायचे या कल्पनेनेच मी अस्वस्थ झालो होतो. “तुम्हाला प्रश्न विचारणं किती अवघड जातंय, याची त्याला जाणीव होऊ द्या.’’ त्याच्या वडलांनी सल्ला दिला. “त्याच्याशी बोलताना प्रामाणिकपणे हे त्याला सुचवा.’’ प्रामाणिकपणाला आपला मुलगा खूप किंमत देतो, हे बिग बेननी मला सांगितले होते. “त्याचा स्वभाव उमदा आहे.’’ आपला मुलगा कुठल्याही प्रसंगात ठामपणे उभा राहावा, ही त्यांची इच्छा होती. ते मला सांगत होते. “बेन तुम्हाला प्रश्न विचारण्याला पूर्ण सहकार्य करू शकतो आणि उत्तर देण्याबाबतही.’’

जिमखान्यात बिग बेन फारच शांत संतुलित वाटत होते.

“तुम्ही इथे बसलेले आहात आणि असं म्हणताहात की, त्याच्याशी संवाद साधताना तुम्ही सहज कसे असू शकाल? मला वाटतं, तुम्ही ते त्याला विचाराच. एक बाप म्हणून मला असं वाटतं, की तो चांगला बोलेल.’’

पुढच्या आठवड्यात मी बेनला फोन केला. कम्बोंनी मला सांगितले होते की तो वॉशिंग्टनमधल्या मेट्रो सिस्टिम वर बोलायला तयार आहे आणि देशाची राजधानी पाहायला उत्सुक आहे. आम्ही एक जागा आणि वेळ ठरवली. न्यूयॉर्कहून निघणारी ऑमट्रॅक उशिरा निघाली होती आणि मला बेनला उगाच वाट बघत बसवायचे नव्हते. अर्थात् एक सुरक्षितता म्हणून त्याच्यासोबत टायलर होती.

युनियन स्टेशनचा प्लॅटफॉर्म माणसांनी खचाखच भरल्याने हवा अतिशय गरम, दमट होती आणि तिथे गुदमरल्यासारखे वाटत होते. मी त्या ठरलेल्या स्टेशनवर जेव्हा मेट्रोने उतरलो, तेव्हा तिथे भयंकर गर्दी उसळली होती, वाहतूक आणि रस्ते तर इतके भयंकर भरले होते की, रस्त्यावरची नावं लांबून न वाचता येण्याइतकी धूसर होती.

मी बाजूच्या पादचारी मार्गावरून चालू लागलो, तोच एका तरुणीचा आवाज कानावर पडला, ''हेऽऽ मि. कोहेन,'' तिने जवळपास आरोळीच ठोकली होती.

''टायलर.'' मी म्हणालो, ''तुमच्यापर्यंत पोहोचेपर्यंत छान पळापळी झाली बघ.'' खरं तर तेही थोडे उशिराच पोहचू शकले होते. याबद्दल मी आभारच मानायला हवे होते. टायलर तिच्या मैत्रिणीसोबत होती आणि बेन त्यांच्या पुढेच होता. तो छानपैकी खुर्चीवर बसला होता, टोपी उलटी केली होती.

सुरुवातीला अनौपचारिक आणि अवघडलेल्या स्थितीत आम्ही थोडेफार बोललो. त्या रस्त्यावरच बार्न्स् अँड नोबल कॉफीशॉप होते. आम्ही आमच्या भेटीसाठी ती जागा निश्चित करून टाकली होती. बेन ताबडतोब त्या गर्दीतून चाकाच्या खुर्चीवर बसून पुढे निघून गेला, मी माझी काठी टेकवत आधार घेत गेलो.

बेन अजिबात वेळ वाया घालवत नव्हता, वळणाच्या वाहनांच्या समोरून, वेगाने येणाऱ्या बसेस आणि कारमधून वाट काढत तो असा जात होता, जणू त्या शिकाऱ्यात हिंमत असेल तर त्यांनी त्याचा पाठलाग करून दाखवावाच. त्याला फारच आत्मविश्वास दिसत होता. तो शालेय शिक्षण घेत असताना मी त्याला भेटलो होतो तसा तो दुबळा वाटत नव्हता.

आम्ही कॅफेत बसलो. मला कॉफी हवी होती, मी बेनकडे वळलो.

''तुझ्यासाठी काय मागवू?''

''खरंच काही नको.'' तो म्हणाला.

''बाहेर खूप गरम आहे.'' मी लक्षात आणून दिलं. ''पाण्याची बाटली मागवू.''

''खरंच नको,'' बेन पुन्हा म्हणाला, ''मी व्यवस्थित आहे.''

तो काही पिण्याच्या मनःस्थितीत का नव्हता ते...माझ्या लक्षात आलं या अपरिचित ठिकाणी त्याला मुतारी बघून येण्याची अजिबात इच्छा नसावी. डेनिसप्रमाणेच

हा पण पुढचं पाहत होता. पुढची योजना बनवत होता.

"घरापासून वर्षभर दूर राहिलास, का काय शिकलास?" मी सुरू केले.

"अगदीच संन्याशाप्रमाणे एकांतवासात नसलो तरी स्वत: एकटं राहायला, मी शिकलोय." त्याने उत्तर दिले. त्याच्या उत्तरातून एक नवा आत्मविश्वास दिसत होता. "एक वर्षापूर्वी तू असाच मला भेटायला इथे आला असता का?" मी विचारले. बेन स्मित करता करता चांगला हसलाच. "बहुधा नाही." तो म्हणाला.

"तू बस पकडून रेल्वेपर्यंत आला असतास आणि सरळ असं वॉशिंग्टनला आला असतास का?"

"कॉलेजपूर्वींच्या आयुष्यात हे सारं घडण्याची शक्यताच नव्हती. मी माझ्यासाठी हे सारं करू शकतो, हा आत्मविश्वास माझ्याजवळ होता की नाही, याचा विचारही मी करू शकत नव्हतो."

टायलर आणि तिची मैत्रीण जरा दूरवरच भटकत होती. मला तशा त्या अधूनमधून पुस्तकाच्या चवडीतून दिसायच्या म्हणा; इतर गिऱ्हाईके येत जात होती. अधूनमधून एखाद दुसरा बसलेल्या आम्हा दोघांकडे आणि टेपरेकॉर्डरकडे लक्ष देऊन पाहत जात होता. वेळ घालवण्याची माझी युक्ती काम करत होती.

"तुला मरणाची भीती वाटते?" मी सरतेशेवटी विचारले.

एकही क्षण न गमावता त्याने म्हटले, "मुळीच नाही..." तो लगेच म्हणाला, "ती आपल्या सर्वांसाठीचीच अपरिहार्य घटना आहे आणि अपरिहार्य घटनेला घाबरण्यात काही अर्थ नाही." तो हसला. "मला फक्त तारीख सांगू नका." हे योग्य होते.

"मृत्यूबद्दल तू विचार करतोस?"

"होय, आहे. ज्यावर मी विचार करतो अशी ती एक बाब आहे. मृत्यूच्या पलीकडे काहीच नसेल, तर काय, हाच तो विचार. मी माझं आयुष्य वाया घालवलंय का? आणि मी लवकरच नाहीसा होणार आहे का?" बेनने त्याच्या सृजनात्मकतेच्या शक्तीविषयी शंका सुरू केल्या. "मी बहुधा हाच विचार करतो की, का...? जर देव जर सर्वोच्च सर्वोत्तम अस्तित्व असेल तर, त्याला हा आजार मला देण्याचा आता, या क्षणी कंटाळा का येत नाही बरं?"

माझ्या मते, तो या प्रश्नाच्या उत्तराची अपेक्षा करत नसावा.

"बेन, तुला काही खायला हवं आहे का?" या पोराने मरणावर बोललेले ऐकण्यापेक्षा त्याने काहीतरी खात बसलेले बरे, त्या अवस्थेत त्याला पाहायला तरी बरे वाटेल, असे मला वाटले.

"नको. थँक्स. मला भूक नाही."

''बेन, आपण पूर्वी धर्मापर्यंत पोहोचून चर्चा केली होती. तुझ्या या आजारपणात धर्माची भूमिका आहे का? कोणती?''

''प्रामाणिकपणे सांगायचं झालं तर, असे विशिष्ट रचना असलेले धर्म माझ्या विचारांच्या बाहेरचे आहेत. प्रत्येक धर्म सांगतो, आपण स्वर्गात जाणार आहोत आणि इतर जण नरकात! मी त्यावर विश्वास ठेवू शकत नाही.''

''तुझा कशावर विश्वास आहे?''

''तुम्ही देवाला जे काय म्हणता ते...अल्लाह, जह्वेह, किंवा ज्या कुठल्या नावानं तुम्ही त्याला ओळखत असाल... किंवा तुम्ही देवावर अजिबात विश्वास ठेवत नसाल तरी...प्रत्येक व्यक्तीला याचा मार्ग सापडतोच. जी गोष्ट आध्यात्मिक आणि हृदयाच्या अगदी जवळची असते, तिचं असं राजकारण केलेलं मला आवडत नाही.'' त्याच्या मनातील शंका त्याने व्यक्त केली.

''जर तुमचे काही प्रश्न सुटणार म्हणून तुम्ही धर्माकडे वळणार असाल, तर तुम्हाला काहीच मिळणार नाही, हे नक्की.'' बेन म्हणाला, ''माझा असा विश्वास आहे की, जोपर्यंत आपण काही करण्यास सक्षम आहोत, तोपर्यंत देव काही येणार नाही. जेव्हा अशी वेळ येईल की, आपल्याला हे करणं अशक्य होईल, तेव्हा ती दैवी शक्ती मध्यस्थी करू लागते.''

वैयक्तिक जबाबदारीच्या ओझ्यावर या पोराचा विश्वास होता, हे स्पष्ट दिसत होतं. देव काही त्याचा सहकारी दिसत नव्हता.

''आपल्या आयुष्यात काय बदल करायचे, ते आपल्याच हातात असतं. अवघड, कठीण परिस्थितीतही ज्यावर अवलंबून राहावं, अशी एक जबरदस्त शक्ती आपल्या गाभ्यात असते, असं मला वाटतं.''

एखाद्या जिवावर बेतलेल्या आजारपणातील पोर किंवा ज्याच्या डोक्यावरून बंदुकीच्या गोळ्या सणसणत जाताहेत, तोच एवढ्या गहन, वैयक्तिक प्रश्नावर या वयात विचार करू शकेल.

''मग बाबा, तू हे सारं साधलंस कसं?'' मी या उत्तराच्या अपेक्षेवर थांबलो काय जादू होती ती?

''मी कठीण परिस्थितीत आहे, हे जाणून मी माझ्यातल्याच काही संवेदनांना चुचकारून पाहिलं.'' बेन शांतपणे म्हणाला, ''मी राहतो, त्यापेक्षाही वाईट अवस्थेत राहणारे करोडो लोक या जगात आहेत. असेही काही लोक आहेत, जे भुकेनं व्याकूळ होतात, पण त्यांच्याजवळ काहीच नसतं.''

''पण तू अतिशय धोक्याच्या पातळीवर आहेस. हे असं तुझं आयुष्य आहे. तू अपेक्षा करतोस, त्यापेक्षा आधीच तू मरू शकतोस.''

''मी सध्या इराकमध्ये गेलेल्या सैनिकांमधला एक सैनिक असायला हवं होतं

आणि देव त्यांचं भलं करो. माझं नैराश्य दाबून टाकायला एवढं पुरेसं असतं. माझी कृतज्ञता दाटून येते. माझ्याजवळ एक प्रेमळ कुटुंब आणि डोक्यावर एक छप्पर तरी आहे. ते सारं काही दुःख दूर करू शकत नाही, पण माझा स्वार्थ तरी जरासा विरघळतो ना आणि मी किती नशीबवान आहे, मला परमेश्वराचे किती आशीर्वाद आहेत, याची जाणीव मला होते.''

मी मोठ्या कष्टाने पापण्या मिटवल्या. ''म्हणजे तू नशीबवान आहेस, असं म्हणतोस, तेव्हा तो या साऱ्या गोष्टींचा सारांश असतो, नाही?''

बेन मागे सरकून बसला. त्याने स्मित केले. खरं तर तो चांगलाच हसत होता. मला वाटते, आमचे संभाषण समारोपाला आल्याची त्याने केलेली ती खूण होती.

''बेन, आभारी आहे.'' मी त्याचा हात हातात घेत म्हणालो. ''फार कठीण काम होतं हे आणि तू माझ्याशी बोलण्यासाठी चांगला तयार होऊन आला होतास.''

''छान झालं...'' बेन अचानक म्हणाला, ''तुम्ही मला याविषयी विचार करायला लावला.'' तो बहुधा आमच्या विसंगत मैत्रीविषयी आधीपासून विचार करत असावा. आमच्यात आत्यंतिक टोकाचे संवाद, तशीच एक घनिष्ठ मैत्रीही तयार झाली होती.

आपला प्रवास लवकरच संपणार याची बेनला जाण आहे. डेनिस आणि बझप्रमाणेच एकेक दिवस मोजला जातोय. काळाच्या घड्याळाची टिकटिक मोठ्याने ऐकू येतेय आणि तो सध्या वीसेक वर्षांचा असला तरी त्याच्या वयापेक्षा बराच परिपक्व, मोठा आहे. काही असाध्य विकार आयुष्यात अपरिहार्यता आणतात. त्याला पर्याय नसतो.

टायलर आणि तिची मैत्रीण निरोप घेण्याची वेळ झाली, हे सुचवण्यासाठी जवळ आल्या. सरतेशेवटी असे म्हणता येईल की, बेनने आयुष्याकडे सखोल नजरेने पाहिले होते, पण आमच्या संवादाच्या सुरुवातीलाच त्याने सांगितले होते, त्याप्रमाणे त्यापेक्षा जास्त शांती त्याला कुठे मिळाली नव्हती. जर मी त्याला विचारले की, त्याने कोणाच्या साथीत ही शांती मिळवली? त्याच्या वडलांच्या? आईच्या? की स्वतःच्या? त्यांच्यापैकी जो कुणी त्याला त्या त्या वेळी शांततेची संवेदना देईल...त्याच्या? तरी बेन कदाचित हे स्वीकारेल.

मी बेनच्या डोळ्यांत खोलवर पाहिले आणि खुर्ची वळत अस त्याचे माझ्या लक्षात आले. सजीवांचे चलनवलन कधीच संपत नाही. ''गर्दी होण्याच्या पूर्वी...तुला रेल्वेत बसवेन, असं मी तुझ्या आईला वचन दिलं होतं. तू जाऊ शकतोस.''

''माझी काळजी करू नका...'' तो गालातल्या गालात हसला. ''माझ्याजवळ भरपूर वेळ आहे.'' कुठल्याही उपरोधिक स्वराचा आभास न होऊ देता तो म्हणाला

आणि ते तिघे त्यांच्या मागनि गेले...हळूहळू दिसेनासे झाले.

* * *

संख्यासापेक्ष गुणवत्तेचे पुनर्मूल्यांकन

जन्म झाल्याबरोबरच आपला मृत्यूकडे प्रवास सुरू होतो. मर्त्यपणाचा स्वीकार आणि जाणीव आपण जोपर्यंत त्या वाटेला लागत नाही, तोपर्यंत होतही नाही. आपण तरुण असतो, तेव्हा काळ थांबला की काय असे वाटते. स्वत:ला अविनाशी समजतो.

तारुण्यातील ही मर्दुमकी बेनमध्ये फार पूर्वीच नष्ट झाली आहे. तो त्याच्या विशीत प्रवेश करेल, तेव्हा त्याचे आयुष्य जवळपास अध्यापिक्षा जास्त संपलेले असेल. माझा अनुभव पाहता आजारपण माणसाला आयुष्याकडे गांभीर्याने पाहण्याची तत्परता देते आणि हे ही विचारण्याची क्षमता देते की, प्रवास किती खडतर आहे? फक्त बेन विचार करू शकतो.. किती कमी आहे?

मृत्यूशी असा करार केलेल्या आजाराने बेनला अकाली वृद्ध केलेय आणि समोर पडलेल्या संक्षिप्त आयुष्यातून त्याचे गमक शोधण्याची शक्ती दिलीय. तरीही अद्याप त्याची इथली वेळ संपत आल्याची काळरूपी घड्याळाची टिकटिक त्याला बहुधा ऐकू येत नाही. स्वत:ची दया किंवा भीती वाटण्यापेक्षा, वाटून घेण्यापेक्षा तो ध्येय ठरवतो आणि आपण अमर्याद आहोत ही संवेदना बाळगतो. त्याच्या साऱ्या विचारांत 'सुसंधी' आणि 'कारकिर्द' या दोन गोष्टी एकवटल्या आहेत. सध्या त्याचे सेनसोबत प्रशिक्षण सुरू आहे. त्याच्या अनिश्चित मार्गावर आता बराक ओबामा नावाची नवी रोमहर्षक पायरी आहे, बेन समोरच्या रस्त्याची रूपरेषा स्पष्ट करतो, लांबी मोजत बसत नाही. खूप काही करण्यासारखे त्याच्याकडे आहे, कदाचित वाया घालवायला वेळ नाही. बळी जाण्याची कल्पना झुगारून लावण्याची त्याची शक्ती उपजत प्रेरणासारखी वाटते. त्याच्यात स्वप्न पाहण्याची हिंमत आहे.

तो किती बळकट आहे, त्याची सकारात्मकता किती भयानक आहे, त्याने विचारपूर्वक दिलेला नकार किती ताकदवान आहे, त्याची त्याला कल्पना नाही. ''नकार हा मुक्त करणारा आहे, कारण तो नैराश्याला दूर भिरकावून देतो आणि तुम्हाला दिलेल्या, मिळालेल्या वेळात साऱ्या गोष्टी घडवण्याची क्षमता ठेवतो.''

बेन कम्बो | १६५

या माझ्या आवडत्या विचारांचे बेन हे एक जिवंत उदाहरण आहे. आयुष्याच्या लांबीपेक्षा त्याची गुणवत्ता वाढवणे, हेच मूलभूत आहे, हे बेन आपल्याला शिकवतो. 'आता' या क्षणाचा पाठलाग केल्याने 'तर काय' आणि 'एके दिवशी' यासारखे बाष्फळ संदर्भ नष्ट होतात आणि आयुष्याला नवा अर्थ प्राप्त होतो.

◆

सारा लेविन

आरोग्याचा एक शोध

पहिल्याच भेटीत विमानतळावर मी आणि साराने हातात हात मिळवला. आम्ही विमानतळाबाहेर जरावेळ उभे होतो, थोडेफार बोलायला सुरुवात केली, तेव्हा विचारांची थोडी देवाण घेवाणही केली. मग कॉफी वगैरे घेऊन आम्ही सरळ क्लिव्हलँडचा रस्ता पकडला.

महामार्गावरून शहराकडे जात असताना गाडी चालवणाऱ्या साराकडे मी लक्षपूर्वक पाहून घेतले.

क्लिव्हलँडजवळच्या खराब रस्त्यावरून जात आम्ही शेकर्स हाईट्‌समधल्या तिच्या कार्यालयाकडे चाललो होतो. महामार्ग संपल्यानंतर आजूबाजूचा परिसर दाखवण्यास साराने सुरुवात केली. एवढ्या तातडीच्या प्रवासामागे ही एक कारण होते. आपण कोण आणि तिच्या आयुष्यातले दिवस ती कुठे घालवतेय, हे त्या तरुणीला मला दाखवण्याची इच्छा होती.

शहरातील गरीब रहिवाशांच्या मुलांमध्ये काम करणारी सारा एक समाजसेविका आहे. आजचा प्रवास आता आम्हाला काही वेगळ्या जिल्ह्यांतून घेऊन चालला होता. ''आता या रस्त्याने जाता जाता....'' ती म्हणाली, ''मला एखादं काहीतरी काम करत जाणं भाग आहे. त्यामुळे माझी पुढची एक चक्कर वाचेल.''

आम्ही एका घरासमोर थांबलो, कधी काळी या घराचे दिवस बरे असावेत. साराला तिच्या अशीलाकडून काही कागद घ्यायचे होते. त्या शांत घराकडे जाणाऱ्या त्या लहानशा स्त्रीकडे पाहात मी समोरच्या सीटवर बसून राहिलो. ती जुनी लाकडी वास्तू जणू पुढचे भविष्यच सांगत होती.

जेव्हा त्या दरवाजामागून कुठलाच प्रतिसाद आला नाही, तेव्हा सारा कारकडे परत चालत आली. बोट उंचावून खूण करत म्हणाली, "मी एका मिनिटात आलेच.'' ती पुन्हा मागे गेली आणि कुठेतरी गायब झाली. तिच्यात नक्कीच धैर्य होते, मी विचार केला. हातात काही कागद घेऊन जराशा वेळाने ती परतली.

सारा संकटग्रस्त मुलांना आणि त्यांच्या कुटुंबाला समुपदेशन देण्याचे काम करते. शहरभरातील मुलांना मुख्य प्रवाहात आणण्याचे काम प्रायोगिक तत्त्वावर करणाऱ्या एका शाळेसाठी ती काम करते. मी बातमीदाराचे काम करत असताना क्लिव्हलॅंडमध्ये भरपूर वेळ घालवलाय, इथले पत्रकार या जुनाट जागेला 'एका तलावाच्या काठी झालेला भ्रम' म्हणतात, हे मला आठवत होते. आजूबाजूला वाढलेली थोडीफार शहरी वस्ती या जुनाट, विटक्या प्रदेशाचे अस्तित्व या काळातले नाही, हे सिद्ध करत होती.

सारा तिच्या वयापेक्षा लहान दिसत होती, सुंदर, बुटकी आणि सतत चालणारी! आम्ही दोघे भरपूर चाललो, गप्पा मारल्या. उड्या मारल्या किंवा माझ्या बाबतीत, मी थोडासा धडपडत गाडीत बसून गेलो. या शहराच्या या निरुपयोगी प्रदेशाच्या आणि त्यातील मोठमोठ्या प्रश्नांच्या तुलनेने सारा लहान वाटली.

या मोडकळीस आलेल्या घरात वारंवार जाणे, आतल्या अजिबात प्रतिसाद देण्याची इच्छा नसणाऱ्या लोकांशी संवाद साधणे, (ज्यांच्यापैकी बरेचसे लोक आपल्या दुभंगलेल्या स्वप्नांसोबत राहात असतात.) हे ती कसे करते, याचेही तिने वर्णन केले.

या घरातील त्रास भोगत असलेली मुले साराच्या शाळेत येतात आणि तिच्या आयुष्यातही! "माझे मित्र विचारतात, 'या प्रकल्पात येऊन असलं काम करण्याची भीती नाही वाटत?' साराजवळ एक मिरचीचा ठसका असणारा फवारा सोबत ठेवलेला असतो. जेव्हा हल्ला होऊ शकतो, तेव्हा तो वापरावा लागतो. "मला कुणी त्रास देत नाही.'' ती म्हणाली, "एखाद्या वेळी मी नाराज, निराश होते, पण भीत मात्र अजिबात नाही.''

तिच्या मनात दुसरी एक भीती मात्र आहे. तिच्याकडे ती गांभीर्याने पाहते, लक्ष देते. साराला 'क्रॉन्स डिसीज' नावाचा आजार झालाय. पचनसंस्थेची अतिशय विकृत अवस्था होऊन थकवणारा हा आजार आहे.

क्रॉन्स डिसीजमुळे साराच्या शरीरावर सततच अत्यंत वाईट परिणाम होतो आहे; त्यामुळे रोजच तिच्या भविष्यकाळाविषयी प्रश्नचिन्ह उभे राहते आहे.

त्या कोंदट दुपारी साराने आपली व्हॉल्वो क्लिव्हलॅंड आणि शेकर्स हाईट्सच्या सीमारेषेवर असणाऱ्या फेअर हिल सेंटरवर नेली. भर जुलैमधील ती उष्णता दमछाक करणारी आणि आमचा एअर कंडिशनचा कोश फोडून आत येणारी होती.

सारा लेविन । १६९

तिच्या कार्यालयात आम्ही थोड्याच वेळ थांबलो तरी भयंकर त्रास होत होता.

सारा जरा अशक्त वाटत होती, हळुवार चालत होती. ''मी उन्हाळ्यात आठवड्यातून फक्त तीनच दिवस काम करतेय.'' आम्ही तिच्या कार्यालियाकडे जाताना ती म्हणाली, 'किमान आता तरी...!'' आजार आणि समाजकार्य या दोन्ही आघाड्यांवर तिची कसरत चालू असते.

साराच्या आयुष्यातल्या प्रत्येक दिवसाबरोबर तिच्या आतड्याचा दाह करणारा हा आजार असतोच. ती अठ्ठावीस वर्षांची आहे पण वयापेक्षाही ती जास्त थकलीय. ''जरा बरंय...'' ती हळुवारपणे म्हणाली, ''म्हणजे जेव्हा झोपायला भरपूर वेळ मिळतो, तेव्हा बरं वाटतं. या दिवसांत मी भरपूर झोपते. मला वाटतं, मी अशक्त... कायमच अशक्त असते, त्यामुळे मला कायमच भरपूर थकवा येतो.''

सततच्या रक्तस्रावामुळे दीर्घकाळपर्यंतचा थकवा येतच राहतो. साराने खरे तर तिचे मोठे आतडे काढून टाकायला हवे होते. त्यातून होणारा रक्तस्राव तिच्या पोटात साचत असतो. रक्तस्राव अतिशय हळुवार, पण कायम असतो. ते रक्त खाली वाहात जाऊन गुदद्वारामार्गे बाहेर पडतं. ''आंतर काय, बाह्य काय.. सरळ रक्तस्रावच म्हणूयात.'' सारा थकल्या भागल्या स्वरात म्हणाली.

ती सारे खुलेपणाने सांगते, पण फार विस्तृत मात्र सांगत नाही.

तिच्या व्यवसायात ती तशी एक कठोर व्यक्ती म्हणून ओळखली जाते. एक स्त्री म्हणून समाजाच्या दृष्टीने ती वेगळीच आहे. हे फार आश्चर्यकारक नाही. ती तरुणी आपल्या आतड्याच्या आजारात काय काय घडते, हे सारे कुणाला सांगत नाही. एक वेगळे व्यक्तिमत्त्व म्हणून सारा जगते. एकीकडे सुकत चाललेले अस्तित्व, तर दुसरीकडे विकसित व्यक्तिमत्त्वाची स्त्री! डॉ. डॉलीटल यांच्या काल्पनिक प्राण्याप्रमाणे, 'पुशमीपुलयू'प्रमाणे ती जगते. हा प्राणी स्वतःच्याच हालचालीने विरुद्ध दिशेला ओढला जातो अशी कल्पना आहे. सारा त्याप्रमाणे आहे. जणू ती त्या पुशमीपुलयूचा नवा अवतारच! तिच्या ठाम निश्चयाशी तिच्या अस्तित्वाची सतत स्पर्धा सुरू असते. ''ज्याच्यावर केव्हाही मर्मभेदी हल्ला होऊ शकतो अशी मी जबरदस्त व्यक्ती आहे. ती म्हणाली, ''होय, मी जीवनात नव्याने झुंज देणं, उभं राहणं गरजेचं आहे.'' स्वतःच्याच शब्दांनी आश्चर्यचकीत झाल्याप्रमाणे ती बोलली.

जुन्या फेअर हिल इमारतीच्या प्रौढांच्या सुरक्षा सेवा विभागात, यांना अगदी औषधोपचाराची गरज नाहीये, पण दिवसा त्यांच्याकडे लक्ष देण्याची गरज आहे व थोडंसं प्रोत्साहन देण्याची गरज आहे, अशा प्रौढांसाठी कार्यक्रम होता. तसेच शाळेचाही कार्यक्रम होता. ही इमारत एक मानसोपचार संस्था म्हणूनच वापरली जाते. ''तेच योग्य वाटतं...'' साराने मला सांगितलं का? ''माझं आयुष्यही मोठं

प्रश्नचिन्ह आहे.'' ती चेहऱ्यावर अर्धवट हास्य तसंच खेळवत म्हणाली.

एक उपचार तज्ज्ञ म्हणून सारा वर्गात आणि बाहेरही अशा मुलांवर उपचार करते, जी सामाजिक स्तरावर कौशल्याने वागण्यात कमी पडतात.तिचे हे कामाचे स्वरूप दोन पिढ्यांवर संस्कार करणारे म्हणून ओळखले जाते कारण, शिक्षक आणि समुपदेशक विद्यार्थ्यांबिरोबर त्यांच्या त्यांच्या वडिलधाऱ्या पालकांवरही संस्कारांचे काम करतात. काही काही तरुणांना तर वर्तणुकीचा आजार असतो. ''मी तिथे मध्यस्थ असते आणि पालकांसोबत काम करते.''

''हा व्यवसाय निवडण्याचा तुझ्या आजाराशी काही संबंध?''

''मी समाजकार्यासाठी गेले कारण मला पोटदुखी आणि क्रॉन्स डिसीज या आजाराने ग्रस्त मुलांसाठी काम करायचं आहे.''

शाळेची भलीमोठी ओसरी ओलांडता ओलांडता मी साराकडे डोळ्यांच्या कोपऱ्यातून एकवार पाहून घेतले. तिच्याजवळ एक मोठे ध्येय होते, पण तिचे लहान मुलीसारखे दिसणे मात्र तसेच होते. ती जवळपास पाचेक फूट उंचीची असावी अशी ती बुटकीशी आहे. तिचा चेहरा गोल, गुलाबी आहे. पण धोक्यात आलेले आरोग्य आणि तिच्या आजारावरच्या अनेक उपचार पद्धती त्यामुळे ती थोडीशी म्लान दिसते. औषधाने तिच्यात कुठलीही विकृती आलेली नसली तरी तिचा आकार मात्र बदलवला आहे आणि त्यांना तिला जिवंत ठेवायचे आहे.

पण तिच्या शरीराच्या मापापलीकडे जाऊन असेही म्हणता येईल की, तिचा उत्साहही कमीच आहे. जेव्हा केव्हा आम्ही भेटलो तेव्हा ती चांगली दिसत होती, पण कुठलीही चढण चढताना ती फारच थकलेली असायची. या वयात तेवढे तिला सहन क्यायला हवे होते. लहानपणापासून आयुष्यभर याच मार्गावर ती चालत होती.

सारा लेविनजवळ बिनधास्त लहानपणाची आठवणच नाही. खरे सांगायचे झाले तर, एक लहान मूल असण्याची मजा तिला माहिती नाहीच. बालपण, शैशव आणि तारुण्य हा सगळा काळ ती दिवस कसेबसे ढकलतच घालवत होती.

सारा नुकतीच दुपट्यातून बाहेर आली, तेव्हाच तिचे शरीर फाडून काढून काढणारे हे युद्ध सुरू झाले होते. ती तीन वर्षांची असताना तिला रक्ताचे जुलाब सुरू झाले. त्रास लगेच वाढला. ''माझे आईवडील मला म्हणाले की, मी नेहमीच जवळपास आजारी असायची.'' ती म्हणाली.

वयाच्या चौथ्या वर्षी तिला कोलोनोस्कोपीच्या तपासणीला सामोरे जावे लागले, ही तिला आठवत असलेली आजाराची सर्वांत जुनी घटना! ''मी रुग्णालयात जायलाच तयार नव्हते.'' तिने आठवून सांगितले, ''मी फार दुखावले गेले होते आणि गोंधळलेही होते.'' मला स्वतःला मी एवढी प्रौढ असूनही या तपासण्याची

वाटलेली भीती आठवली. मी साराला ती तपासणी पन्नास वेळा केल्याचे सांगितले. ती हसलीच. "मला ती तपासणी गोंधळ न घालता करू दिल्याबद्दल बाहुली मिळाली. तुम्हाला काय मिळालं?"

"डोकेदुखी...." मी उत्तर दिले.

कोलोनोस्कोपी झाल्यानंतर साराला अल्सरेटिव्ह कोलायटिस, म्हणजे मोठ्या आतड्याचा जुनाट दाह असल्याचे निदान झाले, ज्याच्यामुळे आतड्यात चट्टे आणि खड्डे पडतात. या अवस्थेमुळे प्रचंड पोटदुखी, पोटात कळा येणे, संडासावाटे पू किंवा रक्त किंवा आव पातळ स्वरूपात पडणे अशी लक्षणे दिसतात.

बराच काळ कायम आजारी राहण्याची आणि शाळा चुकण्याची, शाळेत न जाऊ शकण्याची ती सुरुवात होती. रक्तस्राव भयंकर व्हायचा. "मी जेव्हा खरोखरच आजारी पडले, तेव्हा आजाराच्या दुसऱ्या टप्प्यात होते, असं मला वाटतं." सारा म्हणाली, "बहुधा तेव्हा मला रुग्णालयीत भरतीही करण्यात आलं होतं." जेव्हा ती पुन्हा शाळेत गेली, तेव्हा तिची आई, जोन तिच्यासोबत होती. "ती असं करेल, असं मला वाटलंही नव्हतं, पण..." सारा म्हणाली. "ती वर्गाच्या बाहेर बसून राहायची." सारा जेव्हा आजारी पडली, तेव्हा जोन आपला सारा वेळ वर्गाबाहेर बसून वाचनात घालवायची. "मी तीन आठवडे तिथं होते." जोन म्हणाल्या.

जोन एक प्राथमिक शाळेच्या कला शिक्षिका होत्या. त्या साराच्या शरीराची योग्य काळजी घेण्यासाठी तिथं असायच्या. जोनने स्पष्ट केले, "कुणी तिला मिठी मारे. मुलींच्या खोलीकडे ती पळायची, ती आजारी पडण्यापूर्वी हे सारंच चालायचं. आतड्यात दाह व्हायचा ना, तो बहुधा सकाळीच व्हायचा."

प्रश्न खरा हा होता की सारा स्टेरॉईड्च्या गोळ्या घ्यायची. पोटाचे दुखणे कमी होण्यासाठी ती लहानशी पोर त्या गोळ्या घ्यायची. इतर दुष्परिणामांप्रमाणेच तिच्या ॲड्रेनल ग्रंथीवरही त्याचा दुष्परिणाम झाला. अर्थात, एक परिणाम म्हणून रोज सकाळी उठल्यानंतर तिला भयंकर मळमळ होण्याचा त्रास सुरू झाला.

रस्त्यात पूर्वसूचना मिळाल्याखेरीज अचानक उलटी होऊ लागली. कधी मित्रमैत्रिणींच्या घरी वा बसमध्येही ती होऊ लागली. "मी तिथं वर्गबाहेर कायमच बसलेली असायची, कारण आपल्या वर्गमित्रांसमोर असं दुखणं साराला नकोसं वाटायचं." जोन म्हणाल्या, "ती त्या बाबतीत फार जागरुक असायची."

शाळेत भटकत राहणाऱ्या या आईमुळे साराला आपल्या अस्तित्वाची विशेष जाणीव होत राहिली. इतर मुलांपेक्षा आपले विश्व वेगळे असल्याची जाणीव सतत राहिली. "त्यावेळी मला असं वाटायचं, मी काही त्यांच्यासारखी नाही आणि मला वाटतं, इतर मुलांनाही मी कोणीतरी वेगळी असल्याची जाणीव असावी."

मुलं तशी दयाळू नव्हतीच. तिची आई इथं का आहे? ती तिची एकटी शाळेत जाऊ शकत नाही.? असं विचारून ती भंडावून सोडत. ''अशावेळी मला काय झालंय, आणि मला कोणता आजार आहे हे मी लोकांना सांगू पण शकत नव्हते.'' तिला काय झालंय हे धड तिलाही कळत नव्हते. ''मला तसं कळत होतं, खरंच ते एवढंच की मला काहीतरी पोटाचा त्रास होता. जर मला कुणी विचारलं, तर मी म्हणायची, 'मला पोटाचा त्रास आहे.' मला त्यापेक्षा जास्त काही कळत नव्हतं. किमान अल्सरेटिव्ह कोलायटिसबद्दल तरी...!

एखाद्या अजाण मुलाला गंभीर आजाराबद्दल जेव्हा कळते तेव्हा त्याविषयी काही आठवण वा नि:संदिग्ध अशी माहिती त्यास सहसा आढळत नाही. सारा एके दिवशी सकाळी उठली आणि तिला काही तरी वेगळे वाटले किंवा तिचे भविष्य नेमके काय, याविषयी शंका आली.असे काही नसतेच. आजाराबद्दल जाणीव होणे आणि त्याविषयी सारे काही समजणे ही हळूहळू आणि ही बराच वेळ खाणारी प्रक्रिया असते.

''ती अंत:प्रेरणा होती...'' सारा म्हणाली, ''मला त्याबद्दल कुणीच काही सांगितलं नाही.'' तिला कुठलीही ठराविक भावना आठवत नाही. ''मी तरुण होते, तेव्हा आजारपणाबद्दल फार भावनाशील नव्हतेच. बस्स, आजार आहे तर आहे. एवढंच!''

साराचे सारे बालपण असेच वारंवार संडासावाटे रक्त पडण्यात आणि जुलाब होण्यात गेले. अस्वस्थ राहणे, वाटणे... त्याचे रुपांतर पोटदुखीत होणे, ही तिच्या तारुण्याची खूणच होत गेली. ''त्या भयंकर पोटदुखीमुळे एखाद्या नर्सकडून उपचार घेतल्याशिवाय माझा दिवस जातच नव्हता.'' ती म्हणाली.

''मग असं घडतच राहिलं आणि मला आपण वेगळे आहोत, याची सततच जाणीव होत राहिली.'' सारा तटस्थपणे म्हणाली, ''त्या गोष्टीतून कसं बाहेर पडावं, हे मला कधी कळलंच नाही. मला फक्त एवढंच कळलं की, आपण इतर मित्रमैत्रिणींप्रमाणे नाही. आपण असे वेगळे आहोत हे मला कळत होतं, पण कसे हे मात्र कळत नव्हतं, असं आता वाटतं.'' ती आठवत म्हणाली, ''मला एक अनुभव आला होता.माझे मित्रमैत्रिणी मला विचारायचे की, माझा चेहरा असा गोल गोल का आहे? खरे तर तो स्टेरॉईड्समुळे तसा झाला होता.''

साराचे व्यक्तिमत्त्वसुद्धा इतरांपेक्षा पूर्ण वेगळे लक्ष वेधून घेणारे होते. मुले तिची मजा करायची, अशी मजा मुलेच करू शकतात. ''मला एक विचित्र अनुभव आठवतो, मला वाटतं, मी तेव्हा सहा वर्षाची होते.मी आमच्या स्केटिंग क्लबमध्ये गेले होते आणि मला एक लहान मुलगा आठवतो. त्याने मला ढिगभर प्रश्न विचारले. ''तुझा चेहरा असा गोल गोल का? तू एवढी लहानशी का? आपल्या

स्केटिंग शोमध्ये तू रांगेच्या शेवटीच का असते?''

पहिल्यांदा अशा चौकशांमुळे आपण इतरांपासून वेगळे आहोत, याची साराला जाणीव झाली. ''माझा चेहरा असा गोल गोल आहे, तो स्टेरॉईडमुळे तसा झालाय, याची मला त्यावेळी जाणीवही नसावी. सारा म्हणाली की, तिच्या आईवडिलांनी तिला वेळोवेळी संरक्षण देण्याचा भरपूर प्रयत्न केला, पण दुसऱ्या कुणा मुलाकडून विचारले गेलेले अबोध प्रश्न आणि एका टारगटाने काढलेली खोड यातला फरक त्या मुलीला कसा समजवावा हा प्रश्नच होता.

तिच्या आईने इतर पालकांकडून बोथट प्रश्न विचारल्यावर होणाऱ्या वेदना व्यक्त केल्या. ''साराला काय झालंय? तिचा चेहरा फारच वाटोळा दिसतोय.'' हे सारे साराला त्रास देणारेच होते. ''मी अशी वेगळी का आहे, हेच मला तेव्हा कळत नव्हतं.'' हे तिचं शोकगीतच बनलं, वारंवार म्हटलं जाणारं साराचं पालुपद!

माझ्या खांद्यावरून दूरवर पाहात ती कशाचा तरी वेध घेत म्हणाली, ''विभिन्नता हे खरं जग आहे.'' ती हळुवार म्हणाली, ''त्यामुळे मी दुःखी झाले, पण आपण त्यांच्यासारखे नाही, ही जाणीव सतत माझ्यासोबत राहिली.'' आजारपण हा स्वतःच्या एकटेपणाचा गहन अनुभवच असतो.

''मी प्रत्येक वेळी आपण निरोगी आहोत, हे दाखवण्याचा प्रयत्न करत होते, पण प्रत्येकवेळी माझ्यावर शेरे मला थप्पड मारल्याप्रमाणे बसायचे.''

प्रौढांपैकी काहीजण आपले वेगळेपण आनंदाने साजरेच करतात. लहानांच्या बाबतीत सांगायचे झाले तर, त्या वेगळेपणात स्वतःला पाहाणे आणि इतरांचे लक्ष आपल्याकडे वेधून घेणे, यापेक्षा त्याला जास्त काही किंमत नसते. सारा सगळ्यांकडे आकृष्ट होत होती, पण चुकीच्या गोष्टींसाठी...!

तिची आई आणि वडील, पॉल यांचे याकडे लक्ष वेधले गेले होते की, सारा सर्वसामान्यांप्रमाणे आयुष्य जगू शकते. त्यामुळे आजारी लहान मुलांना त्यांच्या कोषातून बाहेर काढण्यास मदत होते. ''माझ्या आईवडिलांनी माझ्या कुठल्याही गोष्टीसाठी मला वाईट वाटू दिले नाही.'' सारा म्हणाली, ''आपण गुन्हेगार आहोत, असं मला वाटणार नाही, यासाठी जे जे शक्य होतं ते ते करण्याचा प्रयत्न त्यांनी केला. तो काही खरं तर पर्याय नव्हता. मी तुम्हाला सांगते, मी इतर चळवळीकडे, कामाकडे त्यामुळे ओढली गेले.''

जवळपास एका दशकानंतर डेबी आणि बेन कम्बो हे पण अशाच प्रकारची झुंज बेनसाठी देत होते. लहान मुलांना जेव्हा असे आजारपण येते तेव्हा त्यांचा उत्साह टिकवून ठेवणे आणि पुढचा संघर्ष सुरू ठेवणे अत्यंत गरजेचे असते. तारुण्यात असे कुणाला काही झाले तर, इतर बाजूने निघण्याचा, निसटण्याचा लोक प्रयत्न करतात, टाळतात, जणू आजार हा शत्रू असतो. मुले एकमेकांशी

संबंधित असतात. जीवाणू की विषाणू हे बघत नाहीत.

साराने आपले लक्ष स्केटिंग, बॅले नृत्य आणि क्वायोलीन वाजवण्यावर केंद्रित केले. ती स्काऊटमध्ये गेली. ''होय. माझे मित्रमैत्रिणी करत होते, ती प्रत्येक गोष्ट मी केली आणि शक्य तेवढ्या गोष्टींत मी रस घ्यावा, असे माझे आईवडीलही सांगत राहायचे.''

अर्थात् अशा प्रकारच्या सर्व गोष्टींशी संबंध ठेवण्याचा दृष्टिकोन म्हणजे एक जबरदस्तीही ठरू शकते. ''बहुधा माझ्या सर्वसाधारण वयाच्या बालकापेक्षा मी जास्त गोष्टींत गुंतलेली असायची.'' आई आपली बळजबरी करायची. जोन सूचना द्यायची आणि जरा विरोध असला तरी पुढे ढकलायची. ''या साऱ्या गोष्टी मला करायच्याच होत्या.'' सारा म्हणाली.

जोन आणि पॉल म्हणाले की, हा संघर्ष शारीरिक उत्तरापेक्षा मानसिक स्तरावरच जास्त झाला. सारला हे स्तर माहीत असणे गरजेचं होतं की, ती तिला काय वाटेल ते करू शकत होती. साराच्या आतड्यात काय हालचाली होतात, त्याबरोबरच तिच्या डोक्यात काय चालते, याविषयीपण हे जोडपे सजग राहिले.

१९९८ मध्ये क्लिव्हलँडमधील विशेष कार्य करणाऱ्या महिलांसाठी आयोजित केलेल्या मेजवानीत क्रान्स आणि कोलायटिस फाऊंडेशनने एका मुलीच्या आयुष्यात वेगळे परिवर्तन केल्याबद्दल जोन लेविनचा सन्मान केला. फार वर्षापूर्वी साराच्या डॉक्टरांनी दिलेल्या एका प्रभावशाली सल्ल्याचा खास उल्लेख जोननी तिथे केला. ''तुम्ही तुमच्या मुलीला घरीच ठेवू शकता आणि आपण एक आजारी मुलगी म्हणून तिची मानसिकता वाढवू शकतो किंवा दुसरा विचार करता तुम्ही तिला एक सामान्य निरोगी मुलगी म्हणूनही वाढवू शकता. तिच्याकडून मग एक निरोगी मुलगी जे जे करू शकते ते करण्याची अपेक्षाही ठेवू शकता.''

साराचे वडील, वकील आहेत आणि आता बिचवुडला साहाय्यक कायदा संचालक म्हणून काम पाहतात. ते जवळच्याच ओहिओ शहरात राहतात, ते म्हणतात की, सारला सामान्य मुलीसारखेच वागवण्याचा माझा दृष्टिकोन बहुधा जोनपेक्षा सरळ सुलभ होता. जोन तिला जरा जास्तच पुढे न्यायची. पॉलची शैली जरा संथ होती. जरा पुढे जावे, पण सारे सुरक्षित झाकलेले असावे, एकदम सारे खुले करून मोडू नये, हा त्यांचा स्वभाव होता. ''मी फक्त सांगायचो, तुला बर्फावर स्केट करायचं ना... ठीक, कर, तुझं तू गाणं शीक. मी नेहमीच साराबद्दल हा विचार करत राहिलो की, तिला जे जमेल ते तिनं करावं, असा विचार कधीच केला नाही, जे जमणार नाही, त्यात तिला ढकलावं.''

ही योजना ठीक चालली. पण डॅडला अजूनही असेच वाटते की, सारला धोक्याची सूचना कळत नाही. ''सारला कदाचित असं वाटतही असेल की मी

तिच्याकडे आणि तिच्या त्रासाकडे दुर्लक्ष करत होतो.'' पॉल म्हणाले, ''पण सारा हे पार करून आली.''

साराच्या वडिलांनी मुद्दामच उच्च उद्दिष्ट ठेवले आणि मुलीकडून उत्तम गोष्टी करण्याची अपेक्षा ठेवली. ''मी कबूल करते.'' सारा लगेच म्हणाली, ''सर्व गोष्टींत सहभाग घेण्याची क्षमता ठेवणं आणि मला पोटदुखी होती म्हणून मी रडत घरी बसावं याला माझ्या पालकांनी दिलेला नकार, या दोन चार चांगल्या गोष्टी त्यांनी माझ्यासाठी केल्या. मी म्हणते, आज मी जी काय आहे ती त्यामुळेच आहे.''

ज्या व्यक्तीच्या लहानपणीच असाध्य आजाराचे निदान झालेले असते, ती तडजोड करते; कारण तुलना करण्यासाठी तिच्याजवळ दुसरे काहीच नसते... हे खरे की खोटे हा प्रश्न अनुत्तरीतच आहे. साराला चांगले आरोग्य म्हणजे काय हे माहितीच नाही, पण म्हणून बेनप्रमाणे तिच्याजवळ जे नाही, ते ती चुकवण्याचा प्रयत्न करत नाही. दुसऱ्या बाजूने पाहता मला वयाच्या पंचविसाव्या वर्षी कळले की, मला मल्टिपल स्क्लेरॉसिस आहे आणि त्यानंतरही मी सर्वसामान्य माणसाप्रमाणे जगण्याचा आनंद घेतला आहे. पण असे भयंकर निदान ऐकण्याचा बसलेला धक्का आजही माझ्यासोबतच आहे.

''खरंतर, माझ्या या त्रासाविषयी गांभीर्यानं विचार करायला मी सहाव्या किंवा सातव्या वर्षी सुरुवात केली.'' सारा हळुवारपणे म्हणाली, ''मी सगळे दिवे विझल्याप्रमाणे हताश झाले, असं काही नाही.'' ती जरा थांबून म्हणाली, ''मला माझ्या पालकांनी किंवा डॉक्टरांनीही खाली बसवलं, असंही मला वाटत नाही. मीच माझ्या जाणीवा वाढवत जरा शिकले.''

जरी फारसे कळत नव्हते तरी, अल्सरेटिव्ह कोलायटिसबद्दल आपण पुस्तकातून वाचून माहिती गोळा करत होतो, असे साराला अजूनही आठवते. रोगाबद्दल ऐकून वा मनाने तिने काही निष्कर्ष काढले होते. ''जसजसे हे त्रास लोकांना दिसू लागले, तसतसे आम्ही लोकांना याबद्दल सांगायला सुरुवात केली.'' जोन म्हणाल्या. ''कोणती गोष्ट लोकांना सांगायची हा निर्णय आम्ही...'' एक क्षणभर त्यांनी विचारला केला नंतर म्हणाले, ''आम्ही कधीही हताश होऊ असं म्हटलं नाही की, हे तुला काय झालंय, तुला अमूक त्रास झालाय.. वगैरे.'' ''सहज बोलता बोलता एकदा डॉक्टर अल्सरेटिव्ह कोलायटिस म्हणाले, तो शब्द साराने ऐकला असावा'' असे जोन म्हणाल्या, ''त्या गोष्टींची चर्चा तिच्यासमोरच होत असे.'' या आजाराला अंगाखांद्यावर वागवत जगता जगता, कुठलेही नाव नसले किंवा कसलासा अर्थ असेल. असे नाव ऐकायला मिळाले, तरी सारा उरलेल्या आयुष्यभर भोगाव्या लागणाऱ्या एका वास्तवाशी समरस झाली होती. लहान मुलांना त्यांच्या आजारपणाबद्दल असे सांगणे चुकीचे असले तरी असे झाले होते खरे! कदाचित दुसरा योग्य मार्ग

नसावाच. ''ते हळूहळू घडतच राहिलं, पण आम्ही माझ्या तब्येतीबद्दल विस्तृत बोलत बसलो नाही, एवढं खरं!'' साराने सांगितले.

या आजारासोबत संघर्ष करण्यासाठी रोज स्टेरॉईड प्रेडनिस्लेन घेणे, ही गोष्ट सारासाठी भयंकर होती. इरिटेबल बोवेल या आजारासाठी वापरात असलेल्या औषधीचे दुष्परिणाम भयंकर आहेत. मी अनेकवेळा हे रसायन वापरले आहे आणि प्रत्येक वेळी माझे वजन वाढवले.मला बेचैन वाटू लागले. बेननेही हे औषध अनेक फायद्यातोट्यांसह घेतले. त्याने फुफ्फुसाची क्रिया व्यवस्थित राखली गेली, पण वाढ मात्र खुंटली.

आमच्यासारखे जुनाट, असाध्य विकारांनी ग्रासलेले किंवा क्षमता घटवणाऱ्या आजारांनी ग्रासलेले लोक या उपचाराच्या जुलमांनीही ग्रासलेले आहेत. औषधे आपण गिळलीच पाहिजेत. आपण हातापायात ज्या सुया खुपसून घेतो, त्यासाठी वेगळी किंमत मोजावी लागते. ही आश्चर्यकारक औषधे आम्हाला अशाप्रकारे दुष्परिणाम दाखवून आश्चर्यचकित करतात की, आपण ही औषधे का घेतो, याचेच आश्चर्य वाटते.

वयाच्या चौथ्या वर्षी सारासाठी स्टेरॉईड्स हा दैनंदिनीतला एक भाग बनून गेली होती. ''माझी आई मला ती सफरचंदाच्या रसात घालून द्यायची.'' त्या औषधाने सारामध्ये लक्षणीय बदल केला. त्यामुळे तिला जीवदान मिळाले, हे खरे, पण तिची वाढ खुंटली, हाडे कडक न राहता ठिसूळ बनली आणि वजन मात्र अवास्तव वाढले. वयात येता येता साराच्या स्वभावात विचित्र बदल होत असल्याचे तिच्या लक्षात येऊ लागले. ''कुणाशी बोलता बोलता एखाद्या शब्दावरून किंवा कुणाच्या तिरप्या नजरेनेसुद्धा एकतर माझ्या डोळ्यांना धारा लागत किंवा रागात मी त्याचा गळाच धरायची.'' ती म्हणाली. एखाद्या व्यक्तीला अतिसंवेदनशील बनवते. अशी अवस्था वयात येणाऱ्या मुलांमध्ये एकतर साधारणपणे असतेच. शिवाय त्यात या औषधाची भर पडली होती.

सारामध्ये अशा साऱ्या भावना काही प्रमाणात, क्षणिक का होईना पण हळुवारपणे येत असतच. ''मला इतर दुष्परिणामही माहीत होतेच.'' ती म्हणाली, ''पण बरीच वर्षे मला असं वाटे की आपल्यात बराच गोंधळ झालाय.'' जोनलाही हे सोसावे लागलेच. ''मी सतत बदलणाऱ्या मन:स्थितीचा अनुभव घेतला. कधी चांगली, कधी वाईट, वयात येणाऱ्या मुलींच्या आणि आयांच्याही बाबतीतला अनुभव घेतला.''

एक न सुटलेला प्रश्न म्हणजे हे औषध तिचे खरे स्वरूप किती दिवस लपवणार होते? सारा व तिच्या कुटुंबाला पडलेला हा प्रश्नच होता.

प्रभावशाली औषधे व्यक्तिमत्त्व आणि वागणूक बदलून टाकतात. ''साराचं खरं व्यक्तिमत्त्व म्हणजे काय ते आम्हाला कधी कळलंच नाही, कारण ती खरं तर रांगायला लागली तेव्हापासून जवळपास स्टेरॉईडसवरच होती.'' जोन म्हणाल्या, ''आम्ही ते कसं काय शोधून काढावं?'' त्यांनी नि:श्वास सोडला. ''आम्हाला जर खरी सारा कळली, तरी मला आश्चर्य वाटेल.''

वयात येणाऱ्या सारासाठी तिचे दिसणे हा गरमागरम चर्चेचा विषय होता. वयात येणाऱ्या मुली नाहीतरी त्यांच्या 'दिसण्याच्या' बाबतीत जरा जास्तच वेड्या असतात, त्यामुळे तिच्या अशा बेंगरुळ चेहऱ्यावर आणि शरीरावर जी चर्चा व्हायची त्याने तिच्याच भाषेत सांगायचं झालं तर तिला एक प्रकारची अलिप्तता वाटू लागली.

काही काळासाठी साराने औषध बंद केले. एका नव्या कंपनीने या स्टेरॉईडसारखेच दुसरे औषध आणले. दुष्परिणामांचा जरा वेगळा विचार करूनच! पण त्याबरोबरच दुसरे दुष्परिणाम आलेच. ''मी काही काळ ते औषध घेतलं पण भयंकर मुरुमांनी चेहरा भरला ही फार भयानक बाब होती.'' ती म्हणाली, ''मला त्यापूर्वी चेहऱ्यावर फोड वगैरे नव्हते. आता तोंड देण्यासाठी पुन्हा दुसरी भानगड उपस्थित झाली. काही दिवस तर माझ्या पूर्ण त्वचेवर ते होतं.''

फार काळाचे अंतर पडण्याच्या आतच पुन्हा पहिले औषध सुरू करण्यात आले. साराला आपण या औषधाने वेढले गेलो आहोत, असे वाटत होते आणि तिने एक भयंकर खेळ शोधून काढला. दुष्परिणाम घालवण्यासाठी ती जिवावर उदार झाली, हा चंद्रासारखा वाटोळा चेहरा आणि भरपूर वजन मानसिकदृष्ट्या खच्चीकरण करणारे वाटत होते.

हे जिवावर उदार होणे अंगावर आले आणि साराला आपल्याला अतिदक्षता विभागात दाखल करावे लागल्याचे लक्षात आले. तीच पुनरावृत्ती झाली, आत्यंतिक थकवा, अशक्तपणामुळे रुग्णालयात दाखल करावे लागेल, शरीरातील पाणी प्रचंड प्रमाणात कमी झाल्याने क्षोभ व वाढलेला रक्तस्राव! सारखे येणारे आणीबाणीचे प्रसंग तिला थकवणारे होते. सारा इतकी अशक्त झाली की, तिला अंथरुणातून उठता येत नव्हते. ''भावनिकदृष्ट्या ते फार भयानक होते. मी काय करून बसले, हे मला कळलं, माझं शरीर नियंत्रणाबाहेर चाललं होतं. मी पूर्णपणे बिघडलेच.''

तिला संपूर्णपणे उध्वस्त करणारा हा काळ साराला चांगलाच आठवतो. ''मला माहिती होतं की, आपल्याला अजून स्टेरॉईड्सचे मोठे डोस रुग्णालयात दिले जातील आणि त्याचे भयंकर दुष्परिणाम होतील, त्यामुळे मी अक्षरश: उध्वस्त झाले होते. ती बाब अपरिहार्य होती.''

''ही स्वत:च ओढवून घेतलेली आपत्ती होती.''

''काही प्रमाणात तर तसंच होतं... हो'' थकलेल्या स्वरात सारा म्हणाली, ''मला वाटतं, चांगलं वातावरण असावं, असं प्रत्येकाला वाटतं. तुम्हाला एक तर बरं वाटतं किंवा बरं दिसतं. एक शहाणा, समजूतदार माणूस नेहमीच चांगलं वातावरण शोधत असतो.'' तिने निष्कर्ष काढला. तिचा आवाज टिपेला पोहोचला. ''दुष्परिणाम इतके विध्वंसक असतात अतिशय भयंकर असतात.'' मग जरा घुमेपणाने म्हणाली, ''जरा माझ्या जागी तुम्हाला ठेवून बघता.''

शेवटी त्याचा परिणाम चांगला झाला. त्याच औषधांचे चक्र पुन्हा सुरू झाले आणि लक्षपूर्वक सुरू ठेवण्यात आले. सारा आता कुठलीही बाब काळजीपूर्वक करते. ''मी आठवडाभर रुग्णालयात राहून आल्यानंतर मला त्याचं मूल्य कळलं.'' ती हसत म्हणाली, ''आजारापेक्षाही औषध भयंकर असतं हे कळल्याने मला आश्चर्य वाटलं.'' ती म्हणाली, ''पण ते तसंच असतं. प्रामाणिकपणे सांगायचं झालं तर मी ते मनातून काढून टाकण्याचा प्रयत्न केला. मी कधीतरी त्यावर विचार करते. खरं तर बहुधा रोजच!'' प्रश्न अवघड आहे, कारण त्यात फसवणूक जास्त आहे. औषधाशिवाय आयुष्य काही काळ गंमत म्हणून ठीक असते. रुग्ण बरा दिसतो. पण.. पण हे सारे उताराकडे जाताना गाडीने घेतलेल्या वेगासारखे मजेदार वाटते माणसाला भयंकर अशा धोक्यात झोकून देणारे असते.

अशा थकवणाऱ्या आजारांपासून जरा शांतता लागण्यासाठी ज्यांना आयुष्याकडे लक्ष द्यावे लागते असे काही तरुण असतात. त्यांच्यासाठी औषधे भयंकर असतात. साराचे औषध तर फक्त अशा हिमनगाचे एक टोकच आहे. ''मी घेते...'' सारा म्हणाली, ''मी घेतेच.'' ती पुन्हा म्हणाली. ''घेतेच.'' ती क्षणभर थांबत दूरवर दृष्टी लावत म्हणाली.

तिने औषधांची यादीच सांगायला सुरुवात केली. वेदना होऊ नयेत म्हणून गोळ्या, जुलाबासाठी औषधे.. तिला सतत कुठल्या ना कुठल्या जंतूचा संसर्ग व्हायचा म्हणून सतत सहा वर्षे तिने एक औषध घेतले; दुसरे एक प्रतिजैविक होते त्याच्यावर अक्षरश: सततच अवलंबून राहाणे तिला फारच त्रासदायक गेले; मग नेक्झियम, पित्त वाढू नये म्हणून; नैराश्यासाठी औषधे...! अशी बरेच औषधे. काहींचे परिणाम एकमेकांच्या विरुद्धही. मग साराची यादी संपली.

''ओह...'' ती जरा एक औषध आठवत पुन्हा म्हणाली, ''मी मळमळ होऊ नये म्हणूनही एक औषध घ्यायची...'' ती म्हणाली. औषधाच्या नावाचा उच्चारही पुन्हा न करण्याइतका भयंकर होता.

''सारं सांगितलंस पण रोज किती गोळ्या घ्यायची?''

''जरा थांबा...'' ती म्हणाली, ''मला हे जरा मोजून पाहू द्या.'' मी जरा उतावीळपणे वाट पाहात बसलो, ''दिवसाला अठरा गोळ्या?'' अठरा?

''अठरा...! दिवसाला अठरा गोळ्या...''

''एकाच वेळी साऱ्या घेत होतीस?''

''नाही...'' ती हसली. ''काही सकाळी, काही सायंकाळी, तर काही रात्री झोपताना घ्यायची.''

''रोज?''

''रोज..'' सारा म्हणाली.

ही कसरत मला माहीत आहे. मी स्वतःच स्वतःला टोचून घेत असलेल्या इंजेक्शनवर माझे आयुष्य सुरळित चालू होते. कधी कधी एका आठवड्यात एक तर कधी कधी तेवढ्या काळात तीन...! काही काही मस्क्यूलर स्क्लेरॉसिसचे रुग्ण रोजच स्वतःला इंजेक्शन टोचतात. माझ्यासाठी वेदना किंवा अस्वस्थता फारशी महत्त्वाची नव्हती. फक्त कामकाजात जाणवणारी ताठरता मला त्रासदायक वाटत होती. मला ते करावेच लागायचे. ते औषध शरीरात गेल्यावर फारसा फरक पडू न देता काम चालायचे. तेच किती बरे वाटायचे.

आजाराने घातलेला वेढा आणि औषधे कधीच थांबत नाहीत. नेहमीच पडणारा एक भयंकर प्रश्न आहे.. पुढे काय? जे काय उत्तर असते, नेहमीच त्याच्या पुढे काहीतरी असतेच, दैव घिरट्या घालतच असते. कुठलीही गोष्ट अजून बिघडू शकते.

सारा पंधरा वर्षांची असताना तिला टॉक्सिक मेगा-कोलोनचा त्रास झाला. ही अवस्था म्हणजे येणाऱ्या संकटाचे अभद्र चिन्हच होते. ''म्हणजे माझं मोठं आतडं जवळपास उध्वस्त झालं होतं.''

''म्हणजे फाटलं...?''

''नाही... फुग्यासारखं फुगलं आणि.. आणि त्याच्यावर असे वेगवेगळे फुगवटे तयार झाले. फार वेदना व्हायच्या. मी खरंच भयंकर आजारी पडले.'' तिला रुग्णालयात दाखल करण्यात आले आणि मे १९९५ साली सोडण्यात आले, ते ही तिच्या सोळाव्या वर्षाच्या वाढदिवसाच्या पार्टीच्या आदल्या दिवशी.अशीच ती पार्टी जवळपास होणारच नव्हती. तो उन्हाळा तर भयंकरच होता. पुन्हा वरताण म्हणजे सारा स्टेरॉईडचे मोठमोठे डोस घेतच होती. पण त्याचा निष्कर्ष जरा बरा होता.

''मी फार फार दुःखी होते, आणि मला माहिती होतं की, लोकं माझ्याकडे पाहात होते आणि काहीतरी बिघडतंय, याची चर्चा करत होते.'' दुसऱ्याच्या चर्चेनुसार स्वतःच्या आरोग्याचे मोजमाप करण्याची एक दृष्टीच साराजवळ नेहमीप्रमाणे होती.

''मी पुन्हा मागच्याच वर्गात बसण्यासाठी शाळेत गेले आणि मग माझी एक

मैत्रीण मला पाहतच ओरडली, 'अरे देवा, तुझ्या चेहऱ्याला काय झालंय?' मी म्हणजे... मला काहीतरीच झालं फार भयंकर वेळ होती ती...!''

साराची अवस्था आणखी बिकट झाली. सगळा उन्हाळा संपेपर्यंत ती जवळपास आजारीच होती. भयंकर त्रास होणे सुरूच होते. तिला रक्तस्राव होतच होता, सूजही होती आणि तिचे भविष्य अंध:कारमय झाले होते. ''मी फारच संकटात होते...'' यापेक्षा जास्त सांगायची साराची मन:स्थितीच नव्हती.

''आम्ही याबद्दल फारशी चर्चाही केली नाही. डॉक्टरच शेवटी म्हणाले'', साराचे डॉक्टर शस्त्रक्रियेसंबंधी बोलू लागले होते. म्हणजे शस्त्रक्रिया करून मोठं आतडं काढून टाकण्याची चर्चा? ''होय, माझं मोठं आतडं पार सडलं होतं, आणि असंच तरंगत होतं, पिळे पडल्याप्रमाणे झालं होतं. पण ती लांब आणि नळीसारखी पचनसंस्था, ती ते आतडं काढून खाली कुठं जोडली जात नव्हती. म्हणजे डॉक्टर ज्याप्रमाणे सुरक्षित व स्थिर आतडं म्हणत होते, त्याप्रमाणे तरी दुसरी पर्यायी व्यवस्था नव्हती.''

सरतेशेवटी दोन भागांत शस्त्रक्रिया करण्याचे ठरले. पहिल्या भागात मोठे आतडे काढायचे आणि तात्पुरती इलियोस्टॉमी करायची, त्यामुळे मोठ्या आतड्याचा खालचा राहिलेला भाग व्यवस्थित दुरुस्त आला असता. त्याचा अर्थ असा होता की, साराच्या त्या आतड्याला एक प्लास्टिक बॅग जोडून मल सरळ त्यात जमा होण्याची व्यवस्था पोटाबाहेर करावी लागणार होती. नंतर दुसरी शस्त्रक्रिया करून इलियोस्टॉमीच्या विरुद्ध करायचे.

हे नेहमीच्या परिचयाचे होते. माझ्या मोठ्या आतड्याला जेव्हा कॅन्सर झाला, तेव्हा मी याच प्रकारच्या प्रक्रियेतून गेलो होतो. ही प्रक्रिया म्हणजे गंमत नसते. त्यात ती प्लास्टिक बॅग... घाणेरडी..! कॅन्सरही गंमत नसतेच. ना पचनसंस्थेचा कुठला आजार म्हणजे गंमत असते? पण लेविन कुटुंब साऱ्या पर्यायाच्या पलीकडे होते.

साराच्या कुटुंबाने तिला क्लिव्हलँडच्या मोठ्या दवाखान्यात नेले. सारे कुटुंब तिथल्या डॉक्टरांसोबत चर्चा करू लागले. सारा सतरा वर्षांची होती आणि या शस्त्रक्रियेच्या निर्णयानंतर तिला त्यासाठी पाठवले जाणार होते. ''माझ्याजवळ सांगण्यासारखं बरंच काही होतं.'' ती म्हणाली. ''मी म्हणाले, हो.''

''समजा तू नाही म्हणाली असतील तर?''

''मला वाटतं आईवडिलांनी समोर बसवून माझं मतपरिवर्तन केलं, कारण शस्त्रक्रियेनंतर मी चांगली होणार याची त्यांना ठाम खात्री होती. त्यामुळे माझ्या पचनसंस्थेची त्या आजारी दुखऱ्या अवयवापासून सुटका होणार होती.''

डॉक्टरांनी साराला हेच सांगितले की, शस्त्रक्रियेनंतर ती बरी होणारच होती.

तिचे मित्र जे काही करू शकतात, ते पण ती करू शकेल, असे तिला सांगण्यात आले. काळजी करण्याचे कारणच नव्हते. ''मी ही उत्तेजित झाले होते आणि औषधाव्यतिरिक्त उरलेलं जीवन जगायला मी उत्सुक होते. शस्त्रक्रिया शेवटचा खेळ होता, मलाही वाटलं या शस्त्रक्रियेने आजाराचा शेवट होईल.''

साराचे खरे उद्दिष्ट म्हणजे ती विषारी औषधे रोखणे हे होते. ''मला वाटतं, ती स्टेरॉइड्स् पुन्हा घेण्याची गरज मला पडणार नाही. कधीच नाही. तेच माझं ध्येय होतं.'' औषधे तिच्यावर मारा केल्याप्रमाणे वापरली गेली होती. ''मला साऱ्या औषधांचाच तिरस्कार वाटू लागला होता.'' साराने हे बहुधा पूर्वी शेकडो वेळा म्हटले असावे.

मोजावी लागणारी किंमतही थोडीच होती. ''डॉक्टर खालची बाजू असा शब्द वापरत नव्हते, फक्त एवढंच म्हणाले की, तुला करावं लागणार ते हेच की तुला लघवीला बऱ्याचवेळा जावं लागणार, तसंच जुलाब होणार.'' सारला वाटले की, आहे त्यापेक्षा जास्त त्रास असा फारसा नाहीच. ''मला जुलाबाची सवयच होती, त्यामुळे फार मोठ्या गोष्टीला तोंड द्यावं लागणार नव्हतंच आणि औषधं कदाचित संपणार होती.''

सारा शस्त्रक्रियेला सामोरी गेली. आश्चर्यकारक घटना ही की, तिचे शल्यतज्ज्ञ तिची ओस्टोमी न करताच शस्त्रक्रिया करू शकले.. म्हणजे त्या बॅगेची गरज नव्हती. ''मी तुम्हाला त्यांनी काय केलं, याचं चित्र काढून दाखवू शकणार नाही, पण अशा प्रकारच्या शस्त्रक्रियेमध्ये कराव्या लागणाऱ्या अनेक गोष्टी त्यांनी टाळल्या.''

एक दिवस उलटला आणि पुन्हा संकट. डॉक्टरांना एक भानगड लक्षात आली. जिथे शस्त्रक्रिया केली, त्याच्या एका बाजूला कुठेतरी गळती होती. कदाचित ते एक नलिकेचे द्वारही असू शकत होते, जे काळजीपूर्वक बंद करण्यात आलेले नव्हते किंवा दाह जास्त झाल्याने नवे छिद्र पडले असण्याची शक्यता होती. ''मला मध्यरात्रीच पुन्हा शस्त्रक्रियेसाठी नेण्यात आलं. त्यांना शल्यतज्ज्ञाला बोलवावं लागलं, जो घरी झापलेला होता, त्याला पळत येऊन पुन्हा माझे शरीर उघडावे लागले. नशीब चांगलं कुठलीही गळती नव्हती.'' पण एक उद्ध्वस्त करणारी बातमी होती. एक चूक आतापर्यंत होत होती. सारला कधीच अल्सरेटिव्ह कोलायटिस नव्हताच. त्या तरुणीला सरळ सरळ क्रॉन्स डिसीज झाला होता, ज्याची लक्षणे तशीच होती. जेव्हा त्यांनी पुन्हा पोट उघडले, तेव्हा त्यांना आपले निदान चुकले होते, याची खात्री पटली. ''ते म्हणाले की, आताच्या तपासण्यात क्रॉन्स डिसीज स्पष्ट झाला आहे.'' म्हणजे सारा कुठल्याच प्रकारे बरी झाली नव्हती.

यामागे साराचे स्वतंत्र विचार आहेत. ''मला वाटतं, त्यांनी त्यांच्या डोळ्यांनी लहान आतड्यात हा आजार पाहिलाय.'' त्यातून दुसरा पर्यायही बाहेर येतच होता.

कोलायटिस म्हणजे फक्त मोठ्या आतड्याच्या दाहापर्यंत मर्यादित होता. यावरच्या पचन संस्थेवरचे आजाराचे चिन्ह म्हणजे क्रॉन्स डिसीज.

आता तेच स्टेरॉईड खाणं, त्या काळासाठी कायमच ठेवण्यात आले, कारण दोन्ही आजार सारखेच होते व स्टेरॉईड ही त्यावरची सर्वांत चांगली उपचारपद्धती असते. जरी साराला शस्त्रक्रियेनंतर काही वेगळे आयुष्य जगायला मिळेल असे वाटत होते, तरी! शस्त्रक्रिया वेगळीच झाली होती. "ही चूक म्हणजे मला लगावलेली थप्पड होती कारण माझ्या स्वप्नांचा चुराडा झाला होता." ती म्हणाली.

एवढे चुकीचे निदान होऊनही सारा शांतच राहिली. "लहान मुलांत केलं गेलेलं ते भयंकर निदान होतं…" तिने मला सांगितले. "आणि मी कोणालाच दोष देत नाही. सगळं व्यवस्थित व्हायला दहा वर्ष लागू शकतात." किंवा तिच्याबाबतीत जास्तही…!

"ठीक आहे. लहान मुलांमधलं हे भयानक निदान आहे, हे कबूल. पण तू शस्त्रक्रियेला गेलीस, तेव्हा सोळा वर्षांची होतीस. डॉक्टर शस्त्रक्रिया या नावाखाली आपले तुकडे काढताहेत असं तुला वाटलं असणार."

"मला एवढंच माहीत होतं, की ही नेहमी होणारी चूक आहे." ती सहज म्हणाली.

"म्हणजे ही क्षमा.. अं?"

"मी साधारणपणे सगळ्या गोष्टींनी रागावले होते आणि कुणाला दोष द्यावा, हेच मला माहिती नव्हतं." ती म्हणाली, "खरं तर हे मलाच का झालं ही दुसरी बाजू होती. हा काही वादाचा विषयच नव्हता, ज्यावर आम्हाला खटला भरायचा होता." शेवटी तिने कुटुंबाची प्रतिक्रिया काय होती ते सांगितले. "कुटुंबातला प्रत्येकजण रागावला होता, नाराज झाला होता."

साराचे वडील पॉल यांनी म्हटले, "पहिली बाब सांगायची म्हणजे माझ्या आठवणीप्रमाणे शस्त्रक्रियेपूर्वींच तिचं मोठं आतडं काम करत नव्हतं. सारी चिन्हं तशीच होती." क्षणभर ते थांबले, "त्यांची चूक झाली, असं म्हणायला माझ्याजवळ एकही कारण नव्हतंच." वकीलच मला हे सांगत होते. मला वाटले, त्यांनी हवेतच तीर मारले असावेत.

"मग तुम्ही का रागावला होता?"

"तो त्या प्रसंगाचा राग होता. शस्त्रक्रिया जेव्हा काम करत नव्हती, तेव्हा सारा गंभीर होत चालली होती आणि आम्हीही…!"

"मी तोपर्यंत विचारही केला नव्हता आणि असे गंभीर प्रश्न निर्माण होत होते…" सारा वेगळ्याच भावनिक अवस्थेत म्हणाली, "मी अगदी पहिल्यापेक्षा जास्त आजारी पडले. शस्त्रक्रियेनंतरचा काळ फारच वाईट गेला, पण तो चालूच

राहिला...'' मग तिला वेगळ्या जंतूंची लागण झाली. मग ज्याचा राग येत होता त्या स्टेरॉईडचा डोस वाढवला गेला.

या प्रवासाचा शेवट होईल, असे दिलेले आश्वासन दूरच राहिले, नवा प्रवास सुरू झाला. सारा सतरा वर्षांची होती आणि शालेय शिक्षणाची शेवटची वर्षे सुरू झाली होती. ''आपण ठीक आहोत या भावनेऐवजी, मला आपण अजिबात बरे झालेलो नाहीत, याची मानसिक तयारी करावी लागायची.''

क्रॉन्समध्ये भयंकर स्वरुपाचा त्रास होऊ शकतो, साराच्या बाबतीत अजून भयानक बाब होती. तिचे मोठे आतडे काढण्यात आले होते, लहान आतड्याला रोगाची लागण झाली होती. ''मला हे माहिती होतं की, हे गंभीर वळण होऊ शकतं आणि माझ्या पचनसंस्थेत हा आजार पसरू शकतो. शिवाय 'ती बॅग' टाकायची नाही, हा निर्णय किती दिवस टिकतो, हा प्रश्नच होता. हा म्हणजे पोटावर मारलेला ठोसा होता.'' सारा आठवत म्हणाली, ''मला माहीत होतं की, पुढे अजून अवघड होणार होतं, त्याला तोंड द्यावं लागणार होतं.''

तिच्या आयुष्यातले अडथळे आणखी वाढले. ती कॉलेजबद्दल विचार करत बसली होती आणि मागांतिले अडथळे दिसतच होते. ''मला आपलं कॉलेज खूप बुडालं म्हणून वाईट वाटत होतं. आणि... आणि मला एका शिक्षकाची गरज होती.'' दुसरीकडे स्टेरॉइड्सचे वाईट परिणाम समोर दिसत होते. ''माझ्या चेहऱ्यावर पुन्हा पुरळ आले. माझा चेहरा भरला. माझ्या चेहऱ्यावर जखमा ही झाल्या. माझी मन:स्थिती बिघडली, भयानक होतं ते!''

''मी गोंधळले होते.'' ती म्हणाली, ''भयंकर नैराश्य आलं होतं.''

''तू रागावली असशील...'' मी म्हणालो.

''माझा राग काय? येतो जातो. मी बहुधा पूर्वीच सांगितलं असावं, मला माझ्या शरीराचा राग येतो. माझ्या शरीराने कधीही माझं भलं केलं नाही?''

चुकीच्या प्रक्रिया आणि अस्वस्थता या दोन गोष्टी सतत थकवणाऱ्या होत्या. संताप आणि शरीराच्या बाबतीत येत असलेली अलिप्तता, शरीर म्हणजे चैतन्याला बंदिस्त ठेवणारा पिंजरा, अशी भावना सतत राहिल्याने स्वत:पासून एक प्रकारची अलिप्तता येत होती. कोलोन कॅन्सरच्या शस्त्रक्रियेनंतर, माझ्या पोटाबाहेर लटकवलेली ती विद्रुप बॅग आरशात अनेकवार मी पाहिली असल्याची कटू स्मृती माझ्याजवळही आहे. त्या क्षणी तरी मला माझ्यातला मी वेगळा असल्याची जाणीव होत असे. ती बॅग पाहताना माझ्यातला मी कुठेतरी दुसरीकडे असल्याची जाणीव होई, कदाचित त्या तटस्थ हातात ही...! भयंकरच!

''असंच काहीतरी मला स्वत:च्या शरीराविषयी वाटतं.'' एका सकाळीच केलेल्या ई-मेलमध्ये साराने लिहिले. ''मी काही माझ्या शरीराच्या ताब्यात नाही

आणि ते माझ्यासाठी करतं तरी काय?"

"तुला तटस्थतेचा, परात्मतेचा अनुभव येतो?"

"मी विलग आहे. तुम्हाला माहिताय, मला माझं शरीर विकून टाकावंसं वाटतं आणि एक चांगलं, कामाचं शरीर विकत घ्यावं असं वाटतं."

"तुला सापडलं की मलाही कळवशील." मी म्हणालो.

साराचा स्वत:बद्दलचा दृष्टिकोनच बदलला. ती स्वत:ला कायमच वेगळी समजली. आता पुन्हा सामान्य होण्याची वाट जवळपास बंद झाली. एक तरुण स्त्री तिने कायमच आरशात पाहिले आणि अर्थातच तिने कायम स्वत:लाच नाकारले. वास्तव सतत तिच्या समोर येत होते. तारुण्य कधीच, कायमस्वरुपी तडजोडीचे आयुष्य स्वीकारू शकत नाही.

साराने हे कबूल केलेय की, तिने आयुष्याकडे एकाच दृष्टीने पाहिलेय. सवलत म्हणून काही शक्य आहे... ती म्हणते पण तिला हे माहिताय की, आरोग्य तिच्या पायाखालून अलगद, बेसावधपणे सरपटत जावे तसे चाललेय... "मी पुन्हा आजारी पडणार ही बाब अपरिहार्य आहे आणि मला पुन्हा शल्यक्रियेलाही तोंड द्यावं लागणार." ती स्वच्छपणे हार मानत म्हणाली.

"आता परतीचा प्रवास नाही." आता तीन वर्षांचा कालखंड लोटला होता, रुग्णालयातून नवा अवतार धारण करून परतायला... आणि ती मला म्हणाली, ती वाट पाहतेय. "मी अंगठा दाखवलाय." तिने नि:श्वास सोडला. "म्हणजे पुन्हा तेच करण्यासाठी वाट पाहात आहे. त्याचा विचार केल्याखेरीज माझा एकही दिवस जात नाही."

सारला शाळेचे शेवटचे वर्ष फारच जड गेले असावे. ती कधी वर्गात तर कधी शाळेबाहेर असायची, रुग्णालयात रिकाम्या पोटी झोपलेली, खासगी शिक्षकाच्या शिकवण्यावर विसंबून राहात ती आपला अभ्यास करायची "लोक मला म्हणायचे, 'ओह, आम्ही तुला कायम लक्षात ठेवतो कारण तू सारा वेळ आजारीच असतेस.' हे सारे मला त्या काळात परिचित झालं होतं. मला दु:ख व्हायचं आणि लोक मला लक्षात ठेवायचे. ते आजारी मुलगी म्हणून."

दरम्यान, साराचे सगळे पुन्हा व्यवस्थित सुरू झाले. "कुठल्याही प्रकारचा त्रास किंवा माझ्या आरोग्याचा कुठला प्रश्न नाही, असा दिवस म्हणजे मला एकदम अदभुत.. छान दिवस वाटायचा." ती हसत म्हणाली. तिच्या कनिष्ठ आणि वरिष्ठ वर्गाच्या वर्षात अटलांटाच्या बाहेर इमोरि विद्यापीठाला ती कॉलेजच्या सहलीसोबत जाऊ शकली.

साराच्या लक्षात आले की, तिचे कुटुंब आता कॉलेजच्या परिसराबाहेर विजयी

मुद्रेने उभे असते. तिचेही हात मस्त उंचावलेले, मुठी मस्तीत आवळलेल्या आणि तिच्या चेहऱ्यावर रुंदावलेले हास्य असते! तसे चित्रच त्यांनी कॉलेजबाहेर लावले होते. हे छायाचित्र एका निर्धार केलेल्या, पण अशक्त स्त्रीचे होते, हे छायाचित्र घरातल्या फ्रीजवर कायमच ठेवलेले होते, जेव्हा सारा तिच्या स्वत:च्या घरात राहायला गेली, तेव्हा ते दर्शनी भागात लावले गेले.

वरिष्ठ वर्षाचे वर्ग व्यवस्थित सुरू झाले. भयंकर आजारानंतर आणि खासगी शिकवण्या लावूनही साराने तिचे कनिष्ठ वर्गाचे शिक्षण व्यवस्थित संपवले होते. ''ठीक झालं..'' ती म्हणाली, ''चला, जरा चांगलं वर्ष सुरू झालं. जरा चांगलं व्यवस्थित काम करूयात.'' पण एका शनिवारी सकाळीच ती अस्वस्थपणे अडखळली. झोपेतून उठतानाच आपली तब्येत बरी नसल्याची भावना तिला जाणवत होती.

''मला.. म्हणजे नेमकं... वेगळीच सकाळ असल्याचं वाटतंय. बरं वाटत नाहीये... मी फुटबॉलला जायला पाहिजे.. आणि मग बघते, काय होतं ते...'' प्रसन्न वाटत असलेले वातावरण तिच्यासाठी पुन्हा स्वप्नाप्रमाणे झाले होते. सतत, दर मिनिटाला आजारी पडत चालल्याच्या भावनेमुळे बेशुद्ध होण्यापूर्वी ती घरी परतली. तिला ताबडतोब ॲम्ब्युलन्समधून गावातल्या रुग्णालयात नेण्यात आले. ॲम्ब्युलन्सच्या कर्कश आवाजात अतिदक्षता विभागाचा तज्ज्ञ ओरडून ओरडून सांगत होता... ''तिला ताबडतोब औषध द्यायला हवंय.. तिचा रक्तदाब कमी होतोय...!'' सारा बेशुद्धावस्थेत गेली होती. ''त्या सलाईनमुळे पुन्हा तेवढं भरून येत नाही. मला तिच्या हृदयाकडे जाणारी शीर पाहावी लागेल.'' साराला टाळ्यावर आणणे आईच्या मदतीने सुरू होते.

आधीच तब्येतीने नाजूक असलेल्या या स्त्रीला अजूनच भयंकर आजार होऊन ती जवळपास दूषित झाली होती. तिचे रक्त विषारी, दूषित बनत चालले होते. दुसऱ्या दिवशी सकाळीच ॲम्ब्युलन्सने तिला क्लिव्हलँडच्या रुग्णालयात हालवण्यात आले. ''एका नव्या औषधामुळे माझं रक्तच विषारी बनलं होतं, आणि माझे एकेक अवयव बंद पडत चालले होते. एकेक गोष्ट बंद पडत चालली होती... माझं मूत्रपिंड आणि प्रत्येक अवयव.''

ती आता काठावर होती. ''मला हे पण सांगण्यात आलं की फार तर तासाभरात मला कृत्रिम श्वसनयंत्रावर ठेवावं लागणार होतं. डॉक्टरांनी माझ्या आईवडिलांना हे पण सांगून टाकलं की मला ते कदाचित फार फायद्याचं ठरणारही नव्हतं.'' नंतर तिने सगळ्यांनाच आश्चर्यचकित केले. ती पाच दिवस अतिदक्षता विभागात होती. जेव्हा तिला घरी सोडण्यात आले आणि ती घराकडे आली. तेव्हा बाकीचे सारे फुटबॉल खेळून एकच दिवस आधी परतले होते.

''मी उठूही शकत नव्हते, इतकी अशक्त झाले होते, आमच्या गॅरेजकडून

एक पाऊल उचलून टाकून घरात जाऊ शकत नव्हते. मला आठवतंय, चालताना मी अगदी कसंतरी आणि तुडवत चालले होते, रडत होते.'' सारा निर्विकारपणे म्हणाली, ''त्यावेळी आपण किती आजारी होतो, हे कळलं आणि आपण मरणाच्या किती जवळ गेलो होतो, हे पण कळलं.''

पण साराने स्वतःला सावरले. एका दशकानंतर याच तरुणीला एका रविवारी दुपारी अंथरुणातून उठताना पुन्हा तसेच झाले. तिच्यातल्या अशक्तपणासाठी आयर्नची इंजेक्शने रोज चालू असताना तिला असे गळाल्यासारखे झाले.

''मग तुला पुन्हा तेच उपचार घ्यावे लागले?''

''नाही, पण मला इतक्या वेळा टोचलं गेलं आणि रक्त काढलं गेलं की मी भयंकर रडले. उरलेलं आयुष्य असंच जाणार का, हा विचारच मी करत होते. सारं काही माझ्या कल्पनेच्या पलीकडचं होतं आणि पुढे काय वाढून ठेवलंय, हे मला कळत नव्हतं.''

''थोडक्यात म्हणजे तू त्या परिस्थितीने गोंधळून गेलीस!'' मी म्हणालो.

''होय... मला तसंच वाटत होतं.''

''आणि तसंच वाटणार ना...''

''तसंच तुम्हालाही रोजच वाटत असणार..'' सारा क्षणभर थांबून म्हणाली, ''नंतर मी क्रॉन्स डिसीज झाले त्या रुग्णांच्या कुटुंबीयांना भेटले, त्यांची मुलं गेली होती... ते फार दुःखदायक होतं.'' ती म्हणाली, ''त्यांचं आयुष्य आपलं चालू होतं.'' साराने एक सत्य अनुभवले होते, त्याच त्याने मला आजारपणात झुंजण्याचे बळ सतत दिले होते. मी जे सहन केले होते, त्यापेक्षा जास्त सहन करणारे कुणीतरी होते.

साराने म्हटले की, तिची मृत्यूशी चालणारी अशी झटापट तिच्या अनेक मित्रांसाठी एक परिवर्तन घडवून आणणारी बाब ठरली.

''मी किती आजारी होते, याची जेव्हा त्यांना माहिती झाली त्यावेळी त्यांना धक्का बसला. असे अनेकवार झालं की आम्ही काही ठरवलं आणि मीच जाऊ शकले नाही, कारण मला बरं वाटत नव्हतं.''

''त्यांना ते काही फार वाटलं नसेल.'' मी आपला अंदाज व्यक्त केला होता.

''खरंय. ते म्हणायचे.. 'ओह, ते अमुक औषध घे. तुला थोड्या वेळाने बरं वाटेल.' त्यांना माझ्या आजाराचं गांभीर्य तोपर्यंत वाटलंच नव्हतं. तोपर्यंत मी जवळपास मरणाच्या दारात गेले होते हे त्यांना समजलं नव्हतं.'' पण नंतर ते जास्तीत जास्त जुळवून घेऊ लागले.

इतरांचं काय मत आहे, याबद्दल साराचे मत ठाम असते. ''मला वाटतं, माझ्या जुन्या मित्रांसोबतच मला जरा जास्त बरं वाटते.'' ती म्हणाली, ''नव्या

लोकांना मी किती आजारी पडू शकते, हेच माहिती नाही.'' ती हसली.

''उरलेलं सारं जग म्हणजे एक प्रश्नच आहे.'' मी म्हणालो.

साराने जरा जोरानेच म्हटले, ''त्यांनाही याची जाणीव व्हायला हवी की दोन दोन दिवसांनंतर मोठ्या मुष्किलीने एखादी डुलकी लागणं म्हणजे काय? साठ गोळ्या एका दिवसाला घेणं किंवा स्टेरॉईड्स घेणं म्हणजे काय? तुमच्या मनावर त्यांचा परिणाम होतो म्हणजे काय?''

आत्ममग्नता ही असाध्य आजाराची एक खूणच आहे. आपल्या भोवती बऱ्याच काळापासून पडलेल्या या आजाराच्या वेढ्याबाबत आपण अतिशय सावध असतो. जे आपण कायम लक्ष ठेवून पाहू शकतो ना, तीच ती बाब! आणि आपण जरी हे कुणाला सांगू शकत नसलो, तरी आपल्याला स्वत:बद्दल वाईट वाटतेच. बाकीचे त्यांच्या प्रश्नात गुंतलेले असतात आणि आपली ही जी न स्वीकारण्याजोगी परिस्थिती असते, तिच्यात जरा कमीच लक्ष घालतात. हे प्रत्येक प्रदेशाप्रमाणे बदलते. सारा हे सारे स्वीकारायला आणि आपले पाऊल पुढे टाकायला शिकली. असाध्य आजाराने ग्रासलेल्या आमच्यासारख्या अनेकांप्रमाणेच साराला बरोबर काय ते सांगण्याची आणि शांतपणे निवडण्याची सवय आहे. जग हे एक स्वप्न आहे, हे तिच्या चेहऱ्यावर दिसते, त्यावरून तिला किती एकटे वाटते हे पण कळते.

सारा आजारी होती आणि वरिष्ठ कॉलेजच्या वर्षात इतरांपासून तिचे वेगळे असणे खरे तर अडखळणारे असले तरी तिच्या पायावर उभे राहणेच होते. ती कॉलेजला अर्ज करत होती. सुटीची गरज असायची. त्यावर्षी ती कधीतरीच रुग्णालयात असायची, पचनसंस्थेतील रक्तस्रावाबरोबर झुंज चालूच असायची, त्या गोष्टीला कधीच शेवट नव्हता. ''ती माझी एक कमजोर बाजू होती.'' तिने कबूल करून टाकले.

''मला जेव्हा इमोरी विद्यापीठात प्रवेश मिळाला, तेव्हा मी रुग्णालयात होते. एकमेव बाब म्हणजे मी अतिदक्षता विभागाच्या बाहेर होते. माझ्या वडिलांनी माझ्यासाठी ते पत्र आणले.'' साराने तो निर्णय स्वीकारला होता. ती हसली. ''माझ्या आयुष्यातील वळणं पाहून मला हसूच येत होतं. परिस्थितीशी जुळवून घेऊ शकेल अशी तेवढी एकच प्रतिक्रिया होती.''

उरलेले वर्ष चांगले गेले. हा वर्षाचा शेवटचा काळ होता, तो चांगला जाऊन पान चांगल्या प्रकारे उलटेल अशी तिची अपेक्षा होती.

''शालेय शिक्षणात स्वातंत्र्य गमावण्यापलीकडे काही. घडणं नव्हतं. त्यावेळी मी काही करू शकतही नव्हते, कारण तेवढी शक्तीही नव्हती. माझं शाळेतलं शिक्षण संपून मी कॉलेजला गेले, तो अनुभव म्हणजे कॉलेजचाच आहे, असं मला

समजावून देण्यात आलं, कारण माझा तसा शाळेचा अनुभवही वेगळाच होता. मी एक तंदुरुस्त मुलगी बनून कॉलेजात जायला तयार झाले होते, आजारी मुलगी म्हणून नाही, आणि प्रत्येकजण कॉलेजात जे करतो, ते करायला तयार झाले होते.’’

जीवन खरे कसे असते याचा अनुभव घ्यायला उत्सुक झाली होती आणि त्याची गरजही होती. समाजातील वयस्कर प्रौढांचे वाटेल ते करण्याची मुभा असलेले आयुष्य जगण्याची तिला इच्छा होती. काही काळ तिने इतरांप्रमाणे आयुष्य भोगलेही.

‘‘तुम्ही जेव्हा मूर्खासारखं, वेड्यासारखं वागता ना तेव्हाच कॉलेजची मजा असते.’’ ती खिदळली. ‘‘एक दोन वेळा मी अशीच कॉलेजमध्ये वेड्यासारखी वागले, जे मी व्यवस्थित असताना वागू शकले नव्हते. मी भरपूर प्यायले आणि रात्रभर तशीच झोपून राहिले. बऱ्याच वेळा मी जेव्हा थकले होते किंवा बरं नव्हतं तेव्हा मी हे केलं. मी म्हणाले, ‘‘माझे मित्र बाहेर जाताहेत, मी पण त्यांच्यासोबत जातेय.’’

आपल्याला नेमके काय हवेय, हे या तरुणीने शोधले होते. ‘‘बऱ्याच वेळा’’.. ती हसली. ‘‘आणि बऱ्याचवेळा असं व्हायचं की, मी जे काही निवडलेलं असायचं, तेच मला कंटाळवाणं वाटायचं. मग काय, वाट पहा.. पण ती नेमकी माझीच आवड असायची, माझ्या आईची नाही.’’

साराचे रूपांतर हळूहळू एका धडपडणाऱ्या कॉलेज कुमारीत, जिला तिच्या अनुभवात जगायचे होते. ‘‘माझ्या आयुष्यातला हा पहिला काळ असा होता, जिथं मी सर्वसामान्यांप्रमाणे जगत होते. आजूबाजूचे जे करत होते, तेच मी करत होते आणि मलाच मलाच माझ्याबद्दल बरं वाटत होतं.’’

सारा हळूहळू वाढत होती. तिच्या मते, वेगळ्याच मार्गाने! ‘‘मला वाटते मी माझ्या विकासाचे टप्पे वेगळ्याच पद्धतीनं पाहात होते. जेव्हा मी पंधरा सोळा वर्षांची होते मी आजारी होते आणि मी जरा परिपक्व व्हावं, मोठ्यांप्रमाणे वागावं, म्हणून सांगितलं जात होतं. मला एक व्रात्य, द्वाड वयात येणारी मुलगी म्हणून जगण्याची संधी आणि काहीतरी वेगळं करण्याची संधी मिळाली नाही.’’

शाळेच्या शेवटच्या वर्षामध्ये आजाराने तिला सरळ सोडूनच दिले होते. अगदी तिच्या आईवडिलांनीही तिला शिथिल सोडून दिली होती. त्यांना तिला एवढ्या कडक नियंत्रणात ठेवल्याबद्दलही वाईट वाटत होतं. ‘‘मी आईवडिलांशी दोन वेळा खोटं बोलले आणि पकडले गेले. काही महिन्यांनंतर ती रुग्णालयात होते. झालं, सारं संपलं होतं.’’

अटलांटा हा काही सारासाठी सुरक्षित भाग नव्हता. १९९९ मध्ये ती कनिष्ठ

महाविद्यालयात असताना तिला कारचा अपघात झाला आणि सीट बेल्टमुळे तिच्या कमरेच्या हाडाला फ्रॅक्चर झाले. ''स्टेरॉईडसमुळे माझी हाडं मऊ झाली होती'' तिने सांगितले, ''म्हणजे इतकी की, माझं हे हाड फ्रॅक्चर झालं, हे पण लवकर ठरवता येत नव्हतं.'' पण हा अपघात वगळता साराचा कॉलेजचा अभ्यास फार व्यवस्थित चालू होता, असेही नव्हते.

''मी एका सत्रात एक किंवा दोनदा रुग्णालयातच होते.'' तिला आठवले. ''पचनसंस्थेत रक्तस्राव होता आणि अजून काही तरी होते.''

ग्रॅज्युएशननंतर ती पुन्हा क्लिव्हलँडला आली आणि केस विद्यापीठात 'सामाजिक कार्य' या विषयात पदव्युत्तर शिक्षणासाठी नाव नोंदवले. शेवटच्या सत्रात, क्लिव्हलँडमधला भयंकर हिवाळा व मऊ झालेली हाडे यामुळे ती बर्फावरून घसरून पडली. पुन्हा कंबरेचे हाड मोडले आणि दोन महिने अंथरुणावर झोपण्याची शिक्षा मिळाली, हे तिला पुन्हा चक्र सुरू झाल्याची जाणीव तिला झाली.

मग तज्ज्ञांनी तिला सांगितले की, तिची भूक मंदावत चालली आहे. तिच्या डोक्यावरच्या ओझ्यावर अजून भर पडली होती. खाण्याची, जेवणाची इच्छा उडत चाललेला हा आजार साराच्या घसरत चाललेल्या आरोग्याचा परिणाम होता, त्यातून स्वत:बद्दल जागरुकतेचा प्रतिसाद मिळाला. तिने स्वत:वर तो शिक्का मारून घ्यायला नकार दिला.

''मला अगदीच हा 'क्लासिक ॲनोरेक्सिया' झाला होता असं मी म्हणणार नाही. माझं वजन ऐंशी पौंडांच्या खाली घसरतच नव्हतं. माझा मुद्दा असा आहे, काही घटनांमुळे ते तसं झालं असावं.'' ती कुठलीही तडजोड न दाखवता म्हणाली, ''दोनवेळा माझा माझ्या मित्रांबरोबरचे प्रेम संबंध बिघडले आणि तुटले एकदा कॉलेजच्या शेवटी आणि एकदा ग्रॅज्युएशनला असतानाच...!''

आपल्या लहान आकाराच्या हिशेबाने असलेले एकोणसत्तर पौंड हे वजन म्हणजे फार कमी नाही, असे सारा ठासून सांगते; एवढे वजन हाच महत्त्वाचा प्रश्न असल्याचे ती सांगते. ''खरंच तोच एक मोठा प्रश्न होता. मला त्यामुळेच खावंसं वाटत नव्हतं.'' आपण स्वत:ला उपाशी मारत नव्हतो. हे तिने खात्रीने सांगितले. ''काही दिवस मी जरा कमी प्रमाणात फळं खाल्ली.'' ती म्हणाली, ''पण काहीच खाल्लं नाही, असा दिवस मी काढला नाही.'' उपासमार नव्हती, मग काय? ''मी नैराश्यग्रस्त होते. माझं आयुष्य माझ्यासमोर बदलत चाललं होतं, मी काही करू शकत नव्हते.''

अगदी या प्रेमप्रकरणाच्या भानगडीतून ती बाहेर आली, तरी तिची भूक मंदावतच होती. तिने मला सहज सांगितले की, तिचा मानसोपचार तज्ज्ञ हा

आहारविषयक आजारकेंद्राचा संचालक असून त्याने तिला ॲनोरेक्सियावर उपचार करणे आवश्यक असल्याचे सांगितले होते... ''मी फार हट्टी होते.''

''म्हणजे तुझा नकारच होता.''

सारा दात दाखवत हसली. ''मला वाटतं, मी नकारावर ठाम होते.''

जे तिच्याभोवती होते, त्यांनी तिच्या नकारावर आता तिचे रडगाणं सुरू होणार हे गृहीत धरले होते. ते म्हणाले, ''तू आम्हाला उगाच का फसवतेस? तुझ्याकडे जरा बघ...'' साराने निदान नाकारले, खरं पण प्रश्न काही सुटला नाही. तिने फक्त क्रॉन्स डिसीज नजरेसमोर ठेवून आपली आहार विहाराची पद्धत तशीच ठेवली. त्याला आहाराविषयीचा आजार म्हणा किंवा जेवण बंद केलं म्हणा, तिने स्वत:च स्वत:च्या शरीराला त्रास दिला. कदाचित हे नैराश्यामुळेही घडले असेल पण ते घडले होते.

''मी अजाणतेपणे विचार करते की आतमध्ये कसं वाटतं, यावर ते काही फारसं अवलंबून नाही. सारं काही एकमेकांशी संबंधित आहे, हे मला माहित नाही. पण माझ्याबाबतीत ते तसं आहे, असं मला वाटतं.''

''तुझं म्हणणं असं की तुझ्या आजाराशी...''

''होय. क्रॉन्सचा माझ्या शरीरावर काय परिणाम झाला, हे मी माझ्या शरीरावरून पाहतेच. विशेषत: त्या भयंकर औषधाचे जे दुष्परिणाम जाणवलेत त्यावरून तरी!'' स्टेरॉईड्सवर तिची जी वाढ खुंटलीय, त्यामुळे ती जास्त नाराज आहे. ''जर मी स्टेरॉईड्सवर नसते, तर माझी उंची किमान पाच फूट पाच इंच तरी असती.''

''हा तुझ्यासाठी महत्त्वाचा मुद्दा आहे.''

''होय. मी माझ्याकडे पाहाते आणि माझ्या मैत्रिणींकडेही पाहते आणि मी इतर मैत्रिणींपेक्षा लहान दिसते, असा मी कधी उगाच विचार करत नाही. पण इतर लोक मात्र करतात. लोकं मला माझ्या मैत्रिणीबरोबर पाहतात आणि मी कुणाची तरी लहान बहीण आहे, असं समजतात.''

''मला सांग, प्रत्येक गोष्ट तू इतरांच्या सापेक्षच का मोजतेस? त्याऐवजी तू स्वत:ला काय पाहिजे हे का नाही ठरवत?''

ती काही क्षण शांत बसली. ''मला वाटतं इतरांबद्दलची विचार करण्याची, स्पर्धा करण्याची ती वृत्ती असावी.'' साराने कबूल केले. ''तो मूर्खपणा मी करते कारण मी दुसऱ्या अशा लोकांशी तुलना करते, ज्यांना कुठलाही असाध्य आजार नाही.''

''मग तू तसं का करतेस?''

''मला वाटतं, मी विचार न करता करते. ओह, मला असाध्य आजार आहे. म्हणूनच बहुधा...'' साराच्या भोवताली सारेच निरोगी आहेत. ''मी बहुधा त्यांच्याच

चांगल्या आयुष्याची कल्पना करत राहिले आणि मला तसं आयुष्य का मिळालं नाही, याचा गांभीर्याने विचार करत बसणं.'' ना बाकीच्या स्त्रियांनी काही केलं होतं, ना साराच्या कल्पनेप्रमाणे आयुष्याचा आनंदही लुटला होता, कुठल्याही बाबतीत का म्हणेना. साराचे आयुष्य सत्कारणी लागत होते आणि तसे सर्वसामान्यही होते.

''मी जरा विचार करत मागे जाते. मी माझं मन कसं ठेवलंय यावर ते अवलंबून आहे.'' सारा बहुधा हे सारे पाहून नक्की आश्चर्यचकित झाली असावी, ''प्रत्येक वेळी मी ठीक असते आणि मी अगदी व्यवस्थित आहे, असा विचार करते.'' ती आलिप्तपणे म्हणाली, ''मी शाळेत जाऊ शकत होते, प्रवास करू शकत होते.'' तिने खोलवर श्वास घेतला. ''दुसऱ्या बाजूने पाहता, अशा बऱ्याच वेळा मला अस्वस्थ वाटतं आणि मला मी माझ्या इतर मित्रांपेक्षा आणि माझ्या वयाच्या इतर लोकांपेक्षा वेगळी वाटते.''

साराच्या बऱ्याच मैत्रिणींनी कॉलेजचे शिक्षण संपल्यावर घरीच राहण्याचे ठरवले, पण सारा क्लिव्हलँडला परतली. ''माझ्या डोक्यात बऱ्याच कल्पना होत्या, मला वाटतं मी त्या प्रत्यक्षात उतरवू शकते.'' ती हसली, ''अद्याप माझ्या डोक्यात कल्पना आहेतच.''

साराच्या वयाच्या या मार्गावरच्या तरुणांनी आणि तरुणींनी केलेली कामे हेच सिद्ध करते की, ते मोठे झाले आहेत. पण आईवडिलांच्या छायाछत्राखाली राहणे, हेच सिद्ध करते होते की ती वेगळी होती तथापि ती आणि घराची सुरक्षितता यात अंतर राखणे याचाच अर्थ ती संरक्षण आणि फार विचार करणे याची तिलाही गरज नव्हती. ती मोठी झाली होती.

''मला वाटतं नवा डॉक्टर शोधण्याची मला एक भीतीच बसली होती.'' सारा न गोंधळता म्हणाली, ''जर मी परत गेले असते, तर माझ्या आईला धक्का बसला असता. तिने ते खूप मनाला लावून घेतलं असतं.''

''तू तिच्यासाठी राहिलीस?''

क्षणभर ती थांबली. ''ते माझ्यासाठी जास्त होतं.'' ती क्षणभर पुन्हा थांबली. ''पण अर्थात् त्यामुळे माझ्या आईला आनंद होत होता.''

साराच्या घरातील कौटुंबिक संबंध त्यावेळी थंडावलेले दिसत होते. साराचे आईबरोबरचे नाते केंद्रस्थानी होते. वडिलांसोबत थोडे दुय्यम! भाऊ मार्शल कुटुंबापासून जरा दुरावला होता, दुसरीकडे गेला होता. सारा आणि मी तिच्या आईवडिलांच्या घरापासून काही मैल दूर शेकर्स चौकात आम्ही कॉफी पित होतो. ती माझी तिच्या आईकडे जाण्यासाठी तयारी करत होती. आई आणि मुलीच्या नात्यावर अभ्यास

करण्यासाठी माझी ही चक्कर होती. कॉफी घेतल्यानंतर मी आणि सारा शेकर्स हाईट्‌सकडच्या जोन आणि पॉलच्या मध्यम वस्तीतील घराकडे गेलो.

जोन आणि सारा त्यांच्या बैठकीच्या खोलीत बसलेल्या होत्या. व्यवस्थित फर्निचर असलेल्या त्या खोलीमध्ये बऱ्याच भेटवस्तू गुंडाळून ठेवलेल्या होत्या, सारा लवकरच आपल्या मित्रासोबत लग्न करणार होती, त्यासाठी त्या ठेवलेल्या होत्या. शेकर्स हाईट्‌स ही क्लिव्हलँडच्या पूर्वेकडे असलेली, भरपूर झाडी असलेली निमशहरी वस्ती आहे, युनायटेड सोसायटी ऑफ बिलिव्हरलाच शेकर म्हणून ओळखले जायचे (नृत्याच्या वेळी म्हणे ते थरथरल्यासारखे नाचायचे) या उत्तरेकडच्या लोकांनी ही वस्ती वसवली होती.

आज सारा सरळ सरळ जमिनीवर आईच्या पायाजवळच नम्रपणे, आज्ञाधारकपणे बसली होती. स्वत:च्या विश्वासावर आपला व्यवसाय उभ्या केलेल्या या स्त्रीने क्लिव्हलँडमधले सगळे रस्ते तुडवले होते आणि आपल्या सहकाऱ्यांकडून आदरही प्राप्त केला होता, तिची मुलगी आज पायाशी बसून हळुवार आवाजात प्रत्येक लहान सहान गोष्ट तिला विचारत होती. कोणता चांगला नक्षीदार कागद वापरला पाहिजे? बांधावं कसं? सारा सूचनांची वाट पाहात होती.

"माझ्या आईमध्ये आणि माझ्यात एक गमतीदार नातं आहे." सारा म्हणाली, "कुणी असंही म्हणू शकतो की, आम्ही एकमेकींवर अवलंबून आहोत, अगदी गुंतलेल्या सुद्धा." त्या दोघी एखाद्या विषयावर चर्चा करत होत्या, अशी ती पहिलीच वेळ नव्हती. या दोघींच्या गहन नात्यामध्ये तो भयानक असाध्य आजार कसा कावेबाजपणे घुसला, यावर आम्ही चर्चा सुरू केली, तेव्हाही त्या सहजपणे बोलल्या. "काही प्रमाणात हा माझ्या क्रॉन्सचाच परिणाम आहे आणि दुसरी महत्त्वाची बाब ही की, मला ज्यांच्यावर अवलंबून राहायचं आहे, असे फक्त आईवडीलच आहेत."

आपल्या आक्रमक आणि सतत पुढे जाण्याच्या वृत्तीनेच सारावर योग्य संस्कार केले, असे जोनचे म्हणणे आहे. "माझा काटेकोरपणा आणि मोठ्या अपेक्षा यांनी साराला प्रत्येक प्रसंगात पुढे यायला शिकवलंय."

गेल्या काही वर्षांत साराने परंपरेविरुद्ध जरा संघर्ष केला होता, म्हणजे तो जोरदार नव्हता एवढंच!

"माझ्या विशीत असताना मी एकदा असं केलं होतं, मला माझे निर्णय स्वत:ला घ्यायचे होते." ती म्हणाली. अर्थात प्रत्येकाला या वयात असंच वाटतं. "पण पुढे आई माझ्या आयुष्यात अगदी समरस होऊन गेली." सारा आईकडे पाहात म्हणाली, "ती सगळ्या गोष्टींवर सहज नियंत्रण ठेवू शकते." आई काळजीपूर्वक ऐकत असतानाही ती सहज आणि विनोद न करता म्हणाली,

''माझ्या आईला दोन सेंटसलाही फसवणं एवढं सोपं नाही, बरं. लगेच ती म्हणेल
हे बघ, तुझी ही चूक झाली.' 'तू हे केलंस, पण ते नाही केलंस.'' अद्यापतरी त्या
खोलीत मला कुठलाही तणाव जाणवत नव्हता. हे सारे पूर्वीच पार पडलेले असावे.

पण या नात्यामधले साराला जाणवणारे असमाधान फार खोलवर होते. ''ती
सततच हे म्हणत राहिली की, मी जे काय काम करते, ते फार अपरिपक्व विचाराने
केलेलं असतं, मी सांगते एक आणि जेव्हा एखाद्या गोष्टीला तोंड देते, तेव्हा तो
दुसऱ्याच पद्धतीने देते. अयोग्य आणि चुकीच्या पद्धतीने सारं करते.'' सारा
म्हणाली.

सारा टीका करत होती. ती योग्य उद्दिष्ट ठेवूनच होती. ''बहुधा हे असंच
असतं. पण मी विचार करते... किमान सत्ताविसाव्या वर्षी तरी... मी अद्यापही
स्वातंत्र्याचा विचारच करतेय आणि हे आईला कसं सांगावं हे शिकतेय...'' ती
क्षणभर थांबली. ''नाही, मॉम.'' सारा आईकडे वळत म्हणाली, ''हे माझं आयुष्य
आहे.''

सारासाठी ही बाब गंभीर आहे. स्टेरॉईडमुळे सहज रक्तस्राव आणि जखमा
होऊ शकतात. तिला कदाचित स्वातंत्र्य हवेही असेल, पण मदतीची गरज असणे
आणि आपल्यावर सतत कुणाचे तरी नियंत्रण असल्याची जाणीव यामधील
सीमारेषा धूसर आहे, विशेषत: तेव्हा, जेव्हा स्वातंत्र्य संघर्षासाठीची किंमत मोजण्याची
वेळ येते! ''तेव्हा आमच्या नात्यात असला तणाव असतोच.'' ती म्हणाली.

या नात्याची पुनर्बांधणी व्हावी, अशी साराची इच्छा आहे. ''बऱ्याच स्त्रियांमध्ये
आई व मुलगी यांच्यामधलं नातं पुढे मैत्रीच्या नात्यात रुपांतरीत होतं. मला वाटतं,
मी, आई, आम्ही दोघीजणी आणि गरजेपेक्षा जास्त मैत्रीच्या नात्याने बांधलेल्या
आहोत आणि अद्यापही आईची पुन्हा आई बनून मला आवश्यकतेनुसार जास्त
मार्गदर्शन करण्याची इच्छा आहे.''

इथे कुणीच खलनायिका नाही. इथे एकमेकींवर नितांत प्रेम करणाऱ्या एकमेकींचे
मर्म जाणवणाऱ्या दोन स्त्रिया आहेत. त्यांना आपल्या जुन्या, एकमेकींना समाधानी
न करणाऱ्या सवयी सोडायच्या नाहीत.

''मला थोडंसं स्वातंत्र्य हवंय.'' सारा आईला म्हणाली.

साराच्या बाबतीत सांगायचे झाले तर तिचे विशीनंतरचे वय आईपासून वेगळे
होण्यासाठी संघर्ष करण्यातच गेले होते. नकळतपणे सहन न व्हावे, इतकी गुंतली
होती. ''माझं आईसोबत एक गुंतागुंतीचं नातं आहे, मी जे काय करते ते.. ते काही
फार बरं करतेय अशातलाही भाग नाही.'' आता मी तिच्या आईकडे पाहात होतो.
जोन किंचित का होईना, पण दचकली होती, भावनाशील झाली होती.

''कधी कधी मला वाटतं, की माझ्यावर दबाव टाकला जातोय. कधी कधी

वाटतं, मी म्हणजे तिचं अपयश आहे.'' सारा माझ्याकडे वळत म्हणाली.

साराच्या भावना जोनला कळल्या असाव्यात असे वाटले.

स्वतःलाच मदत करण्याची एक भावना मला जाणवली. सारा एक मोठी मुलगी आहे. जरी तिला अनेकदा घरच्यांकडेच वळावे लागते, तरी ती मोठी आहे. ''मला वाटतं, हे जास्त खरं आहे...'' साराने कबूल करून टाकले. ''जास्तीत जास्त मी, तशा दोघीपण.. आमचं हे नातं थोडंसं बदलावं याबद्दल बोलत असतो.''

एका आठवड्यानंतर मी गंभीरपणे विचारले, ''तुम्ही दोघीही आपापल्या परीने या असाध्य आजारामुळे त्रस्त आहात काय?'' साराने रात्रभर विचार केला आणि ई मेलने उत्तर दिले.

''मी माझ्या मैत्रिणी आणि इतरही लोकं जे माझ्या वयाचे आहेत, ते त्यांचं कुटुंब सोडून राहात असल्याचं पाहतेय, ते पूर्णपणे स्वतंत्र आहेत. त्यांना त्यांच्या विम्याची काळजी नाही, ना वैद्यकीय खर्चाची आणि ना ते वेळेवर गोळी घेतात की नाही, याची काळजी आहे. पण मला पुन्हा केव्हातरी कुणाच्या आधाराची गरज आहेच. पण जेव्हा माझं आईबरोबरचं नातं पुन्हा बदलेल तेव्हाच ते शक्य आहे, अर्थात तेव्हाच!''

सारा पुन्हा पूर्वीच्या दिवसांत रमली आणि आईविषयी म्हणाली, ''माझ्या आईने तिचं सारं आयुष्य मला आणि माझ्या आरोग्याच्या गरजा पुरवण्यासाठी खर्ची घातलंय. मला तर मी तिची ऋणी आहे, असं वाटतं.'' साराने आईबद्दलचे मत व्यक्त केले. ''मला असंही वाटतं की, तिने माझ्यासाठी जे जे काय केलं ना, त्याची एक भरपाई म्हणून सुद्धा मी तिच्यासाठी काहीच केलेलं नाहीये.'' मग ती पुढे म्हणाली, ''मी असा विचार करते की, आपण आता एक पाऊल मागे घेण्याची वेळ आलीये, याची तिला जाणीव झाली असावी.'' शेवटी ती म्हणाली, ''माझ्या आईबद्दल तुम्ही काहीही वाईट लिहावं असं मला वाटत नाही.''

तिच्या भावनिक स्तराबद्दल तिने मोकळेपणाने सांगितले. ''मी नेहमी विचार करते की, जर मला क्रॉन्स नसता तर मला काय आवडले असते, आणि मग मी आयुष्यभर स्टेरॉईड्सवर राहिले नसतेच, माझं व्यक्तिमत्त्व असंच असतं का? मी जास्त ध्येयवादी जास्त स्वतंत्र असते का?''

मानसिक दबाव आणि आजारामुळे उपस्थित होणारे प्रश्न सारखेच असू शकतात. ते सुटू शकतात. बहुधा ते शारीरिक स्तरावरचेच असतात. ''मला वाटतं, भावनिक स्तरावर होणारे दुष्परिणाम जास्त घातक असतात.'' सारा म्हणाली, ''सारखी मनःस्थिती बदलणं, नैराश्य, चिडचिडेपणा, लवकर राग येणं, अगदी स्टेरॉईड्सचे मोठे मोठे डोस चालू असताना काहीच नकोसं वाटणं वगैरे वगैरे.''

या संघर्षाचा परिणाम साराच्या घरातील राहण्यावर झाला आहे. ''होय...'' ती

हळुवारपणे म्हणाली, ''मला वाटतं, यासाठी पालक केवळ त्यांच्यावर अवलंबून राहता यावं, म्हणून तरी महत्त्वाचे वाटतात.'' मग तिने भाव बदलले. ''मी त्यांच्याकडे एक भावनिक आधार म्हणून पाहते.'' ती मला म्हणाली, ''आम्ही एकमेकांना मदत करावी, अशा बऱ्याच वेळा असतात. त्यामुळे आम्ही एक असल्यासारखं आम्हाला वाटतं.'' त्याचा फायदा होतो? ''होय'' ती म्हणाली, ''त्यामुळे एकटं असल्याची वा तुटलेपणाची भावना कमी होते.''

साराचे घर तिच्या लोकांपासून जवळच होते आणि ती थोडीशी वेगळी पण झाली होती. वडिलांना बोलून, चर्चा करून आणि काही आर्थिक मदतगारांना भेटल्यावर साराने दोन बेडरुम्सचे घर क्लिव्हलँडमधल्या दुसऱ्या वस्तीत मेफिल्ड हाईट्सला घेतले. ही जरा मोठी जागा होती, घराला लागून गॅरेज, मागे मोकळी जागा... सारं काही!

''मला प्रत्येक वेळेस असं वाटलंय की, आपण या साऱ्या बाबतीत इतरांच्या फारच मागे आहोत, अजूनही पळतच आहोत.'' आम्ही तिच्या नव्या घरात बसलो होतो, तेव्हा ती म्हणाली, ''आता नोकरी मिळाल्याने आणि नवं घर घेतल्यामुळे, मलाही इतरांची बरोबरी केल्याप्रमाणे वाटतं.''

पण एवढे पुरेसे नव्हते. ''पुन्हा वास्तवाची जाण येते...'' ती थकलेल्या आवाजात म्हणाली, ''मला कसं वाटतं, माझी शक्ती नष्ट होतेय आणि सारे प्रश्न आहेत, तसेच आहेत. मी अद्यापही इतरांच्या मागेच आहे. त्यामुळेच मला माझ्या आईची गरज वाटते.''

लेविनच्याच घरात राहणे एक दुहेरी आशीर्वाद मिळाल्यासारखे आहे. कुठल्याही शब्दात हे परावलंबित्व ती व्यक्त करू शकत नाही, सारा आणि जोन यांनी त्यांच्या साहचर्यातून जे निर्माण केलंय ते...नाही व्यक्त करू शकत. ''साराला स्वतःला बळजबरीने अंथरुणावरून बाहेर ओढावं लागतं...'' जोन म्हणाली, ''ती सारी साफसफाई आणि इतर कामं केव्हा करणार?'' मी मलाच विचारले, उरलेल्या साऱ्या गोष्टीचा अंदाज कुणीही लावू शकतो. हे सारं झालेलं जोनला पाहावं लागलं आहे. ''मी त्या न धुतलेल्या घाणेरड्या फरशीवर उभीही राहू शकत नाही, न धुतलेले कपडे मी पाहू पण शकत नाही.'' ''पण, मलाच वाटतं, मी का केलं हे सारं?''

''म्हणून जोन...'' मी म्हणालो, ''तुम्ही तिला, साराला वेगळं राहण्याची आणि तिच्यापासून दूर राहण्याची परवानगी दिलीत?''

''तुम्ही काय बोलताय?'' ही हसली.. ''मी तिथं जाते.'' त्या अगदीच खोटं बोलत नाहीत, याचे मला समाधान वाटले. ''तुम्ही आता या सवयी बदलू शकत नाही.'' जोन म्हणाल्या, ''तशी मी पण आता थकलेय. मी म्हणते, मी काहीच

करणार नाही. पण मी करतेच आणि मग स्वत:वरच रागावते आणि मग अर्थात् मी जे केलं त्यात समाधानही मानते.''

साराला तिच्या या त्राग्याने काही फरक पडत नाही. ''जर मी चांगली असते, तर आमची एवढी जवळीक असती का?'' ती प्रश्न विचारते. ''आम्ही अशाच एकमेकींवर अवलंबून असतो का?'' आणि साराच्या या प्रश्नाला उत्तर नाही.

''मला वाटतं जर मला क्रॉन्स डिसीज नसता, तर मी स्वत:हून कॉलेज संपल्यावर घराबाहेर पडलेच असते... मला वाटतं, घरी परतण्याची गरज यासाठी आहे की ते सुरक्षित आहे. मी माझ्या सुरक्षित ठिकाणी होते.'' प्रश्नच मिटला. जवळपास मिटलाच. असाध्य आजाराचा जो परिणाम कुटुंबावर होतो ना तो खूप असतो. जेव्हा कुटुंबातला एखादा आजारी पडतो तेव्हा कुटुंबातील सामंजस्य बिघडते. आजार म्हणजे सर्वांनी करायचे दिव्यच असते.

जोनने जेव्हा वेळ येते, तेव्हा पुढे व्हावे, सर्व हातात घ्यावे असे पॉल लेविनचे कायमचे मत होते, असे ते स्वत: म्हणाले. आता आई आणि मुलीच्या संवादात एक त्रयस्थ भूमिका घेऊन ते शांत बसले होते. ''मी माझ्या वडिलांशी बोलत होते.'' साराने मला लिहिले होते... ''ते म्हणाले की त्यांनी वैद्यकीय उपचार वगैरे लागणाऱ्या कुठल्याच गोष्टीत फारसा सहभाग घेतला नाही, असे त्यांना वाटते, पण आपण भावनिक आधार देण्यात मात्र सतत पुढे होतो, असं ते म्हणाले.'' आठवडाभर आधीच वडिलांशी आपले मैत्रीचे संबंध असल्याचे सारा म्हणाली होती. ''आम्ही मित्र आहोत.'' हे तिचे शब्द होते.

सारा फार सावध मुलगी आहे. ''क्रॉन्स डिसीजला तोंड देताना,'' आपल्या कुटुंबातील सर्वांनी ज्या ज्या भूमिका बजावल्या त्याबद्दल कृतज्ञता व्यक्त करून ती सांगते, ''मला वाटतं प्रत्येकाला कुठली ना कुठली भूमिका मिळते, त्याला पार पाडायची असते. माझ्या आईकडे माझ्यावर उपचार करणं आणि माझ्या आयुष्याकडे लक्ष देणं, अशा दोन भूमिका होत्या.''

आपल्या बेन कम्बोने रागावण्यामागची त्याची भूमिका सांगितली होती. मी रोजचा दिवस माझ्यासोबत काढतो. साराने जरी एक व्यक्ती तिच्यासाठी शोधून ठेवलेली असली, तरी तिला तिच्यासाठी कुणा व्यक्तीची गरज वाटत नव्हती. ती तिच्या आईवरच बरीच रागावलेली आहे, म्हणजे बोलून दाखवू शकत नसली तरी...!

इतरांपासून जरा वेगळे, एकांतात राहणे, हा साराच्या मनातील मोठा विषय आहे. ''कॉलेजमधलं शिक्षण संपल्यानंतर बाकीच्या जगापासून वेगळी राहण्याचा प्रसंग बऱ्याच वेळा आला आहे. मी क्लिव्हलँडला आल्यानंतरही मला खूप मित्र

मैत्रिणी होत्या, असं अजिबात नाही.''

त्यात एक युक्तिवादही होता. ''खूप मित्रमैत्रिणी जमा करणं आणि त्यांना आपल्या जीवनाबद्दल सांगत बसणं त्यापेक्षा त्या नसणं हे खूपच चांगलं!उगाच आपलं, ''तुम्हाला भेटून खूप बरं वाटलं, म्हणायचं किंवा बऱ्याचदा शुक्रवारी रात्री मी फारच थकलेली असते. त्यामुळे बाहेर जाण्याची इच्छाच नसते.. तसं सांगत बसायचं.'' आपण थकलोय. आपला थकवा सगळ्यांना सांगत बसण्याचा साराला मनस्वी कंटाळा येतो. ''हे फारच जड जातं..'' ती थकल्या स्वरात म्हणाली, ''मी शाळेत आणि कॉलेजात असताना हेच केलं आणि प्रत्येकाला हे सांगून सांगून मी आता थकलेय.''

त्याऐवजी तिने बराच काळ आईवडलांसोबतच घालवला. ''फक्त गेल्या काही वर्षांत मी इतरांपासून स्वत:ला वेगळं ठेवण्याचा प्रयत्न जरा कमी केल्यावर, मी स्वत:ला घराबाहेर काढून त्यांच्यात जाते आणि त्यांना भेटते.''

तीन वर्षांपूर्वी, या स्वत:च स्वीकारलेल्या एकांतप्रिय एकट्या जीवनातही साराला एक माणूस सापडला, बेन! इंटरनेटवरच्या ज्यूंच्या डेटिंग साईटवर ते दोघं भेटले. ''तिने मला निघून जायला सांगितलं...'' साराकडे संकेत करून तो म्हणाला. आम्ही साराच्या घराच्या बैठकीच्या खोलीतील कोचवर बसलो होतो. ''मी नाहीऽऽ'' सारा ओरडली.

''माझा वैयक्तिक अनुभव सांगतो.''

''चांगल्या गोष्टी कमी प्रमाणातच मिळतात.'' सारा म्हणाली.

''तिने चांगली कल्पना केली होती.'' बेन म्हणाला, ''तिने मला तिचा नंबरही दिला, पण मला तिला बाहेरच बोलावावं लागायचं. असंही म्हणता येईल की, साराने ही परिस्थिती कठीण केली नव्हती.''

सारा आणि बेन विजोड आहेत. बेन भटक्या माणूस आहे. सारा घरातील खोलीत रमणारी. बेन इंश्युरन्स इंडस्ट्रीत काम करतो. ते ही अशा पदावर की त्यात काही दम नाही. माणूस त्याच्या कामकाजाने बहुधा कंटाळला होता, पण तो साराच्या प्रेमात पडला. २००६ मध्ये फेब्रुवारीत त्याचे ठरले आणि ऑक्टोबरमध्ये लग्न झाले.

साराला, आता बऱ्याच काळासाठी हे नाते पार पाडायचे होते. त्यामुळे तिला हव्याहव्याशा वाटणाऱ्या एकांताचा भंग झाला. ''माझ्या मैत्रिणींची लग्न जमताहेत आणि त्यांची लग्न होत आहेत. हे पाहून मला वाटलं की आपलं काहीतरी चुकत होतं.'' ती मला म्हणाली. लग्नामुळे तिला परिपूर्णता आल्यासारखे वाटले.

''लग्न झाल्यानंतर मला सर्वसामान्यांप्रमाणे वाटत होतं, म्हणजे माझ्या मैत्रिणी जे काही करतात, त्या वाटेवर मी परतले म्हणून वाटत होतं.''

''तुझ्यासाठी ती महत्त्वाची बाब होती.''

''होय..'' ती म्हणाली, ''एवढा गंभीर आजार असताना माझ्यावर कुणीतरी प्रेम करतंय. मला या गोष्टीचंच खूप समाधान मिळत होतं.''

आपल्याजवळ असे आकर्षण वाटण्यासारखे काय आहे किंवा कुणाला आकृष्ट करून घ्यावे असे काय आहे किंवा कोणाला तिच्यासोबत डेटिंगला जावे असे वाटावे किंवा इतर काही करावे, असे वाटण्यासारखे तरी काय आहे, असा प्रश्न सारा नेहमीच विचारायची. ''मला असं वाटायचं की, आपण अंगावर हे लठ्ठपणाचं ओझं घेऊन जन्माला आलोय.''

शारीरिक तंदुरुस्ती साजरी करण्याचे काम आपली संस्कृती करते. स्त्रिया तर निर्दोष, निर्व्यंग असल्या पाहिजेत. या साऱ्यांचा विरुद्ध आपण आहोत, याची साराला जाणीव होती.

सांस्कृतिक रचनेमध्ये स्त्रिया म्हणजे ज्यांच्यावर सहजपणे हल्ला करता येईल, अशी वस्तू असते जिच्या लैंगिकतेची महागडी कल्पना भरपूर किंमत मोजून जणू काही खरेदी केलेली असते. ''मी ती वस्तू नाही.'' सारा अक्षरशः किंचाळलीच. मासिकातून जाहिरात असलेल्या वस्तुप्रमाणे ती खरेदी केली जाऊ शकते, या कल्पनेलाच ती भरपूर हसली.

''एक बाई जी चालते किंवा रस्त्यात हवा सोडते.'' ती हसतच राहिली.

''ओ, माय गॉड, असं काही करणारी बाई मी तरी यापूर्वी पाहिली नाही.''

आश्चर्य नाही का? ''म्हणजे अशी दुहेरी नीती असते तर.''

''शक्यता आहे.'' मी तिचे लक्ष मुद्द्याकडे वळवले. ''पण तू त्याची बळी आहेस.''

''जेव्हा मी कुणाला पहिल्यांदा भेटते ना, तेव्हा त्याला सारं काही सांगून टाकण्याचं काम मी करते.'' रहस्य म्हणजे क्रॉन्सबद्दल सांगणे.

''होय..'' ती म्हणाली. ''मी तुझ्यासमोर दुबळी असू शकते आणि मला खूप वेळा लघवीला जावं लागतं म्हणून जर अशी स्त्री तुझ्याच्याने सांभाळणं होत नसेल तर मी काही तुला भेटणार नाही.'' असं मी बेनला सांगितलं होतं. तिने सांगितले, ''हे सारं म्हणजे धोका स्वीकारणं आहे.'' मी म्हणालो. आपले सारे रहस्य उलगडून सांगणे म्हणजे विरुद्ध लिंगी व्यक्तीला आकर्षित करून घेण्याचे काही साधत नाही. पण अर्थातच त्यामुळे एकमेकांविषयी माहिती होते आणि फाजील चिकित्सक लोक किमान दूर तरी सरतात.

''बरीच मुलं म्हणायची, 'तू एवढी प्रामाणिक आहेस, हे पाहून मला खरंच आनंद झालाय.''' मग पुढे काय? ''अं...'' साराने न अडखळता सांगितलं, ''जर काहीसा संपर्क राहिला, तर आम्ही भेटलो. फक्त तेवढ्यासाठीच, म्हणजे भेटीसाठी,

भेट घेण्यासाठी कुणी आलाय, अशी वेळ माझ्यावर आल्याचं मला आठवत नाही.''

अशा सामाजिक प्रसंगात आपले प्रश्न खुलेपणाने मांडण्याइतकी नक्कीच हुशार होती. त्यामुळे सारे स्नेही अस्वस्थ झाले. ''दुसऱ्या किंवा तिसऱ्या भेटीतच हे सारं सांगावं, इतकं ते महत्त्वाचं नाहीये, असं मला लोकं सांगायचे.'' सारा सहज म्हणाली, तरी तिला स्वत:बद्दल खात्री होती.

''मला वाटतं, लवकरात लवकर सांगून टाकावं, अशी ही बाब आहे.'' ती थांबली. ''माझा हा आजार ऐकून लोकांची किती हिंमत टिकते आणि ते याला कसे सामोरे जातात, हे पाहण्याची मला गरज वाटते.'' ते तिने केलं नव्हतं. ''आणि दुसरी बाब.'' ती म्हणाली, ''आईवडीलही एक प्रश्न असू शकतात. ही अशी नुसती वयाने वाढलेली माणसं म्हणू शकतात की, 'तू आजारी व्यक्तीशी लग्न करावं, असं आम्हाला वाटत नाही.' हे खरं तर दुर्दैव आहे.''

आपल्या एकंदर परिस्थितीचा आढावा साराने घेतला. ''काही दु:खदायक गोष्टी आहेत म्हणजे स्त्री आहे ही बाब नाही. फक्त शारीरिक दृष्ट्या स्त्री असणं, या एवढ्या बाबींवर मुलं विचार करतात, असं नाही. ती फार आकर्षक बाब नाही.''

साराने अगदी स्वच्छपणे सांगितलं की, हा काही खरे तर मुद्दा नाही. ''आपण खास भेटीसाठी जाणं आणि मग बाथरुमला जावं लागणं, आणि तिकडेच दहा मिनिटं घालवणं आणि तो विचारतोय, काय झालंय तुला?'' ''काही नाही, एकदम जुलाब झालाय.''

बेनने साराला पहिल्या भेटीच्या वेळी मेक्सिकन रेस्टॉरंटला नेले. ते खूपच छान होते. ''आमच्या पहिल्या भेटीच्या वेळी मी फारच साशंक होते, कारण त्यावेळी मी स्टेरॉईड्सवर होते.'' साराने आठवत म्हटले.

''आणि त्याने माझा फोटो पाहिला होता, त्यापेक्षा मी फारच वेगळी दिसले. मला तर वाटलं , आता हा जवळ येऊन म्हणणार की, 'तू कोण? तुला काय झालंय?' माझ्या साऱ्या चेहऱ्यावर सूज होती.''

किमान पहिल्या भेटीच्या वेळी तरी असे काही होऊ नये असे प्रत्येकालाच वाटते. नंतर सायंकाळी ते एका बारमध्ये गेले.

साराने त्याला सारे सांगितले, तेव्हा ती थोडीच प्यायली होती.

''ती काहीतरी भयंकर सांगत असल्याप्रमाणे बोलली.'' बेन मध्येच म्हणाला, ''तुला काही सांगायचं आहे.'' ती म्हणाली, ''आपल्याला काय ऐकावं लागणार याची पण बेनला कल्पना करता येत नव्हती.

''मन विचित्र विचार करू लागलं... काय? तिला तिसरा डोळा आहे की काय? सारा म्हणाली, ''मला क्रॉन्स डिसीज आहे.'' त्याचा काहीच

अंदाज नव्हता?

"मग तू काय, पळवाट शोधलीस?"

"नाही." बेनने उत्तर दिलं. "कशाला पळायचं? या आजाराचं नावं कसं लिहायचं हे पण मला माहिती नव्हतं. ते काय असतं, हे पण माहीत नव्हतं. मी विचार केला काही मोठी बाब नाही मला नंतर कळलं मी अर्धा बरोबर होतो अर्धा चूक."

जणू कुणी असा भेटीला जातोय आणि माझ्या मस्क्यूलर स्क्लेरोसिसबद्दलची बातमी कधी सांगायची हे ठरवतोय, साराला किती विदीर्ण वाटले असेल, याची मला कल्पना आहे. तुम्हाला एखादी योग्य गोष्ट करावीशी वाटते, ही बाब वेगळी, पण ती नेमकी दिसते कशी याची चिकित्सा करणे फारच अवघड आहे. जी माहिती आपण दडवतो, ती आपल्यासाठी सावली बनून मागे राहते. कधी कधी घाबरवते. आपण त्यावेळी इतरांकडून वाईटाची अपेक्षा करतो. "त्या क्रॉन्सचा आपल्या संबंधावर कुठलाच परिणाम झाला नाही." बेन त्यांच्या एक वर्ष आधी म्हणाला होता. ठीक, मी स्वत:शीच म्हणालो. "आपल्या नात्याच्या त्या बाजूवर मी विचार केलाय, असं मला वाटत नाही." तो नंतर म्हणाला.

नात्यात कितीही आश्वासकता असली ना तरी गंभीर आजार ही बाबच वेगळी! सारे काही ठीक होईल यावर जोडपी विश्वास ठेवतात. ते त्यावर नियंत्रण ठेवू शकतील असेही वाटते. सुरुवातीला मी आणि मेरेडिथनही माझ्या आजारावर अशीच गंभीरपणे चर्चा केली होती, पण ज्या गोष्टींचा आम्ही विचारही केला नव्हता त्याचा त्रास झालाच. अतिबिकट परिस्थिती या सत्याला फार काळ टिकवू शकत नाही. जे होणार असते ते होतेच त्यापेक्षा वेगळे तरी काय होणार?

"सारं काही व्यवस्थित होईल हे निश्चितपणे माहीत होण्याचा एक पण मार्ग नाही." बेन म्हणाला, "बेन विचार करणारा सावध तरुण आहे. प्रत्येक प्रश्नावर तो काळजीपूर्वक उत्तर देत होता.

"कोणत्याही वेळी आजार खरं तर मध्ये आला नाही. अर्थात थकवा किंवा वाईट मन:स्थिती असणं, हे होतं. भयंकर असं काही नाही."

साराला वाटणारी भीती महत्त्वाची होती. "अतिशय जवळीक तणावपूर्वक असते..." ती म्हणाली, "आम्ही जवळ असताना काही होईल की काय अशी मला काळजी वाटते." विस्तृत सांगण्याचे तिने टाळले.

"मुद्दा असा बेन आणि मी आम्ही एकमेकांच्या सहवासात अगदी सहजपणे वावरतो. जर काही घडलं तर तो सांभाळू शकतो. एकमेकांना मदत होऊ शकते."

तरुण मुलांनी असे सीमारेषेवर वागणे, तसे धोक्याचेच! अशा प्रणयसंबंधात शारीरिक आकर्षण तर नक्की भरपूर असतेच, हे कोण नाकारेल? सारा आणि बेन,

त्यांच्या अपेक्षा आधीच एकमेकांना जोडून आहेत.

"आमच्या वयातल्या इतर लोकांमध्ये असेल, त्या पेक्षा जरा कमी उत्तेजित शारीरिक संबंध आमच्यात असावेत. असं मला वाटतं." सारा म्हणाली होती. "पण आमच्यापुरतं ते ठीक आहे." प्रणय आणि वास्तव यामध्ये ती असते. तिच्या स्थितीचे वास्तव ती जाणून आहे, पण तरी ही काही चांगलं होऊ शकेल अशी अपेक्षा तिला आहे. "या साऱ्या गोष्टींचा माझ्यावर ताण येतो. कधी कधी मला डोकेदुखी ऐवजी प्रचंड पोटदुखी जाणवते. मला आपलं... "आज नको, माझं पोट फार दुखतंय. असं सांगावं लागतं.''

सारा विचार करत होती, ती सारी गंमतच होती. तो गंभीरच होता, म्हणजे जरी आपला अर्धा ग्लास भरलेला पाहण्याचा आशावाद तिच्याजवळ असला तरीही...! " बेन आणि मी.. आम्ही दोघंही एकमेकांच्या सहवासाचा आनंद भरपूर लुटतो. त्यामुळे हा खरंतर मुद्दा नाही." ती समजूतदारपणे म्हणाली. "बेन मला माझा वेळ देतो.''

साराचे सारे वागणे जरी सहज वाटत असले तरी हा विषय, ही गुंतागुंत इतकी सहज नाही, हे लक्षात येत होते. "मी इतर मित्रांचा विचार करते, तेव्हा मी विचारात पडते..." पुन्हा साराने तेच सुरू केले. "मला असं वाटतं की, बेनचा अपेक्षाभंग होतोय. मग त्याचं कारण मी स्वतःकडे घेते. त्याच्या नैराश्याचं, अपेक्षाभंगाचं कारण मी आहे, असं वाटतं.''

"मला वाटतं, शारीरिक संबंधांचं पुरुषाच्या आयुष्यात फार महत्त्वाचं स्थान आहे." मी म्हणालो.

"होय." साराने निःश्वास सोडला, "आणि बेन तरुण आहे.''

"तुला तसं समाधान होत नाही, असं जाणवतं का?''

बेन म्हणाला, "नाही, तसं काही नाही. माझ्या डोक्यात मात्र तोच विचार अद्याप आहे." सारा हळुवारपणे म्हणाली, "याचा साऱ्या शरीराशी संबंध येतो. कधी कधी मी सुजलेली आणि कुरूप दिसते.''

"बेनसोबत असताना तू स्वतःबद्दल तेवढी जागरूक असतेस?''

"मी नेहमी तशी काळजी घेते.. अपवाद फक्त माझं शरीर खराब असतं, तेव्हाचा असतो.''

शारीरिक संबंध आणि इतर गोष्टींवर आम्ही बोलण्याचा मूळ हेतू क्रॉन्स डिसीज हाच होता. रोगाची अवस्था किती का हळुवारपणे वाढेना, पण ती एकाच दिशेने असते आणि अवस्था पार बिघडूही शकते. "मला वाटतं मी माझी क्षमता हे आव्हान स्वीकारण्यासाठी वाढवायला पाहिजे." बेन सावधपणे म्हणाला, "जर तिच्या पालकांनी तिच्या शारीरिक तब्येतीची काळजी घेतली, तर मी उरलेलं बरंच

काही करू शकेल.''

बेनचे हे मत ऐकून आपण पुन्हा एक पाऊल मागे सरकवले जात आहोत, असे साराला वाटले. ''तो असं म्हणतो, याचंच मला आश्चर्य वाटतं. माझ्या आईवडलांनी यात जरा कमी लक्ष घालावं, अशी याची इच्छा आहे असं मला वाटतं होतं.'' ती म्हणाली.

''ते तिथं आहेत, याचं त्याला थोडं समाधान वाटत असावं. मी काय काय सहन केलंय, याची त्याला जाण आहे आणि पुढे ही अशा वेळा येणार आहेत. याची त्याला जाणीव आहे.''

''जरा लहरी आहे का?''

''नाही. त्याने येणाऱ्या परिस्थितीला तोंड देण्यासाठी स्वत:ला तयार केलंय.'' ती जराशी थांबली. ''तो त्यावेळी कसा वागेल, याची आम्हाला खात्री देता येत नाही. त्यामुळे माझे आईवडील अजूनही लक्ष घालतात, ही समाधानाची बाब आहे. याचा अर्थ तो पुढे प्रत्यक्ष काहीच करणार नाही किंवा चांगली मदतही करणार नाही, असं मला म्हणायचं नाही.''

या साऱ्या गोष्टीत पूर्णपणे गुंतून जाणारा बेन हा काही एकटाच नव्हता. जोनचं लक्ष सतत होतंच. ''माझी अशी भीती आहे की, माझ्यावर जशी पूर्णपणे सारा अवलंबून होती, तशी तिच्या नवऱ्यावर अवलंबून राहते की काय...?''

''त्यात चूक काय? हे असं व्हावं, अशी तुमची इच्छा असावी, असं मला वाटत होतं.'' मी म्हणालो.

''खरं सांगायचं तर, तिच्या नवऱ्याने तिची शुश्रुषा करत बसावं, असं मला वाटत नाहीये. मी सोडलेलं काम त्याने करत बसावं, असं वाटत नाही.''

''हे सारं तुझ्या डोक्यावरून जाईल, याची भीती तुला वाटते?'' मी बेनला विचारले.

''नाही.. अद्याप तरी नाही, पण तो माझा मूर्खपणा असेल. असं मला वाटतं.'' तो म्हणाला, ''सारा अंथरुणावर खिळलेली आहे, तिला खूप त्रास होतोय, हा विचार करायलाही मला आवडत नाही.'' त्याने पुन्हा जरा विचार केला. ''असं होऊ शकतं, हे मला माहिती आहे. मला एवढं थोडंफार कळतं.''

या विषयामुळे बेनवर मानसिक ताण आला होता, हे स्पष्ट दिसत होते. ''मी मलाच फसवतोय असं होईल...'' तो सांगू लागला. तो त्यासाठी उपमा शोधत होता. ''हे जणू खंदक खणून केलेल्या युद्धासारखं आहे आणि टेकडीवर काय आहे हे सैनिकाला माहित नसताना त्यातून रस्ता काढून जायचं आहे.''

बेन आपल्या मताबद्दल ठाम आहे. ''नाही.. मुळीच नाही.'' तो ठामपणे म्हणाला, ''मी आजार मनातून काढून टाकला आहे. मी क्रॉन्स डिसीज बाजूला

सारलाय आणि त्यात आपण नाही असं गृहित धरतोय.'' हे एकंदर भयानक होते. मी मनातल्या मनात म्हणालो. आता या तरुणाला एकटे सोडणेच योग्य होते. ''अजून एक बाब...'' तो म्हणाला. ''आपण विश्वास बसणार नाही इतके बोलतो. बोलण्याचा उद्योग मात्र आपण व्यवस्थित करतो.''

साराची कोणकोणती गोष्ट आपली आहे, हे बेनला आता कळत होते. ''जेव्हा तू माझ्या आयुष्यात आलास...'' सारा बेनला म्हणाली, ''तेव्हा तू एक असाध्य आजारच मिळवलायस. माझ्या कुटुंबाने तो असाध्य आजार आधीच भोगलाय. त्याचा आपल्यापैकी प्रत्येकावर काही ना काही परिणाम झालाय, पण हेच, एवढंच झालंय. तुला तुझ्या नात्यामध्ये हे गृहीत धरावं लागेल आणि तुझ्या आयुष्याच्या मार्गावरही गृहीत धरावं लागेल.''

हे नाते अशा पद्धतीने काम करू शकते, यावर साराचा विश्वास होता. क्रॉन्स डिसीजच्या बाबतीत बेन जरा शांत, समाधानी, स्वस्थ राहावा, या इच्छेने ती बोलत होती. ''भविष्यात जे काही अनिश्चित वाढून ठेवलेय आणि माझ्या आरोग्याच्या बाबतीत जे घडेल, त्याबाबतीत तरी तू स्वतःला तयार केलंयंस ना?'' तिने बेनला विचारले, ''म्हणजे कदाचित मला पुन्हा शस्त्रक्रिया लागेल, किंवा ओस्टोमी...!''

बेनने लगेच उत्तर दिलं... ''हो. हे... त्याच गोष्टीची चर्चा आपण पाचेक महिन्यापूर्वी करत होतो.'' तो म्हणाला, ''आठव.''

साराचा एक असाही विश्वास आहे की, ही अशी शस्त्रक्रिया करण्याच्या आधीच मूल झाले पाहिजे. कारण ती ओस्टोमी किंवा ती बॅग लैंगिक संबंधामध्ये त्रासदायक होऊ शकते. ''मला तरी जी मूल होण्यापूर्वी ओस्टोमीच्या शस्त्रक्रियेची भीती वाटते ना, ती शारीरिक आणि मानसिक दोन्ही स्तरांवरची आहे. त्या ओस्टोमीमुळे लैंगिक जीवनावर परिणाम होऊ शकतो.''

साराच्या मनात काही पक्क्या शंकाही आहेत.

''क्रॉन्समुळे गरोदरपणात त्रास होऊ शकतो, नेमकं सांगता येत नाही, पण काहीही उलटंसुलटं होऊ शकतं.'' पुन्हा आपल्याला मूल हवंय, यावर ती येते. ''बेन आणि मी दोघांनाही मूल हवं आहे, आणि ते असल्या शस्त्रक्रियेपूर्वीच जन्माला घालणं शक्य आहे.''

काळाचे घड्याळ टकटक करतेय. ''आम्हाला पुढच्या एकदोन वर्षात मूल हवंय. मला वाटतं, तोपर्यंत मी ओस्टोमीला थांबवू शकेन.'' हे जरा बरं होईल. ''खरंच बरं होईल.'' सारे लक्ष सारावरच केंद्रित होतं. बेनची भूमिका फक्त एक सहभाग एवढीच होती आणि काही गडबड झाली तर मदत करायची होती.

आजपासून पाच वर्षांनी आणि कदाचित कायमच असे प्रश्न कायमच येणार आहेत. बायकोला काहीतरी गंभीर, असाध्य आजार झालेला आहे, असा आपल्यापैकी

प्रत्येकजण ज्या गोष्टीवर विश्वास ठेवतो, ती तशीच पुढे चालू राहणार आहे. आपल्याला एक जीवनसाथी बनायचे असते, एक प्रेमी बनायचे असते, पण आजारी रुग्णाला सांभाळणारा, काळजी घेणारा बनायचे नसते. आपण जे काय करतो, त्याचे उद्दिष्ट जरी महत्त्वाचे असले तरी त्या त्यागाची किंमत योग्य आहे का, याचा विचार येतोच.

सारा आणि बेनने मला कॅलिफोर्निया पिझ्झामध्ये नेले, तिथे माझ्यापेक्षा तरुण असणाऱ्यांची खच्चून गर्दी होती. आत चालणे अवघड होते फक्त उभे राहाणे आणि रिकाम्या होणाऱ्या टेबलाची वाट पाहाणे शक्य होते. ती हलूही शकत नव्हतो, पण तरी ठीक! मला गोंधळात एकतर काही ऐकू येत नव्हते. मी सारा व बेनकडे पाहिले. ते मजेत दिसत होते.

‘‘तू माझ्यासोबत असतोस, याचाच मला तणाव येतो.’’ सारा बेनला म्हणाली, ‘‘मी अंगावर असं ओझं लटकवून येते असं वाटतं, मी बेढब आहे ना...! तू अजूनही माझ्याजवळच आहे, हे पाहून आश्चर्य वाटतं.’’ साराच्या शब्दांत विस्मय होता, जणू सारा आणि बेन एका अशा स्वप्नांत जगत होते, त्यातून तिला जागे व्हायचे होते.

अशी असुरक्षितता वाटणे साहजिक असते.

‘‘असं फुगा फुटत बसण्याची वाट पाहात बसणं, माझ्यासाठी नेहमीचंच आहे.’’ ती खरं काय ते सांगत म्हणाली, ‘‘मला तर कधी कधी वाटतं, आपल्या या आयुष्यात खूप चांगल्या गोष्टी आहेत.’’ शेवटचे वाक्य तिने बोललेल्या पहिल्या अनेक वाक्यांच्या अगदी विरुद्ध होते.

‘‘आणि तू अनेकवार चटके सोसलेस बरोबर?’’

‘‘होय.’’

साराच्या या आजारपणाने नात्यात अनेकवार सौदा केलाय.

‘‘ही बाब वेगळी आहे. मला यापूर्वी एवढं सुरक्षित कधी वाटलं नाही. मला एवढं माहितीय की, बेन कुठे जाणार नाही.’’ हा थंड आत्मविश्वास सुद्धा तिच्या नेहमीच्या भूमिकेला शोभेसा नव्हता.

शेकर्स हाईट्सकडून अंतर पार करून रात्री माझ्या मुक्कामाच्या हॉटेलवर पोहोचता पोहोचता, मी बेनला, ‘‘जर साराला या आजाराने जास्तच अस्वस्थ केलं तर...’’ असा प्रश्न विचारलाच. बेनने लगेच उत्तर दिले, ‘‘मी जर साराकडे तिच्याच नजरेतून पाहिलं, तर मी तिच्याजवळ त्यावेळी असण्याची गरज आहे, असं मला वाटत नाही.’’

‘‘पण..’’ मी विचार करत पुढे झुकत म्हणालो.

‘‘पण मी तिच्याकडे माझ्या नजरेतून पाहतो आणि त्याच दृष्टीने तिने स्वत:कडे

पाहवे, अशी माझी इच्छा आहे...'' मग बेनने मागच्या सीटवर बसलेल्या साराकडे वळून पाहिले. ''माझी जादू चालवावी अशी माझी इच्छा आहे आणि तुम्ही तुम्हालाच एका नव्या प्रकाशात पाहावं, अशी माझी इच्छा आहे.'' तो हळुवारपणे हसला, ''मला वाटतं, याला थोडासा वेळ लागणार.''

त्याने मुक्कामाच्या ठिकाणी असलेल्या वाहनतळावर जरा गाडी थांबवली; आणि आम्ही थोडावेळ बोलत बसलो. ''सारा चांगली व्यक्ती आहे...'' तो म्हणाला. ''थँक्यू...'' ती म्हणाली. बेन हसला.

''आणि तिला काय काय हवंय, हे तिला माहिती आहे व तिच्या आतड्याचं काय होणार, हे पण तिला माहिती आहे. मला नाही माहीत.'' तो गालातल्या गालात हसला. ''ती पाण्यात सूर मारतेय. मी घोट्याने पाणी मोजतोय.'' बेन एका परिचारिकेचे काम करत तिच्याभोवती फिरत नव्हता. साराकडून त्याला हवी असलेली गोष्ट मिळाली होती.

त्या अंधारात गाडी काढण्यापूर्वी बेन एक शेवटचे, कुठलाही आर्जवांचा भाव नसलेले वाक्य बोलला. ''जेव्हा सारा आनंदी असते मी पण असतो.'' तो म्हणाला. ''जेव्हा सारा असला खट्याळपणा करते तेव्हा मी माझा वेळ घालवण्यासाठी दुसरा मार्ग शोधतो.'' बेन हसला. साराच्या चेह्यावरही हास्य होते. त्याला काय म्हणायचे होते हे तिला कळले होते.

''तुम्हा मुलांमध्ये विनोदबुद्धी असणं महत्त्वाचं असतं ना?'' मी विचारले.

''होय... अगदी.'' त्याने एवढ्या जोराने म्हटले की बहिऱ्यालाही ऐकू जावे. ''दुर्दैवाने मला चांगलं ऐकू येतं.'' मी म्हणालो आणि ती दोघेही हसली.

''साराने मला वेडं केलंय... ही चांगली बाब आहे. तिच्या त्या क्रॉन्सशी आम्हाला काही देणंघेणं नाही.'' बेन म्हणाला.

साराने हसायला सुरुवात केली. ''जर आम्ही हसलो नसतो,'' ती म्हणाली, ''तर आम्ही रडत बसलो असतो.''

साराने कितीही मोकळेपणाने राहण्याचा प्रयत्न केला, तरी नैराश्याने तिच्याविरुद्ध एक आघाडी उघडलीच. ते तिच्या आयुष्यातील फार दिवस चालणारे ठरले. हे नैराश्य क्रॉन्सशी संबंधित नव्हते. असे नैराश्य, नैराश्याचा झटका तिच्या कुटुंबातच होता, विशेषत: आईला होते. क्रॉन्स त्यात मिसळला गेल्याने जरा ते प्रखर झाले. साराचा ठाम विश्वास होता की, क्रॉन्सनेच त्या नैराश्याच्या अनुवंशिक गुणांना अजून प्रखर केले होते.

''माझ्या आजाराने माझ्या नैराश्याच्या गुणसूत्रांना चेतवलं का? की स्टेरॉईड्समुळे हे झालं किंवा काही प्रसंगाने? मला वाटतं, हा प्रश्न मला आयुष्यभर सतावणारा

आहे, माझ्यासोबतच थडग्यात येणार आहे, जिथं मला आताच जाण्याची इच्छा नाही.''

नैराश्याला कोणकोणत्या गोष्टी जागवतात? ''लहानशी बाबही पुरेशी असते. समजा मी कामावरून घरी परत येतेय, काहीतरी करण्याचं ठरतंय आणि इतकी थकतेय की, अंथरुणात पडावंच लागतं, त्या रात्री काहीच करणं शक्य होत नाही. मग वाटतं. मी म्हणजे छे... काय झालंय मला? ''तुला असं थकल्याचं जाणवतं?'' साराने नेहमीप्रमाणे वेळ घेतला. ''असं वाटतं की, आयुष्यभर माझ्या डोक्यावर एक काळा ढग तरंगतच आहे. एक गोष्ट जराशी पक्की होते ना होते, तोच पुढची बिघडते. पहिल्या आजारपणातून मी जराशी सावरते न सावरते तोच मला कारचा अपघात होतो किंवा मी पडते आणि माझी पाठ मोडते...'' जुन्या, असाध्य आजारांना काही शेवट नसतोच. ''माझ्या साऱ्या मित्रांना हे माहिताय, पण ते फारसं लक्ष देत नाहीत, त्यांची कर्तव्यं करत राहतात.''

''शस्त्रक्रिया झाली तेव्हा मी जराशी वेगळ्याच मन:स्थितीत होते.'' म्हणजे? ''ते सारं आठवताना मला असं वाटतं. फारसं नीट नाही सांगता येणार, पण मला फारसं बरं वाटत नव्हतं.'' आजाराशी संबंधित असलेल्या कुठल्याही भावभावनेचा विस्फोट होतो, पण तरी नैराश्य होतंच. ''मला वाटतं, त्यावेळी कुठलाही आजार नव्हता, फक्त प्रचंड नैराश्य होतं.'' हे आपल्याला आता कधीच कळणार नाही.

जे जुन्या, असाध्य विकारांनी ग्रस्त आहेत, ते अजून दुसऱ्या कुठल्या तरी अडचणीत सापडू शकतात. ''ज्या गोष्टीने मला एकवार आनंद दिला, तिचा मला पुन्हा उपयोग होत नाही.'' उदाहरणार्थ? ''माझा भाऊ आणि मी कार पाहात होतो. आमचं शालेय शिक्षण संपण्याच्या शेवटच्या काळात आम्हाला वापरण्यासाठी वडील ती खरेदी करत होते.'' साराला तो आनंदाचा क्षण कसा दु:खमय बनला हे आठवलं.

''आम्ही पाहातच होतो. मला एक कार आवडली. त्याचा मला काही फायदा झाला नाही. काहीतरी गडबड होती. मी बधीर झाले होते.''

''मी एका समाजसेवा करणाऱ्याकडे जायला सुरुवात केली. तो मला अजिबातच आवडत नव्हता. साऱ्या गोष्टी मला वरवरच्या वाटत होत्या, मग मी मानसोपचार तज्ज्ञाकडे गेले.'' डॉक्टरांनी निदान केले की, साराचा हा त्रास त्या विशिष्ट प्रसंगापुरता होता, कायमचा नव्हता, क्रॉन्समुळे आलेले नैराश्य एवढेच साराच्या आजाराचे निदान झाले.

''मी औषधं घ्यायला सुरुवात केली. नैराश्याला दूर करणारी औषधं.साराच्या मानसोपचारतज्ज्ञांनी 'नैराश्य' म्हणून निदान पक्के केले होते. साराचे शारीरिक आरोग्य त्या काळात तसे चांगलेच होते. ''होय, पण मला फक्त जेवण न

जाण्याचा आणि भावनिकदृष्ट्या नैराश्यांचा त्रास होतोच.''

आपल्यापैकी ज्यांना असाध्य आजारांना तोंड द्यावे लागते त्यांना अशा अनेक वाढतच जाणाऱ्या ओझ्यांना सामोरे जावे लागते. ते कैकपटीने जास्त असते. ते ओझे असे असते की, जणू तुम्ही ते पाठीवर लादलेले असते आणि नंतर तुम्हाला धड उभेही राहता येत नाही. ''मागचा सारा विचार करून करून मी स्वत:लाच निराश करत जाते.'' सारा म्हणत असते. ''सारं दु:ख म्हणजे मी स्वत:च आहे, अशी जी भावना असते ना, ती आता जाणवत नसली तरी काही प्रसंगी जाणवतेच.''

''असेही काही दिवस असतील की, कुणी भेटलं की 'गरीब बिचारी' असं आपल्या समोर म्हणतंय, म्हणजे मोठ्यानं म्हटलं नाही तरी...!''

''अगदी...'' सारा म्हणाली, ''मी आईवडलांनाही रागावते, पण...''

''नाही, त्यांचं नाही...'' मी घाईघाईत म्हणालो.

''बरोबर.''... साराही लगेच म्हणाली, ''पण माझ्या इतर मित्र मैत्रिणींच्याबाबतीत मी नाही असं म्हणणार.''

''का?'' मी विचारले. ''ते तुझे मित्र आहेत. साहाय्यक आहेत.''

''मी हिंमतवान आहे, असं मला दाखवायचं असतं.'' सारा म्हणाली.

''मी कुरकुर करणारी, तक्रारी करणारी आहे, असं त्यांना वाटायला नको, याची मी काळजी घेते.'' त्यांच्या साठीची तिची आघाडी अशी असते.

''होय.. आणि ही काळजी करण्यासारखी वा निराशाजनक बाब आहे, कारण त्यांच्या बाबतीत असं काही वाईट घडलं तर मला आधारासाठी मी माझा हात पुढे करत असते.'' ती जरा थांबली. ''कसं का होईना. नेमकं काय ते कुणालाच कळत नाही?''

सारा सांगत राहिली. ''माझा अंदाज असा आहे की या क्रॉन्स डिसीजमुळे मी कोण हा प्रश्न मला पडतो. मी कोण, असं सतत वाटणं, फार अस्थिर करणारं असतं. माझी अवस्था आणखी बिघडलेली...'' अर्थात यावर विचार करणे व्यर्थ असते.

''पुढे काय होणार, ते केव्हा लक्षात येईल आणि त्यावेळी नेमकं काय होईल या विचारांनी मी व्यथित आहे.'' ज्यांना गंभीर आजार आहे, त्यांना कल्पना असते की, आपलं नाव टाकलेली ॲम्ब्युलन्स कोपऱ्यावरच उभी आहे.

''मी पुढच्या शस्त्रक्रिया आणि त्यानंतर होणारी संभाव्य गुंतागुंत यांचा विचार करते. कदाचित कॅन्सरही! सर्वसामान्य माणसाला होतो, त्यापेक्षा वेगळ्या पद्धतीचा कॅन्सर माझ्या पचनसंस्थेला कदाचित होईल असा अंदाज तर दिसतो.'' कॅन्सर साराच्या डोक्यात घुमत राहतो, पण ती त्याला दूर सारून बाहेर येण्याइतकी समर्थ आणि हुशार निश्चित आहे.

ती स्वत: सांगते त्यापेक्षाही स्त्री सशक्त आणि हिंमतवान बनण्याचा अधिक प्रयत्न करत असते. अशाचा तिने आखलेला एकेरी मार्ग तिला शस्त्रक्रियांमधून आणि शाळेच्या वर्गांमधून होऊन गेलाय. तिने निवडलेल्या व्यवसायाचा मार्ग इतरांशी असणारा संबंध व्यक्त करतो, अगदी ती कितीही आत्मकेंद्रित झाली तरीही...! साराचा हा चोरटा, दबलेला कणखरपणाही तिच्या कामी येतो.

क्लिव्हलॅंडमधल्या शेकर्स चौकातल्या बीच ब्रुक एजन्सीला आम्ही भेट दिली. तिथे शालेय स्तरावरचे कार्यक्रम आणि बाह्य रुग्ण विभागही आहे. सारा तिथे विद्यार्थ्यांशी कशी बोलते, अहवाल कशी लिहिते, अशिलांशी कशी बोलते, ते मी काळजीपूर्वक पाहिले. त्यात ती तत्पर होती.

"सारा हे सारं कसं करते, हे कळणं जरा अवघडच आहे." मी तिच्या पर्यवेक्षकाला म्हणालो.

"ही म्हणजे दुसरे जसे करतात, तसंच करण्याची असीम, अविश्वसनीय इच्छा आहे..." ती हसत म्हणाली, "काही झालं तरी तिला कुणी थांबवू शकणार नाही. अगदी तब्येत ढासळली तरीही." ते ती सांगत राहिली. ती म्हणते, "मला माहीत आहे की हे वाईट आहे, पण मी त्याला माझ्याशी संबंध ठेवू देणार नाही." साराची जुनी बॉस हसली. "सारा भरपूर ऊर्जा देणारी आहे."

"आजाराने साराला एक चांगली व्यक्ती बनवलंय, असं तुम्हाला वाटतं?"

"तिच्या वयाच्या व्यक्तीत असते, त्यापेक्षा जास्त परिपक्वता आजाराने तिला दिलीय. तिला जे काय भोगावं लागलं ना, त्याचाही हा परिणाम असू शकतो." तिने यावर विचार केलेला दिसत होता. "तिच्या आयुष्याने तिला जे काय दिलंय ना, त्यापेक्षा सारा अगदी निर्भय वाटते?"

"तिच्या संघर्षाचा विचार करत ती अशा रुग्णांशी फार चांगली वागेल. अशा त्रासाला तोंड कसं द्यायचं, हे त्यांना चांगलं शिकवेल, अशी मला खात्री वाटते."

"साराचा स्वभाव फार स्पष्टवक्तेपणाचा आहे मला वाटतं, तो तिच्या स्वत:च्या जीवन संघर्षातून तयार झालाय."

तिच्या साऱ्या मित्रांचा ठाम विश्वास होता की साराला आपण इतर मित्रांसारखे सर्व करू. शक्ती हीच भावना उत्तेजित करत असते. ही स्पर्धा म्हणजे सर्वसाधारण बाबही आहे. आजारी मुलगी करू शकणार नाही. असे करण्याचे साराला आयुष्यभराचे वेडच आहे. सारा एक अशी आजारी मुलगी आहे. जी आपल्या निरोगी आयुष्याची पुनरुभारणी करतेय.

एक महत्त्वाची झटपट राहिली, जी या बऱ्याच काळापासून चाललेल्या लढाईच्या अखेरच्या टप्प्यात असेल. त्या शेवटच्या शल्यक्रियेने तिच्या डोक्यात घर केलेय. ही शस्त्रक्रिया तिचे आयुष्य बदलेल, कदाचित चांगले किंवा वाईटही!

"मला वाटतं, ओस्टोमीची शस्त्रक्रिया ही शेवटची घटना, ही बाब अगदी अपरिहार्य मी खरंच म्हणते."

ओस्टोमी. भविष्य अगदी भयानकच. माणसाच्या पोटातील मल पोटाच्या समोरच्या भागातून सरळ एका नळीमार्गे बॅगेत जमा होणार. जे लोकं, आमच्यापैकी बरेच आजारी लोकं या प्रकाराला सामोरे गेलेयत ना, म्हणजे तात्पुरते का होईना, त्यांना आम्ही त्या बॅगेबद्दल का बोलत नाही, हे चांगलेच माहीत आहे. हीच ती बॅग!

साराला मोठे आतडेच नाही. त्यामुळे तिची कोलोस्टोमी करणे, केवळ अशक्य आहे. तिच्याबाबतीत जेव्हा केव्हा जे काय होण्याची शक्यता असेल तर ती इलियोस्टोमीच असेल. म्हणजे लहान आतड्याच्या शेवटच्या टोकापासून बॅगेला सरळ नळी जोडून देणे. त्याचा एक अर्थ असाही आहे, की चयापचयाची, पचनाची पूर्ण प्रक्रिया होण्यापूर्वींच मल शरीराबाहेर टाकला जाणार. "माझा अख्खा मलमार्गच खराब झालाय.." सारा सहज म्हणाली.

"मला असं वाटतंय, आपण अशी वरवरच मलमपट्टी करतोय, आणि ती योग्य पद्धतीने कामही करत नाहीये. डॉक्टरांनी मला सांगितलं ते म्हणजे मला इलियोस्टॉमी करावी लागणार. जेव्हा केव्हा ते होईल तेव्हा ते होणारच." एक व्यवहार पक्का झाल्याप्रमाणे ती खात्रीने म्हणाली. पण नंतर एकदम ती ओरडलीच. "नाही.. तसं नाहीये.." "असं नका म्हणू." "नाही." ती पुन्हा म्हणाली. "सद्भावना हीच आहे की, त्यात सुधारणा होईल... किंवा मी बरी तरी होईन." ती तरुणी जरा थांबली. "आजार बहुधा तसाच राहणार कदाचित आणि आणखी गंभीरही होईल. मला हे माहितेय. माझं विचारांचं चक्र चालूच राहतं. नेमकं काय होईल, याची मी विचित्र मानसिक, स्वप्नच पाहते म्हणा ना."

"तरीही तू आशा बाळगली पाहिजेस." "खरंच नाही. तेच मी करते. मला नाही सांगता येणार."

एक कॅन्सरचा रुग्ण म्हणून आणि तात्पुरता का होईना, पण ओस्टोमीचा अनुभव २००० मध्ये घेतला होता. म्हणूनच की काय, कायम मी त्या ओस्टोमीवर अवलंबून राहाणे, त्याची मी कल्पनाही करू शकत नव्हतो.

"मी त्याचा साधा विचारपण करू शकत नाही." सारा म्हणाली, "फार दुःखदायक, क्लेशदायक बाब आहे ती..." प्रश्न असा आहे, त्या बॅगेचा मानसिक परिणाम काय होऊ शकेल? "फार चांगला तर खचितच नाही." सारा म्हणाली, "मी लग्न झालेली आहेच, पण मी तसा विचार तरी करते, त्यामुळे जरा सोपं जातंय. पण माझ्यांच स्वतःच्या शरीराचा विचार करता, त्याचा काय परिणाम होईल ते आताच सांगता येत नाही."

बॅगेमुळे एक नवा अडथळाच निर्माण होतो. "आधीच मला माझ्या शरीराचं

अवघडलेपण सतत जाणवत असतं.'' तिने सांगितले, ''त्यात अशा आयुष्याची, म्हणजे अगदी पराकोटीच्या त्रासदायक आयुष्याची कल्पना करायची म्हणजे अवघडच! त्या गोष्टीचा मी कसा वापर करू शकेन, कसा नाही, काही सांगता येत नाही.'' तुम्ही तुमच्या कल्पना जरा मोकळ्या सोडा, स्वैर सोडा. ''मला अडकवलेली एक बॅग सोडत घेऊन मी फिरतेय. जी बॅग गच्च भरलीये.. असं चित्रंच माझ्या डोळ्यासमोर येतं.''

सारा अचानक मोठ्याने हसली.. जणू काही ती कल्पनाच मूर्खपणाची होती. ''कधी कधी मला वाटतं, वास्तवापेक्षा माझ्या मनातील कल्पनाच भयंकर आहे.'' तिने कबूल केले. ''बॅग जरा वेगळ्या पद्धतीची असू शकते. तिचे विभिन्न आकार असावेत, तुम्ही त्यावरून कदाचित पोहण्याचे कपडेही घालू शकत असाल. पण कदाचित मला रक्तस्त्रावही होऊ शकतो आणि रस्त्यावर कुठे होण्यापेक्षा ते तसं व्यवस्थितही वाटू शकतं.''

''अनेक लोक या प्रकारातून गेले आहेत.'' मी साराला म्हटले.

''मला वाटतं, मलाही तेच करावं लागणार...'' सारा एक खोल नि:श्वास टाकत म्हणाली. ''जवळपास वीस वर्षांपासून लोक याचा अनुभव घेत आहेत, याची मला जाण आहे. काही जणांनी चांगलं जमवून घेतलंय.''ती थांबली. ''खरंतर, त्यांच्यापैकी दोन जणांच्या बाबतीत जरात वेगळेच प्रश्न उपस्थित झालेत. बाकीचे सर्वसामान्य जीवन जगत आहेत.'' साराच्या मनात चांगल्या वाईटाची निवड करणारा हा परीक्षक अजूनही जिवंत होताच.

''बेनचा या निर्णयात अर्थात सहभाग असेल.'' ती पुढे सांगू लागली.

''हे अपरिहार्य आहे, याची त्याला जाण आहे. मला बरं वाटण्यासाठी, माझ्या आरोग्यासाठी जे काय शक्य आहे ना, ते करण्याची त्याची तयारी आहे आणि जो काय निर्णय असेल ना, त्यात त्याचा पाठिंबा असेल.'' हे अगदी सहजपणे ती म्हणाली.

यावर बेनसोबत जरा सविस्तर चर्चा व्हावी, याविषयी ती सहमत होती. ''जेव्हा ही शस्त्रक्रिया होईल ना...'' साराने म्हटले, ''तेव्हा असं तर नक्कीच जादूसारखं होणार नाही की, कुणीतरी टाळी वाजवेल आणि माझं जीवन शंभर टक्के चांगलं होईल प्रत्येकजण आनंदी होईल आणि आनंदाने आपल्या रस्त्याला लागेल. अशी शक्यता नसल्याची चर्चा मला करायची आहे.''

ती पुढे सांगू लागली. ''पचनसंस्थेवरच्या या शस्त्रक्रियेतून बरं होणं, अतिशय वेळखाऊ, जिकिरीचं, त्रासदायक, नैराश्य आणणारं आणि इतर कुठल्याही प्रकारापेक्षा जास्त किळसवाणं असतं. मी त्याला जे काही सांगण्याचा प्रयत्न करत होते, ते सारं त्याला कळत होतं, असं वाटत नाही; हे पण कळत नाहीये त्याला की यासाठी

खूऽऽप वेळ लागण्याची शक्यता आहे. शेवटी तो हेच म्हणाला, 'तुला वाटतं का मी वेडा आहे?''

साराला कुणीतरी सतत प्रेरणा देणे गरजेचे होते. ''जर... रात्री बेरात्री माझी ती बॅग फुटली.. किंवा मला अपघात झाला... तर? या अशा प्रकारच्या शस्त्रक्रियेतून या भानगडी होऊ शकतात, तुला माहिती आहे का?' तो काय म्हणाला माहिताय का... हा विनोद नाही.. 'मी शीऽऽअसं पण म्हणणार नाही. ती साधीशी आहे. आपण ती स्वच्छ धुवून टाकू आणि पुढच्या कामाला लागू.''

छान...!

साराला मी शेवटचे भेटायला गेलो, तेव्हा आम्ही दोघे क्लिव्हलँड क्लिनिकला गेलो. तेथे सारावर एक दशकापेक्षा जास्त काळ उपचार करण्यात आले होते. शहराच्या पूर्व भागात त्यांची इमारत आहे. आम्ही त्या पिरॅमिडसारखे छत असलेल्या इमारतीकडे गेलो. इमारतीचा परिसर आतबाहेर फिरणाऱ्या लोकांनी गजबजला होता, कुणी काठी, कुणी कुबडी; तर चाकाच्या खुर्चीवर होते.

सारा पचनसंस्थेच्या आजाराच्या तिच्या नेहमीच्या तज्ज्ञाकडे तपासणीसाठी चालली होती आणि सोबत मीपण होतो. पौर्वात्य युरोपियन वंशाचा मेक्सिकन ज्यू डॉक्टर सारासोबत अतिशय हळुवारपणे बोलत होता आणि तिचा त्याच्यावरचा ठाम विश्वास स्पष्टपणे दिसत होता. डॉक्टर तिला चांगले ओळखत होते आणि मी त्या भयंकर अशा इलियोस्टॉमीवर चर्चा करत होतो.

त्या गृहस्थाने लगेच तपासले आणि लगेच एका शस्त्रक्रियेची तयारी करता करता साराची औषधोपचाराची तो तयारी करू लागला. त्याने वेळेबद्दल काही चर्चा केली नाही, कुठल्याही प्रकारचा तणाव जाणवत नव्हता. जेव्हा वेळ येईल. तेव्हा साराला शस्त्रक्रियेला सामोरे जाण्याची हिंमत येईल, हे तो जाणत होता.

''चांगलं आयुष्य जगण्यासाठी जी शक्ती लागते ना ती लोकं मिळवतात. यावर माझा ठाम विश्वास आहे.'' तो कम्प्युटरसमोर बसता बसता साराला म्हणाला, ''मला हे बोलायला अतिशय सोपं जातंय, कारण मी अगदी बरोबर विरुद्ध बाजूला बसलोय ना.'' तो अगदी चेष्टेखोरपणे म्हणाला. त्याचा स्वर अगदी सरळ सरळ होता. सारा डॉक्टरांचा प्रत्येक शब्द काळजीपूर्वक ऐकत होती, तिला जणू सगळे समजून खात्री करून घ्यायची होती. ज्यांना खात्री वाटत नाही, अशांसाठी एक वेगळा शस्त्रक्रियेचा मार्गसुद्धा आहे. ''काही वेळा डॉक्टर मग तात्पुरती ओस्टोमी करतात. रुग्ण ते कसं स्वीकारतो. एवढंच फक्त पाहायचं असतं.'' तो म्हणाला, ''असे बरेच रुग्ण असतात. त्यांना असं आवडत नाही.'' आतड्याचा तुकडा असतो, ज्याला सरळ पोटाच्या भागातून नळी जोडली जाते.

शस्त्रक्रियेपूर्वी डॉक्टर म्हणाले, 'बरेचसे क्रॉन्सचे रुग्ण खरंतर शस्त्रक्रियेनंतर

आपल्या घरातच कैदी बनून राहतात. दर पंधरा ते वीस मिनिटांनंतर त्यांना लघवीला जावं लागतं, कधी कधी तर आव किंवा रक्ताची चिळकांडी उडते.''

''क्रॉन्स काही जीवघेणा आजार नाही.'' तो पुढे सांगू लागला. ''लोकं त्याच्यामुळे मरत नाहीत.'' पण क्रॉन्समुळे होणाऱ्या गुंतागुंतीमुळे रुग्ण मरू शकतो. साराने या साऱ्यांचा अनुभव घेतलेला होता. आजार माणसाचं जिणं बदलून टाकतो, एवढं खरं! ''एकदा का या रुग्णांची ओस्टोमीची शस्त्रक्रिया झाली की, ते फिरू शकतात, जेवू शकतात, अगदी सिनेमालाही जाऊ शकतात. त्यांचं आयुष्य विस्तारतं आणि वाढतंही.'' स्थितप्रज्ञता जणू त्या खोलीत भरलेली होती.

''मला वाटतं, ही शस्त्रक्रिया माझ्या आयुष्याला जरा सकारात्मक बनवेल, त्याची गुणवत्ता वाढवेल.'' सारा पायऱ्या उतरता उतरता म्हणाली. ''पण त्यासाठी एवढी किंमत मोजावी लागेल का? माहीत नाही.'' तिने खांदे उडवले. ''जर आजारच वाढला आणि अजून प्रश्न उपस्थित झाले तर होऊन घेऊन काय होईल?'' तिने पुन्हा खांदे उडवले.

मी व्हरांड्यातून रमतगमत चाललो होतो. सारा अद्यापही तशीच विचारांत गढलेली दिसत होती. ''आपल्याला खरं तर या रोगग्रस्त मलमार्गाचाच कंटाळा यायला पाहिजे.'' ती म्हणाली, ''मला कळतंय. क्रॉन्स पुन्हा कुठेतरी जाऊन नव्याने सुरुवात करणारच आहे, हे पण मला कळतंय.'' मला फार वाईट वाटलं. ती तरुणी अगदी दु:खी होती. ''मुद्दा काय आहे?'' ती जरा प्रभाव टाकण्याच्या उद्देशाने म्हणाली, ''या खालच्या मार्गावर अशा अजून किती शस्त्रक्रिया केल्या जाणार आहेत?''

काही महिन्यांनंतर एका उन्हाळ्याच्या दिवशी साराचे वडील आणि मी पेनसिल्वेनिया अव्हेन्यूत सारा व इतरांसोबत कॅपिटॉल हिल चढत होतो. आम्ही संसदेवरच्या एका अधिकाऱ्याला भेटण्यासाठी चाललो होतो, त्याच्याशी इनफ्लमेटरी बोवेल डिसीजेसवर चर्चा करावयाची होती. आजूबाजूचे नागरिक प्रवास करून वॉशिंग्टन डी सीला आले होते. संशोधनासाठी जरा जास्त पैसा मिळवावा, यासाठी त्यांना प्रयत्न करायचा होता. नाश्ता दिल्यानंतर विभिन्न राज्यांप्रमाणे आमची विभागणी करण्यात आली आणि पाठिंबा देण्यासाठी थोडक्यात विनंती करण्यात आली.

''तुम्ही मस्क्युलर स्क्लेरोसिसच्या संशोधनाला जास्त रक्कम मिळावी, म्हणून आला आहात काय?'' विधीमंडळाच्या उपाहारगृहात कॉफीच्या रांगेत उभ्या असणाऱ्या एका बाईने मला विचारले, ''नाही, क्रॉन्स आणि कोलायटिससाठी...'' मी उत्तर दिले. ''आपण साऱ्यांनी एकत्र व्हायला पाहिजे.'' ती गोंधळलेली दिसली, पण तिने

होकारार्थी मान हालवली. विधीमंडळाचे सदस्य प्रत्येक मदत मागायला येणाऱ्या व्यक्तीची विशिष्ट यादीत नोंद करून त्यांचे गट बनवत होते.

ओहियोच्या प्रतिनिधी मंडळाने एका आईला त्यात समाविष्ट केले. तिचा एक मुलगा या बैठकीपूर्वी फक्त एक महिना आधीच क्रॉन्सने वारला होता. ती प्रतिष्ठित मध्यमवयीन स्त्री होती. आम्ही तिच्या प्रतिनिधीला भेटलो. नंतर तिलाही भेटलो. तेव्हा ती संयमित वाटत होती, पण तिच्या कुटुंबावर कोसळलेली दुःखाची कुऱ्हाड आणि इनफ्लॅमेटरी बोवेल डिसीजमुळे होणारी माणसाची हानी यावर ती बोलू लागली, तेव्हा तिला अश्रू आवरले नाहीत. एका जंतूच्या प्रादुर्भवाला बळी पडल्याने रुग्णालयात त्या आजाराशी झुंजता झुंजता तिचा कॉलेजात शिकणारा मुलगा मृत्यू पावला होता. साराही मृत्यूच्या तावडीत अशीच अनेकवार सापडली होती.

जेव्हा सारा आणि मी विभिन्न कार्यालयांना जोडणाऱ्या त्या लांबच लांब मार्गांवरून चालत होतो, तेव्हा आम्ही फक्त आशा व्यक्त करत होतो. ती वॉशिंग्टनभोवती पायपीट कशासाठी करत होती, हे मला आता कळत होतं. क्लिव्हलॅंड आणि इतरही ठिकाणी एक प्रभावशाली भाषण करणारी म्हणून सारा प्रसिद्ध होत होती. चांगली प्रसिद्धीच्या झोतात येत होती, तिला पुरस्कारही मिळत होते. या सगळ्या गोष्टीपेक्षा महत्त्वाची बाब म्हणजे ती माणसांच्या सहवासात राहात होती, लोक तिच्या सहवासात येत होते.

सारा म्हणाली, ''तरुण मुलांचे पालक मला भेटायला येतात आणि रडतात. म्हणतात, 'आमच्या मुलांना हा आजार आहे, हे आम्हाला फारच कठीण वाटत होतं, पण तू हे सारं भोगलंस आणि इथंपर्यंत पोहचलीस हे पाहून आम्हाला जरा बरं वाटतं अशा वाटते.''

साराने अजूनही एक गोष्ट ऐकली, खरे तर ती समाधानाची बाब आहे. ते म्हणतात, ''सामान्य निरोगी माणसापेक्षा तू जास्त यशस्वीपणे आयुष्य जगलीस.'' निरोगी. एक जादू भरलेला शब्द. ''निरोगी आयुष्यापलीकडे सारा, तुझ्या काय आशा आकांक्षा आहेत!''

''भयंकर आहे...'' ती म्हणाली, ''कधी कधी मी आशेवर असते, कधी कधी नाही ही...'' आमच्यापैकी जे असे आजारी असतात, त्यांच्यासाठी आशा म्हणजे भविष्यकालीन वाटचालीसारखी खूप काही असते. ''तुम्हाला माहिताय, भविष्याची आशा आणि आपण तंदुरुस्त होऊ अशी आशा बाळगावी, असं काही आता राहिलेलं नाही.''

''आरोग्याची आशा करण्याविषयी आपण फक्त बोलतो. प्रत्यक्ष कृतीही लांबच राहते आपण एकमेकांना धीर देतो आणि स्वतःलाही...! पण मदतीकडे एक

पर्याय म्हणून आपण पाहात नाही. तो एक आधार असतो.''

''माझं आयुष्य हे असं आहे.'' सारा म्हणाली. मी ती भावना समजू शकतो. मस्क्यूलर स्क्लेरोसिस बरा होऊ शकतो, पण माझ्या वयात नाही.

''तुझ्या मुलांच्या बाबतीत काय? पुढे ही एवढी आशा आहेच.''

सारा शांत होती. मग म्हणाली, ''मला वाटतं, सर्वच मुलांना पुढे चांगले उपचार मिळू शकतील हा पर्याय आहे. म्हणजे त्यांच्या आयुष्यात ते पूर्णपणे बरे होतील, असं वाटतं. मला एवढीच भीती वाटते की, मी कदाचित याच रोगाची गुणसूत्रं शरीरात असणाऱ्या मुलाला जन्म देईन.'' लेविन कुटुंबातल्या मागच्या पिढीनेही क्रॉन्सला तोंड दिले आहे. ''पुन्हा तीच चूक करावी, असं मला वाटत नाही.''

जेवणाच्या कार्यक्रमासाठी सारे जिकडे तिकडे गेले. मी आणि लेविन कुटुंब आणि इतर शेवटच्या भागातून चालत गेलो सारा आणि तिचे वडील कॅपिटॉल हिलच्या बाजूच्या इमारतीकडे जेवणासाठी गेले. मी न्यूयॉर्ककडे जाणारी रेल्वे पकडण्यासाठी युनियन स्टेशनकडे उन्हात रस्ता तुडवत निघालो.

टेकडीकडे जाण्यापूर्वी साराने मला दिलेले जांभळे, प्रचार करणारे ब्रासलेट मी मनगटावर चढवत होतो. एक साधेसे हृदयस्पर्शी वाक्य त्यावर लिहिलेले होते... 'गॉट गट्स' 'हिंमत बांधा.'

* * *

कृपेच्या वर्षावातील आयुष्य!

साराची जीवनकहाणी हेच शिकवते की, आम्ही आजारी माणसांनी आपल्या शरीरासहित मन आणि सर्व काही शांत ठेवायला शिकले पाहिजे, मग त्या शरीरानी आपल्याला बेदरकारपणे कितीही छळले तरी हरकत नाही. सारा त्या शरीराचा तिरस्कार करते, ज्या शरीरात तिला राहावेच लागते, त्या शरीराने तिला आयुष्यभर फसवलेय. दिलेय कमीच आणि तरी शारीरिक आणि मानसिक त्रासापलीकडे दुसरे काहीच नाही. शांतपणे आतल्या आत धुमसत राहण्याऐवजी, ती त्या खराब झालेल्या शरीराची चांगलीच देखभाल करते, त्यात ती सध्या बंदिस्त आहे.

सारासाठी हा संघर्ष कठीण आहे. आणखी कठीण होत चालला आहे. बेढबपणा येतोय, वजन वाढतेय आणि आपल्या वेडगळ अशा संकल्पनांमुळे

चेहऱ्यावर रेषांचं जाळेही असलेल्या स्त्रिया स्वीकारल्या जात नाहीत. सौंदर्याच्या अशा संकुचित संकल्पना असलेल्या जगात, असे आयुष्याची कसलीच शाश्वती नसलेले लोक जणू अस्पृश्य आहेत.

सारा तरुण आहे, तरीही ती एका मध्यमवयीन माणसाला जमणार नाही, एवढ्या संतुलित स्वभावाने राग आवरते. जास्त भावनाशीलता तिच्यासाठी चांगली नाहीच. तिच्या भावना नकार देऊ शकणार नाही, एवढ्या टोकाच्या आहेत. अपेक्षाभंगाशी ती कशी तडजोड करते आणि तेजाने आणि आंतरिक सौंदर्याने जगण्याची उमेद कशी व्यक्त करते, हेही बघणे गरजेचे आहे.

या पुस्तकासाठी निवडलेल्या रुग्णांपैकी सारा पहिली होती. तिच्या या कथेच्या बाबतीत मी असाच गोंधळलेला राहिलो. मला बाकीचे कसा मार्ग काढतात हे पण पाहायचे होते. साराबरोबर असताना मी कधी शिक्षक होतो; तर कधी विद्यार्थी. इतरांच्या दृष्टीने ती स्वतःकडे पाहात असल्याचे मी पाहिले आहे. न जिंकू शकणाऱ्या स्पर्धेत तिला उतरायचे नाही. तिच्या वेदनांवर मात करण्याची किमया तिने साधली आहे.

तिच्याभोवतीच्या जगावरून तिचा दृष्टिकोन तयार झाला आहे. एक समाजसेविका या नात्याने तिला हे चांगलेच माहीत आहे की, गरिबी आणि आजार हे नेहमीचेच आहेत आणि त्यामुळे आमच्यासारखे अनेक जण वेदनामय आयुष्य जगतात.

वेदना भोगताना कुणीही मोठा नसतो, ना कुणी वरिष्ठ, ना कनिष्ठ, कुणाचा प्रवास दुसऱ्यापेक्षा फारच कठीण, दुःसह आहे, असेही नाही. सरतेशेवटी एवढेच म्हणता येईल. आयुष्य एकदाच मिळते, आणि ते चांगल्या प्रकारे जगण्यापासून साराला कुणी परावृत्त करू शकत नाही... अगदी वेदनाही!

◆

लॉरी फ्रिक्स

जिताजागता कलंक

मी आणि लॉरी फ्रिक्स दक्षिणेकडच्या दूरवरच्या एका ठिकाणाकडे गाडी चालवत निघालो होतो. त्याचे नाव होते सेंट्रल स्टेट हॉस्पिटल... जी जॉर्जियाची अतिशय कुप्रसिद्ध मानसोपचार संस्था होती. ही संस्था सन १८०० च्या सुमारास स्थापन झाली होती आणि सुरुवातीला तिचे नाव होते 'जॉर्जिया ल्यूनाटिक असायलम्'. त्या दिवशी त्या जुनाट संस्थेची इमारत एखाद्या प्रचंड हत्तीप्रमाणे सुस्तावलेली दिसत होती, जणू काही एखादी वस्तू खराब होऊ नये म्हणून डांबराच्या गोळ्यांत ठेवलेली होती.

एका बाजूला असलेल्या उतारापलीकडे प्रत्येक दिशेला बरेच खळगे दिसत होते. त्या खळग्याबद्दल कुणाला काहीच सांगता येत नव्हते. कुठल्याही प्रकारचे धार्मिक चिन्ह नव्हते. ''ही खळगी संरक्षणासाठी नव्हती...'' लॉरीने सांगितले, ''बरेच जण तिथे गवत कापण्यासाठी जात. मरतानाही ते आपण कुठे आहोत, हे विसरलेले असत.''

त्या गृहस्थाने आपले अश्रू प्रयत्नपूर्वक आवरले. ''चालू दे.'' तो पुन्हा शांतपणे पहिल्याच स्वरात म्हणाला, ''त्या खळग्यांकडे जायचंच नाही, हे मला शिकवण्यात आलंय. एक मानव या पृथ्वीवर राहात होता आणि आम्हीही त्याच्याशी संबंधित होतो, त्याची ती खूण आहे.''

काही वर्षांनंतर तिथे बसलेल्या शहराच्या नावाने, 'माईलेज व्हिले' च्या नावाने ते रुग्णालय ओळखले जाऊ लागले. ''पोरांनो, जरा चांगलं वागा.'' अशी कानपिचकी पोरांना दिली जाऊ लागली, ''नाहीतर माईलेज व्हिलेला रवानगी

होईल.'' जॉर्जियाचे लोक अद्यापही त्या धमकीबद्दल चर्चा करतात आणि आपल्या भांडणाचा शेवट याच धमकीत होतो असे ते सांगतात.

सप्टेंबर महिन्याच्या त्या रविवारी ती जागा स्मशानवत् शांत होती, पण अद्यापही मनावर खोल परिणाम करत होती, थोडी दहशतही वाटत होती. ती कंटाळवाणी भासणारी प्रचंड इमारत एक घरच होते किंवा एक प्रचंड कारागृहच होते म्हणा ना! जवळपास पंधरा हजार संत्रस्त जीवात्मे तिथे तडफडत होते. ती जागा म्हणजे मनोरुग्णांचे गोदामच होते.

माईलेज व्हिले म्हणजे जॉर्जियाच्या संस्कृतीतील एक वेड्यांचा खेळच झाला होता. प्रवासी त्या मैदानांवर उभे राहून फक्त पाहायचे. जगातले मोठे स्वयंपाकघर बहुधा तिथेच असावे. शाळेच्या सहलीचे ते एक विकृत आकर्षण सुद्धा होते. त्या रुग्णालयाचा भयंकर इतिहास सांगता लॅरीचा गळा भरून आला.

इलेक्ट्रोशॉक थेरपी... रुग्णाला विजेचे झटके देणे... त्यासाठी लागणारी उपकरणे इकडून तिकडे नेली जात होती, त्याचा सरळ अर्थ सारे काही शिस्तीत ठेवायचे असाच होता. एका मजेत असलेल्या पर्यवेक्षकाला जॉर्जिया पॉवर कॉकटेल आणण्याची नेहमीचीच विनंती केली गेली. मानसोपचार तज्ज्ञांनी ती ऐकली... रुग्णाची ती मागणी ऐकून ते म्हणाले, ''जॉर्जिया पॉवरने तुझ्यातला ख्रिश्चन आजच्या दिवसापुरता बाहेर काढला की काय?''

लॅरीने मला तिथे आणले कारण या जागेच्या इतिहासाने आणि त्याच्या कृतीने लॅरीची अनेक दशकांपासून शिकार केली होती. ''ही जागा म्हणजे एक कलंकित कथा आहे.'' तो म्हणाला, ''लोकांना इथे आणलं जायचं आणि सांगितलं जायचं की पृथ्वीवर त्यांचं काही काम नाही.'' तो जरासा थांबला. ''हे आता कदाचित माझं पण घरच असतं. मी गोरा, मध्यमवर्गीय पांढरपेशा नसतो आणि काही करणांमुळे यांच्याशी संबंध आला नसता तर मी इथंच असतो...'' तो जरासा थांबून म्हणाला, ''मी ही मनोरुग्णच आहे.''

जवळपास एका वर्षापूर्वी मी आणि लॅरी जॉर्जियातील क्लिव्हलँडमधील एका रस्त्यावर मा गुच रेस्टॉरंट समोर गाडी थांबवून तसेच बसलो होतो. समोरच्या सीटवर आम्ही थोडा वेळ बसलो होतो. उत्तर अटलांटातील लॅरीच्या ऑप्पलॅचियन केबिनकडून येणाऱ्या घाणेरड्या उताराच्या रस्त्याच्या आम्ही थोडे खाली होतो. आम्ही आमच्या भेटीचा मूळ विषय सोडून इतर गोष्टींवर भरपूर चर्चा केली.

आमची नव्यानेच ओळख झाल्याने लॅरी तसा अद्याप जवळचा वाटत नव्हता. जेवणानंतर जरा ते नाते मोकळे झाले.

लॅरी फ्रिक्स । २१९

''मी दिवसातून किमान तीन वेळा जेवतो.'' मी काहीच विचारले नाही तरी लॅरी म्हणाला.

''आहार हा आजारातून बाहेर पडण्याचा एक मार्ग आहे.'' तो सांगतच राहिला. मी आपली मान हालवली आणि संवाद चालू ठेवला. त्याची ती पांढरी दाढी, चौकडीचा शर्ट, बंदांचे बूट... तो अगदी सँटाक्लॉज किंवा लाकूडतोड्या सारखा दिसत होता.

मग मानसिक आजाराला नियंत्रणात ठेवण्यासाठी व्यवस्थित जेवण, पुरेशी झोप वगैरे शिस्तीचे काय महत्त्व आहे, हे तो सांगू लागला.

''आपण आपल्यासाठी बऱ्याच गोष्टी करू शकतो.'' टप्प्याटप्प्याने खेळलेली एकेक खेळी, समानता राखण्यासाठी वापरलेले तारतम्य आणि पुन्हा धोक्याच्या सूचनेसाठी एक डोळा सतत उघडा ठेवणे... खरंच अवघड आहे. "दक्षता ही प्राणरक्षक बनू शकते.'' त्याने निर्णय दिला.

लॅरी हीच दक्षता बहुधा हळुवारपणे, मागे सरत आणि मला दुर्लक्षित करून घेत होता. हे म्हणजे अगदी नेहमीच्या पद्धतीने मानसिक विकारांबाबत लोकांचे अज्ञान कायम राखण्याचा जो प्रयत्न असतो ना, तसेच होते. मला वाटते, मला जे नको होते ना, तेच हे होते, माझ्या समोर ठेवलेल्या सूपप्रमाणे...! मला मोठ्या आतड्याचा कॅन्सर झाल्यापासून, मी दिवसा जवळपास काही खातच नाही. हळूहळू बोलत असला, काही गंभीर असला, तरी लॅरीसोबत राहणे फार वाईट नव्हते. बिचारा सरळ, उत्साही आणि त्याची भेटण्याची इच्छा असणाऱ्यासाठी तरी बरा होता. अद्यापही माझ्यापासून जरा बचावात्मक पवित्रा घेऊन होता.

लॅरीला बायपोलर डिसऑर्डर आहे, त्याला एकेकाळी नैराश्याचे वेड म्हणून ओळखले जायचे. तो सत्तावन्न वर्षांचा आहे, पण त्या मानाने तो खूप वयस्कर दिसतो; पण एकदा नरकात जाऊन परतलाय. त्याच्या त्या प्रवासाचा नकाशाच त्याच्या चेहऱ्यावरच्या रेषात दिसतो, त्याच्या डोळ्यांत तो वाचता येतो.

हा भयंकर जीवघेणा प्रवास सुरू झाला, तेव्हा लॅरी तरुण होता. त्याची सारी स्वप्ने चुरडली गेली आणि त्याचे भविष्य पुढे जाण्याऐवजी तिथेच खुरटले. मानसिक आजार हा त्याच्या आयुष्यातला प्रश्न बनला नाही, पण आयुष्यच एक प्रश्नचिन्ह बनले. अगदी ते भयाण राक्षस आता नियंत्रणात आले असले तरीही...! एका वेगळ्याच विश्वात तो आत्मसंरक्षणाचा तज्ज्ञ बनला आणि त्याच्यासाठी ही बाबच एक कठीण मार्ग होऊन बसली.

जॉर्जियाला मी काढलेल्या दौऱ्यापूर्वी काही महिने आधी आम्ही वॉशिंग्टन डीसीत पहिल्यांदा प्रत्यक्ष भेटलो होतो, तेव्हा मला त्याच्याशी स्नेहसंबंध जुळल्याची जाणीव झाली. लॅरीची ओढाताण प्रत्यक्ष त्याच्या डोळ्यांत दिसत होती, मी

तिच्यावर विश्वास ठेवला. आम्ही त्याने मुक्काम केलेल्या हॉटेलच्या खोलीत बसलो. थोडेफार बोलत होतो, मध्येच टेपरेकॉर्डर घुमत होता.

त्याच्या आयुष्यात आलेल्या या भयानक काळाची माहिती तो सविस्तरपणे हळूहळू अडखळत सांगत होता. मी जरा नाराज होतो, मला भराभरा अगदी प्रवाहीपणे सगळी माहिती हवी होती. बझसोबतचा संवादही असाच कठीण झाला होता. बझ नेहमीच पहिल्या पायरीवर थांबायचा.

जणू काही देव त्याला पुढचे शिकवत असे. लॅरीही बहुधा असाच कुंपणावरून उडी मारण्यासाठी उसळत उसळत बोलत होता.

''लक्षात घे रिचर्ड, जॉर्जिया विद्यापीठात एकेकाळी शिकायला गेलेला मी माणूस आहे. मला चांगली नोकरी होती आणि भरपूर यश होतं. मी पैसाच पैसा जमा केला.'' लॅरी प्रामाणिकपणे म्हणाला, ''आणि एवढं सारं झाल्यानंतर मला जेव्हा रुग्णालयात दाखल करण्यात आलं, त्यानंतर मी अक्षरशः बडवलेल्या ढोलकीसारखा निरर्थक ठरलो होतो. लोक मनोरुग्णाला अडगळ समजतात आणि माझ्या बाबतीतही हेच झालं होतं.''

या अशा सीमारेषेत बंदिस्त होण्याबद्दल या गृहस्थाला आलेला राग स्वाभाविक होता.

आम्ही पुन्हा ग्रामीण जॉर्जियात भेटण्याचे कबूल केले, लॅरीच्या पर्वतराजीच्या मागच्या भागात...! लवकरच लॅरीची व्होल्कवॅगन बीटल बझाड पर्वतराजीवर त्याच्या केबिनकडे चढून येत होती. हा प्रांत म्हणजे पार सुटकेपलीकडचा होता. ''धक्का बसला ना?'' त्याने हसत विचारले.

आम्ही महामार्ग सोडला, तशी वस्ती विरळ होत गेली आणि रस्ते घाणेरडे दिसू लागले. टर्नर्स कॉर्नर्सवरच गोड्या पाण्याचे सरोवर आम्ही ओलांडले आणि उतार खूपच वाढला. झाडांच्या त्या पट्ट्याच्या पार शेवटी लॅरीचे घर दिसू लागले. ते तसे पार जुनाट दिसत होते, जणू बाहेरून आणून तिथे चिकटवल्यासारखे दिसत होते, एक कुरूप कुबडे घर!

आम्ही कारबाहेर पडलो आणि दोन बोकड तिथे आले. जणू दोन कुत्रे असावेत तसे ते बाजूने फिरले. आमच्यातला रस संपला, तसे ते दूर निघून गेले. सरत्या उन्हाळ्याच्या त्या दुपारी आम्ही लिंबू सरबत पीत लाकडी ओसरीत बसलो.

रात्री आम्ही त्याच्या अजून उंचावर असणाऱ्या शेताकडे गेलो. मोकळ्या आकाशाखाली त्या टेकडीच्या सुळक्यावर आम्ही शांतपणे बसलो. लॅरीने तिथे निसर्गाशी मेळ खाणारा घुमट बांधलाय तो आमच्या वर छत धरून होता.

''ऊर्जा संरक्षण हा माझ्या आध्यात्मिकतेचाच एक भाग आहे.'' त्याने सांगितले. ''विश्वातील साऱ्या गोष्टींबरोबर योग्य व्यवहार हवा.''

आम्ही कडाक्याच्या थंडीत बसलो होतो. समोर पेटवलेल्या शेकोटीवर झुकलो होतो, जणू ती आग पीत होतो.

"तर मग पहिल्यापासून सुरू करू..." मी म्हणालो.

"रिचर्ड, ती कथा म्हणजे कादंबरीतल्या कल्पनेप्रमाणे आहे." तो स्मित करत म्हणाला.

लॅरीने १९७२ मध्ये जॉर्जिया विद्यापीठातून पत्रकारिता हा प्रमुख विषय घेऊन पदवी प्राप्त केली. त्याच्या म्हणण्याप्रमाणे, तो पार्टीत रमणारा माणूस होता. "मी तसा बाप्तिस्मा घेऊनच लहानाचा मोठा झालो. आम्ही कधी दारू वगैरे घेतली नाही. कॉलेजात आल्यावर मला दारुचा शोध लागला." तो म्हणाला, "तिथं साऱ्यांचा आग्रह होता.. मग मी पण त्यांच्यात गेलो आणि मी अगदी पट्टीचा पिणाराही बनलो."

काही वर्षांनंतर एका उन्हाळ्यात त्याला काही धार्मिक अनुभव आला. अथेन्समध्ये तो वीजदुरुस्तीचे काम करत होता. तिथे आता विद्यापीठ आहे. तिथून त्याला एका चर्चमध्ये विजेच्या जुन्या तारा बदलवण्यासाठी पाठवण्यात आले होते.

लॅरीच्या हातात भरपूर काम होते. विचार करायला फुरसत नव्हती. शिडी आणि कामाचे साहित्य हातात घेऊन तो बराच वेळ तिथे गेला होता. "मी साऱ्या वेगवेगळ्या प्रकारच्या खिडक्या पाहात होतो...." आणि..

"काहीतरी सरळ माझ्यावरच आलं." त्याला आठवले. "मला असं काहीतरी आतून सजगता आल्यासारखं आत्मजागृतीचं भान झाल्यासारखं वाटलं आणि त्यावेळी तो अनुभव मी अगदी भरभरून घेतला तसा मी बॅप्टिस्ट असल्यामुळे नेहमीच त्या परमेश्वराशी संलग्न राहण्याची माझी इच्छा होती.. जे काय घडलं, ते तसं फार आश्चर्यकारक नव्हतं." मग वेगळं होतं? "होय, देवाच्या अस्तित्वाची मला जाणीव झाली." बझ इथे असता तर त्या पवित्र आत्म्याचं अस्तित्व म्हणाला असता. "ते वास्तवात जाणवत होतं."

ही मानसिक विकृतीची सुरुवात होती का? "नाही.." लॅरी खांदे उडवत म्हणाला, "पण माझ्या मोठ्या भावालाही आता असेच अनुभव येत असतात." लॅरीने त्या क्षणाला सांस्कृतिक अनुभूतीत जमा करून टाकले. "हा ग्रामीण भाग आहे आणि ख्रिश्चन धर्माचा प्रचंड प्रभाव आहे. असा अनुभव इथं नेहमीच लोकांना येत असतो." तो गालातल्या गालात हसला.

"बघा, ते काही फारसं महत्त्वाचं नाही... अर्थात् महिन्यानंतर मी पुन्हा आपला पार्टीत दारू वगैरे पिऊन मजेत नाचत होतो. म्हणजे माझ्या नेहमीच्या कार्यक्रमाप्रमाणे..." लॅरीच्या म्हणण्याप्रमाणे बहुधा पुन्हा तसे घडले.. जास्त सुव्यवस्थित.. बहुधा मानसिक विकृतीची लक्षणेही पाठोपाठ आलीच. स्वत:च्या असाधारण क्षमतेबद्दल

आणि काम करण्याच्या वृत्तीबद्दल तो मला सांगतोच.

"त्यानंतर मी लहानसा व्यवसाय सुरू केला, पार्टीला लागणाऱ्या वस्तू आणि फुलं वगैरे विकू लागलो. कॉलेजच्या पोरांना हव्या असतात त्या या वस्तू होत्या. मी आजूबाजूला लक्ष ठेवून त्यांना काय हवं, तेवढं पुरवण्याचं कंत्राट घेऊ लागलो. आमचं चांगलं चालू होतं."

"त्याच्यातून काही अंदाज काढता येतो का?"

"थोडाफार..." लॉरी जरासा थांबला. "मी जरा वेगानेच काम करायला सुरुवात करत होतो. त्याचं नेमकं विश्लेषण कोण करू शकतं?"

लॉरी जरा वेगाने काम वाढवण्याचा प्रयत्न करत होता म्हणजे याचा अर्थ लगेच शून्यावरून साठच्या वेगावर जाऊ शकत होता, असाही नाही. त्यानंतर मानसिक गोंधळ, विस्कळीतपणा येणे मात्र सहज शक्य होते.

पदवी मिळाल्यानंतर तो दुसरा व्यवसाय करण्याची संधी शोधत असतानाच त्याला सैन्यात काम करण्याची सक्तीची आज्ञा झाली आणि तो सरळ सैन्यात गेला. "सहा वर्ष अर्धा दिवस; तर सहा महिने पूर्ण सेवा केली आणि उन्हाळ्यात दोन आठवडे लष्करी काम केले.

लॉरी साठ वर्षांचा असतानाही जणू एक छोटा मुलगा झाला होता. तो जणू अद्यापही शाळेतच होता, असे त्याला आठवले. अद्यापही तो आवेग भविष्यात यायचाच होता आणि लॉरीने जपलेली कुठलीही सांस्कृतिक सवय त्याच्यामागे पळवायला होतीच.

लॉरी मग शाळेच्या एका मित्रासोबत, ग्लेनसोबत जमिनीच्या खरेदी-विक्रीच्या धंद्यात गेला. ग्लेनचे वडील यशस्वी उद्योजक होते. त्यामुळे यश मिळण्याची शक्यता जास्त होती, जॉर्जियाच्या त्या उन्हाळ्यात बर्फावरून स्केटिंग करता येण्यासारखी व्यवस्था करता येईल का, हे पाहायचे होते.

"ग्लेनच्या वडलांना ती कल्पना फार आवडली." लॉरी अजूनही हसतो.

"ही फार मोठी गोष्ट होती, अशातला भाग नाही, पण सुंदर पोरी भेटण्याची शक्यता मात्र भरपूर होती." खरेतर लॉरीला व्यवसायाचा अजिबात अनुभव नव्हता. पण सहकाऱ्यांनी तसे मैदान तयार केले. त्याला हे हिममैदान म्हणायचे आणि सारे मनुष्यनिर्मितच बनवले. मग या जोडीने ॲटलांटा फ्लेम्स् या राष्ट्रीय हॉकी लिग टीमसोबत एक करार केला, आधुनिक सुखसोयींसह हॉकी सरावासाठी असे मैदान बनवण्याचा! लॉरीने टीमच्या प्रशिक्षकासोबत राहून हे काम पूर्ण केले. "आम्ही त्यांना कपडे धुण्यासाठी व वाळवण्यासाठी यंत्रही दिलं. आमचं काम जोरात चालू होतं..." लॉरीने स्मित केले. ॲटलांटा फ्लेम्स् भोवती एकदम प्रसिद्धीचे आकर्षक वलय निर्माण झाले. मग बर्फावरची हॉकी हा हौशी लोकांचा व्यवसाय झाला. लॉरी

रात्रीचा व्यवस्थापक म्हणून काम पाहात होता. तसेच दिवसाही लक्ष ठेवत सरतेशेवटी, तोच त्या व्यवसायाचा प्रमुख बनला.

भयंकर तणावाच्या कामाचे ते दिवस होते... पण आत मनोविकृतीचे एक वादळ धुमसतच होते. फ्लेमस्मुळे आयुष्याला खूपच वेग आला होता, आणि सतत आपण प्रचंड वेगाने पाण्यात पोहत आहोत, असे वाटणारा लॅरी आता पडण्याच्या बेतात आला होता. त्याची धावपळ चालूच होती आणि ती एका तरुणाची जबरदस्त आणि सकारात्मक वर्तणूक वाटत होती.

''माझी काम करण्याची ऊर्जा भयानकच होती'' त्याला आठवले. ''मी नेहमी कामाच्या तयारीतच असे. मला दोन चार जणांनी अगदी थरथरत्या हातांनी हस्तांदोलन केल्याचं आठवतं. ते थक्क होत म्हणाले होते, ''बाबा रे, हॉकी खेळायचं आणि लगेच रग्बी खेळायला जायचं म्हणजे.. दोन्ही खडतर कष्टाचे खेळ आहेत.''

त्याने दात काढले, ''ते खेळ होतेच तसे. पण माझ्याजवळ तेवढी ऊर्जा होती, सतत पुढे पुढे जाण्याची शक्ती होती.'' तो खुष होता. ते वेड त्याला नैसर्गिकरित्याच संमोहनात नेत होते. ''फार छान होतं ते.'' तो म्हणाला, ''मला मस्त वाटत होतं. माझा कुठल्याही अडचणीशी कसलाही संबंध नव्हता.''

लॅरी आता उच्चभ्रू वर्गात होता. शहराच्या वायव्य भागात राहणाऱ्या उच्चभ्रू लोकांच्या, श्रीमंत पैसेवाल्या लोकांच्या पार्ट्यांमध्ये तो असायचा. त्याची सायंकाळ.. अर्थात रात्री नाही... सुंदर सुंदर स्त्रियांच्या सहवासात जायची. आजूबाजूच्या प्रत्येकाबरोबर असताना त्याचा अत्युत्साह, ती ऊर्जा व्यक्त व्हायचीच. ''तो भाव फार आकर्षित करणारा असतो.'' लॅरी म्हणाला.

साऱ्या यंत्रणा काही काळापुरत्या सुरू राहतात आणि बंद होतात. पण तुम्ही प्रत्येकाबरोबर त्याच गतीने नाही चालू शकत. त्या वगनि धावण्याला एक प्रतिक्रिया म्हणून लॅरीने खूप प्यायला सुरुवात केली. ''जेव्हा तुमचं मन वेगाने धावत असतं तेव्हा तुम्हाला ते सारं भयंकर ऊर्जेने, वेगाने व्यापलेलं वाटतं. मग तुम्हाला त्याचा वेग कमी करण्याची गरज भासते. झोपावंसं वाटतं. मग तुम्ही ते करता, मी स्वतःच औषधं घ्यायला सुरुवात केली.'' प्रचंड मौजमजेला दुसरा पर्यायी शब्द कोणता तर ''स्वतःवर स्वतःच औषधोपचार करणं, हा होय.'' ''नाही, मी लगेच ते बंद केलं. कारण ते अतिशय वाईट होतं.''

''तुम्ही फार उंचीवर जाण्याची दुसरी बाजू म्हणजे... तुम्ही खाली येता..'' लॅरी सांगू लागला. ''पण तुम्हाला फार खाली जाण्याची इच्छा नसते. मग ते नैराश्यात रुपांतरीत होतं.'' लॅरीने स्वतःवर औषधोपचाराचा मारा केला. ''तुम्हालाही असंच वाटतं का रिचर्ड?'' मी होकारार्थी मान हालवली. ''म्हणजे हे काही तसं तर्कशास्त्र नाही.'' लॅरी म्हणाला.

अर्थातच या पद्धतीची मात्रा लागू पडली नाही. ''दारू मदत करतीये असं वाटतं, पण सरतेशेवटी दारु पिणं काही चांगलं होत नाही. कारण ती फक्त तुमची गती कमी करते आणि झोपी जायला मदत करते. अर्थात गाढ झोपेसाठी तिचा काहीही उपयोग नाही.'' तो म्हणाला. तो पुढे सांगू लागला. आपल्यापैकी बऱ्याच जणांचा हा स्वानुभव असतो. दारू पिऊन झोपणे आणि पहाटे उठणे, हे फार थकवा आणणारे असते. ''मला वाटतं मी कुठल्यातरी मानसिक रोगाच्या अवस्थेच्या आसपासच होतो.'' स्वत:च औषध घेत राहिल्याने लॅरीची झोप गायब होत चालली, त्यामुळे लॅरीची अवस्था आणखी बिकट होत चालली.

दारूच्या व्यवसाधीनतेतून हळूहळू लॅरीची कोकेनची ही सवय वाढू लागली. ''अॅटलांटा फ्लेममधून बाहेर पडलेल्या दोघांनी ती मला सवय लावली.'' पार्टीचा एक भाग म्हणून कोकेनही होतेच. ''तुम्ही सारी रात्र पार्टी करू शकता. माझ्याजवळ सारी शक्ती होतीच.'' ती ओढ न थांबवण्याजोगी होती. ''तुम्ही जेव्हा या साऱ्यांच्या केंद्रस्थानी असता, तेव्हा त्या हक्काच्या क्षणी प्रत्येक गोष्ट अशीच अगदी आयुष्याच्या केंद्रस्थानी असते.

ती बर्फावर स्केटिंग करण्याची जागा आणि आजूबाजूची जमीन १९८२ ला विकली गेली. लॅरी बत्तीस वर्षांचा होता. त्या विक्रीने बराच आर्थिक फायदा झाला, कारण त्या जागेची किंमत आता त्या व्यवसायापेक्षा जास्त झाली होती. या व्यवहारातही लॅरी भागीदार होताच. त्याला जवळपास दोन लाख डॉलर्स मिळाले. काही दिवसांनंतर त्याचे लग्न झाले. क्लेमेन्टाईन एक श्रीमंत तरुणी होती, तिची लॅरीसोबत अशाच सामाजिक कार्यक्रमात भेट झाली. प्रेमयाचना झाली आणि लग्नही! जोडपे सगळ्याच बाबतीत वरचढ दिसत होते. लग्नानंतर हे जोडपे अतिशय महागड्या, श्रीमंत अशा वस्तीत जाऊन राहू लागले. ''आम्ही चांगले नामांकित होतो. रिचर्ड, गावात आमची दोन घरं होती.''

या जोडप्याची मित्र मंडळीही चांगली होती. ''आम्ही लोकांना सांगत होतो की, आम्हीही सारं काही मिळवणार आहोत.'' लॅरी जरासा थांबला. ''अर्थात् आम्ही सारं काही मिळवणार होतो.'' ''ते सारं फार चांगलं वाटणं नाही.'' तो म्हणाला, ''ते खरे तर माझ्यासाठी ध्येय होते. माझे वडील नौदलात अधिकारी होते. आम्ही आपले मध्यमवर्गीय होतो.''

''पण तेही मोहात पाडणार होतं ना.''

''गंमत करताय का?'' लॅरी हसला. ''सुंदर व्यक्तींबरोबर लटकत राहणं बरं वाटतं. बाकीचं सारं संपून जातं.''

इतर कुणाला माहीत नव्हतं, पण लॅरीने त्याच्या भागीदाराच्या नकळत त्या बर्फाच्या मैदानाच्या व्यवहारातले जवळपास दहा हजार डॉलर्स स्वत:च्या उच्च

जीवन जगण्यासाठी घेतले होते. ते त्याने चोरी असल्याचे स्वत:शी कबूल केले होते. तसेच उच्च राहणीसाठी आपण फक्त उसने पैसे घेत आहोत, आणि नंतर परत देऊन टाकू असेही अर्थातच तो स्वत:शीच म्हणाला होता.

''मला ते बरोबर वाटत नव्हतं..'' त्याने मला म्हटले, ''माझी चूक म्हणजे प्रश्न पैशाचा नव्हता, पण मी भागीदाराला गंडवणं याचा होता.'' जेव्हा बर्फाचे मैदान आणि आजूबाजूची जागा विकली तेव्हा कुणी शहाणा नव्हता. हे सारे लॅरीच्या सदसद्विवेकबुद्धीतच गुपीत म्हणून राहिले होते.

लॅरीने सांगितले की, त्याला ना नैतिक दिशा होती, ना उद्योगधंदा, पण तरीही ते आर्थिकदृष्ट्या स्थिर होते. क्लेमेंन्टाईन जिला सारेजण किमी म्हणायचे, तिच्याजवळ पैशाचा चांगला साठा होता. गुंतवणूक होती आणि या जोडप्याला कशाची गरज नव्हती. त्या दोन घरांखेरीज किमी आणि लॅरीने लॉनियर सरोवराच्या काठी एक घर खरेदी केले होते. ते अॅटलांटामधील सरोवराकाठचे सुंदर घर होते. त्यांनी एक नाव खरेदी केली होती. पार्ट्या चालू होत्या. तरीही कारण नसतानाच त्यांना जीवन अस्थिर वाटतच होते.

लॅरी त्याच्या एका आवडत्या काकांसोबत स्त्रियांसाठी ब्लाऊझेस तयार करणाऱ्या कारखान्यात नोकरीला लागला. पण सुरुवातीपासूनच या धंद्यात काहीतरी मोठा घोळ होता आणि नुसती अस्थिरता होती. ''मला वाटतं, आम्ही त्या धंद्याचा व्यवस्थित विचार केलाच नव्हता आणि ज्याबद्दल मला काहीच माहिती नव्हती, अशा धंद्यात मी गेलो होतो, तो व्यवसाय अतिशय तणावपूर्ण होता, हे लॅरीला आठवले.

त्याने आणि किमीने सुट्टीच काढली, १९८४ च्या सुरुवातीला ती दोघे फिनी बेटावर गेले. तीन आठवडे जणू ते आकाशात विहरत होते. ''आम्ही खूप आनंदी होतो.'' लॅरी म्हणाला, ''किमी तर असं म्हणाली की, ती आयुष्यात एवढी सुखी कधीच नव्हती. आम्ही एकमेकांच्या प्रेमात आकंठ बुडालो होतो.'' परदेशातील त्या सहलीचा आनंद लुटत असतानाच किमीचे वडील अचानक वारल्याची बातमी आली. ''आम्ही पुष्कळ धावपळ केली, पण अंत्यसंस्कारापूर्वी काही पोहोचू शकलो नाही.'' लॅरी म्हणाला.

तिथले सारे आवरून लॅरी परतला आणि लगेच.. लगेचच काही दिवसात लॅरीत काही बदल दिसू लागले. स्वर्ग मागेच राहिला, त्या ब्लाऊजच्या धंद्यातला प्रचंड तणाव समोर आ वासून उभा होता आणि त्यात आपण पैसे चोरले ही भावना थैमान घालत होती. या न पेलणाऱ्या आयुष्याचे आव्हान जास्तच ताण देऊ लागले.

....आणि एकाच विस्फोटात त्याचे आयुष्य हादरून गेले.

मला खूप मोठ्या प्रमाणात सततच आत्मजागरणाची आणि स्वत:त बदल होताहेत, ही जाणीव होऊ लागली होती. लॉरीच्या शब्दात अजिबात चूक जाणवत नव्हती. नुसता प्रकाशाचा झोत असल्याचा भास त्याला होत होता. ''अचानकच, मी घामाने अक्षरश: निथळून जायचो.'' हा सारा प्रकार अखंड तीन दिवस चालू होता. ''मला असं वाटत होतं, की मी देवाशी जणू झगडतोय, आणि तिसऱ्या दिवशी शेवटी शेवटी, मला खात्री पटली की, देव अस्तित्वात आहे.'' लॉरी आठवून म्हणाला, ''देवाने माझ्यासोबत संपर्क साधला होता आणि माझ्या जीवनाला त्याचा स्पर्श झाला होता आणि अचानक, एक नातं निर्माण झालं.''

हा परिवर्तनाचा जो अनुभव होता, तो सत्य होता, पण देवाशी माझं जे नातं जोडलं गेलंय हा मात्र वेडाचा भाग होता, असं लॉरी म्हणतो.

''तर ते सगळं असं झालं होतं रिचर्ड.''

''किंवा ते असं झालं, असं तुला वाटतं.''

''तो प्रकार माझ्या आयुष्याला कलाटणी देणारा होता.'' लॉरी त्याच्या त्या सत्यानुभूतीवर ठाम आहे. ''धार्मिक अनुभूती माणसाला बदलवते.'' तो लगेच म्हणाला, ''माझा अद्यापही ठाम विश्वास आहे की त्यात काही आध्यात्मिक अनुभव होता. माझ्यासाठी या साऱ्या गोष्टींची सुरुवात चांगल्या, वाईट गोष्टींतून आणि सदर्न बॅप्टिस्ट चर्चमधून झाली.'' मी फक्त ऐकले. ''माझ्या वागण्यासोबतच अजून बऱ्याच गोष्टी प्रकाशात येत होत्या. ती संवेदना होती... देवाचीच... मी देवासोबतचा माझा संबंध या आयुष्यात विसरतो. पण तो होताच.''

लॉरीची त्यावेळी फार ठाम श्रद्धा होती, असं नाही, किंवा त्याचा धार्मिक क्षेत्रात फार कृतिशील सहभाग होता असेही नाही... ''आम्ही कोणत्याच चर्चमध्ये कुठल्याच कार्यक्रमात सहभागी नसायचो. जे काय परिवर्तन झालं ते देवाच्या संदर्भात झालं, धर्माच्या नाही.'' सत्य एवढेच होते की, लॉरीच्या बाबतीतच आत्मजागरणाचा प्रकार घडला होता.

''देव माझ्या जीवनात सक्रिय होता आणि सरळ माझ्याशी संपर्क साधून होता.'' तो म्हणाला. एकदा भर दुपारी एका पर्वतराजीतून आम्ही गाडी चालवत जात असताना आमच्या या संवादाला रंग भरला होता. खूप दूरवर, गावंढळ ग्रामीण परिसरात आमच्या संवादात देवाचा विषय चालू आहे, हे कुणी लक्षातही घेतले नसेल.

''प्रश्न विचारणं आणि त्याची मनोमन उत्तर देणं, हाच माझ्या विचारांच्या प्रक्रियेचा एक भाग होता. मी जसजसा माझ्या विचाराचा तो भाग वापरायला सुरुवात केली तसतसा मी वेगाने पुढे जाऊ लागलो.'' लॉरी शांतपणे देवाशी भावनिक, बौद्धिक संवाद साधत होता. ''रिचर्ड, त्या संवादाने मला अतिमानवी

शक्ती दिली. त्याने मला त्या शक्तीत इतकं बांधून घेतलं की मी वर्णन करू शकत नाही. जर देव तुझ्याशी संवाद साधतोय यावर तुझा विश्वास असेल तर तुला आपण अगदी अखंड, अविनाशी आहोत, असं वाटेल.''

लॅरीने या नव्या नात्याचे स्वागत केले होते. ''होय, मी केलं अगदी हृदयापासून, आनंदाने! अर्थात् हा मनोरोगाचा भाग धरला गेला म्हणा. देवाशी संवाद साधणे आणि असं आत्मजागरण की, देव फक्त जगाशीच नाही, तर सरळ सरळ त्यांच्याशीच संवाद साधतोय असं वाटणं, ही अशा आजारी लोकांच्या बाबतीत नेहमीची बाब असते. ''पण माझ्यासाठी तरी तेच वास्तव होतं.''

लॅरीची ठाम खात्री होती की देवाने त्याची वेगळ्या कामासाठी नेमणूक केली होती. त्याने किमीला सांगितले की, त्याला देवाने स्पर्श केला आहे. किमी हादरली आणि तिला त्याची भीती वाटू लागली. तिच्या प्रतिक्रियेला खरी पार्श्वभूमी होती ती, ख्रिश्चन धर्माविषयी तिच्या मनात असलेल्या तिटकाऱ्याची! किमी शांतच राहिली, लॅरीच्या या अनुभवावर काय प्रतिसाद द्यावा याचा विचार करू लागली.

''पण तिचं वागणं मात्र विक्षिप्त होऊ लागलं, कारण देव माझ्याशी संपर्क साधून आहे ही माझी भावना, मला वाटतं, समजवायला जागाच नव्हती. मी देवाची सेवा करण्याच्या माझ्या ध्येयामागे निघालो होतो. काही महिने मी त्याच अवस्थेत होतो.''

असा देवासोबतचा धूसर संवाद पार टोकाला पोहचला होता. लॅरी पुन्हा एक नवा ख्रिश्चन बनून जन्मच घेतोय, हे गृहित धरण्यात आले असावे. पण किमीच्या दृष्टिपथात कुठलेच परिवर्तन दिसत नव्हते आणि लॅरी तर अगदी पराकोटीच्या अवस्थेला पोहचला असावा.

या संमोहनाचा परिपाक म्हणून की काय, लॅरीच्या मनात ख्रिस्ताने शिकवलेली क्षमायाचना डोकावली आणि तो पुन्हा आपल्या जुन्या धंद्याकडे वळायला तयार झाला. ''मला पैसे चोरल्याबद्दल क्षमायाचना करायची होती.'' तो म्हणाला, ''मला ते माहिती होतं, की ती वेळ आली होती.''

त्याने केलेल्या दुष्कृत्याबद्दल आपल्या भागीदारांना कबुली देण्यासाठी तो तयार झाला, त्याने त्यांची बैठक बोलावली.

''तू त्या बैठकीत असं काही सांगितलंस का की देवावर असणारा ठाम विश्वास माझ्या बाजूने साक्ष देईल... वगैरे?''

''मी खूप घाबरलो होतो...'' त्याने मला सांगितले, ''पण माझा देवावरचा ठाम विश्वास होता. एक महत्त्वाचा मुद्दा होता. किमीही या बैठकीला आली होती.''

''अजून कोणी होतं?''

''भागीदार होते. मी त्यांना सांगितलं की, काही गोष्टी माझ्या हाताबाहेर

गेल्या होत्या आणि मी काही पैसे उसनवारीने उचलले होते.''

''मग?''

''रिचर्ड, ते माझ्यावर खटला वगैरे भरतील की काय, हे पण मला कळत नव्हतं. माझ्या मित्राचे वडील, आमचे जुने बॉस, त्यांनी माझ्याकडे पाहिलं आणि शांतपणे म्हणाले. ''ठीक, तू कंपनीचा चाळीस टक्के मालक होतास, त्यामुळे तू जे काही घेतलंस, त्यातल्या साठ टक्क्यांचा तू आमचा कर्जदार आहेस.''

कायद्याच्या सत्वपरीक्षेतून लॅरी सुटला. त्याने त्याचे नीतिधैर्य वाढले आणि देवावरचा त्याचा विश्वास अधिकच दुणावला. ''देवाकडून होणाऱ्या या संपर्कावर माझा विश्वास वाढतच चालला.'' आता नेमकी कुठली दिशा पकडायची हे पण लॅरी देवाकडून सल्ला घेऊन ठरवू लागला. अगदी खरंच! ''मी फक्त गाडी चालवत होतो, वळणं पार करत होतो, पण नेमकं शेवट कुठं होणार हे मला माहिती नव्हतं.''

तो स्पष्टपणे सांगतो की देवाचा आवाज त्याने प्रत्यक्षात कधीच ऐकला नाही. तो मौनातच देवाला प्रश्न विचारायचा आणि लगेच उत्तर मिळायचे. अद्यापही त्याचे किमी वगळता इतरांसोबत मौनच होते. ''लोकांसोबत हा अनुभव वाटून घ्यावा, हा मला अधिकार नव्हताच.'' लॅरी म्हणाला, ''अंत:प्रेरणेतून मला ते कळलं होतं, की मी तो अनुभव फक्त माझ्यापुरता ठेवावयाचा होता.''

जर लॅरीकडून तो अनुभव गमावला गेला असता, तर त्याने ते सामान्य बुद्धीने केलेही असते. ''लोकांना हे सारं स्वीकारायला फार कठिण जातं.'' तो म्हणाला, ''माझ्या या विकृत मनोवस्थेलाही, वास्तवाची पार्श्वभूमी थोडीफार होतीच. अंत:प्रेरणेतून मला हे कळलं होतंच की, काही कृती अशा आहेत, ज्या आपल्याला बांधून टाकतील.'' आजूबाजूच्या जगाची जगण्याची रीतही त्याने सहज अंगिकारली. ''ते सारं माझ्या दृष्टीक्षेपात होतं. मी अगदीच मूर्ख नव्हतो.''

हा उत्साह जोपर्यंत होता तोपर्यंत त्याचाच वरचढपणा होता. मित्र आणि नातेवाईकांपासून त्याला वाचवण्यासाठी धडपड किमी करतच होती, पण त्याला थोपवू मात्र शकत नव्हती. ''जेव्हा हे सारं प्रखर आणि प्रभावी झालं, तेव्हा मी स्वत:ला शांत बसवू शकलो नाही. मी माझा अनुभव साऱ्या कुटुंबीयांना सांगितला.''

लॅरीचा मोठा सावत्र भाऊ, बिलला लॅरी जे सांगत होता ते स्वीकारायला जड जात होते. त्याने आधीच स्वत: धर्माकडे पाठ फिरवली होती, त्यामुळे लॅरीच्या या फाजील धर्मवेडेपणाचा त्याला त्रासच झाला. ''लॅरीच्या या अति धार्मिक वेडामुळे मी पार बाजूला सरलो, कारण त्या दक्षिणेच्या बॅप्टिस्ट लोकांविरुद्धचा माझा विद्रोह मला हे सगळं म्हणजे काळ्या फळ्यावर विनाकारण नखांनी ओरबाडण्यासारखं निरर्थक वाटलं होतं.'' - बिलने सांगितले.

काही वर्षांनंतर उन्हाळ्यात रविवारी दुपारी आम्ही बिलच्या ॲटलांटामधील आरामशीर घरात बसलो होतो, लॉरीच्या त्या पर्वतराजीतील घरापासून ते फार तर हाकेच्या अंतरावर होते. बिलची बायको, सैलीपण आली. "बिलचा एक मित्र मानसोपचार तज्ज्ञ आहे. आम्ही त्याच्याशी संपर्क साधला, मग त्याने आम्हाला या मानसिक आजाराचं स्वरूप समजावलं."

"त्याने तुम्हाला काय सांगितलं?"

"लॉरी खूपच आजारी आहे, हेच त्याने सांगितलं."

सारे कुटुंब लॉरीचे मन उपचारासाठी वळवू लागले पण त्याने नकार दिला. त्याच्या आयुष्याचा त्याच्या समोर चुराडा होऊ लागला होता. "याच काळात किमीने मला सोडलं. हे सारं दूर सारलं जावं असं तिला वाटायचं आणि तिला घटस्फोट हवा होता." किमी कायम लॉरीच्या बाजूने उभी राहिली होती, पाठिंबा देत होती, अगदी बळकट. मग काय, सारा पायाच उध्वस्त झाला. "मी तिला घाबरलो." लॉरी म्हणाला, या साऱ्या प्रकारान किमीला खरं तर गिळलं होतं, लॉरीच्या या देवासोबतच्या प्रखर नात्याने ती दबून गेली होती. "मी त्यावेळीही पित होतो आणि त्याच वेळी किमी निघून गेली. तिला मला सोडून जायचंच होतं, हे मी समजून घेतलं."

पण लॉरीच्या त्या मनोविकृतीने वेगळीच सूचना दिली. "मला वाटलं, ही ख्रिस्ताच्या धर्मप्रचाराकडून अपेक्षित असणारी कठोर परीक्षा असेल. मी अद्याप कुठलंही औषध वगैरे घेत नव्हतो. हा बहुधा सैतानाच्या योजनेचा भाग असावा. किमी, माझं कुटुंब, डॉक्टर्स, हे सारे सैतानाने आखलेल्या योजनेचे बळी असावेत. माझं आयुष्य मी बॅप्टिस्ट जॉन्सारखं घालवावं ही देवाची इच्छा होती. हे बहुधा ते समजूच शकत नसावे."

"कोणत्या कामासाठी?"

"बस, एक देवाचा दूत म्हणून काम करावं, हे माझं ध्येय होतं, जे काही देवाने मला संपर्क करून सांगितलं होतं, तेच मला सांगायचं होतं." आता शंकेला जागा उरली नव्हती.

बिल एक चांगला वकील आहे आणि आता इथे वेगळी खेळी खेळण्याची गरज आहे, हे त्याच्या लक्षात आले.

"माझा भाऊ हुशार आहे..." लॉरी गालातल्या गालात हसत म्हणाला.

"माझ्या ख्रिस्तासोबतच्या नात्याचा वापर त्याने मी मदत घ्यावी म्हणून केला. तो काय म्हणाला हे मी कधीच विसरू शकत नाही. तो म्हणाला, 'हे बघ, जे काय होतंय त्याच्यावर तुझा विश्वास आहे. आमचं तुझ्यावर खूप प्रेम आहे. ख्रिस्तालाही निरपेक्ष प्रेम आवडतं. आमच्यावर असणाऱ्या प्रेमाखातर का होईना, तू मानसोपचार

तज्ज्ञाकडे येतोस का?''''

अर्थात् उत्तर लगेच आलं ''हो.'' १९८४ मध्ये लॅरीने कुठलाही विरोध न करता तपासून घेतले. त्याला तिथे भरती करून घेण्यात आले. आता खरे तर तो देवाचा सैनिक होता. ''मी बाहेर पडायला हवं, असं देव मला सांगत होता. बाहेर खूप कामं पडली होती.'' जवळपास सहा आठवड्यांनंतर रुग्णालयातील एकंदर जीवनाचा अनुभव घेणे झाल्यानंतर आणि बाहेर आपल्यासाठी प्रचंड काम पडलेय, याची खात्री झाल्यानंतर तो सरळ न्यायालयात गेला. रुग्णालयाबद्दलचे कायदे आणि रुग्णाचे हक्क याबाबत त्याने बऱ्यापैकी माहिती मिळवली होती. रुग्णालयातच राहणे, हे ऐच्छिक असल्यामुळे तो सुटला. जॉर्जियाचे कायदे स्वच्छ होते, कुठलीही बांधिलकी नाही, कुठली कैद नाही.

'नैराश्याचे वेड' या मानसिक आजाराच्या निदानाचा लॅरीवर काही फारसा परिणाम झाला नव्हता. ''देवाच्या दूतासमोर अशा गोष्टी ठेवायच्याच असतात. बस्स..!'' अर्थात् त्याच्या दृष्टीने निदानाला किंमत नव्हती, बऱ्याच काळपर्यंत हा दृष्टिकोन बदलणार नव्हता.

''कदाचित? नकारात्मकता आणि मनोविकृती एकत्र झाल्यावर जे होतं, ते एखाद्याच्या अदमासासारखं कसं असू शकतं? मनोविकृतीमध्ये नकारात्मकता केव्हा येते तर जेव्हा आपल्याला आपल्यातच काहीतरी गडबड आहे, असं जाणवायला लागतं तेव्हा...!'' लॅरी अगदी आत्मविश्वासाने म्हणाला, ''त्यामुळे आपण निदान स्वीकारत नाही किंवा त्याचं पुढे काय होणार, हे भविष्यही स्वीकारत नाही, मग लोकं आपापला मार्ग स्वीकारतात. त्यामुळे परिस्थिती आणखी वाईट होते.''

रुग्णालयातून परतल्यानंतर लॅरी काही सर्वसामान्याप्रमाणे वागत नव्हता जे जाताना तो सोडून गेला होता. तेच धरून त्याने पुन्हा सुरुवात केली. पण आता भयंकर कठीण ध्येय समोर होते. ''मला दक्षिण अमेरिकेत बोगोटाला विमानाने जायचं होतं आणि कोकेनचा व्यापार मोडून काढायचा होता.'' एका मित्राने कुटुंबीयांना सावध केले आणि लॅरीच्या वडलांनी त्याला घरातच ठेवण्यासाठी त्याची कार खराब करून टाकली.

''ते फार भयंकर होतं...'' लॅरी म्हणाला, ''कायद्याच्या ताकदीने मी फारच प्रभावीत झालो होतो आणि त्या कोकेन वगैरे विकणाऱ्या व्यापाऱ्यांसोबतचा संघर्ष मला देवाने दिलेल्या शस्त्राने करायचा होता. त्या वेडाच्या भरात त्याला जी उत्तेजना जाणवत होती, ती सांगण्याचा तो प्रयत्न करत होता. ''एक धर्मवीर म्हणून मला या डोपामाईनबद्दल जी जागृती झाली होती. तीच ती होती. मी देवाशी अगदी संबंध

ठेवून होतो. मी कार चांगली करून घेतली.''

किमी गेल्यानंतर लगेच लॉरी एका मोठ्या घरात जाऊन राहिला, सेंट सिमॉन आयलंडवर त्याने चार मजली घर घेतले. ती बर्फाची मैदाने विकून जे मिळाले होते, त्यातून त्याने ते घेतले. तीन मजले भाड्याने दिले. एक मजला स्वत:साठी ठेवला.

अटलांटिक महासागराच्या बाजूला जॉर्जियाच्या किनारपट्टीवर सिमॉन आयलंड आहे. तरुण बातमीदार म्हणून मी तिथे विस्थापितांना, पक्ष्यांना पाहायला गेलेलो आहे.

''वेड लागायला योग्य अशी ती सुंदर जागा आहे.'' लॉरी म्हणाला.

''मी माझ्या डिझेल गाडीने तिथे भटकायचो. मग पोलिसांनी माझी कार पकडली. माझी गाडी तपासली जाणार, हे मला सांगण्यात आलं, आणि मी काय करत होतो हे त्यांना माहिती होतं. झालं.'' लॉरीने मला समजावले. ड्रग विकणाच्या व्यापाऱ्यांचे बिंग फोडण्याची ती योजना होती.

त्या सिमॉन आयलंडच्या कुठल्या भागात ड्रग्ज विकणाच्या दलालांना प्रशिक्षण दिले जाते, हे लॉरीला माहिती होते. त्याने दोन दलालांसोबत बैठक ठरवली. त्यांना हे सांगितले की, त्याच्याजवळ एक चांगला सौदा आहे. त्या दलालांना ते हवे होते. आपल्याला देवाने हे दोन दलाल दाखवले, हे रहस्य मात्र त्याने तसेच ठेवले. फक्त कुठे भेटायचे आणि कुठे करार करायचा एवढेच सांगितले. त्या दलालांचा त्याच्यावर विश्वास बसला असावा असे त्याला वाटत होते.

''पुढे काय झालं?'' मी विचारले.

''मला नेमकं माहिती नाही.'' त्याने सांगितले.

पुढे सावत्र भाऊ बिलने जे काय ते केले. कसे कोण जाणे, लॉरीला कळले नाही, पण बिल आपल्या लहान भावाला वाचवण्यासाठी जे काय करता येईल ते करायला या प्रकरणात आला. बिल म्हणाला, ''लॉरीजवळ बंदूक होती. त्यामुळे आम्ही मारले जाऊ शकत होतो.''

बिलने मग डिइए एजंटांना सूचना केली आणि धोक्याची जाणीव करून दिली. सरते शेवटी बिलला लॉरीची ती बंदूक आणि पासपोर्ट चोरून ठेवावा लागला. त्यामुळे कुठे जाऊ शकणार नव्हता आणि त्यामुळे जिवंत राहणार होता.

या जुन्या आजाराचा तडाखा आता फ्रिक्स कुटुंबाला बसू लागला होता. कारण काहीही असो, जवळपास राहणारे कुटुंबीय या अशा प्रकरणात ओढले जातातच. लॉरीचे कुटुंब त्याच्या संपर्कात होते, त्याच्यावर लक्ष ठेवून होते. ''होय, आमचं लॉरीवर खूप प्रेम आहे.'' बिलची बायको, सॅली म्हणाली, ''मी बिलला पहिल्यांदा भेटायला गेले तेव्हा आम्ही लॉरीचा हायस्कूलमधला फुटबॉलचा सामना पाहिला होता!''

लॅरी आणि बिल किती जवळचे होते, हे सांगण्यासाठी एवढे उदाहरण पुरे! आजाराचे ओझे आपल्या डोक्यावर घेणे, हे कर्तव्यापेक्षा प्रेम आणि प्रामाणिकपणानेच जास्त होऊ शकते. ''पण होय... त्यातही एक जबाबदारी असतेच...'' सॅली मला म्हणाली, ''कधी कधी तुम्हाला त्यात गुंतून पडण्याची इच्छा नसते, पण तुम्ही पडता. आमच्या एकमेकांना द्यायच्या मूल्याची ती पद्धत आहे.'' ती क्षणभर थांबली. ''तुम्ही काही गोष्टी शिकता, पण तुम्ही तुमच्या मनाचे दरवाजे बंद तर करू शकत नाही.''

बिल आणि लॅरीने अगदी वैयक्तिक लक्ष घातले, त्यामुळे दु:खाची किंमत किती असते, हे त्यांना कळले. ''लॅरीच्या समस्येतून आम्ही एक धडा शिकलो.'' सॅली म्हणाली, ''आमच्या मुलांपैकी एकाला नैराश्याचा मानसिक त्रास झालाच. मादक द्रव्यं आणि अल्कोहोल, दारू याला जबाबदार होती.'' ती उघडपणे म्हणाली, ''लॅरीच्या या भानगडीमुळे, त्याचा जो आम्हाला अनुभव आला, त्या अनुभवाच्या आधारे आम्ही त्या प्रसंगाला तोंड देऊ शकलो.'' ती स्मित करत म्हणाली, ''हा एक आजार आहे. त्याचं लहरीपणात रुपांतर होऊ देऊ नये.''

पण नेमके झाले काय की फ्रिक्समधल्या जुन्या लोकांनी, मागच्या पिढीच्या काहीजणांनी नेमके तेच केले होते. लॅरीच्या आणि बिलच्या पालकांनी ना प्रश्न समजून घेतला न त्याला व्यवस्थित तोंड दिले. त्यातच भरीत भर म्हणून की काय, लॅरीच्या मनोरोगाविरुद्ध एक संघर्ष चालू असतानाच दुसरा मुलगा स्टिफन एडस्ने मृत्युमुखी पडला. पालकांना या घटनांचा जबरदस्त धक्का बसून खूप त्रास झाला. ''आपण त्या दोन भावांबद्दल बोलतोय, जे समाजाच्या समोर आपली डागाळलेली प्रतिमा घेऊन उभे होते...'' बिल म्हणाला. ''समलैंगिकता आणि एड्स'' बिल थांबला, खाली मान घालून स्वत:च्या पायाकडे पाहात राहिला.'' आणि मानसिक आजार. आमचे आईवडील कशालाच तोंड देऊ शकत नव्हते. दोन्ही गोष्टींना एकाच वेळी तोंड देणं अशक्य!'' बिल मान हलवत म्हणाला, ''जे काय सारं घडलं, ते तुम्ही कसं काय समजावून सांगणार?.. ते ही असल्या वयस्कर धार्मिक लोकांना!''

ऐंशीच्या दशकाच्या मध्ये हे युद्ध अगदी जोरात होते. अधूनमधून गांभीर्याचा आव आणत लॅरीने पुन्हा दारू प्यायला सुरुवात केली होती. ''मी हे सारं बिन पैशाचं करू शकत होतो आणि देव सारं पुरवत होता. मी फक्त एकदा विडालिया ओनियन सॅलडची बाटली जेवणासाठी खरेदी केली.'' जगण्यातल्या प्रत्येक कृतीत येणारे यश पाहून लॅरीला खात्री पटत होती की, आपण योग्य मार्गावर आहोत.

त्याच्या खिशात पैसे नसले, तरी बँकांतली साठवणूक होतीच. मग त्याने ठरवले की जॉर्जियाच्या किनाऱ्यावर चालणाऱ्या कोळंबी माशाच्या धंद्यात पैसा

गुंतवायचा. ''त्यावेळी खरं तर कोळंबीच्या धंद्यात प्रचंड संघर्ष होता.'' त्याने आठवून सांगितले, ''पण जर देवच कोळंबी कुठे आहे, हे सांगणार असेल तर..., तुला तर माहिताय. मी ते केलंच... पाहिजे.''

''तू त्यावर विश्वास ठेवलास?''

''तुम्ही जेव्हा त्या मनोवस्थेत असता, तेव्हा तुम्ही योग्य निर्णय घेऊच शकत नाही.'' तो मोठ्याने हसत म्हणाला.

आणि पुन्हा त्याचा पोपट झाला. मग त्याने खरोखरच पोपटांच्या धंद्यात लक्ष घातले. लॉरीने दीड हजार डॉलर्सचे पोपट तिथल्याच स्थानिक पाळीव प्राणी पक्षी विकणाऱ्याकडून खरेदी केले.

''मानसिक रुग्णांच्या बाबतीत सांगायचं तर पैसा त्यांच्यासाठी काहीच नसतो आणि 'पक्षी पाळ', अशी आज्ञा देवानेच मला केली होती.'' लॉरीने तिरकस हसत सांगितले. ''त्या मालकाने मला सूचनाही दिली होती की, तू आतापर्यंत पाहिलेस, त्यापेक्षा हे खूप पोपट आहेत. पण मी स्वतःला थांबवू शकलो नाही.'' लॉरीने सारे पक्षी खरेदी केले. ''मला जे आठवतं ते एवढंच की लॉरीमध्ये त्या पोपटांसोबतच काही परिवर्तन होत होतं आणि तो जीझसबद्दल बोलत होता.'' सॅलीने मला सांगितले.

लॉरीचे हावभाव आणि वर्तणूक जास्तच असंबद्ध आणि कुठलाच अंदाज लावता येणार नाही, अशी झाली. बिल आणि सॅलीच्या चेहऱ्यावर त्यांनी काय भोगलं, हे सांगताना साधं स्मितही येत नव्हतं, इतके ते गंभीर होते. ''लॉरीचं विचित्र पद्धतीने डोकं चालवणं सुरुच होतं.'' सॅलीने आठवून सांगितलं, ''कुठलाही लाल रंग पाहिला की हा त्याच्या मागे जायचा.'' का? 'काहीच कल्पना नाही.' दोघांचे ही उत्तर तेच होते.

''मी तुम्हाला सांगू शकतो.'' लॉरी सहज म्हणाला, ''कोकाकोलात कोकेन मुळात असतं. मला वाटायचं सैतानाचा राक्षस हा त्या कोकाकोलातल्या कोकेनमध्ये सापडेल... त्यामुळे मी कोकाकोलाची मशीन पाहिली की मान हालवायचो.'' जर तो बोगोटाला गेला नसता, तर त्याने याच किनाऱ्यावर शत्रूला मारले असते.

साऱ्या कुटुंबावर नैराश्य कसे पसरले होते, हे बिलने पुन्हा सांगितले. ''बघा, आम्ही काही अशिक्षित नव्हतो किंवा या गोष्टीचा अंदाज यत नव्हता, असंही नाही. मदत मागण्याची पूर्ण क्षमता आमच्यात होती.'' तो तणावग्रस्त आवाजात म्हणाला, ''आम्हाला जी भीती वाटत होती तिच्यावर मी भर देऊन काम करू शकत नव्हतो. कुणीतरी तुमच्यावर प्रेम करतंय आणि तो तुमच्यासाठी काय काय करतोय, हे तुम्ही पाहता, पण तुम्ही तुमची वागणूक बदलत नाही, उलट ती एका मर्यादेबाहेर, नियंत्रणाबाहेर जातेय. हे सहन करणे भयंकर होते.

"ही भयंकर आठवण आहे.''

''अर्थात पण तितकीशी स्पष्टही नाही. काही क्षणी आपण त्या टाकून देतो.''

किमी पुन्हा आली. एक वर्षभर आपल्या नवऱ्यापासून दूर राहून पुन्हा आली. या साऱ्या दुखण्याच्या वेढ्यात आणि त्या तणावात त्या दोघांच्या दरम्यान कुठलातरी बंध होताच. ते दोघे एकमेकांवर खूप प्रेम करत होते. "मला घटस्फोट कधीच नको होता.'' लॅरी म्हणाला, ''मी दक्षिणी बॅप्टिस्ट संस्कृतीमध्ये वाढलेला तिथं काय हवे ते करा, पण घटस्फोट काही घेऊ शकत नाही. असं म्हणतात.'' पण लॅरीने आपले फक्त पिणे वाढवले. त्या वेडाला जरा थांबवण्यासाठी पुन्हा दारूचाच वापर केला. ''आमचं नातं तकलादू होतं.'' लॅरीला आठवले. काही देण्यासारखे होते, ते हेच!

आता दुसऱ्यांदा रुग्णालयात भरती होण्याची पाळी लॅरी स्वतःच आणत होता. त्याला ती वेळ आल्याचे भानही त्यावेळी नव्हते. त्या साऱ्या प्रकरणाने अतिशय त्रस्त झालेल्या किमीने एका रात्री त्याला कारमध्ये घातले आणि ती रुग्णालयात गेली. ''मी अगदी मर्यादेच्या बाहेर प्यायलो होतो, मला ते आठवतही नाही...'' लॅरी म्हणाला. त्याच्या आयुष्यातील बराच मोठा काळ दारूसोबत वाफ होऊन गेला होता.

रुग्णालयात गेल्यानंतर मात्र लॅरी थोडा सरळ झाला. तिथे मिळणाऱ्या सुविधांवरून त्याने तिथे दाखल करून घेण्याचा डॉक्टरांसोबत जरा संघर्ष केलाच. दाराजवळ ठेवलेली खुर्ची मागच्यामागे हवेत उडाली आणि त्यावर तपासण्यासाठी बसलेले डॉक्टर मागे हवेत उडाले, त्यांचा महागडा सूट ढुंगणावर टराटरा फाटला. काय झाले आणि कसे झाले याचे विस्तृत वर्णन ऐकण्यात फारसा अर्थ नाही. पण झाले काय की, त्या संस्थेने या लहानशा दुर्घटनेचा अर्थ रुग्णाने डॉक्टरवर केलेला हल्ला असाच लावला. त्यामुळे जोपर्यंत लॅरी आतमध्ये आहे, तोपर्यंत त्याला थोरॅझाईनवर ठेवण्याचे ठरले. औषधाचे नाव घेताना लॅरीचा आवाज भरून आला. वाईट! ''थोरॅझाईन म्हणजे बेभान झालेल्या माणसाला जखडून ठेवायचा औषधी पिंजराच!'' तो कठोरपणे म्हणाला.

''औषध म्हणजे हातोडाच.'' लॅरीच्या आवाजातले दुःख स्वच्छपणे व्यक्त होत होते. ''जेव्हा त्यांनी मला त्या औषधाचे डोस वारंवार दिले, तेव्हा मी मोठ्या मुष्किलीने चालू वा बोलू शकत होतो. नर्सकडून ते देण्याचा केलेला प्रयत्न मला आठवतो. पण...'' तो अगदी पार निश्चल झाला होता. ''मन सूचना देत असतं, पण होत काहीच नाही.'' आपल्याला जो मानसिक त्रास होतो, तो सहन करत किंवा नाकारात लॅरीचे त्या रुग्णालयात लटपटणे सुरूच होते. डॉक्टर्स जणू त्याचे शत्रू बनले होते. त्या रुग्णालयात काम करणाऱ्या डॉक्टरांनी आणि रुग्णांनी जणू एका

बाजूने खेळ खेळायचाच नाही, असा अलिखित नियमच तयार केला होता. "बरेचसे मनोरोगतज्ज्ञ तर असे होते की ज्यांना ठाम विश्वास होता की, या अशा मनोरोगामध्ये सुधारणा होणं केवळ अशक्यच असते. म्हणजे याचा अर्थ असा होता की आम्ही या समाजव्यवस्थेत किंवा बाहेरही कुठेच जगू शकणार नव्हतो."

शेवटी, लॉरीने ख्रिश्चन मनोविकारतज्ज्ञाची मागणी केली. "त्याने माझ्याकडे गंभीरपणे पाहिलं." लॉरीने आठवून सांगितले, "या गृहस्थाने माझी काळजी घेतली." तिथून सोडल्यानंतर लॉरीने त्याला असे सांगितले की त्याचे आजारपण समजून घेतल्याबद्दल त्याच्या पूर्ण आयुष्याची जबाबदारी घेण्याची लॉरीची इच्छा होती. "डॉक्टरने सारं शांतपणे ऐकलं आणि माझ्या विश्वासावर आधारित उपचारपद्धती निवडली. मी एक चांगला ख्रिश्चन आहे, हे त्याला कळलं होतं."

"तो तुला ते भयंकर थोरॅझाईन देत होता, लॉरी."

"खरंय ते..." तो घाईघाईने म्हणाला, "खरंय ते." पण, लॉरी म्हणाला की, इतर ड्रग्जपासून त्याला वाचवणारा, त्यांची सवय मोडायला लावणारा पण तोच होता. मनोविकारतज्ज्ञाचा आशेचा विश्वास होता. औषधासोबत जर त्याच्या परिणामाबद्दल नैराश्य असेल ना, तर रुग्णामध्ये सुधारणा केवळ अशक्य होऊन बसते. "फार अवघड" लॉरी म्हणाला, "ज्या डॉक्टरांना रुग्णांची लक्षणे गोळा केली म्हणजे त्या... त्या माणसाचं चैतन्य जणू समजून घेतल्यासारखं असतं, असं वाटत नाही, त्यांनी औषधोपचारच करू नयेत."

माणसाच्या चैतन्याची शक्ती कुठलाच डॉक्टर सांगू शकत नाही. बऱ्याचदा डॉक्टर, शरीररोगतज्ज्ञ त्यांच्या चौकटीच्या बाहेर येऊन विचार करायलाच तयार नसतात. "रिचर्ड, मला अशा डॉक्टरांना दाखवण्यात आलं, ज्यांच्याजवळ सदोदित निराशाच होती आणि तीच त्यांनी मला दिली." आरंभी लॉरीला विमा कंपनीकडून मदत देण्यात आली. पण त्यांनी त्यांच्या नियमाप्रमाणे असे शोधून काढले की, अर्जावर लॉरीने आपल्याला कुठल्या गोष्टींचा तिटकारा, घृणा आहे, हे लिहिले नव्हते, तात्पर्य तो खोटे बोलला, म्हणून विमा रद्द करण्यात आला. लवकरच रुग्णालयातूनही तो सुटला.

"माझा अगदी या गोष्टीवर प्रामाणिकपणे विश्वास बसला की, सारे पैसे संपण्यापूर्वीच रुग्णालयातले उपचारही खरंच संपतात."

यात काहीच आश्चर्य नव्हते.

काही काळ लॉरी बाहेर सर्वसामान्यांप्रमाणे वागला.

"मी बराचसा सुस्थिर होऊन रुग्णालयाबाहेर आलो." तो म्हणाला, "मी अगदी छान वागत होतो, लोकांना योग्य तो प्रतिसाद देत होतो आणि मी स्वत:

किती काळजीपूर्वक वागत होतो, हे पण पाहात होतो. त्या क्षणी मी माझ्या आयुष्याच्या बाबतीत फार सजग होतो.'' त्याच्या आयुष्याला देवाचा स्पर्श झालाय, या गोष्टीवर त्याचा अद्यापही विश्वास होताच, पण त्या अनुभूतीसाठी जन्मानसात जास्त धोका स्वीकारण्यात अर्थ नाही, हे त्याच्या लक्षात आले होते. वैवाहिक आयुष्य एकंदर बरे जावे म्हणून पुन्हा एकदा खंदक खणण्याचे श्रम घेत किमीने लॉरीला कॅरेबियनला नेले, त्याच्यातले नैराश्य तिलाही जाणवत होते. ते दोघे मग या वास्तवातून दूर जाण्यासाठी बहामासामधील पॅराडाईज आयलंडवर योगोपचार करण्यासाठी गेले काही काळ लॉरीनेही तिथे नियमांचे पालन केले.

आणि एके रात्री पुन्हा लॉरी त्याच्या नैराश्याच्या दुसऱ्या टोकावर, मनोवस्थेच्या दुसऱ्या ध्रुवावर जाऊन बसला. किमीचे कॅरेबियन बेटावर जाण्याचे ध्येय लॉरीची मन:शांती शोधणे, हे होते, तर त्याचे गुप्त ध्येय मात्र काहीतरी शिल्लक राहिलेले सत्य शोधणे, हेच होते.

''मला मरावंसं वाटत होतं,'' तो म्हणाला, ''मी तिथं बाहेर होतो. समोर सुंदर पाणीच पाणी होतं, मी हाच अंदाज लावत होतो की त्यात कसं बुडावं?'' त्याच्या अंतर्मनात जरी हे पूर्णपणे ठसून समाधान मिळाले होते असले तरी त्याचा उद्देश पूर्ण करण्याइतके यश त्याला मिळालं नाही.

जेव्हा ते जॉर्जियाला परतले, तेव्हा किमीने त्याला पुन्हा सोडले. त्यांचा विवाह असा फार फार तर वर्षभर टिकला असेल.

''माहित नाही.'' लॉरी म्हणाला, ''पण किमी फार दु:खी झाली होती.''

बँकेतल्या एका अधिकारी माणसाने तिला सांगितले होतेच की, जर मूल झाले, तर कदाचित त्यांना लॉरीसारखा आजार असण्याची शक्यता नक्कीच होती. ''किमीला चांगलं आयुष्य जगायचं होतं.'' लॉरीने म्हटले. ''ती वेळ आली होती.''

लॉरीची मानसिक अवस्था त्याला पार त्याच्या बायकोपासून दूर करण्यापर्यंत काम करत गेली. ''मी त्या स्त्रीला खूप त्रास दिला..'' तो म्हणाला. चूक आणि शरम या मानसिक आजारातून बरे होताना जाणवणाऱ्या संमिश्र भावना आहेत. लॉरीने आपल्या भावनिक कत्तलीचे अचूक वर्णन करण्याकरीता शब्द जोडत म्हटले. ''मला त्याबद्दल खूप पश्चाताप वाटतो.'' हे असे सारे त्याला औषधोपचार करण्यापूर्वी नक्ते. याची त्याला जाणीव आहे. तो स्वत:लाही मदत करू शकत नव्हता. त्याने हे कबूल केले की, अगदीच त्याचे वागणे असह्य होईपर्यंत किमी त्याच्या बाजूने उभी होती.

''किमीने खरंच मला मदत करण्याचा खूप खूप प्रयत्न केला. मी तिला आधीच खूप त्रास दिलाय. आणखी देऊ इच्छित नाही. किमी आणि माझ्या कुटुंबावर जो ताण आला ना, त्याचं आणखी मला फार वाईट वाटतं.'' आमच्या अनेक

वर्षाच्या संवादातही लॅरी पश्चात्ताप व्यक्त करू शकला नाही. आजारानंतर असे भावना कोसळणं हे असतंच.

वैवाहिक आयुष्य पार उध्वस्त झाल्यावर त्यांचे लक्ष जगण्यावर केंद्रित झाले. कुठले तरी कामधाम शोधण्याचा प्रयत्न त्याने केला, पण यश आले नाही. ''मी इथल्या स्थानिक मॅकडोनाल्डमध्येही नोकरीसाठी अर्ज केला होता.'' तो काही क्षण थांबला.

''रिचर्ड, माझ्या लक्षात आलं, काहीतरी काम करणं महत्त्वाचं होतं.''

''अजून जरा व्यवस्थित सांग.''

''आमच्यासाठी काम म्हणजेच उपचार! इतर आजारांपेक्षा मानसिक विकारांनी ग्रस्त लोक जास्त बेरोजगार असतात. जवळपास ऐंशी टक्के...'' गणित विचार करण्याजोगे होते. कारण विविध संशोधनाचा निष्कर्ष असा आहे की, मानसिक विकारग्रस्त माणसाला सतत काम मिळाले, तर त्याच्या विकारांची चिन्हे जरा कमी होत जातात.

तणाव आणि दु:ख लॅरीच्या मनात अगदी पराकोटीपर्यंत वाढतच गेले. त्या तलावाजवळच्या घरात तो एकटाच होता. किमी निघून गेली होती आणि कॅरेबियनहून आल्यापासून घरात तो एकटाच होता. जवळपास एक आठवड्यापर्यंत प्रचंड नैराश्यात त्याने आयुष्य काढले. तो उध्वस्त होत होता. ''मी गुडघ्यांवर बसून प्रार्थना करत असे...'' त्याने लगेच आठवून सांगितले, ''मी फार दु:खात होतो.'' त्याच्या डोळ्यांत ते दु:ख मी आजही पाहू शकत होतो. ''मला अगदी थोडी तरी विश्रांती हवी होती.'' तो काही क्षण थांबला. मी त्याचा श्वास ऐकू शकत होतो.

''त्यामुळे मला थोडीफार शांतता मिळाली, मी थोडंफार नियंत्रण राखू शकलो.''

''पण तू तर नियंत्रणाच्या बाहेर होतास.''

''नाही...'' लॅरी माझ्या डोळ्यांत खोलवर पाहात म्हणाला, ''मी मला मारण्याचा प्रयत्न करत होतो. तेच नियंत्रण होतं.'' तो बोलला आणि शांत झाला. ''मी रुग्णालयात दिल्या गेलेल्या त्या भयंकर औषधाची अख्खी बाटलीच्या बाटली घेण्याची योजना आखत होतो व जुन्या चिठ्ठीवरून मी ती खरेदी करून ठेवली होती. मी अख्खी बाटली तोंडात उलटी केली...'' तो म्हणाला. ''गोळ्या एकामागोमाग एक आत जाऊ लागल्या. रिचर्ड, माझं तोंड उघडं होतं आणि मी तिकडे निघालो होतो.'' ''मग काय झालं?'' फोन वाजला. तो वेड्यासारखा वाजतो, पण घंटा मोठ्याने आणि अचानक वाजत होती. तो म्हणाला, त्या कर्कश, स्फोटासारख्या घंटेने त्याला धक्का देऊन उठवले. ''मग मी गोळ्या अक्षरश: थुंकून टाकल्या''

आत्महत्येचे आकर्षण संपले. या नैराश्याचे रूपांतर पुढच्या काही आठवड्यांत

पुन्हा वेडात झाले. लॉरी त्या भावनेच्या सीमारेषेवरूनच चालला होता. लहरी आणि नियंत्रणापलीकडची वर्तणूक! ''हा आजार कसा कुठल्या वेळी काय होईल हे न सांगता येण्याजोगा होता.'' तो म्हणाला, त्याच्या विचारांसोबत त्याच्या हालचालींचाही वेग वाढला होता.

'' मी फक्त दोन ते तीन तास झोपायचो, मग उठायचो आणि मी काही करू शकणार नाही, असं मला वाटायचं. हे अतिमानवी भावनेसारखं होतं. मला खूप शक्ती आहे, असं जाणवायचं. एक वेगळी दिशा जाणवायची.''

''पण तू तर स्वतःला संपवण्याचा प्रयत्न केला होतास.'' मी आठवण करून दिली.

''होय, पण पुन्हा तो निर्णय मी बदलला, आणि मी जे काय केलं त्याचं मला काहीच वाटलं नाही..'' लॉरी म्हणाला, ''झालं काय, मी पुन्हा दारू पिणं सुरू केलं.'' मान हालवत म्हणाला. गोष्ट तर सरळ सरळ होती. एक माणूस अतिशय वाईट परिस्थितीत जगत होता, त्याला कुणीतरी थांबवणे आवश्यक होते.

लॉनियर सरोवराकाठच्या त्या घरात लॉरीचा इतरांशी संपर्क तुटतच चालला होता. त्याच्या स्वतःच्याच विचारतंद्रीत त्यालाच वाटले म्हणून तो त्या विचित्र अवस्थेतून जागा झाला. या व्यसनाच्या विळख्यात बरेच दिवस पडलेला असताना एका दुपारी तो भरपूर पिऊनच घरात पडलेला होता. ''मला आठवतं, तिथे बसल्याबसल्या मला जाणवलं की, ही फार वाईट सैतानाची जागा आहे. आपलं वैवाहिक आयुष्य बरबाद झालं, हीच ती जागा आहे.''

''अचानक मी किल्ल्या घेतल्या आणि घराच्या बाहेर उभ्या केलेल्या व्हॅनजवळ आलो. मी गाडी आतल्या रस्त्यावर सोडली आणि ती घरात घुसवून वस्तूची मोडतोड केली.' लॉरीने आपण काय केले ते शांतपणे सांगितले. ''हा घरावरचा माझा हल्ला म्हणजे जे काय वाईट झालं होतं ना, त्यावरचा हल्ला होता.''

नंतर तो गाडीतून बाहेर आला आणि चालू लागला. त्याने अक्षरशः मागे वळूनही पाहिले नाही, जणू काही नव्या प्रवासाच्या दिशेने त्याचे पाय पडत होते.

भ्रम वेगवेगळी चित्रे दाखवत होता. ''कमिंग्जमध्ये खड्ड्यांमध्ये लहान लहान मुलं पुरून ठेवली आहेत, असा मला भास होऊ लागला.'' कमिंग्ज जवळचेच गाव आहे. ''एका सराईत खुन्याने त्यांना मारून तिथे पुरून ठेवलं आहे आणि देवाची अशी इच्छा आहे की, मी त्या सराईत खुन्याला पकडावं आणि पोरांची मुक्तता करावी.'' म्हणून तो तसाच पायी निघाला, अंगात धड कपडे नव्हते, शर्ट नव्हता. पायात चपला नव्हत्या.

तो प्रेसबिटेरियन चर्चजवळ आला. ''मग मला असा विश्वास वाटू लागला की, चर्चची शिकवण म्हणजे ख्रिस्ताच्या खऱ्या सत्याला, त्याच्या खऱ्या शिकवणुकीला

सोडून भलतंच काही सांगतंय.'' हे त्याला म्हणजे देवाच्या निस्सीम प्रेमात पडलेल्या समर्पित सैनिकाला वाटलं. ''मी त्या फूटबॉलच्या मैदानावर गेलो आणि तिथे लावलेली चर्चची खूण पाडून टाकली.''

मग हा डॉन क्विझोट सरोवराजवळ गेला. सरोवराभोवती जाण्यापेक्षा त्याने सरळ पोहून जायचे ठरवले. त्याने त्यात सूर मारला, चिंध्या झालेले त्याचे कपडे तसेच अंगावर होते. आपले कपडे आपण घरी सोडून आलोय, याबद्दल तो अगदी अनभिज्ञ होता. ''माझ्या अंगावरचे ते कपडे, म्हणजे ती चड्डी, ती पण पोहताना भिजून जड झाली आणि दुसऱ्या क्षणी माझ्या लक्षात आलं, ती पण निसटून गेली. आणि मी अक्षरशः .... नग्न होतो.''

लॉरी अशा अवस्थेत पोहून एकीकडे काठाला लागला आणि त्याला एक घर दिसले. ''मी दार वाजवलं, एका स्त्रीने प्रत्युत्तर दिलं आणि दार उघडलं. मला पाहून तिनं किंचाळायला सुरुवात केली.'' लॉरी म्हणाला, ''काहीतरी भानगड झालीय हे माझ्या लक्षात आलं. अगदी तुम्ही वेडाच्या, मनोविकृतीच्या भरात असता ना, तेव्हाही त्या विकृतीत वास्तवाचं जरासं भान असतंच. मी मर्यादा ओलांडल्याचं मग माझ्या लक्षात आलं.''

पुढेच असलेल्या सुटीच्या दिवशी भेट, देणाऱ्यांसाठी राखून ठेवलेल्या लहानशा खोलीजवळ तो धावतच आला. त्या दिवशी कुणी नसल्याने ती बंद होती. त्याने पुढच्या दाराची काच फोडली आणि दार उघडून सरळ आत गेला. आत जाऊन दाटून बसला. ''देव चांगला आहे, मी विचार केला. त्या घराचा, खोलीचा मालक मी प्यायचो तीच दारू पीत होता. त्याचे कपडे मला बसत होते. मी शॉवरखाली स्नान केलं, टॉवेलने अंग पुसून त्याचे कपडे चढवले आणि त्या गृहस्थाची दारू पीत तिथे खुर्चीवर बसून राहिलो.''

मग लॉरीला कुणी माणूस बाहेरून त्याच्यासाठीच ओरडतोय, हे लक्षात आले. तो घरातून बाहेर आला. त्या माणसाने त्याच्यावर रायफल रोखली आणि पोलीस येईपर्यंत तसेच उभे राहायला सांगितले. ''छान, तू लगेच मला मारलंच पाहिजेस...'' त्याला असे म्हणत आपण पुढे गेल्याचे लॉरीला आठवले. ''मला असं वाटत होतं की आपण अजिंक्य आहोत. देवाची कृपा, मला त्याने गोळी घातली नाही. मी रस्त्याला लागलो तर, तिथे स्थानिक पोलीस अधिकारी माझी वाटच पाहात होता.''

''मी कायदा तोडला होता.'' लॉरीने म्हटले आणि आता आपली धडगत नसल्याचे जाणावल्याचीही आठवण करून दिली. त्याने पुढे सांगितले की, सरकार जसजशा सामाजिक सेवा देणं बंद करीत जातं. तसतसा मानसिकदृष्ट्या उध्वस्त लोकांना तुरुंगाशिवाय पर्याय राहात नाही.

''मानसिक रुग्णाचं गुन्हेगारीकरण होणं, ही जवळपास साथीच्या रोगासारखी

फैलावणारी साथ आहे. लॉस एंजेलिसमधला तुरुंग म्हणजे देशातली मानसोपचाराची सर्वोत्तम सुविधा मानली जातेय.'' जुनाट मनोरुग्ण हे जुनाट कैदीपण बनलेले आहेत. अल्पसंख्याक आणि गरीब वर्गाच्या बाबतीतले हे एक सत्य आहे.

''जर मी गोरा नसतो, मध्यमवर्गीय नसतो, तर माझ्या या गुन्ह्याची नोंद झाली असती, माझ्यावर खटला भरला गेला असता, गुन्हेगार ठरवून मला तुरुंगात डांबण्यात आलं असतं आणि मग....., तुम्ही जेव्हा अशा मानसिक अवस्थेत असता, तेव्हा तुमच्या सोबत तुरुंगात काय काय केलं जातं, ते माहीतच आहे.'' लॉरी म्हणाला, ''हे खरं तर एक रसातळाला नेणारं चक्र आहे, मानसिकदृष्ट्या आजाऱ्यांसाठी हा एक सापळाच आहे.''

पण, लॉरीचा जमीन व्यवहाराच्या धंद्यातला मित्र जिम त्याची वाट पाहात, त्या पोलीस अधिकाऱ्यासोबत उभा होता. ''तो अधिकारी म्हणाला की, तो तिथे मला मदत करण्याकरता उभा होता आणि मी त्याच्यासोबत जायलाच हवं होतं.'' लॉरीला आठवले. मी म्हणालो, ''हो... का नाही? मी त्याच्या कारमध्ये बसलो आणि कार सरळ तुरुंगाकडे गेली. त्याने मला एकट्याला एका छोट्या खोलीत बसवलं.''

अनेक वर्षांपासून कैद्यांनी भित्तीचित्रे काढून भिंती रंगवल्या होत्या. लॉरी त्या रेषा उलगडून देवाचा काही संदेश त्यात आहे का, हे पाहू लागला. ''देव मला त्यातली अक्षरं जोडून एक सांकेतिक शब्द तयार करायला मदत करत होता. जे इतर कुणालाच समजणार नव्हतं किंवा पाहताही येणार नव्हतं. मी एका दैवी कामगिरीवर होतो ना!''

पण डॉक्टर आणि कुटुंबीय कुणालाच ही कामगिरी उदात्त वाटली नाही.

मनोरोगतज्ज्ञांनी लॉरीची तपासणी केली आणि एका प्रामाणिक निष्कर्षावर ते आले की, तो एका मनोविकृतीच्या, म्हणजे वेड्याच्या झटक्याने ग्रस्त होता आणि त्याला रुग्णालयातच ठेवणे नितांत गरजेचे होते.

लॉरी साऱ्या पर्यायांच्या पलीकडे गेला होता. त्याला अशा अवस्थेत जावे लागले होते की त्याला तिसऱ्यांदा रुग्णालयात जाऊन पडावे लागणार होते. रुग्णालयातला सारा कर्मचारी वर्ग वाटच पाहात होता. ''मी जेव्हा कारमधून बाहेर पडलो तेव्हा ते माझ्याकडे पळतच आले आणि मला आत नेण्यात आलं. जिम अद्यापही इथपर्यंत माझ्यासोबत होता आणि मी त्याच्याकडे वळून त्याला 'जुडास' म्हटल्याचं आठवतं.'' जिमने देव आणि त्याच्या सेवकांच्या प्रति गद्दारी केल्याचा भाव लॉरीच्या मनात दाटला होता.

तिथल्या कर्मचाऱ्यांनी लॉरीला चिकित्सा विभागात नेले. प्रत्येक वेळी त्याला त्याच लहानशा खोलीत नेण्यात येत होते. ''त्यांनी माझ्यावर औषधाचा अक्षरश:

मारा केला. डॉक्टर काय वाटेल ते करू शकतात, कारण रुग्ण चांगलाच अडचणीत पकडला गेलेला असतो.'' उपचार म्हणजे अमानवी प्रकार होता. असेच लॉरीने वर्णन कले. ''त्यांनी मग मला एकांतात टाकलं.'' त्याला आठवले. ''दाराच्या छोट्याश्या खिडकीतून लोक माझ्याकडे बघायचे.'' त्याच्या हालचालीवर नियंत्रण ठेवण्यात आले होते. त्याला पलंगाला बांधून ठेवण्यात आले होते.

आपल्याला कोणती औषधे दिली जात आहेत आणि अशा एकांतवासात आपल्याला किती दिवस ठेवले जाणार आहे, हा प्रश्न काही लॉरी विचारूच शकत नव्हता. औषधामुळे येणाऱ्या ग्लानीचे धुके चांगलेच दाट होते. ''ते शरीरात कोणती औषधं सोडताहेत, याची मला कल्पनाच नव्हती.'' तो म्हणाला, ''बहुधा ते पहिलेच भयानक औषध असावे.'' लॉरीच्या स्वत:च्या सुरक्षिततेविषयी बोलताना एक थंड लहर त्याच्या स्वरात जाणवत होती.

रुग्णालयात जबरदस्तीने केलेल्या या भरतीनंतर त्या सैतानात लॉरीला संत आणि रक्षक दिसू लागले. प्रत्येक वेळी आत जाताना किंवा बाहेर पडताना, ज्याला दुभंगलेल्या मन:स्थितीचा आजार आहे असा दुसरा रुग्ण त्याला म्हणत असे, ''मी आध्यात्मिकतेचा अनुभव घेतलाय आणि सरळ सरळ देवाशी संपर्क ठेवतो,'' तो म्हणे. ''खरंच, हे वास्तव आहे, हे माझ्यापासून कुणी हिरावून घेऊ शकणार नाही.''

लॉरी माणसांच्या सहवासासाठी तळमळत होता. त्याच्यासाठी हा क्षणही ऊर्जा देणारा ठरे.'' मग मला एक रुग्ण भेटला. तो मला समजू शकत होता. ''अरेरे, हा वेडा झालाय. तुझं आत्मजागरण काही खरं नाही, भ्रम आहे. असं तो नाही म्हणाला. हा माणूस सरळ सहज म्हणाला, ''हो, माझा तुझ्यावर विश्वास आहे.''

काही वर्षानंतर लॉरीने 'द जर्नल ऑफ ड्युरल डायग्नोसिस' या मासिकात त्या अनामिकाला भेटल्यानंतर मिळालेल्या ऊर्जेचे वर्णन केले होते. ''माझी विश्वास ठेवणारी चिकित्सक दृष्टी खाली झुकली... माझ्या आध्यात्मिक प्रवासाशी तिने तुलना केली नाही... मानसिक रोगाचं वर्णन असतं, त्याप्रमाणे ते नव्हतंच.'' आपल्या या आजारपणातून मिळालेल्या सुटकेबद्दल लॉरीने लिहिणे ही महत्त्वाची बाब ठरली. त्याच्यासाठी एक वेगळाच दृष्टिकोन देणारी ठरली.

बऱ्याच वेळा काय होते की, वैद्यकीय क्षेत्रातील माणसे विचार न करता औषधांचा भडिमार करतात. डॉक्टर रुग्णावर विमनस्क वर्तणुकीचा शिक्का मारून उगाच फाजील चिकित्सकपणा दाखवतात, त्याने रुग्णाच्या मनाच्या आणि आत्म्याच्या बऱ्याच सकारात्मक किंवा अपारंपरिक दृष्टिकोनालाही ते उद्ध्वस्त करून टाकतात, रुग्णाच्या मानसिक अवस्थांचे विविध आयाम ते विचारातही घेत नाहीत.

बऱ्याचवेळा मनोविकृती आणि थोडासा वेगळा विश्वास, श्रद्धा यांमध्ये एक धूसर सीमारेषा असते. लॉरीच्या मताप्रमाणे, पारंपरिक सत्यानुभूतीचा विवेक म्हणजे

काही माणसांच्या वस्तीतलं वास्तव नाही. "त्या निर्णयाचा विचार करता..." तो म्हणाला, "ते सारेच रद्दबादल ठरवतात, हेच फक्त तुमचं वास्तव असतं."

लॉरी त्या ठिकाणाहून अगदी दुभंगून, उद्ध्वस्त होऊनच कसाबसा बाहेर पडला. त्याचे घर सरोवराजवळच अगदी बाजारपेठेतच होते, आणि त्याच्या पालकांनी तळमजल्यावर त्यांच्या मालकीच्या साऱ्या वस्तू नुसत्या साठवून ठेवल्या होत्या. त्या सरोवराकाठचे ते घर विकण्याचे सारे अधिकार किमीकडे गेले, "मी तिच्यासाठी जे थोडंफार करू शकलो ते हेच होतं." लॉरी क्षणभर थांबून पुढे सांगू लागला, "अगदी आत्यंतिक निराशेचा अनुभव मी या काळात घेतला."

एकदा संध्याकाळी लॉरी प्रचंड प्यायला होता आणि त्याच्या मैत्रिणीने त्याच्या वडलांना मदतीसाठी फोन केला. लॉरी म्हणाला की, दुसऱ्याने अडथळा केला की त्याला त्याचा त्रास व्हायचा आणि वडील समोरासमोर आले त्या क्षणी लॉरीने त्यांनाही जुमानले नाही. मग तो निघून गेला.

लॉरी आणि मी बझार्ड पर्वतावरच्या त्याच्या घराच्या ओसरीत बसलो होतो. त्याची कथा आता अगदी अखेरीस आली होती. वाऱ्याने सरसरत येणाऱ्या झाडांच्या पानांच्या आवाजामुळे ॲटलांटा खूप दूर आहे, हे लक्षात येत होते. एका महत्त्वाच्या क्षणाची माहितीही मला लॉरीने दिली. ती घटना खूप दिवसांपूर्वी घडली होती. "मी माझी ओळखच पुसून टाकली..." त्याने मला सांगितले. "लॉरी फ्रिक्स नावाची कुठली व्यक्ती अस्तित्वात नसली पाहिजे." ही गोष्ट वीस वर्षांपूर्वी झाली होती, पण त्याला त्याच्या कृतीचा अर्थ आजही स्पष्टपणे जाणवत होता.

"प्रत्येकाची माझ्याकडून अशी अपेक्षा असते की, मी पुन्हा त्या काळी जसा होतो तसंच बनावं." त्याने मला सांगितले, की वेड्या जॉन बेलुशीचे पात्र असते ना, तसे त्याने सांगितले. "खूप वर्षांपूर्वी तो असाच उद्ध्वस्त झाला आणि जळून खाक झाला." साऱ्या जगापासून तुटल्याची आणि आपली ओळख ही हरवलेल्या क्षणांची ती आठवण फारच परिणामकारक होती.

लॉरीने बियरच्या सहा बाटल्या खरेदी केल्या आणि तो हॉलिडे इनमध्ये घुसला, तोच त्याची वडलांशी गाठ पडली. लॉरी अगदी भयाण वेगाने तिथून पळाला. त्याचा सारा आवेश नष्ट झाला. " मी फरशीवरच पडून राहिलो. मी ओरडलो, 'देवा, माझं स्वरूपच बदलून टाक.'' त्याने पुन्हा आठवून सांगितले, "मी एका विचित्र अवस्थेत अडकलो होतो, आणि मी पुन्हा ओरडलो. मला खूपच लाज वाटली. मी कुठेतरी बुडून मरायला हवं होतं."

"मी त्या रात्री बऱ्याच उशिरा वडलांना हाक मारली. 'ठीक आहे' ते म्हणाले, "मी तुला सोबत नेतो. घाबरू नकोस. मी तुला पुन्हा त्या रुग्णालयात नेणार नाही."

पहाट होण्यापूर्वी रात्रीच लॉरीने खरेतर एक नदीच पार केली होती. मनातले मळभ दूर झाले होते. त्याने त्या रात्री देवाबरोबर एक करारच केला. तो आयुष्यभर त्यांच्याबाबतीत घडलेल्या आत्मजागरणाच्या घटनेवर विश्वास ठेवेल; आपल्या उरलेल्या आयुष्यात आता काही बदल होणार नाही, हे लक्षात असूनही त्याने हा करार केला. "मी ज्या मार्गाने जात होतो, त्या मार्गाने उरलेल्या आयुष्यात आपल्याला वेड्यांच्या रुग्णालयात किंवा बाहेर आपला शेवट पाहावा लागेल, हे मी जाणून होतो." तो म्हणाला, "मला खरं तर नव्या माणसाची, जागेची आणि वस्तूंची गरज होती." त्यामुळे अशा साऱ्या गोष्टींनी वेढलेला हा माणूस नव्या दिशेला आपले पाऊल टाकू लागला.

वेदना आणि दुःख, काही वर्षेतरी सत्त्वपरीक्षा बनून राहिले होते, त्यामुळे एक नवी संवेदना जन्माला आली. "मी न संतापण्याचं आणि प्रत्युत्तरही न देण्याचं ठरवूनच टाकलं होतं." लॉरीने या बदलाचे कारण ठामपणे सांगूनच टाकले होते. "बदल घडवणं म्हणजे मी माझ्या क्षमतेवर जगणं होय. आजारातून बरं होणं, हा माझ्यासाठी बदल होता. माझं आयुष्य माझ्या मालकीचं होतं, हे समजण्याचा होता. मी काहीतरी करायला हवंय, हे मला माहिती होतं."

लॉरीने त्याची किंमत चुकवायला प्रारंभच केला. त्याला उधारीने घेतलेल्या त्याच्या नव्या गाडीचा कंटाळा आला. त्याने त्याची सारी स्थावर जंगम मालमत्ता विकून टाकली. आणि दारू पिणे बंद केले.

नुसत्या ठाम निर्णयापेक्षा दुखावलेल्या जिवाला पुन्हा योग्य मार्गावर आणणे गरजेचे होते. "मी असहाय्य होतो." त्याने आठवून सांगितले, "मी सकाळी सकाळी खोलीतल्या भिंतीकडे नुसता टक लावून पाहात बसे. त्यावर काय लावायचं, ठेवायचं ते मला कळत नसे. मी पुस्तकही वाचू शकत नव्हतो. माझी एकाग्रता जवळपास संपली होती." तरीही जुन्याच मार्गाने जायचे नाही, असा निश्चयच त्याने केला होता.

एका छोट्या रुग्णालयात तरुण रुग्णांना मदत करण्याचे काम त्याने सुरू केले, ही त्याच्यासाठी चांगली उपचारपद्धती ठरली. बझ जसा मृत्युशय्येवरच्या माणसाला जगण्याचा धीर देत असे, तसा हा लॉरी एकाकी, समाजाशी संबंध तुटलेल्यांना पुन्हा परतवण्याचे आवाहन करत असे. त्यांचा तो अविचार त्याला कळला होता, असे तो आजही खात्रीने सांगतो. "त्यांची आयुष्ये माझ्यापेक्षाही निराशाजनक वाटायची. मी त्यांना मदत करण्याचं काम केलं आणि मी स्वतः माझ्याच अंतर्मनात अडकलेल्या अवस्थेतून बाहेर पडलो."

लॉरीने औषधोपचाराचा स्वीकार केला. "मी बराच काळ औषधोपचाराला

नकारच देत होतो, हाच एक मोठा प्रश्न होता.'' त्याने औषधांच्या दुष्परिणामाशी संघर्ष केला. एका औषधामुळे मी जवळपास तीनशे पौंडाचा झालो.'' त्याने एका नव्या मित्रच्या पॉलच्या मार्गदर्शनाखाली वजने उचलण्याचा वेटलिफ्टिंगचा व्यायाम शिकण्यास सुरुवात केली. त्याचा हा मित्र जुन्या काळात ऑलिम्पिकमध्ये गाजलेला वेटलिफ्टर होता. त्याला अनेक गोष्टींचा त्रास होतच होता. पण तरीही आपण कशालाही बळी पडायचेच नाही असे त्याने ठरवूनच टाकले होते. पण त्याऐवजी तो त्याच्यावर पर्याय शोधण्याच्या कामाला लागला... ''मी जबाबदारी घेतली.'' तो अगदी प्रामाणिकपणे म्हणाला, हे वाक्य त्याने मला शेकडो वेळा तरी ऐकवले होते. ही प्रक्रिया म्हणजे त्याच्या आजाराचे वास्तव समजून घेऊन त्याच्याशी तडजोड करणे होते. ''झोप नष्ट होणं, झोपेपासून आपल्याला दूर करणं किती वाईट असतं. अगदी मध्यरात्री जरी माझी झोप मोडली तरी पुन्हा औषध घेऊन मी झोपेवर नियंत्रण मिळवायला शिकलो.''

आत्मभानामुळे तो स्वत:ची काळजी घ्यायला शिकला. चांगला पौष्टिक आहार घेणे हे लॅरीला त्याच्या शारीरिक रसायनांचे चक्र सुव्यवस्थित ठेवायला मदत करू लागले. ''जेवणाचा खरं तर भयंकर प्रश्न होता.'' तो म्हणाला, ''ते माझं मला शिजवावं लागे.'' छिन्नविच्छिन्न झालेला असला तरी अद्याप त्याचा उत्साह कायम होता.

''मला जगण्यासाठी कुठलातरी हेतू आवश्यक होता.'' तो नोकरी शोधतच होता. ''खरं म्हणजे मी स्केटिंगसाठी केलेल्या बर्फाच्या मैदानाचा एकेकाळी व्यवस्थापक होतो. पण त्याच्या विरुद्धचं टोक म्हणजे नोकरी शोधणं होतं.''

''तुझ्या भूतकाळाविषयी तू प्रामाणिक होतास?''

''मी काही प्रत्येक ठिकाणी सारी गोष्ट सांगत बसत नव्हतो.'' त्याने कबूल केले. ''मी देत असलेल्या माहितीत पुष्कळ फरक होता. मी कुठे, काय करत होतो, हे मी सांगत बसत नव्हतो.''

''त्याबद्दल तुला आपण चूक करतोय असं वाटायचं?''

''तू माझ्या भूतकाळाबद्दल म्हणत असशील, तर हा प्रश्न मलाही नेहमीच पडलाय.''

लॅरीशी मग त्याच्या जमिनी व्यवहार व्यवसायातल्या भागीदाराने, ग्लेनने संपर्क साधला. ''त्याने मला त्यांच्याच घरी राहायला बोलावलं आणि एका नव्या, नव्याने सुरू होणाऱ्या व्यवसायात भागीदारीही देण्याचं कबूल केलं.'' या जोडीने नवी कंपनी काढली आणि साठ एकर जमीन खरेदी केली. लॅरीच्या बाबतीत ही जरा बरी गोष्ट झाली होती. त्या जमिनीवर एक घर होते आणि लॅरी तिकडे राहायला गेला. ''ती जागा लम्पकीनमध्ये होती, जो कोरडा भाग आहे.'' तो म्हणाला. सारी

मालमत्ता विकल्यावर लॅरी लॉम्पकिनमध्येच राहिला.

"मला काहीतरी सेवाभावी काम करायचं होतं आणि मग ते जमिनीचे सौदे वगैरे. हा तो मार्ग नाही हे लक्षात आलं." त्याने सांगायला सुरुवात केली." "मी मुलांमध्ये काम करणं सुरू केलं. लहानपणीच मादक द्रव्यं आणि दारूचं व्यसन लागलेली ती मुलं संकटात होती." लॅरीने आपली पत्रकारिकेची जुनी हौसही पुन्हा भागवायला सुरुवात केली. आणि लिहायला सुरुवात केली "लिहिण्याने मला आयुष्यात काहीतरी विधायक करतोय, याचा शोध लागला. शिवाय माझी हरवलेली ओळखही या लिखाणामुळे मला परत मिळणार होती. मी स्थानिक पेपरातून स्तंभ लिहायला सुरुवात केली."

लॅरीला एक मार्ग सापडला. "एका स्थानिक संपादकाला माझं लिखाण आवडलं, त्याने मला प्रोत्साहन दिलं. त्याने माझं लिखाण प्रकाशित करायला सुरुवात केली." यश मिळणे हे पण उत्साह वाढवणारे असते. "मी माझा लेख पाहिला अन् रडायला सुरुवात केली." त्याचा आवाज कापरा होत होता. "मी काहीतरी करू शकतो, याची मला जाणीव झाली."

"उपजिविकेचं साधन म्हणून तू लिहिलंस?"

"छे, रिचर्ड, एका स्तंभाचे फक्त पंचवीस डॉलर्स मिळायचे." या पंख फुटण्याच्या आनंदाचा त्याच्यावर चांगलाच परिणाम झाला. "सुधारण्यासाठी या गोष्टीची मला चांगलीच मदत झाली."

"कशी?"

"मला रोज सकाळी उठण्यासाठी, जगण्यासाठी नवी उमेद मिळत होती."

"तू स्वत:कडे 'इतका वाया गेलेला' म्हणून पाहात होतास का?"

"इतर आजारात जाणवत नाही, असा धक्का वास्तविक या आजारात बसतो. तुम्ही जर नुसते आजारी असाल आणि बायको सोबत असेल तर डॉक्टर असं तुम्हाला बळजबरीने उपचाराला घेऊन जातील, अशी भीती नसते."

पत्रकाराला स्वत:ला असे अभिव्यक्त करायला, त्यांच्या कथा सांगायला आणि ते अगदी सत्याच्या बाजूला आहेत, हे पटवून द्यायला प्रचंड आत्मविश्वास लागतो. "होय..." लॅरी हळुवारपणे म्हणाला, "मला भीती वाटायची की, आपल्या लिखाणात थोडी जर चूक झाली, तरी त्याचे अनिष्ट परिणाम होतीलच."

"म्हणजे तुझ्या भूतकाळाविषयी..."

"हं कुणीतरी माझ्या आजारपणापर्यंत पोहोचेल असं वाटत राहायचं. मी कायमच मागे वळून पाहातच असतो."

"तू स्वत:च स्वत:कडे एक टीकाकार म्हणून बघतोस... हो ना?"

"मी रोज स्वत:साठी लेखनाची एक वेगळी शैली निर्माण करण्याचा प्रयत्न

करतच असतो. मी इतर कुणापेक्षाही जास्त काम करण्याचा प्रयत्न करीत असतो. विश्वासार्हतेच्या बाबतीत मी कुठलीही तडजोड करत नाही. मी ज्यांच्यावर विश्वास ठेवतो आणि जे माझ्यावर विश्वास ठेवतात, अशा लोकांचा मी एक गटच तयार केलाय आणि त्यामुळे काम व्यवस्थित चालतं.''

आमच्यापैकी जे आजारपणाला तोंड देतात, ते दोन आघाड्यांवर लढत असतात. आम्ही आजाराला आणि लोकांच्या अज्ञानाला, दोन्हीलाही तोंड देतो. या अशा यंत्रवत् जगण्यामुळे नव्याने होणाऱ्या जखमांचे प्रमाण कमी असले तरी व्रण मात्र मिटत नाहीत. लॅरीने वैयक्तिक संबंध वाढवणे, जास्त गरजेचे आहे.

''मी एकटाच होतो, कारण मी दुसऱ्या कुणाच्या लायकीचाही नव्हतो. मी खरंच त्यावर विश्वास ठेवत होतो.'' औषधामुळे वाढलेल्या वजनाने त्याच्या एकटेपणावरही परिणाम केला. ''असं एकटं संन्याशासारखं राहण्यामागचं हे पण कारण होतं, किमान ग्रेस माझ्या आयुष्यात येईपर्यंत तरी...!''

लॅरीची बायको ग्रेस ही, ती दोघे जेव्हा भेटली तेव्हा जॉर्जियामध्ये अविकसितांसाठी एक वकील म्हणून काम बघत होती. ''ती दिसायला सुंदर आहे, यापेक्षा जीवनाबद्दलचे तिचे दृष्टिकोन किती मूल्यवान आहेत, याकडे मी खरंतर आकृष्ट झालो.'' लॅरीने खुलासा केला. ''मोठमोठ्या उद्दिष्टांसाठी काम करण्यात झोकून स्वत:ला द्या. शेवटी इतर साऱ्या गोष्टींपेक्षा तीच बाब जास्त महत्त्वाची ठरेल.''

तो ठामपणे सांगतो, 'ग्रेसनेही याच प्रकारच्या भावना व्यक्त केल्या. ''जे माणसांना बांधून ठेवतं, तेच खरं तर मूल्यवान असतं.'' मग तिने हसायला सुरुवात केली. ''हं, जरा एक क्षण थांबा...'' ती ओरडली, ''आपण सर्वसाधारण माणसं आहोत. तुम्हाला माहीतेय, आपल्याला खायला आवडतं. खूप. आपण आपल्या घराबाहेरील वस्तूवरही प्रेम करतोच, उदा. आपला कुत्रा...! किती? खूप! आणि लॅरी तर एकदम मस्त माणूस आहे.''

ग्रेस जे बोलत होती, तो सर्वसाधारण माणसांचा आजारी जोडप्यांबद्दल असणारा चमत्कारिक गैरसमजच असतो. ''जुन्या लोकांचा बहुधा असा एक ठाम विश्वास असतो की, आजारपणामुळे जेवताना गप्पा मारणं शक्य नसतं. ''त्यांचं म्हणणं असतं आजारपण हे साऱ्या गोष्टींच्या केंद्रस्थानी असतं.'' ग्रेसनी सांगितलं. ''पण ते तसं नाहीये म्हणजे वेडं बनण्यापलीकडेही आयुष्यात काही उद्दिष्ट आहेतच! असं तुम्हाला म्हणायचं की काय?'' ''हे बघा रिचर्ड, आपण विमा किंवा एखादी कार्यशाळा किंवा आपण वाचलेल्या एखाद्या पुस्तकाबद्दल बोलत आहोत, लॅरीच्या विशिष्ट आजारपणाबद्दल नाही. आपण सिनेमा किंवा एखादी कला किंवा आपण सकाळी पेपरात जे काय वाचलं त्याबद्दलही बोलतो.'' मला कळले. म्हणजे

हे मी आणि मेरेडिथ आपल्या मज्जासंस्थेच्या खराब होण्यावर चर्चा करत बसलो असतो, असा प्रकार नाही. किमान तेवढा सहज घेण्यासारखा नाही.

ग्रेसच्या आवाजातले नैराश्य त्याचा एक पुरावाच होता. ''लोकं एखाद्या मानसिक विकाराबद्दल किंवा एखाद्या रुग्णाबद्दल जो विचार करतात ना, तो त्या आजारापेक्षा भयानक असतो.'' याच विचारांचे प्रतिध्वनी लॉरीच्या विचारातही जाणवत होते. ''म्हणजे मला या आजाराचं निदान करणाऱ्या पेटीत कोंबलं की मी पुन्हा बाहेर येऊच शकत नाही. म्हणजे जर मी एखाद्या विषयाच्या बाबतीत उत्साह दाखवला की लोक म्हणणार, ''नाही, तो तुझ्या आजाराचा परिणाम आहे.'' लॉरीची भावना इथे स्पष्ट होत होती. ''हे निदान थांबणार कधी आणि आयुष्यावरच्या नियंत्रणाची संवेदना माणसाला पुन्हा मिळणार कधी?''

न्यू हॅवेनच्या थोड्याशा बाजूला असणाऱ्या जेनेरिक मोटार लॉजकडे मी टॅक्सीत बसून चाललो होतो, तिथे मी लॉरीचे चालणारे कामकाज पाहण्यासाठी चाललो होतो. मी त्याला चांगला ओळखत होतो. त्याच्या सहवासात एरवी फारसा तणाव जाणवत नसला तरी त्या दिवशी थोडेसे अस्वस्थ वाटत होते.

त्या दिवशी सकाळीच मी मानसिक विकारांनी थकलेल्या लोकांसोबत गप्पा मारत बसलो होतो. आता प्रत्यक्ष तिथे जाऊन भेट द्यायची होती. ते काय म्हणतात, ते ऐकायचे होते. लॉरी त्यांचे प्रशिक्षण घेत होता, त्या आजारी लोकांना एकमेकांना मदत करायला शिकवत होता. अर्थात् त्यांनी मदतही करावी, हे शिकवत होता.

थोड्याच वेळात गाडी त्या गर्दीच्या महामार्गावरून जरा बाजूला आली. लवकरच आम्ही एका फारशा आकर्षक नसलेल्या, दुर्लक्षित अशा वाहनतळावर थांबलो. किमान मला तरी तसे वाटले. एकटी एकांतात असलेली ती जागा म्हणजे मानसिक विकारवाल्या लोकांची भेटायची जागा असावी असे वाटत होते.

लॉरीने सांगितले की, त्याचा आणि त्याच्या सहकाऱ्यांचाही ठाम विश्वास आहे की, मनोविकारग्रस्त फक्त अशाच लोकांचे ऐकतो, जो त्या मार्गाने किमान जाऊन आलाय. त्यांना एकमेकांकडून थोडं फार ऐकण्याची इच्छा असते.'' लॉरी म्हणाला, ''जे लोकं तिथे होते, त्यांना हे माहिती असतं; डॉक्टरांना नाही.''

मी माझ्या खिशातली चिल्लर चाचपत तिथेच उभा राहिलो. लॉरी मस्त हसत दरवाजापाशी उभा होता. आम्ही तळमजल्याकडे गेलो. परिषदेच्या त्या, खिडक्या नसलेल्या दालनात भाग घेणारे एकेक करून आत जात होते. काही जण घोळक्यांनी आले. काही नेहमीचेच गावकरी, म्हातारे होते. गप्पा मारत होते. बोलक्या बाहुल्यांप्रमाणे दिसत होते. लोकांचे आत येणे सुरू असतानाच लॉरीने बोलायला सुरुवात केलीही!

मी शांतपणे बसलो. त्यांचे येणे आणि शिष्टाचार निरखत बसलो. पुरुष आणि

स्त्रियाही स्मित करत होत्या. बरेच जण जागेवर जाता जाता जवळ येऊन स्वागत करत होते, काही जवळच बसत होते. त्यांनी हातात हात मिळवला, कुणी कॉफी आणून दिली. बऱ्याच जणांच्या हातात पॅड आणि कागद होते आणि आमची जशी लहान लहान गटात विभागणी झाली तशा त्यांनी समोरच्या टेबलावर त्यांच्या वस्तू ठेवायला सुरुवात केली. ते तिथे आपले काम पूर्ण करणारच होते, याबाबत ठाम होते. बरेच जण एकमेकांना ओळखत असावेत आणि लॅरीसोबत फार सहजतेने वागत होते. हा सहजपणा, बहुधा त्याच्या त्यांच्यासोबतच्या सहज वागण्यातून आला असावा.

"जगात विश्वास उडालेली बरीच माणसं आहेत." लॅरीने मला नंतर सांगितले. "ते नवीन संबंध शोधत असतात. तो विश्वास पुन्हा शोधण्यासाठी संघर्ष करत असतात." तो क्षणभर थांबला, "आणि हेच कठीण काम आहे." तो म्हणाला.

पर्वतावरच्या त्या छोट्याशा घरात लॅरी आणि ग्रेस यांना पाहणे म्हणजे समजूतदारपणा पाहण्याची कसरत करणेच होते. समन्वय.. जास्तच अचूक सांगायचे झाले तर....! सकाळी सकाळीच लॅरी कॉफी घेऊन बेडरूममध्ये हजर व्हायचा. तेव्हापासून समजूतदारपणा सुरू व्हायचा. हा माणूस पत्नीवर भक्ताप्रमाणे प्रेम करतो.

"तुला माहिती आहे की नाही, मला माहिती नाही, पण ग्रेसनेही एकदा स्टेट सायकियाट्रिक हॉस्पिटलमध्ये उपचार घेतलेला आहे...' लॅरी म्हणाला, "खंबीरपणा आणि असामान्य जाणीव यामुळे तिने ते सहज पार केलं. ती खरंच खंबीर, बुद्धिमान आहे."

ग्रेसलाही कधी कधी नैराश्याचा त्रास होतो. "आमच्या संबंधाचा तो काही परिणाम आहे का ते मला माहीत नाही." ती म्हणाली, "त्याचा लॅरीला त्रास होत नाही, याचाच मला आनंद होतो."

"पण त्याचा इतिहास बघ जरा..."

"हो, पण जेव्हा जेव्हा तुम्हाला नैराश्य येतं ना, तेव्हा प्रत्येकाच्या आसपास त्याच्यापेक्षा वाईट अवस्था असलेला कुणी असतोच. अगदी कुणी समजून घेतो, तेव्हा तुम्हाला बरं वाटतं?"

लॅरीची भेट झाली तेव्हा तिला कुठल्याही प्रकारचे औषध चालू नव्हते. "मी कलंकाचा विचार करत होते." ती म्हणाली. "नेहमीच. मला एकही पुरावा आजूबाजूला असावा असं वाटत नव्हतं. नैराश्याबद्दल मी काही करावं. असं लॅरीने मला सुचवलं." 'ती खरंच खूप चांगली, कर्तबगार आहे,' हे तिला त्याने सांगितलेच होते. "तो मला सततच सांगत होता की, तो साऱ्याच गोष्टींवर प्रेम करतो."

"तू मानसिकदृष्ट्या आजारी आहेस असं तुला वाटतं?"

"कदाचित," ग्रेसने उत्तर दिले. "मी तसा विचारच करत नाही. नैराश्य हे मानसिक विकारांपैकी एक आहे, असा मी विचार करते."

"तुम्ही दोघं त्याकरता काम करण्यासाठी एकदम उत्तम व्यक्ती आहात?"

"नैराश्याचा अनुभव घेतला नसता तर आम्हालाही त्याविषयी तेवढी जाणीव असती की नाही माहीत नाही. कदाचित चांगले असू ही....!" लॉरीनेही संभाषणात भाग घेतला. "अगदीच स्वत:पासून... तुटावं असा मनोविकाराचा अनुभव ग्रेसने घेतला नाही. तिला असं जबरदस्तीने कराव्या लागणाऱ्या उपचाराला सामोरं जावे लागलं नाही."

अर्थात् तो तिचा आजाराचा स्वतंत्र प्रकार होता, पण मनोविकार असणाऱ्या माणसाला कलंक लागतोच." तुम्ही आजारी असता तेव्हा आयुष्य संपलेलंच असतं, अशा गोष्टींना ग्रेस जुमानत नाही?" लॉरी म्हणाला, "लोक जेव्हा असं म्हणतात ना की, मनोविकारग्रस्त समाजात राहू शकत नाही, तेव्हा ग्रेस फक्त डोळे वटारते."

मानसिक आजार असणाऱ्या व्यक्तीशी विवाह केल्याचा काही पश्चाताप असतो का, असे बऱ्याच लोकांना खरे तर विचारणेच योग्य ठरेल. "नाही..." ग्रेसने उत्तरादाखल म्हटले. "आम्ही अंतरात्म्याने एकमेकांना जाणलंय. आमचं जगणं हे लॉरीच्या मनोविकारावर केंद्रित नसून त्याने मन निष्कलंक करण्याच्या ठेवलेल्या ध्येयावर आहे." लॉरीने होकारार्थी मान हालवली. "आम्ही त्या सर्वांतून बाहेर पडायला सुरुवात केली." तो म्हणाला, "ग्रेस माझ्या मानसिक अवस्थेशी फार कमी... संबंधित असते, किंवा त्याचा विचार करते, त्यापेक्षा मीच तो जास्त करायचो."

ग्रेस त्यांच्या आयुष्याबद्दल स्वाभिमानी दिसली, ते कोण आहेत, ते कोणती लढाई लढतात, याबद्दलही! "रिचर्ड, मला जरा तुम्हाला व्यवस्थित समजावून सांगू द्या." ती म्हणाली, "जॉर्जियामध्ये अशी बरीच बडी बडी माणसं आहेत. त्यांना मानसिक रोगही आहेत. बरेच लोकं आम्हाला ओळखतात आणि लॉरीच्या कार्यालाही. त्यांचाही आम्ही धीर वाढवलाय, त्यांना जगायला मदत केली," ग्रेस भावनाशील झाली. "हा मानसिक आजार आम्हाला शौर्यपदकासारखा वाटतोय."

लॉरी आणि ग्रेसला मूलबाळ नाही, ते यामुळे नाही की, हा असला भयानक आजार अनुवांशिकतेमुळे मुलाला होईल म्हणून...! "ते असं झालं...' ग्रेस म्हणाली, "आमचं लग्न झालं, तेव्हाच मी अडतीस वर्षांची होते. आम्ही विचार केला, हे असं व्हायला हवं असेल, तर पूर्वीच व्हायला हवं होतं. पण त्यावेळी आजार कमी होण्याची चिन्हं नव्हती. पूर्णपणे नाही." ग्रेसने कबूल केले.

जुनाट असाध्य विकार म्हणजे सगळ्या गोष्टींवर संयम ठेवणे आलेच. त्यांच्या बैठकीच्या खोलीत बसून मी आणि ग्रेस वाईनचा आस्वाद घेत असतानाही लॅरी दूरच राहिला होता, त्याच्यासाठी ते गरजेचे होते.

"मोह पडत नाही?" मी विचारलेच

"नाही..." लॅरीने उत्तर दिले. 'पण केव्हातरी मी कुणाला स्कॉच पिताना पाहतो आणि मग म्हणावं लागतं. वा छान...! छान दिसतोयस!"

"आपण याला मुकलो असं वाटतं?"

"तसंही नाही..." तो लगेच म्हणाला, "ग्रेस मला इतका खोल वा आपण बळी पडतो आहोत, असा विचार करू देत नाही." लॅरी स्मित करत म्हणाला, "ग्रेससारखी दुसरी चांगली व्यक्ती मला या जगात सापडेल की नाही, जरा शंकाच आहे."

ग्रेसने लॅरीच्या हृदयात चांगले स्थान मिळवलेय. त्याची कल्पनाशक्ती आणि प्रतिक्रियांसाठी ती जणू त्याची प्रतिभाशक्ती बनलीये. "मी असा उत्तेजित होतो आणि अशा कल्पना सुचतात. मी असा तिच्यातून बाहेर पडतो." ग्रेस त्याचा स्वीकार करते. "आमच्या आयुष्यातला हाच चांगला काळ आहे." ती म्हणाली. लॅरीचे पाऊल कुठे चुकल्याचे चिन्ह दिसताच ती त्याला सावध करते. "लॅरी जर अस्वस्थ झाला किंवा खूप थकला किंवा खूप काम करू लागला की मी मग त्याला सावध करते."

"मी आत्मविश्वास गमावला होता." लॅरी म्हणतो, "तो शोधायला ग्रेसने मला मदत केलीये."

१९९० मध्ये लॅरीने उत्स्फूर्तपणे आपला मनोरोगाचा संपूर्ण इतिहास लोकांसमोर उलगडला आणि त्याचा परिणाम म्हणून त्याचा पत्रकार ते सल्लागार असाही चढत्या कमानीचा प्रवास झाला. "मी एका आयुक्तासोबत सामाजिक कार्यक्रमांवर मानसिकदृष्ट्या आजारी व्यक्तींना संरक्षण वगैरे, असा तो विषय होता, बैठकीत, चर्चा करत होतो."

स्थानिक नागरिकांचा याला जबरदस्त विरोध होता. "वादविवाद करायला कुणीच कमी नव्हते...." लॅरी म्हणाला, "लोक म्हणाले की बघूयात, या गोष्टी विचाराधीन आहेत." त्याने निःश्वास सोडला. "ती सारी बाब मला वाटतं, अपमानास्पद होती."

"तुझी सारी पार्श्वभूमी पाहता तुला ते अवघडच वाटलं असावं." मी म्हणालो.

"मी नाराज होतो आणि मी अगदीच वेगळी वाट निवडली." लॅरी शांतपणे म्हणाला, "मी लोकांना सांगितलं की, मी नुकताच कुठे या मानसिक आजारातून

बरा होऊ लागलोय. मी सांगितलं की, मी बराच काळ रुग्णालयातच घालवलाय आणि तो कलंक अविश्वसनीय असा आहे. आपण या लोकांना संधी द्यायला पाहिजे.'' मग त्याने त्या आयुक्ताला सांगितले, ''तुम्ही ही शांतता कशी पसरली, हे पाहिलं आहेच.'' त्यांनी आवंढा गिळला, आणि तो प्रस्ताव मंजूर करून टाकला!''

आणि एका समर्थकाचा जन्म झाला.

लॉरी नरकात जाऊन परतलाय आणि आता भराऱ्या घेतोय. ''जे नरकाला भितात ना, धर्म त्यांच्यासाठीच असतो.'' लॉरीने मला सांगितले. ''आणि आध्यात्मिकता त्यांच्यासाठी असते जे तिथं... कधी होते...'' लॉरीचे आयुष्य म्हणजे चर्च नाही; तर माणसातले चैतन्य आहे. ''रिचर्ड, त्या चैतन्यामुळेच मी रोज सकाळी उठतो.'' त्याच्या बाबतीत तरी, आयुष्याचा हा आयाम डॉक्टरांना कळलेला नाही.

''मानसिक आजार ज्ञानाने हे माझ्यातून काढून टाकण्याचा प्रयत्न केलाय, मला हेच सांगण्यात आलंय की, ही माझ्या आजाराची चिन्हं आहेत, माझ्या मनोविकारांची...!''

''आणि ती काही अंतिम बाब नव्हती.''

''नाही. आध्यात्मिकता ही धर्मापेक्षा वेगळी आहे. त्या आजारातही, त्या आध्यात्मिकतेचं अस्तित्व मला माझ्यात जाणवलंय.'' धर्म लॉरीच्या आयुष्यातून हद्दपार झाला होता, त्याची जागा लॉरीच्या त्या आध्यात्मिकतेने घेतली होती. ती त्याला इतरांपर्यंत पोहोचवत होती.

आणि म्हणूनच राज्याच्या मानसिक आरोग्य विभागाच्या संचालकाकडून आलेला फोन घेण्यासही लॉरी तत्पर होता. संपूर्ण राज्यामध्ये मानसिक विकाराने रोगग्रस्त लोकांसाठी एक सुसंघटित जाळे लॉरी उभारू शकेल का? असे त्यांनी विचारले होते. लॉरीने ते आव्हान स्वीकारले आणि तो एक संपर्कप्रमुखही बनला. त्याने आणि त्याच्या नव्या सहकाऱ्यांनी त्या संघटनेसाठी काम करणेही सुरू केले. लॉरीने त्यासाठी, त्यावर आपले लेखन करण्यासाठी वृत्तपत्रातले स्तंभलेखनाचे काम कायमच ठेवले.

त्यादुपारी त्या पर्वतावरच्या घरात, तो त्याचा जो काही इतिहास सांगत होता, तो आणि त्याचे रूपांतर एका मजबूत समर्थकात होणे, हे एका व्यक्तिगत जीवनाचे सामाजिक जीवनात होणारे रूपांतरच होते.

''आजारातून मुक्तता, हा शब्द मानसिक, आरोग्याच्या बाबतीत आजकाल वापरला जातोय..'' लॉरीने लक्षात आणून दिले. ''मला आता फक्त एवढाच विचार करायचा आहे की प्रसिद्धीशी संबंध ठेवायचा की नाही?''

''वेदना प्रसिद्धीसोबत जाते.'' तो शांत बसला. ''मी आधीच ते खूप सहन केलंय.''

या मुद्द्यावर तो शांतच राहिला. ''मला कुणी बोलावलं तर मी नकार देऊ शकणार नाही.'' तो म्हणाला. ''पण मला मिळालेल्या नोकरीमुळे मी त्यांना उत्तरही देऊ शकणार नाही.'' तो पुढे म्हणाला, ''मी या साऱ्या प्रकरणाशी झुंज दिलीये. पत्रकार म्हणून मी व्यवस्थित काम करत होतो. पण ते वेड सारं संपवेल, असं वाटलं नव्हतं. पण आतापर्यंत मी केलेल्या कुठल्याच कामाने मला असं उत्तेजित केलं नव्हतं.''

मानसिक आरोग्य मिळवू इच्छिणाऱ्यांचे एक जाळे उभारता उभारता, लॅरीने मानसिक आरोग्य परिषदेसाठी एक जागा मिळवण्याचे काम अंगावर घेतलेय. परिषदेमध्ये मानसिक आजारातून कधीच न सावरू शकणाऱ्या लोकांनाही सहभागी करून घेतले जाणार आहे, हे ऐकून मदत करणाऱ्या लोकांनी अंग काढून टाकले.

लॅरीच्या दबलेल्या रागाने नवे स्वरूप, नवा उपयुक्त आयाम धारण केला. ते त्याने त्या अडाणी लोकांसमोर व मनोविकार व्यवस्थापनाकडे मांडले. तो म्हणतो, 'रुग्णांना सरळ उचलून त्या निदानाच्या पोतडीत टाकण्याची डॉक्टरांची चूक योग्य नाही.'

''माझं आयुष्य म्हणजे अगदी आशेचा किरणही नसलेलं आहे. असं त्यांनी मला सांगितलं होतं.'' तो म्हणाला, ''मला माझं पूर्वीचं आयुष्य कधीच परत मिळणार नाही. वैद्यकीय व्यवस्थेला जणू, समोरच्याला आशेपासून दूर नेण्याचा ठेकाच मिळालाय... त्या निदानशक्तीच्या बळावर, जास्तच स्पष्ट सांगायचं तर गोंधळून जाऊन...'' वैद्यकीय व्यवसाय हा निव्वळ पारंपरिकतेवर चालतो त्याचे म्हणणे आहे, रुग्णांशी वागताना, त्यांची सेवा करताना ते चुकीची भूमिका बजावतात. ''मला त्याचा खूपच राग येतो...'' त्याने मान्य केले.

आणि मी विचार केला, मी तर संतापाच्या विश्वातला आर्यबिशपच होतो. मस्क्युलर स्क्लेरोसिसची वर्षे आणि कॅन्सरमध्ये भोगलेली वर्षे यांनी मला बऱ्याचदा गुंत्यात अडकवलेले होतेच. लॅरी त्याच्या अंतःप्रेरणेतून इतरांसाठी भावना व्यक्त करतो. पण माझा राग मला आतल्या आत जाळतो आणि लॅरी त्याच्या रागाला बाहेर पडण्यास व्यवस्थित मार्ग करून देतो, एक वीज निर्माण करतो, अर्थात तीही एक शक्तीच!

''अजूनही एक संतापाचा प्रचंड साठा सोबत घेऊन मी जगतो आहे.'' तो म्हणाला.

''पण रागावल्यानं कोणी ऐकतंय का...?''

''मला माहीत नाही.'' तो म्हणाला, ''तुला माहितीय, आम्ही भयंकर आहोत.'' तो जरासा थांबला, मग पुढे सांगू लागला, ''पण त्यांना शांत करायचंय ते जाणिवा हरवलेल्यांना... मानसिक रुग्णांना, कारण आम्ही सत्य काय ते सांगतो.''

"मी काही लोकांना चांगलं ओळखतो, त्यांना चांगली नोकरी आहे आणि ते मानसिकदृष्ट्या आजारी आहेत, हेच ते मान्य करत नाहीत." लॉरी म्हणाला, "जेव्हा केव्हा ते काही उलटपालट करतात, तेव्हा त्यांना रुग्णालयात भरती केलं जातं. जेव्हा ते परततात तेव्हा नोकऱ्या गेले असतात."

"या जुनाट, असाध्य विकारासोबत आयुष्य काढल्याने, तू या कामात स्वत:ला झोकून दिलं आहेस." मी म्हणालो.

पूर्वाश्रमीच्या मनोरुग्णांच्या दुनियेत, अर्थात नेहमीच एका प्रश्नाची चर्चा होत राहते, की आपण आता तर सुधारलोय; मग यानंतर सुरळीत जगत असताना आपला पूर्वेतिहास सांगावा की सांगू नये? अमेरिकन्स विथ डिसऑबिलिटीज ऑक्टमधील तरतुदींनुसार, तुम्ही हा पूर्वेतिहास सांगितलाच पाहिजे, असं बंधनही नाही."

मी लॉरीला म्हटले की मी स्वसंरक्षणाच्या बाजूनेच या बाबतीत माझे मत देईन. त्याने मान हलवली. "नाही, या भेदाभेदातून कुणी सुरक्षित राहू, जाऊ शकणार नाही." त्याने उत्तर दिले. "या अनेक कथांपैकी एक कथा आहे, जॉर्जियाच्या मानसिक आरोग्य परिषदेच्या अध्यक्षाची." काय झालं? "ते त्यांच्या ड्रायव्हरच्या लायसन्सचं नूतनीकरण करून घ्यायला गेले. तिथे एक अर्ज होता, त्यावर लिहिले होते, "तुम्ही आतापर्यंत मानसिक आजारासाठी उपचार घेतला होता का?" जर तुम्ही 'हो' लिहिले, तर ते तुम्हाला बाजूला करणार होते. ते तुम्हाला औषधोपचाराविषयीही विचारणाच होते. पूर्ण एकांगी विचार होता तो!" तो हसला.

आजारी असणाऱ्या सर्व लोकांविषयी अमेरिकनांचा दृष्टिकोन पूर्वग्रहदूषित असेल तर मनोरुग्णांच्या बाबतीत तो पूर्वग्रहही आणखी वाईट आहे.

"मानसिक अवस्था बिकट असणाऱ्या माणसाच्या बाबतीतला त्यांचा हिंस्र दृष्टिकोन म्हणजे एक बेफाम हिंस्र माणूस, असाच असतो." लॉरी म्हणाला. १९९६ च्या ऑटलांटा ऑलिम्पिकमध्ये जो बॉम्बस्फोट झाला होता, तो घडविणारा माणूस वेडा असल्याचंच सुरुवातीला वृत्तपत्रांनी सांगितलं होतं. "वृत्तपत्रं सगळी अशीच असतात.' ते त्यांना माथेफिरू म्हणतात, "एक मनोरुग्ण बायकोला मारहाण करतो." त्याला मस्क्युलर स्क्लेरोसिस झाला असेल, असं कुणाला वाटतच नाही. बरोबर आहे.

१९९९ साली क्लिंटन प्रशासनाच्या अखेरच्या कालखंडात लॉरीने व्हाईट हाऊस परिषदेसमोर भाषण केले होते. तिथे मानसिक आरोग्याबाबत प्रमुख शल्यविशारदाचा अहवाल प्रसिद्ध होणार होता. त्या बैठकीत लॉरीने टिप्पर गोझरला नेले होते आणि मानसिक विकारांशी असणारी त्याच्या कुटुंबाची झुंजही आनुवंशिक गुणांमुळे आहे, याविषयी माहिती दिली होती.

''मी लहान असताना मला आठवतं, की मी माझ्या आजीजवळ बसत असे. ती तिच्या खोलीत तास न् तास शेकोटीकडे पाहात बसे.'' लॉरीने त्या परिषदेमध्ये सांगितले, ''ती नुसती त्या शेकोटीला न्याहाळत बसे आणि कधीतरी तिच्या चेहऱ्यावर एक स्मित झळकत असे. त्या तिच्या सखोल, गहन, स्मित हास्यावर मी प्रेम करत असे. सर्वात लहान मूल जन्मल्यानंतर तिला मानसिक त्रास सुरू झाला. मला आठवतं, तेवढ्या वर्षात तरी तिला मानसोपचार रुग्णालयात नेऊन दाखल करायचं, असं कुणी बोलल्याचं आठवत नाही किंवा या घराचं कुंपण ओलांडून ती कधीच कुठे कशी जात नाही, यावर कुणी चर्चा केल्याचंही आठवत नाही.''

मानसिक आजारावरचे भयंकर उपचार ते व्हाईट हाऊसमध्ये भाषण असा एक खडतर प्रवास लॉरीने केला होता. तो कुणाच्याही मनातून पुसला गेला नव्हता. लॉरी हे जसे बोलला, तसा तेव्हा बिल अगदी हळुवारपणे रडला.

''मला खेद याचा वाटतो की, लॉरी बरा होण्याच्या आतच आई व वडील दोघेही वारले.'' बिल नजर चुकवत शून्यात पाहात म्हणाला, ''तुम्ही जे कार्य केलं, त्यासाठी व्हाईट हाऊसमध्येच ओळखलं जाणं, हे म्हणजे....'' बिलला पुढे बोलवलं नाही. ''त्यांनी फक्त दुःखच पाहिलं...'' तो क्षणभर थांबत म्हणाला. ''त्यांचे दोघांचेही आशीर्वाद त्याला लाभोत. त्याला इतकं, चांगलं सावरलेलं कुणीच पाहू शकलं नाही.''

व्हाईट हाऊसमधले आपले बोलणे संपवण्यापूर्वी, लॉरीने त्याला काय किंमत मोजावी लागली तेही सांगितले. मी असा कधी विचारच केला नव्हता की, एक दिवस असाही उजाडेल, ज्या दिवशी मला मानसोपचार रुग्णालयात पलंगावर चारही बाजूंनी जखडून ठेवलेले असेल आणि लोक माझ्याकडे दाराच्या लहान फटीतून पाहात असतील.'' आणि मग सध्या आपण काय करतो हे पण त्याने सांगितले.

''अॅटलांटामध्ये मी जेव्हा शाळेच्या शेवटच्या वर्षात होतो तेव्हा त्याने श्रोत्यांना सांगितले, ''आम्ही माईलेजव्हिलेला सहलीला गेलो होतो. रुग्णालयाच्या परिसरात जवळपास तीस हजार रुग्णांना खड्ड्यात पुरण्यात आलंय. आम्ही प्रत्येक विभागातून फिरलो आणि रुग्ण पाहिले. समाजाच्या प्रवाहातून बाहेर पडलेल्या अशा लोकांमधून फिरताना तेव्हा मला लाज वाटत होती ती भावना मला आजही आठवते.''

''तुम्ही आशावादी माणूस आहात काय?'' जिवाला आशा असणं म्हणजे शरीराला ऑक्सिजन मिळण्यासारखंच आहे.'' त्याने उत्तर दिले. ती शनिवारची रात्र होती आणि तो अॅटलांटा विमानतळाकडे निघाला होता, ऑस्ट्रेलियातील मानसिक

आरोग्य परिषदेसमोर बोलण्यासाठी त्याला जायचे होते.

"हा तुझा माझ्यासाठीचा शेवटचा प्रश्न असेल... मित्रा.'' त्याने मला मोबाईलवर जवळजवळ सूचनाच केली. ती अर्थात् अशीच होती की "तिचा फायदा घे.''

मी क्षणभर विचार करत होतो, लॉरी बोलत राहिला, "अरे माझ्यासाठी आशा ही आजारातून सावरण्याची किल्ली आहे. आपण रोज सराव करून आशा वाढवू शकतो.'' कशी? "मी रोज काहीतरी आशादायक वाचतो. मी खरंच असं करतो.''

"तू तुझ्या आयुष्यात बरंच काही गमावलंयस.''

"एक गोष्ट तुला सांगू दे, मी काही बदलणार नाहीये...'' एक क्षणभर मलाच विचार करायला वेळ देत तो म्हणाला. "जर तू माझ्या या आजारपणाला माझ्यापासून दूर करायला आला असशील, तू त्याला नष्ट करायला आला आहेस, त्यामुळे मी म्हणेन की नको.''

"भलताच निश्चय आहे, लॉरी.''

"माझ्यातून माझा हा आजाराचा इतिहास वजा करणं म्हणजे...''

लॉरी म्हणाला, "माझ्या आयुष्याचं उद्दिष्ट आणि सारा अर्थच गमावणं आहे. आज तो आहे, माझं आयुष्य उद्दिष्टपूर्ण आहे.''

"आजाराने तुझी प्रतिमा, ओळख सर्वांसमोर आणली आहे.''

"मी तेव्हा कुणीतरी वेगळाच होतो. या आजाराने मला अगदी वेगळा, म्हणजे मी जो कोणी आज आहे, तो माणूस बनवलंय.''

सप्टेंबरच्या त्या दिवसांत मी आणि लॉरी गेलो होतो, तेव्हा माईलेजव्हिले उदास, एकाकी वाटत होते. स्मशानभूमीमच्या फाटकाच्या शेजारी असणारी खूर बघितल्याचे मला ते आठवते. एक तरुण, सभ्य गृहस्थ त्या जागेला स्मारक करण्यासाठी पैसा गोळा करत फिरतोय, तो कधी दुंभगलेल्या मानसिक अवस्थेत होता. त्यांचा त्या जागेशी तसा संबंध नाही, ना कुठलीही भयंकर कथा त्याला माहिताय;

त्या थडग्यांमध्ये दूर अंतरावर एक आकृती दिसतेय. कास्य धातूत बनवलेल्या एका देवदूताची आहे ती. लॉरी आणि पूर्वी मनोरुग्ण असलेल्या आणि आता सुधारलेल्या इतरांनी ती माईलेजव्हिलेला भेट दिली. आजूबाजूला, जे अनामिक, चेहरा हरवलेले बळी पुरले गेले आहेत ना, त्यांच्या स्मरणार्थ तो पुतळा उभा आहे.

"जीवनात कदाचित ते शक्तिहीनही असतील...'' लॉरी म्हणाला. "पण त्यांनी जो अनुभव घेतलाय ना, त्याचा संदेश या थडग्यांमधून आलाय...'' देवदूत शांतपणे उभा असतो. एक हात स्वर्गाकडे उभारला आहे. दुसरा हात जमिनीकडे लटकत ठेवलाय. वर्तुळ परिपूर्ण आहे.

* * *

लॅरीच्या भेटीची तयारी करताना मी अस्वस्थपणे हे लक्षात घेत होतो की, मनोरुग्ण व्यक्तीच्या बाबतीत आपल्या मनात एक डागाळलेली प्रतिमा असते. जेव्हा मी त्याला अखेरचा समोरासमोर भेटलो, त्यावेळी अस्थिरतेचे, मनोरुग्ण अवस्थेचे कुठलेच चिन्ह नव्हते. एकसारखे, तेच तेच किंवा वेड्यासारखे बोलणे ऐकायला किंवा पाहायलाही मिळाले नाही. आपल्या मनात ठासून राहिलेली प्रतिमा या गृहस्थाच्या बाबतीत चुकीची होती. लॅरी सरळ माणूस होता.

माझा संबंध, माझी त्याच्याशी वागण्याची पद्धत अर्धगंभीर स्वरूपाची होती, पण त्याचा पन्नास टक्के त्रास मलाच झाला. माझे वैयक्तिक विचार बऱ्याचदा त्रासदायक अस्वस्थता व्यक्त करून टाकतात. ते आमच्यापैकी बऱ्याचजणांना माहिती आहे. पण तसे ते कधी कधी त्रासदायकच असते. म्हणून लॅरी हा परिपक्व गृहस्थ आहे, हा विचार करता, त्याला जगात दैनंदिन व्यवहारात आपण सर्वसामान्य आहोत, हे सिद्ध करावे लागते. आपल्याशी जमवून घ्यायचे, हेच आव्हान त्याच्यासमोर आहे. आधीच अवघड झालेल्या त्याच्या जगण्यात अजून एक अडथळा त्यामुळे वाढलेला आहे.

मी आजाराच्या अनुभवाबद्दल खुलेआम बोलतो. लॅरीचा मानसिक विकार त्याच्या डोक्यात खोलवर रुतलाय. बरेच वर्ष तो लपून बसला होता, या निर्दय जगाने तो रहस्यमय आजार उघडा पाडला. तेव्हापासून लोकांमधल्या अज्ञानी वृत्तीने एक कलंक त्याच्यासाठीच तयार केलाय. लॅरी न पचवू शकलेल्या त्याच्याच एकाकी आयुष्याचा भाग पाहून लोकांनी त्याला कलंकित केले, तेव्हापासूनच....फार पूर्वीपासूनच आत्मसंरक्षणाची कला लॅरी शिकलाय.

जेव्हा आपला संबंध मानसिक आजार असणाऱ्या व्यक्तीशी येतो, तेव्हा वाईट गोष्टींची अपेक्षा करत बसण्यापेक्षा समजून घेणे, केव्हाही चांगले! जवळपास दशकापूर्वी, कॅन्सरवरच्या शस्त्रक्रियेनंतर मॉर्फिनमुळे माझ्या शरीरावर जो परिणाम झाला, त्यामुळे भास होणे, भीती वाटणे अशी माझी मानसिक अवस्था झाली होती. ती मनाचा खोल गाभा दाखवणारी छोटीशी खिडकी, तिने मला मानसिक आजाराच्या अनुभवाजवळ आणले. काही महत्त्वाच्या प्रसंगांनी, क्षणांनी मला हादरवून सोडले. लॅरीबद्दलची माझी जाणीव कुठे होती? कदाचित, मी असा रट्टा खाऊनही सावरलेल्या माणसाला भेटण्याची अपेक्षा करत होतो, कारण तेव्हा झोपेच्या औषधांनी मला दिलेली वेडेपणाची झाक मला 'त्यातलेच आपण एक आहोत' ची जाणीव करून

गेली होती.

समोर दिसणारे, दर्शनी चित्र म्हणजे कदाचित आतल्या निर्दोष अंतरंगाचे प्रतिबिंब असणारही नाही, याची जाणीव लॅरी आपल्याला करून देतो. दर्शनी बाजू कदाचित अर्धसत्य असू शकते. आपल्या सर्वांत काही कमतरता आणि दुबळेपणा दडलेलाच असतो. त्यात जरासा मानसिक आजार मिसळा, मग अनेकांच्या मनांचे व्यंग्यचित्रं उमटते. आमच्यातले असे लोक मानसिक रोगग्रस्त म्हणून निवडले जातात.

लॅरीबद्दलचे माझे भय चुकीचे होते. मनोरुग्णाबद्दल लोक क्रूरपणाने, तटस्थपणाने लिहितील; लिहू शकतील. आपलेही बरेचसे प्रश्न लॅरीच्या जवळचेच आहेत. तुटलेला पाय जोडला जाऊ शकतो, पण मानसिक आजार फक्त नियंत्रणातच ठेवला जाऊ शकतो. आणि म्हणून आपण मनोरुग्णांवर बारीक लक्ष ठेवतो.त्यांच्या सान्निध्यात असताना संभाव्य संकटाची वाट पाहतो. आपण त्यांना आपल्या मनाच्या काळोख्या दालनात बंदिस्त केलेय.

जीवघेण्या आजाराला बळी पडलेल्या माणसाला जे गमवावे लागते, ते पुन्हा मिळत नाही. लॅरीच्याच बाबतीत बोलायचे झाले, तर समाजाने लावलेल्या कलंकाचे नुसते ओझे त्याच्या खांद्यावर आहे. लॅरीला प्रत्येक वेळी एकेक पाऊल टाकत संघर्ष करण्याची गरज पडते आहे.... ती त्याच्या भोवतालच्या परिस्थितीशी आणि त्याच्या भोवतीच्या, कवाडे घट्ट मिटून बसलेल्या समाजमनाशी....!

◆

अखेर सारे एकत्र.....

आमची गाडी हळुवारपणे बोस्टनवरून चालली होती. लाँगवुड ॲव्हेन्युपलीकडे असणाऱ्या हॉर्वर्ड मेडिकल कॉलेजच्या इमारतीकडे आम्ही चाललो होतो. कुठलाही भपका किंवा डामडौल आमच्यासोबत नव्हता, काही मोजक्या गाड्या आणि एक व्हिलचेअर, चाकाची खुर्ची नेण्याची सोय असलेली गाडी सोबत होती.

प्रत्येकजण जरासा खिन्न होता. घरापासून सरळ हॉर्वर्डकडे प्रवास म्हणजे विश्वासाने घेतलेली उडी होती. गेल्या रात्रीच हॉर्वर्ड क्लबमध्ये जेवणाच्या वेळी पाच प्राचार्य भेटले होते. आम्ही सोबत जेवलो होतो, सोबत आईसक्रीम खाल्ले होते. मग संभाषण सुरू झाले. जेवणाच्या वेळी फक्त रंगीत तालीम झाली होती, एक मोठा कार्यक्रम वाट पाहात होता.

दुपारी एकत्र जमलेला आमचा लवाजमा विखुरला होता. कार्स आणि रिक्षा, बसेस आणि भाड्याच्या गाड्या बोस्टनच्या जुनाट रस्त्यावरून चालल्या होत्या. त्यांनी साऱ्यांना वेगवेगळे केले होते.

उरलेल्या आमच्या काही गाड्या रुग्णालयांसमोर, प्रयोगशाळांजवळ थांबल्या. आम्ही मेडिकल कॉलेजची ती इमारत पाहात असतानाच हळुवारपणे या थांबल्या. ती जागा अतिशय आकर्षक, अगदी जणू वेगळे शहर वसवल्याप्रमाणे दिसत होती.

आम्ही सर्वांनी पायी चालत एकाचवेळी समोरचा चौक ओलांडावा अशी माझी इच्छा होती. सारे विखुरले होते, ही बाब वेगळी; पण डेनिस आणि बेनच्या बाबतीत पायी चालण्याचा प्रश्नच नव्हता. दगड, पायऱ्या आणि एकंदर साऱ्या अंतराने मलासुद्धा चालणे अवघड करून टाकले होते.

हॉर्वर्ड क्लबमध्ये आम्ही सर्वांनी एका मोठ्या टेबलाभोवती बसून सकाळ घालवली होती. त्या ध्वनिफिती आमचे पुरावे होते. आम्ही अतिशय जवळून त्या साऱ्याचा अनुभव घेतला होता. इतरांसाठी ही बाब वेगळीच होती. सतत ढासळत जाणाऱ्या आरोग्याने प्रत्येकाला एक सामाईक बाब दिली होती. ती म्हणजे आजाराशी जडलेले नाते.

आता आम्ही डॉक्टरांच्या नव्या पिढीला आमच्या जगण्यातील काठिण्य समजावून सांगणार होतो. विभिन्न विभागांचे वैद्यकीय शिक्षण घेणारे विद्यार्थी आणि पाहुणे या पाच व्यक्तींनी असाध्य आजारांना कसे तोंड दिले आणि ते कसे भोगले याच्या कहाण्या ऐकणार होते. हॉर्वर्डमध्ये असे पहिल्यांदाच घडत होते, हे आम्हाला सांगण्यात आले. ही माझ्यासाठी 'बातमी' होती.

आम्ही मागच्या दाराने त्या मोठ्या सभागृहात प्रवेश केला, ते रुंदीपेक्षा जास्त लांबट वाटत होते. माझ्या माहितीप्रमाणे, याच ठिकाणी कोणे एके काळी शवविच्छेदनाचे काम होत असे. ते फक्त जुन्या चित्रपटातच दाखवले जायचे का? किंवा एक लक्ष्यार्थ असा ही असू शकतो की इथे प्रत्येकाला आपले अवयव जिवंतपणीच काढून टेबलावर मांडायचे होते का? तेही इतरांना पाहाता यावेत म्हणून.....!

एका तरुण विद्यार्थिनीने 'स्ट्राँग अॅट द ब्रोकन प्लेसेस' या पुस्तकातील प्रस्तावनेचा काही भाग वाचला. ''अमेरिकेतल्या काही आजारपणाचे हे चेहरे आहेत....'' तिने सुरुवात केली. ''मान इतरत्र वळवू नका...'' कार्यक्रमात भाग घेणारे पाचही जण ताठ झाले, मानेने स्वीकार करत, एकमेकांकडे पाहात, त्या प्रस्तावनेतील शब्द ते पहिल्यांदाच ऐकू लागले.

पूर्वतयारी म्हणून त्यांनी समोर पाहिले. त्यांच्या थोडेसे मागेच स्टुलांवर कोणी न कोणी कुटुंबीय बसले होते. जगण्याच्या अडथळ्यांचे वर्णन त्यांच्या समोरच उघडपणे सांगितले जात होते, ते काहीसे भावनाशील करणारे होते. हे पाचही जण एका छपराखाली आले होते आणि एका योग्य कारणासाठी जमले होते.

ही अजाणती गावकरी माणसे.... ते जसे आहेत, त्यासाठी गावकरी हाच शब्द योग्य, एका वेगळ्या गोष्टीचा शोध घ्यायला बोस्टनला आले होते समजा!' एकाच दिशेने प्रवास करणाऱ्यांमध्ये एक प्रकारचे हितसंबंध निर्माण होतात. प्रत्येकाने आपल्या अंत:प्रेरणेने हे ओळखले होते की, त्यांना साऱ्यांनी एकत्र घेतलेला सूर, कुणा एकाच्या मागोमाग गायला तर समूहगान होऊ शकते. ही सारी गावकरी मंडळी आज हॉर्वर्डमध्ये होती आणि त्यांच्यावर ते काम सोपवले गेले होते. नेहमीप्रमाणे, त्यांच्या कथा प्रामाणिक होत्या. मला त्यांचा खरेच खूप अभिमान वाटत होता.

''सारा,'' मी सुरुवात केली, ''खूप दिवसांपूर्वी तू स्वत:चं वर्णन करताना

'सदोष' असा शब्द वापरला होतास. त्याचा अर्थ तुलाच जास्त कळला होता, पण तू इतरांना नेहमीच 'सर्वसामान्य, निर्दोष' ची व्याख्या करायला लावत होतीस...''

"सामान्य, निर्दोष म्हणजे नेमकं काय? कुणाला माहिताय...'' ती मध्येच म्हणाली, "मी माझ्या समवयस्कांकडे पाहते, माझ्या मित्रांकडे आणि त्यांच्यासापेक्ष मी कुठेतरी कमी आहे, असं मला वाटतं, कारण मी हा आजार सोबत घेऊन फिरते. मला तेच सदोष वाटतं...''

"तू एक यशस्वी स्त्री आहेस, तरी अद्यापही या दृष्टीने तू पाहतेस?''

"मी माझ्याकडे पाहते म्हणजे पूर्ण माझ्याकडे नाही. तसा माझा अंदाज आहे. मी काही परिपूर्ण व्यक्ती नाही..'' एकदम शांतता पसरली. सारा पुन्हा बोलू लागली, "मला नेहमी असा संघर्ष करावा लागतो आणि त्यामुळे मी एक दुभंगलेली व्यक्ती आहे, असं मला वाटतं.''

"पण हा संघर्ष, हा बचाव कोणापासून?''

"जगापासून...'' तिने उत्तर दिले.

बझने होकारार्थी मान हालवली. "होय...ते...ते जगच असतं. प्रत्येकजण परिपूर्णतेचा विचार करतो. तुम्ही असे किंवा तसेच एक असायला हवे, हे ठरवलं जातं, आणि मग त्याचा एक मार्ग ठरतो. तुमचं अस्तित्व तो ठरवत नाही.'' त्याने श्रोत्यांकडे पाहिले. "तुम्ही आजारी असता. असेही काही दिवस आहेत, जेव्हा मी उठूही शकत नाही. असेही काही दिवस असतात, तेव्हा मी स्वत:लाच शेणाच्या गोळ्याइतका निरर्थक वाटतो. तरीही मला पुढे सरकावं लागतं. मी हे करणार आहे, करतोय, हे मला सिद्ध करून दाखवावं लागतं. मला उठावं लागणार, मला पुढे चालावंच लागणार, पाठीमागे वळता येणार नाहीच...!''

"हे दुसऱ्याला काही सिद्ध करून दाखवणं आहे की, हे सारं स्वत:साठी आहे?''

"माझ्या बाबतीत सांगायचं तर दोन्हीसाठी आहे. तुला माहितीये, मी या गोष्टींना माझा पराभव करू देणार नाही. मी त्यांचा पराभव करणार आहे.''

"त्यात काही ठरावीक उद्दिष्ट आहे?''

"हो,'' बझ म्हणाला, "प्रत्येक दिवस एक आव्हानच असतो. मी प्रत्येक दिवशी उठताना सकारात्मक असतो, माझ्यासाठी ते जरा बरं असतं.''

"लोकं असा विचार करत नाहीत...करतात का?''

"नाही,'' बझ लगेच म्हणाला, "आपण आजारी असावं, असं कुणालाच वाटत नाही. आदर्श समाज म्हणजे रोगविरहित समाज! पण इथंही याच समाजात आम्हीही आहोतच ना...''

"लोक हे स्वीकारत नाहीत?''

बझने टीका केली. ''आम्हाला अनेक मित्र आहेत, जे आमच्या जवळपासही येत नाहीत, कारण त्यांना भीती वाटते की, हा आजार त्यांनाही होईल. मी म्हणत असतो, 'तुम्ही हा आजार नाही घेऊ शकणार. ही काही अशी बाब नाही, जी आम्ही द्यावी आणि तुम्ही घ्यावी.''

बझ बोलत राहिला, ''मी काही गोष्टी इतरांसाठी आणि स्वत:साठीही सिद्ध करू इच्छितो. मला रोज स्वत:ला सांगावं लागतं, हे सारं मी कसं काय करणार आहे? मी नकारात्मक दृष्टिकोन असलेला तर होत नाही ना? मला लोकांशी काय करायचं आहे? कारण, जे लोक माझ्या सहवासात आले ते चांगलेच आहेत.''

''आजाराला असेही काही आयाम असतात जे अतिशय त्रासदायक असतात, यावर माझा विश्वास आहे.'' मी कबूल केले. ''असाध्य विकारांमध्ये आकर्षक असं काहीच नाहीये. सिनेमाच्या रुपेरी पडद्यावर एखादी नटी कॅन्सरने फार कौशल्याने मेल्याचा अभिनय करते. पण कॅन्सरसोबत हळुवार जगणं, हे त्या हॉलिवुडच्या चित्रपटाच्या फार विरुद्ध असतं, जरी उपचार करण्याजोगा आजार असला तरी तो नुसता रखडतो, सुधारणा होत नाही, बरा तर मुळीच होत नाही. आपल्या आयुष्यावर तो हुकूमत चालवतो. आम्ही म्हणजेच साक्षात आजार बनलेलो आहोत, या गोष्टींची कुणाला कल्पना करता येईल का?''

''होय, मी करते...'' डेनिस जवळपास अडखळतच ओरडली, ''अर्थात, या एएलएस ने माझं सारं आयुष्यच बदलून टाकलंय. गेल्या पाचेक वर्षात माझं निदान करण्यात आलं आणि मग मी ते सारं काही केलं, साऱ्या गोष्टींवर विचारही केला. मी एक पाऊल पुढे टाकते. तुमच्या तोंडासमोर येऊन आदळत नाही. मी काय खाते? जे काय ते रश्श्यामध्ये कुस्करून मऊ केलेलं असतं ते. मी कारमध्ये कशी काय बसते? कार कोण चालवतो? मी बाजारात कशी बरं जाते?'' या मुद्द्यांवर डेनिसने जरा श्वास घेतला. ''हेच माझं रोजचं जगणं आहे.'' तिने सुस्कारा सोडला.

''हे प्रत्येक दिवशी या असल्या आजारपणाचं सुप्त असलेलं ओझंच!'' मी श्रोत्यांना सांगितले, ''हा रोजचा बसणारा एक धक्का असतो. डॉक्टर त्याविषयी काय विचारतात?''

''माझ्याजवळ असे काही दिवस असतील, जेव्हा मी म्हणेन की ही विकलांगता खरंच शोषण करते...'' बेन लगेच म्हणाला,''पण मला वाटतं मी..मी अद्यापही माझ्या भावना पूर्णपणे व्यक्त करू शकलेलो नाही.''

''मर्यादांमध्ये तुझं आयुष्य बंदिस्त झालं आहे का?

''असेही काही क्षण येतातच जेव्हा वाटतं, आपण इथं कशासाठी जगत आहोत?'' बेनने मुद्द्यावर आणले. ''मी प्रयत्न करण्याचा तरी त्रास कशासाठी घेतोय? पण काही गोष्टी तुम्हाला अपयश देणाऱ्याच असतात. तुम्हाला पिळवटून

टाकणाऱ्या असतात. मी असा विचार करतो की, परिस्थिती किती का वाईट असेना, एक सकारात्मकतेचा दृष्टिकोन तुम्हाला त्यातून पलीकडे नेऊ शकेल.''

''तू याच्याशी सहमत आहेस?'' मी डेनिसला विचारले.

''होय...'' ती तिच्या खास श्वास घेत बोलण्याच्या शैलीत म्हणाली.

''आशेचा अगदी एखादा किरण किंवा एखादी गमतीदार घटनासुद्धा मला आनंदी करते. माझा गमतीजमतीवर विश्वास आहे, आणि आनंदी होण्यावर पण आहे आणि काहीतरी उद्दिष्ट मला जागवतं...''

''डॉक्टर या गोष्टीचं उपचारात काही मूल्य आहे, हे समजून घेतात का?''

''काही जण समजून घेतात.''

''एका डॉक्टराने हे समजून घेणं गरजेचं आहे का?''

''हं, असं होतं. रुग्णाला कसं वाटतं, हे समजून घेणारा माणूस खरं तर एक चांगला डॉक्टर असतो.''

''कधी कधी तुम्हाला तुमचा आजार बाजूला ठेवावा लागतो,'' मी म्हणालो!

''बेन, आपल्याला मल्टिपल स्क्लेरॉसिस नाही, असं समजून, म्हणजे तो आजार विसरून मी अनेक दिवस काढलेत. तू अद्याप कधी आपण मस्क्युलर डिस्ट्रॉफीसोबत जगत आहोत, हे विसरला आहेस का?''

''मी तर असं म्हणायला पाहिजे की, मी सतत त्याच जाणिवेत असतो.'' तो म्हणाला, ''एक मिनिट किंवा क्षणसुद्धा त्याशिवाय जात नाही.'' तो क्षणभर थांबला. ''ठीक आहे. एखादा दुसरा सेकंद असेल तसा; पण मला वाटतं, दिवसातला प्रत्येक क्षण असा असेल की तुम्ही हाच विचार करत असता की मी काही इतरांसारखा सर्वसामान्य नाही. मग तुम्ही उरलेला दिवस काढता.''

''तू कॉलेजसाठी घर सोडलंस आणि घरात ज्या सुरक्षितेत तू वाढलायस ती सोडून तू बाहेर पडलास. अनोळखी माणसांशी व्यवहार करताना तुला कसं वाटलं?''

''मी अंतर्मुख झालो होतो, कारण मी दुखावला गेलो होतो.'' बेन म्हणाला.

''मुख्य बाब अशी आहे, लोकं माझ्याकडे कोणत्या दृष्टीनं पाहतात, हा मुद्दा महत्त्वाचा आहे.''

''तुला कशाकशाची भीती वाटायची?''

''मी असा कृष्णवर्णीय तरुण. तेही चाकाच्या खुर्चीवर. मी म्हणजे कसा, जाऊ द्या.. अल्पसंख्याक म्हणून मला दुहेरी त्रास होता. मी फक्त एक आफ्रिकन अमेरिकन आहे म्हणून नाही, तर चाकाच्या खुर्चीवरही आहे; आणि त्या दोन्हीचं संतुलन साधण्याचा मी आजही प्रयत्न करतोय. मी घरापासून दूर, कुठलीही कौटुंबिक आधाराची शक्यता नसताना या दुहेरी अल्पसंख्याक असण्याला कॉलेजात कसं तोंड देत असेन? मी या साऱ्यातून ठोकून ठाकून स्वत:ला नवीनच घडवून

ध्यावं...असं ते आहे.''

''आजूबाजूचे लोक आपल्याकडे कोणत्या दृष्टीने पाहतात ही भीती, विशेषत: तरुणांना जास्तच प्रखरपणे जाणवते. सारा, अनेक वर्ष स्टेरॉईड्सच्या उपचारावर तू काढलेस. क्रॉन्स डिसीजच्या या उपचारात तुझ्यावर अनेक शारीरिक आणि मानसिक अत्याचारच झालेत.''

''मी जेव्हा म्हणते की, मी एक वैगुण्य असलेली मुलगी आहे, तेव्हा त्याचं कारण असतं माझी खराब झालेली पचनसंस्था...आणि स्टेरॉईड्समुळे माझ्यावर झालेले दुष्परिणाम.''

''कोणते?''

''माझा चेहरा असा गोलाकार, सुजलेला आहे.'' ती भावनाहीनतेने म्हणाली, ''बऱ्याच वेळा मला वाटतं की, माझी व्याख्या, माझी ओळख माझ्या चेहऱ्यावरून केली जाते. मला नेहमी वाटत असतं की लोक बहुधा या गोष्टीवर चर्चा करत असावेत की, हिचा चेहरा असा गोल सुजल्यासारखा का वाटतो? ती एक छोटीशी, लहानखुरी स्त्री आहे. मी जेव्हा जेव्हा आरशात पाहते, तेव्हा दिसतो तो सर्वप्रथम हा गोल चेहरा.''

''आरशात स्वत:ला बघताना प्रत्येक जणच स्वत:चं व्यंग्यचित्र कल्पनेनं पाहू शकतो. ते तसं व्यंग्यचित्र आपल्या डोक्यात तयार होतं, हो की नाही?''

''हे फक्त समाज तसं चित्र कुठल्याही प्रकारचा अडथळा नसताना तयार करतं तोपर्यंतच असतं...'' लॅरी मानसिक आजाराच्या दृष्टीने म्हणाला, ''आणि मग तेच आपल्या मालकीचं होऊन बसतं.''

''खरंय, सारा, मला वाटतं, तू आता हल्ला करण्यासाठी तयार आहेस.''

''हा नेहमीच माझ्यासाठी वादग्रस्त मुद्दा बनलाय. जेव्हा मी लहान होते, तेव्हा लोक माझ्या वडिलांना सांगायचे, 'ओह, तिला काय झालंय? तिच्या चेहऱ्याला काय झालंय?''

''हे सारं तू लहान असताना झालं?''

''नाही. जवळपास संपूर्ण शालेय शिक्षण चालू असताना मी हेच अनुभवलं की, लोक माझ्याकडे पाहतात आणि उगाच नको ते शेरे मारतात, त्यांना हे पण माहीत नाही, कळत नाही की, हा विषय मला किती त्रासदायक होईल? त्यामुळे...नक्कीच माझं शरीर, माझं दिसणं ही माझ्यासाठी फार मोठी बाब झाली. त्याशिवाय औषधाने सतत जाणवणारे भयंकर दुष्परिणाम मला रोज भोगावे लागायचे. अगदी प्रत्येक सेकंदाला...मला त्याने सतत जाणीव करून दिली जायची की, मी...म्हणजे..माझ्यात बरीच वैगुण्य आहेत.''

''डेनिस, सारा आणि बेनला वाटतं, तसं तुला वाटतं का की, लोकं

तुमच्याकडे तुमच्या व्यंगासाठीच पाहात असतात?''

''नक्कीच. खरंय ते. लोकांजवळ गैरसमज जास्त असतात.'' डेनिस स्पष्टपणे म्हणाली, ''पण हे वास्तव नाही. आमच्याशी संवाद कसा साधायचा, हे लोकांना माहीत नाही.'' ती म्हणाली.

''......लॉरी, माझ्या बोलण्यात काही चूक झाली तर तू दुरुस्त करशील, पण मला वाटतं, तुझा मानसिक आजार म्हणजे लोकांना त्या आजाराचं एक व्यंग्यचित्र काढण्याची सुसंधीच होती, आणि आहे. पण हे म्हणजे नुसते कोरडे ओढण्यासारखं आहे. तू कोण आहेस, हे शोधण्यासाठी तू संघर्ष केलास आणि स्वतःबद्दल समाधानीपण आहेस. त्याच वेळी लोकही तुझ्याकडे येत आहेत, तू म्हणजे जणू विज्ञानावर आधारित काल्पनिक चित्रपटातील नटाप्रमाणे वाटतोयस.''

''हो आहे खरं. पण काही गोष्टी, अनुभवातून मी ह्या निष्कर्षप्रतही आलो आहे. त्या गोष्टी खरंच चांगल्या आहेत.''

''कोणत्या?''

''मला वाटतं, परिवर्तनाची एक जबरदस्त संधी आमच्याजवळ तेव्हा असते, जेव्हा आम्ही एखाद्या आयुष्य बदलवणाऱ्या गोष्टीला तोंड देतो,...म्हणजे मानसिक किंवा इतर कुठल्या गंभीर आजारासोबत राहणं वगैरे.'' तो म्हणाला, ''एक चांगलं उदाहरण म्हणजे बेन.'' बेनकडे वळून तो म्हणाला, ''मी काल रात्री विश्रांतीकक्षात गेलो आणि माझ्या लक्षात आलं, तू ती खोली वापरू शकला नाहीस.'' सगळ्यांचे डोळे बेनकडे वळले. ''होय.'' बेन एवढंच हळुवारपणे म्हणाला.

''मला माझा आजार होण्यापूर्वी...'' लॉरी सांगू लागला, ''विकलांग माणसांना लोक कसे वागवतात, हे समजून घेण्यापूर्वी, मी पण एवढी खोलवर दृष्टी ठेवली नव्हती किंवा अशी सजगताही ठेवली नव्हती. पण माझी भावना अशी आहे....तुला माहीत आहे... बेन जिथं जाऊ शकत नाही, तिथं मी जात नाही.'' लॉरीने कोडे उलगडण्याचा भाव चेहऱ्यावर आणला,''बेन जिथं जाऊ शकत नाही, तिथं मीच जात नाही.'' त्याने ठामपणे ते वाक्य उच्चारले. ''हेच मला तुम्हा सर्वाविषयी वाटतं. तुम्हाला मी नीटसं ओळखतही नाही. याविषयी मी रात्री बेनशी बराच वेळ बोललो. आमचं यावर एकमत झालं.''

''लॉरी, कुठल्याही वाईट परिस्थितीत तू चांगल्याचा शोध घेतोस.''

''जेव्हा तुम्हाला हे अनुभव येतात, तेव्हा तुमच्या लक्षात येतं की, ही विविधताच एक मोठा वाढता अनुभव आहे आणि ज्यांनी हा अनुभव घेतला आहे, अशा लोकांसोबत राहणं, यातच माझ्या आयुष्यातले महत्त्वाचे क्षण मी भोगले आहेत. मला ते क्षण गमवायचे नाहीत.''

''पण प्रत्येक क्षण असाच श्रेष्ठ असतो, असं नाही. असतो का?''

''माझ्या आयुष्यात अनेक सकारात्मक बाबी आल्यात.'' साराने सांगितले.

''पण ही गोष्ट अगदी अपरिहार्य आहे, किमान माझ्यासाठी तरी, की असेही बरेच क्षण आलेत, येतात, जेव्हा मी म्हणते, खरंच इथं शोषण होतं. मी म्हणजेच एक दु:ख! माझ्या आयुष्यात चांगलं काय आहे? मी अशी विकृत व्यक्ती आहे. मी कुणाला हवी असेन? कोणाला माझ्याशी लग्न करावं वाटेल? मी म्हणजे कुटुंबावरचं आणि मित्रांवरचं ओझं....'' या विचारांमुळे तू खालावतेस.'' (एका वर्षाने आपले आयुष्य बदलणार आहे, आणि आपल्याला या प्रश्नांची उत्तरं मिळणार आहेत याची साराला कल्पना नव्हती.)

''अर्थात्'' मी मध्येच म्हणालो, ''यापैकी प्रत्येक गोष्ट खरी आहे, असं नाही, हे तुला माहीत आहे.''

''होय..'' सारा हसली. ''मी जाणते.''

''पण त्याचा उपयोग होत नाही, बरोबर?''

''नाही...'' सारा क्षणभर थांबली. ''मी जसं पूर्वी म्हणाले, तशी मी एक स्वत:लाच नाकारणारी व्यक्ती बनले आहे.''

''ही आजारी माणसांत आढळणारी सर्वसाधारण बाब आहे, कारण आपण आजार हा आपला दोष आहे, असं ठरवूनच टाकतो.''

''होय....'' लाराने होकार दिला.'' कधी कधी या गोष्टी खोट्या आहेत, हे स्वीकारायला मला जड जातं.''

''डेनिस, तुझ्या विकलांगतेवर लोकांच्या ज्या प्रतिक्रिया आहेत, असतात, त्या तुला कशा त्रासदायक ठरतात, सांगू शकतेस? या बैठकीत आणि या सत्रात तू एकदम खळबळजनक दिसायला हवीस, असं तू म्हणाली होतीस. ते कसं जरा सांग..''

''अगदी! मी सांगते...'' ती उद्गारली. ''एक स्त्री यापेक्षा जास्त दृष्टिकोन ठेवून लोक माझ्याकडे पाहात नाहीत. एक वॉकर घेतलेली, भयंकर अपंगत्व असलेली स्त्री, या दृष्टीने ते पाहतात.''

''म्हणजे त्यांना फक्त विकलांगताच दिसते?''

''बरोबर. हीच सुरुवात असते आणि शेवटही...'' ती म्हणाली, ''पण इतकी निरोगी माणसं आजूबाजूला असताना, ते एखाद्या अशा विकलांग व्यक्तीकडे लक्ष देतातच कशाला?''

''ती एक संधी तर नसते, तुझ्याशी संबंध ठेवण्याची?''

''कशाला काळजी करायची?'' ती तुसडेपणाने म्हणाली, ''मी मरतेय'' डेनिस अकस्मात भडकली. ''ते ते वॉकर पाहतात आणि विचार करतात की, मी किती वयस्कर असेन..? मग मी बोलते, तेव्हा तर ते असं आश्चर्याने पाहतात की,

मी पिऊन आलेय...! मग ते तुमच्याकडे असं पाहतात... 'बघ मित्रा. तिच्या आयुष्यातली बरीचशी वर्षं अशी मजेत गेलीत बघ! या आरोग्यसंपन्न जगात, आम्ही असे शिक्का मारायला सोपे...!''

त्या सभागृहातली शांतता आम्हाला जाणवत होती. यात भाग घेणाऱ्या या आजारी व्यक्तींच्या निवेदनामुळे विभागप्रमुख आणि विद्यार्थी हादरून गेले होते.

"मी म्हणजे प्रत्येकावरचं ओझं आहे, असं मला वाटतं..." साराने सभागृहाला सांगितले. तरुणपणी आजार हा आत्मवंचनेने वेढलेला असतो. "कुठलाही कार्यक्रम असो, मी त्याला जाऊ न शकल्याबद्दल किंवा रात्री लवकरच घरी परतावं लागल्याबद्दल मी मित्रमैत्रिणींची कायम माफी मागत आले आहे, कारण मला सतत...सततच खालून काही गळतंय असं वाटतं. या एका गोष्टीमुळे मी ज्यांच्यासोबत काम करते, त्या सहकाऱ्यांची आणि लोकांची मी कायमच माफी मागते. वयाच्या चौथ्या वर्षापर्यंत कुटुंबाबद्दलही मला असंच वाटायचं; मी त्यांच्यासाठी एक ओझंच होते.''

जोन, साराची मॉम लगेच अडवत म्हणाली, "मी एक दिवस काय, एक क्षणभरही असा विचार केला नाही. मला एक मूल आहे आणि ते परिपूर्ण आहे, असंच मी समजते, आणि तसं पाहायला गेलं तर कुणीच परिपूर्ण नसतं. वैगुण्य आहेच. मुलींना त्रास आहेतच आणि मुलींना खूप कठीण जातं. पण साराला इतकं मोठं करण्यात कुठलाही वेगळा त्रास झाला नाही. सारा एक इतर स्त्रियांप्रमाणेच चांगली, दोषविरहीत स्त्री आहे.''

"पण जोन, सारासोबतच्या तुमच्या नात्याची आपण चर्चा केलेली आहेच, जवळचं आणि आजारपणाचा गहिरा परिणाम झालेलं ते नातं आहे?''

"ते अगदी खरं आहे. साराचं निदान झाल्यापासून मी एक अत्यंत सतर्क पालक होते.''

"हे असं तुम्ही मुळातच त्याच प्रकारच्या व्यक्ती आहात म्हणून की, तसा वैद्यकीय उपचारांचा प्रसंग आला म्हणून, की दोन्ही कारणांमुळे?''

"मला वाटतं, अशा प्रसंगाला खूप नियंत्रण लागतं आणि माझे पती एक सरळ, स्पष्ट व्यक्ती आहेत. पण अशा उपचारांची वेळ आली, तेव्हा तेही कोसळले. ते नाही सामना करू शकले. तेव्हा कुणाला तरी करणं भाग होतं आणि ते मला करणं भाग होतं. त्यामुळे अशा प्रकारे मी सारं सतर्कतेने नियंत्रणात ठेवलं.''

"महत्त्वाचा नियंत्रणाचा मुद्दा माझ्यासमोर होता तो हा..." बेन म्हणाला, "चालता चालता अचानक चालणं थांबवून चाकाच्या खुर्चीत कायमचं जखडून घ्यायचंय, हा बदल...! हा आमच्यासाठी फारच वेगळं पाऊल टाकणारा मुद्दा होता.''

''बेन, तुला असं वाटतं का की, घरच्यांनी खुर्चीचा आधार तुला का दिला असावा?''

''मी पुन्हा असं पडावं, असं घरच्यांना वाटलं नाही. पण मला वाटतं ही खुर्ची वापरायला मी नाखुश होतो...!''

''का?''

''कारण ही खुर्ची वापरतात त्या लोकांची प्रतिमा बरीच डागाळलेली असते. मी माझं नियंत्रण करण्याकडे दुर्लक्ष करत होतो...'' बेनवर न पाहाता आणि विद्यार्थ्यांच्या नजरेला नजर न भिडवता म्हणाला, ''माझे आईवडील मला ते सारं समजावण्याचा प्रयत्न करत होते, सांगत होते; 'हे पाहा, तुझ्याजवळ स्वत: घराबाहेर पडण्याची शक्ती आहे आणि तू तुझी शक्ती वापरून हे कर. तू नियंत्रणाबद्दल बोलतोस. ठिक आहे, सराव हीच तुझी प्रार्थना असायला हवी.''

''नियंत्रण ही आजारपणातील मोठी बाब आहे, नाही का?''

''माझ्यासाठी, एक माणूस, पुरुष म्हणून, ती फार मोठी बाब आहे.''

बझ म्हणाला, ''काही रुग्णांसाठी मी रुग्णालयांशी चर्चा करायला जातो, ती हीच बाब आहे.''

''म्हणजे?''

''कौटुंबिक आयुष्यात मला त्याचा फारसा उपयोग होत नाही...'' नियंत्रण जाणं भयंकर आहे.'' बझ म्हणाला, ''माझंही नियंत्रण नव्हतं. भयंकर अनुभव होता.''

''त्यामुळे तुला कसं वाटलं?''

''मला पराभूत झाल्यासारखं वाटलं. मी माझ्या शरीराच्या क्रियाही नियंत्रित ठेवू शकत नव्हतो.''

शरीराचे नियंत्रण चाललेय, हे जर डॉक्टर समजून घेऊ शकले तर, आणि..आणि जर त्यांना कळले, तर ते त्याची काळजीही घेऊ शकले तर...मी विचार करत असतो. एका डॉक्टराने असे ही सांगितले की, जास्तीतजास्त चांगल्या वैज्ञानिक सुविधा पुरवण्याचा त्याचा प्रयत्न राहील, कारण रुग्णाला हात लावून तपासत बसण्यात त्याला अजिबात रस नाही.

''जेव्हा शरीरावरचं संपूर्णच नियंत्रण जातं, तेव्हा काही प्रमाणात का होईना, नियंत्रणाची शक्ती असणं, त्या रुग्णासाठी किती मोठी बाब असते, ही गोष्ट डॉक्टरांच्या लक्षात येते का? अगदीच सांगायचं झालं तर आपलं कुटुंबही हे समजून घेऊ शकणार नाही.''

''होय...'' बझ म्हणाला, ''हे माझ्या कुटुंबाला चोवीस तास आणि आठवडे न् आठवडे सहन करावं लागतं.''

"बझ, सुझानला हे समजतं?"

"नो..नाही...नेहमीच नाही. ती नाही समजू शकत." बझ थांबला.

"लोक वेगळ्या प्रकृतीचे असतात. प्रत्येक वेळी प्रत्येक गोष्ट कळू शकतेच असं नाही. मी जेव्हा मृत्यूशय्येवरच्या रुग्णाला भेटायला रुग्णालयात जात असतो, तेव्हा मी कधी असं म्हणत नाही, की 'तुम्हाला कसं वाटतं, हे मला कळलंय,' कारण मला ते कधीच कळत नसतं. तिथं फक्त कुणी समजू शकत नाही आणि मी सुझानकडून तशी अपेक्षा करत नाही. ती नाही समजू शकत."

समोरच्या श्रोत्यात बसलेल्या एका माणसाने उभे राहून हातात मायक्रोफोन घेऊन बोलायला सुरवात केली.

"मला वाटतं, बझ एकमेव आहे, जो म्हणतो, तो आजार तुमचा नाही, तर साऱ्या कुटुंबाचा आहे. तो तुमचा कौटुंबिक आजारच आहे. मी प्रश्न विचारू शकतो की, असं कुठपर्यंत असू शकतं, कोणत्या मर्यादेपर्यंत आणि तुम्ही त्याला कसं तोंड देता?"

साराची आई, जोन यांनी सर्वप्रथम उत्तर दिले. "सारा तिच्या आयुष्यातला जास्तीतजास्त काळ आजारीच राहिलेली आहे, आम्हाला खरंच ते निरोगी मूल वाढवणं म्हणजे काय, हेच कळलेलं नाही. इतकं ते आम्ही भोगलंय." तिचा आवाज कठोर झाला, "मला वाटतं, तुम्हाला ते सारं आपल्या आयुष्यातलं ध्येय समजून करावं लागतं आणि आपल्या मुलाच्या प्रत्येक पावलावर त्याचा एक चांगला समर्थक म्हणून उभं राहावं लागतं." ती पुढे म्हणाली, "सुरुवातीला आम्हाला एक सल्ला बालरोगतज्ज्ञांपैकी पचनसंस्थेच्या विशेषज्ञाने दिला होता; ते म्हणाले होते, 'तुम्ही या मुलीला घरी घेऊन जाऊ शकता आणि तिला चुकीच्या पद्धतीने वागवू शकता किंवा तुम्ही या मुलीला घरी घेऊन जाऊ शकता आणि काय काय करू शकते, ते करून घेऊ शकता.' साराच्या आयुष्याला दिशा देणारं हे तत्व होतं, असं मी समजते."

बेनच्या आईने, डेबीने जोनच्या हातून मायक्रोफोन घेतला.

"त्या आत्ता जे बोलल्या तेच मी पण सांगेन. तीन वर्षांचा असताना बेनचं मस्क्युलर डिस्ट्रॉफीचं निदान झालं; आणि वास्तव काय आहे, काय होऊ शकतं आणि काय अपेक्षित आहे, हे सारं आमच्या लक्षात आलं. माझा नवरा आणि मी एकत्र बसलो, बोललो, आणि आम्ही एक निर्णय घेतला. बेनला आयुष्यात सुख मिळेल, असं उत्तमोत्तम काय देता येईल, त्यावर आम्ही चर्चा केली."

"म्हणजे?"

"आम्ही एक वास्तव निर्णय हा घेतला की, त्याला सर्वसामान्यांप्रमाणे आयुष्य मिळणार आहे. आम्ही त्याचे नुसतेच लाड करणार नव्हतो, कारण आमच्या

विचारांप्रमाणे तो एक तगडा तरुण बनणार होता. तो एक मोठा गृहस्थ बनणार होता आणि त्यासाठी योग्य तऱ्हेनं जगण्यासाठी आवश्यक असणारी सारी कौशल्यं त्याला आत्मसात करावी लागणार होती.''

''म्हणजे एका सशक्त माणसाप्रमाणेच तुम्ही त्याचा विचार केला होता का? दुसऱ्यांचा तुझ्याकडे बघण्याचा दृष्टिकोन आणि त्यांचं बोलणं ऐकून, तू शक्तिशाली होण्याचा, सक्षम बनण्याचा निर्णय घेतलास... बेन?''

''काही अंशी...हो.'' त्याने विचार करून उत्तर दिले. ''मला वाटतं, की मी आणखी नम्रही बनू शकतो. मला उगाच बढाया मारायच्या नाहीत?''

''तू सशक्त आणि असा नम्रही असू शकतोस, बेन. जॉन वेनीने ते दूर सारलंय.''

''ठिक आहे. पण मी कितीही विचार केला तरी मी जॉन वेनी नाहीये.'' तो हसत म्हणाला, ''हो. त्या सशक्ततेच्या कारणाने मला इतर लोकांपासून दूर राहावं लागतं. पण त्याचवेळी, मला असं वाटतं, प्रत्येकाच्या आयुष्यात असा काही कठीण काळ असू शकतो, त्या वेळी त्याला तो कठीण जाणवू शकत असेल, तर इतरांना सोपा! मग भलेही आम्ही विकलांग असो अथवा नसोत. हा विकलांगतेचा प्रश्नच नाही. माझा ठाम विश्वास आहे, प्रत्येकाची सशक्तता ही सापेक्षच असते. तिचा ज्याच्यासाठी ते वापर करतील, त्यावर ते अवलंबून असेल.''

''बझ, कॅन्सरने तुला सबळ केलं?''

''बलवान...'' त्याने दुरुस्ती केली. ''बलवान कसं बनायचं मी शिकलो. कुठल्याही गोष्टीला तयार कसं राहायचं हे मी शिकलो. कॅन्सरने माझा पराभव करण्याऐवजी मीच कॅन्सरला मारायला धावतो. हा दृष्टिकोन मला स्वीकारावाच लागला. आपण सारे त्याच रस्त्याने धावतो आहोत..'' बझने वर बसलेल्या सगळ्यांकडे पाहिले. ''तुमच्यापैकी किती जण डॉक्टर बनण्यासाठी शिकत आहेत?'' बरेच हात वर गेले. ''ठिक, हे असं खरं तर डॉक्टरांनी करायचं नसतं. हे काय मी तुम्हाला सांगेन. मी खूप खूप आजारी होतो. मला रुग्णालयात नेण्यात आलं. कॅन्सर सेंटरवर नेण्यात आलं आणि तिथं बाकड्यावर झोपवण्यात आलं. तिथं असलेली बाई मला साधं पाहू पण शकली नाही. तिला वाटत होतं की, हा फक्त आवाजच तिच्याशी बोलतोय...पण 'मी' जमिनीवर होतो.'' तो पुढे काय झालं ते सांगणार होता, पण मागून त्याच्या बायकोने सुझानने त्याला थांबवत पुढची कहाणी सुरू केली.

''मी तिथंच काम करते...'' सुझानने सुरुवात केली. ''त्यांनी मला बोलावलं आणि सांगितलं की, बझ खूपच अत्यवस्थ आहे. काही क्षणांत मी तिथं पोहोचले, आणि बझ आणि मी, आम्ही दोघांनी त्याच्या स्थितीबद्दल आणि आमच्या मुलाबद्दल

बोलायला सुरुवात केली. मी रडायला लागले. डॉक्टर आत आले आणि म्हणाले, 'रडू नको. रडण्यासारखं काही नाही! मी जेव्हा मन:स्थिती बिघडते तेव्हा खूप रडते; मी अजूनच मोठ्याने रडायला सुरुवात केली आणि तो म्हणाला की, मी तुला एकदा सांगितलं ना, यात रडण्यासारखं काहीच नाही.'' सुझानच्या चेहऱ्यावर सांगताना सारे भाव दाटले होते.

''मला हे सांगायचं आहे, तुम्ही मला अद्याप ओळखतही नाही...'' सुझान थरथरत्या स्वरात म्हणाली, ''मी ते कोणाला सांगितलं नव्हतं. मी त्यापैकी कुणा एका नर्सला म्हटलं होतं, आणि ती म्हणाली, ''तू हे कॅन्सर सेंटरला संचालकाला सांगायला हवं! नंतर, हा डॉक्टर पुन्हा आत आला आणि खाली मान घालून म्हणाला, ''तुला सुटीत काही हवं असेल तर सांग.''

सुझानने मान वर केली. ''बझ त्या अत्यवस्थ अवस्थेतही मान वर करून म्हणाला, ''आम्ही आमच्या मदतीसाठी ज्यांना बोलावणार असू, त्यांच्या यादीत तुझं नाव सगळ्यांत शेवटी असेल.'' बझ त्या हॉर्वंडमधल्या श्रोत्यांकडे बघून हसत होता. ''ती वेळ अशी होती, की मी तेव्हा हे म्हणायला नको होतं.''

सभागृहातील एका बाईने विचारले, ''हा प्रश्न, बझ, सारा आणि लॉरीसाठी आहे. मी विचार करत होते की, तुमच्या आजारपणामुळे अशा काही अडचणी आल्या का, ज्या इतरांच्या लक्षात येतच नाहीत?'' साराने सुरुवात केली, ''चांगलं उदाहरण म्हणजे, मी शिक्षण संपल्यानंतर एका ठिकाणी सामाजिक कार्यकर्ती म्हणून काम करू लागले. मला दर आठवड्याला रक्त घ्यावं लागे आणि लोहाची काही सलाईन! मी माझी नोकरी गमावली. अर्थात्, ते असं नाही म्हणाले की क्रॉन्समुळे आणि त्यामुळे होणाऱ्या इतर गोष्टींमुळे, दुष्परिणामामुळे मी नोकरी गमावली, पण माझं काम बरंच राहून जात होतं.'' साराने सांगितलं, ''स्टेरॉइड्समुळे माझा चेहरा सुजायचा, गाल लाल व्हायचे. मी तब्येतशीर दिसायचे. लोक आपला सरळ सरळ विचार करायचे, 'हं, तिला फारच पोटदुखी असते बुवा. जा, एक टायलेनॉल घे, जा.' हे असं इतकं सरळ नव्हतं ना..!''

''आम्ही आजारपणाशी लढतो!'' मी म्हणालो, ''आयुष्यात अनेक लोकांशीही संघर्ष करतो. इतरांचं तुटक वागणं, हे शारीरिक दृष्ट्या अकार्यक्षम लोकांना लागलेल्या डागात मिसळतं आणि आजारात जगणं दुहेरी अवघड बनवतो. लॉरी, माझा यावर आपला ठाम विश्वास आहे की, या टेबलाभोवती बसलेल्या सगळ्यांच्या आजाराच्या तुलनेत मनोविकार हा सर्वात जास्त कलंकित आहे. आपल्या या भेदभावाच्या इतिहासात, M हा शब्द आणि N हा शब्द यात भेद लहानसा का होईना, आहेच.''

''काही प्रमाणात याला विरोधही असू शकतो..'' लॉरी म्हणाला, ''मी असं

म्हणेन, कदाचित कुष्ठरोग वगळता असा दुसरा कुठलाच आजार असू शकत नाही, ज्यात रुग्णाला उचलून समाजाबाहेर फेकलं जातं.'' त्याने सांगितले की, चर्च सर्व रोग्यांसाठी प्रार्थना करते, पण मनोविकाराने ग्रस्त रुग्णांसाठी नाहीच. ''आम्ही अनुल्लेखाचंच दु:ख भोगतो.''

''मी कुणाच्याही आधाराने कधी चाललो नाही..'' त्याने इतरांकडे पाहात म्हटले, ''किंवा कधी त्या चाकाच्या खुर्चीवरही बसलो नाही, त्यामुळे त्यांच्याविषयी मी काही बोलू शकणार नाही. पण मला असं वाटतं की, मानसिक आजारातून बरं होताना या आजारांपेक्षा वेगळा कलंक लावला जातो. कारण यात जबरदस्तीने उपचार केले जातात.''

''अगदी ताब्यात घेऊन....'' मी म्हणालो, ''आणि खोलीत डांबून ठेवून.''

''मला नाही वाटत, इथं बसलेल्यांपैकी कुणी पोलिसांच्या गाडीत मागे बसून रुग्णालयात गेलं असेल. हा आपल्यावर जबरदस्तीने लादलेला अनुभव असतो, तुम्ही पोलिसांच्या गाडीत मागे बसलेले असता आणि ओरडून शेजाऱ्याला सांगता, ''मला रुग्णालयात नेत आहेत. कुत्र्यांना खाऊ घाल. मी केव्हा परतेन, माहिती नाही.''

मी सगळीकडे नजर फिरवली, प्रत्येकजण शांतपणे लॅरीला निरखत होता. ''वास्तव हे आहे की अद्यापही आपण रुग्णालयात लोकांना वेगवेगळं ठेवतो.'' तो पुढे सांगू लागला, ''माझं म्हणणं आहे, हे अद्यापही तसंच आहे, मित्रांनो, जॉर्जियामध्ये असेही काही लोक रुग्णालयात आहेत, ज्यांचं जवळपास सारंच आयुष्य तिथं गेलंय.''

''या पाचही जणांना सांधणारा धागा कोणता असेल तर, त्यांच्या आयुष्यात डॉक्टरांपासून मिळणारं असमाधान! तुला असं वाटतं का की, मानसिक आजारामुळे लागलेला कलंक डॉक्टरांमुळे अजूनच ठळक बनतो?''

''मला वाटतं, चांगले डॉक्टरही त्याचा स्वीकार करतात.'' लॅरी म्हणाला.

''होय...'' बझने होकार दिला. ''लॅरी काय म्हणतोय, ते मला कळलं. डॉक्टर प्रत्येक दिवशी आम्ही जसा आजार जगतो, तसं जगत नसतो. फार फार तर त्यांच्यापैकी काही चिंतातुर असतात, तुम्हीच तुमचा फलक आहात. डेनिस किंवा बेनच्या बाबतीत उध्वस्ततेचा अनुभव तुम्हाला येऊ शकतो. मानसिक आजार तर सावलीसारखा आहे, म्हणजे कॅन्सर वीसेक वर्षांपूर्वी ज्या अवस्थेत होता तशा अवस्थेत आजही असतो. डॉक्टर आपली तब्येत नुसती सांभाळत राहतात, आपल्याला जगवतात.''

''मी निराशा अगदी भरूनच घेतलीये.'' लॅरीने इतरांना सांगितले.

''तुम्ही जर डॉक्टरांच्या एका गटाला जरी प्रश्न विचारला की, मानसिक

आजारात मोठी विकलांगता कोणती? तर ते आजाराची लक्षणं सांगतील. जर आम्हाला विचारलं तर आम्ही सांगू, की लागलेला हा कलंक आणि स्वत:ची मलीन झालेली प्रतिमा हीच मोठी विकलांगता आहे.'' औषधोपचाराने लक्षणे जातात. पण हा कलंक मात्र इतरांच्या मनात धुमसत राहतो. ''माझा विश्वास आहे की, असाध्य आजारांमध्ये लागणारा ठाम सकारात्मक दृष्टिकोन तयार करण्यासाठी डॉक्टर्स जराशी जबाबदारी उचलत असणार. बझने मला बऱ्याच दिवसांपूर्वी हे सांगितल होतं की जो त्याच्याकडे पाहातही नव्हता, कारण होती त्याची अस्वस्थता...''

याच अस्वस्ततेचा, बेचैनीचा आधार घेत लॉरीची बायको, ग्रेस विद्यार्थ्यांना सांगू लागली, ''बऱ्याच वेळा, एका मनोरुग्णाची पत्नी म्हणून, लोक त्याच्या प्रश्नाला माझ्याकडे बघून उत्तरं देत किंवा तो खोलीत नाहीच, असं गृहित धरून देत.'' ग्रेस काळजीपूर्वक विद्यार्थ्यांशी बोलत होती. ''म्हणून, एक बायको म्हणून, मला एक पाऊल मागे घेऊन अशा पद्धतीने बोलावं लागलं की, लॉरी, माझा नवरा संवादात पुढे येईल आणि काही बोलेल.''

मी लगेच माझा अनुभव सांगितला. ''माझी बायको आणि मी एका धार्मिक कार्यक्रमात गेलो होतो, आणि ती कार लावत होती. मी मागे गेलो आणि ती परिचित माझ्याकडे नुसती पाहात होती. ती जवळ आली पण नाही. तिने माझी काठी पाहिली होती. बस, बघत राहिली. मीही नुसता बघत राहिलो. माझी बायको आत आली आणि ती बाई लगेच आली, म्हणाली, ''त्यांना कुठे बसायला आवडेल?''

कुजबुजण्यावरून कळतच होते की लोकांना धक्का बसलाय.

''असे धक्के बसतच असतात..'' मी म्हणालो, ''हे फक्त मानसिक आजारातच होतं, असं नाही. यावरून आपल्याला कळलं की, लोकांचा आजारी लोकांकडे बघण्याचा दृष्टिकोन काय असतो ते. मी वॉशिंग्टनमधल्या ऑमट्रॅकला होतो, एका रेल्वेची राट पाहात होतो. रेल्वेची एक कर्मचारी तिथं तयारी करायला आली आणि तिच्या वॉकीटॉकीवर बोलत म्हणाली, 'माझ्याकडे तर इथं तीन काठ्या आहेत. मी पहिल्यांदा या काठ्या चढवणार आहे.' मग मी माझी काठी तिच्यासमोर धरली.'' सभागृहात अस्वस्थ हास्य पसरले.

''आम्हाला केवळ एक वस्तू मानलं जातं; आणि आमच्या आयुष्यात अशा प्रकारचे अनुभव रोजच येतात आणि आपल्याला हे माहीत आहे. खरं तर आपणच दुसऱ्यांच्या संवेदनहीनतेला सामोरे जात असतो. हळूहळू आपण आपल्याबद्दल कमी विचार करतो आणि नकाराची अपेक्षा करतो. बेन, तू याला प्रतिसाद कसा देतोस?''

''मला कळलंय की, त्या कलंकाचा बराचसा भाग आपल्या डोक्यातच

असतो, त्यामुळे शक्य तेवढ्या वाईटाची मी कल्पना करूनच ठेवतो.'' तो मैत्रिणीबद्दल बोलत होता. ''खरंतर, कॉलेजात असताना बऱ्याचशा तरुणी माझ्या जवळच्या मैत्रिणी होत्या, त्यांच्यासोबत मी गप्पा मारत होतो, खात होतो, फिरत होतो.''

''आणि तुला काय अनुभव आला?''

''खरं तर ते सारं मला फक्त मदत करण्यासाठी होतं, लोकांविषयी म्हणाल, तर ते चांगले आहेत.''

''पण त्यासाठी वेळ द्यावा लागतो, हो ना?''

''होय... वेळ लागतोच.''

''तुला मदत मिळाली का?''

''हो, पण त्यासाठी तुम्हाला पुढाकार घ्यावा लागतो.''

लॅरीने कलंक दाखवण्यासाठी आमच्याकडे बोट केलं. ''काल रात्री जेवणाच्या वेळी कुणीतरी मनोरोगावर काहीतरी बोललं, ते विनोदी होतं; पण सर्वांनी हसावं असं त्यात काही आहे का?'' तो माझ्याकडे पाहात होता. ''लॅरी, तूच विनोदाचा वापर कर की लोक तुझ्यासोबत मोकळेपणाने राहू शकतील.''

''अर्थात्,'लॅरी म्हणाला, ''मला काळजी वाटते, ती कमीत कमी अपेक्षांतही तर तम भाव असतो त्याची. मी पत्रकार होतो. माझा स्वत:चा एक व्यवसायही होता, पण माझा नेहमी अशाच लोकांशी सामना व्हायचा, ज्यांची माझ्याकडून कशाचीच अपेक्षा नसायची.. मी विचार करतो की, मी या दृष्टीने नशीबवानच आहे की, मी फक्त चांगलं करण्याचा प्रयत्न करतो, आणि ते सारं व्यवस्थित करण्याचा मी प्रयत्न करतो.''

त्यानंतर प्रत्येकाला एक समारोपाचा प्रश्न आला.

''तुमच्या आजारासाठी समाजाकडून कुठल्या सामाजिक गटाकडून वा इतर कुणाकडून मदत मिळाली का? किंवा दिली गेली का? आणि जर मिळाली तर त्याचा काही अनुभव?''

बेन पहिल्यांदा बोलला. ''माझे आईवडील म्हणाले, 'ठिक आहे, आपण प्रयत्न करू आणि यावर काही उपाय करू आणि शक्य तेवढं सकारात्मक आणि कार्यरत राहू.' मी खरंच नशीबवान आहे की, मस्क्युलर डिस्ट्रॉफी असोसिएशन MDA च्या लोकांसोबत काम करण्याची संधी मला मिळाली. MDA ने वेळोवेळी काम केलेय. मला समाधान आणि कृतज्ञता दोन्ही मिळते.''

''डेनिस, तू मला अनेक वेळा म्हणाली होतीस, 'एएलएस होण्यापूर्वी मी दुःखी होते आणि त्याच्यामुळे अनेक बदल झालेत! एकंदर पाहता हे जरा वेगळं, विचित्र वाटतं.''

डेनिस खिदळली, ''माझं जेव्हा निदान झालं, तेव्हा जवळपास आठ महिने मी खरंच काही केलं नाही, माझी नोकरी गेली आणि एक मैत्रीण मला असोसिएशन ग्रेटर एलए या एएलएस, संघटनेत घेऊन गेली. मी स्वयंसेवक म्हणून काम करायला सुरुवात केली, बाहेर भटकायला, पेपरातून लिहायला, विविध प्रवर्गांमध्ये भाषणं द्यायला सुरुवात केली. दीडएक वर्षाने, मला त्या संस्थेच्या विश्वस्तपदी नेमण्यात आलं. ते माझं संरक्षण करणारे, मला वाचवणारे आहेत.''

''त्यामुळे तुझी ओळखच बदलली, नाही का?''

''होय, समर्थन करण्याच्या वृत्तीने मला माझी ओळख दिली. या आजारामुळे मी कितीतरी पुढे गेलेय. कारण काय होऊ शकतं, हे मला माहिती आहे. मी यासाठी काम करणारी, समर्थक म्हणून काम करणारी व्यक्ती आहे. मी माझं भविष्य पाहते, आणि जोपर्यंत मी अगदी जखडूनच जाणार नाही, तोपर्यंत मी फिरू शकते. त्यामुळेच दोन वर्षांपूर्वी मी अंटार्क्टिकाला गेले होते. आता मी नाही जाऊ शकत. त्यांच्या मदतीने मी स्वत:ला आपलं ढकलत राहते. मागच्या वर्षी काठीच्या आधाराने मी पॅरीसला जाऊन आले, एका दिवसात तेरा रेल्वे बदलत, प्रत्येक पाऊल टाकत भटकून आले. आता मी बहुधा जाऊ शकणार नाही.''

''बझ, एका मदतगटाकडून तुझा वापर करण्यात आल्याचं तू म्हणालास.''

''ते मला निव्वळ छायाचित्रातील एक व्यक्ती म्हणून वापरू इच्छित होते. मग मला माहिती झालं की, फक्त तेहतीस टक्के पैसाच ते संशोधनासाठी वापरतात. बाकीचा नुसता पगारी आणि वरखर्चालाच वापरून टाकतात. यात रुग्ण येतो कुठे? संशोधन कुठंय? माझ्यासारख्या एखाद्या व्यक्तीला छायाचित्रात वापरू नका कारण ते वास्तवात नाहीच. मी तिथून बाहेर पडलो व आता मी ल्युकेमिया आणि लिम्फोमा सोसायटीसोबत काम करतो.''

''मी दोन चांगल्या मोठ्या संघटनांचा पदाधिकारी आहे..'' लॅरीने सर्वांना सांगितले, ''द नॅशनल मेंटल हेल्थ असोसिएशन आणि द डिप्रेशन ॲन्ड बायपोलर सपोर्ट अप्लायंसेस, यांच्याद्वारे जवळपास एक हजार मदतगट देशात कार्यरत आहेत. मला वाटतं, ते बरीच कामं करताहेत.''

''मला क्रोन्स आणि कोलायटिस फाउंडेशनकडून अनपेक्षित असा अनुभव आला.'' सारा मध्येच म्हणाली, ''जेव्हा मी कॉलेजात शिकायला गेले, तेव्हा मला एक आश्चर्यकारक काम करणारे डॉक्टर तिथं भेटले. ते सीसीएफए च्या कामात अगदी पूर्णपणे गुंतले होते आणि मी ही ग्रेटर अटलांटासोबत काम सुरू केलं. सुरुवातीच्या काळातच मला भाषण देण्याविषयी विचारण्यात आलं आणि मी एका शिबिरात गेले, जे लहान मुलांच्या क्रोन्स डिसीज आणि कोलायटिससाठी होतं, मी त्यावेळी फक्त छायाचित्रावरच होते. मी क्लिव्हलँडला आजारी लहान मुलांसाठी

शिबिर आयोजित केलं होतं. तिथे मला खूप वेगळा अनुभव आला.''

''मला वाटतं, आपल्यासाठी असलं समर्थन म्हणजे ही जबाबदारी स्वीकारणं आणि आजार स्वीकारणं. ते खरंच आरोग्यसंपन्न आहेत, त्यांना कदाचित आमच्यासाठी सुख शांतता मिळवण्यासाठीचे हे प्रयत्न आहेत, ते कदाचित कळणार नाहीत. आमच्यासारख्या ज्यांना या राक्षसाने पछाडलं आहे ते आणि इतर काही अशी आत्मस्वीकृती म्हणजे काय हे समजू शकतात.''

समोर बसलेल्या श्रोत्यांपैकी एकाने असे म्हटले की, असल्या कामकाजाच्या जागी किंवा जनसमुदायामधील बदलाचे समर्थन करत हे फिरत आहेत, त्या अर्थी याचा एक अर्थ यांना काहीतरी हवंय, असा आहे. एकदम शांतता पसरली.

''यापैकी कुणाचं समर्थन करण्यासाठी, वा त्यांच्यासाठी काही मागण्यासाठी मी इथं आलेलो नाहीये.'' मी म्हणालो, ''पण आम्ही ज्या बद्दल बोलतोय, ते समजून घ्या. जे असाध्य आजाराने ग्रस्त आहेत, ते काही खास राखीव असं मागत नाहीयेत. फक्त इतरांप्रमाणेच आम्हालाही मानसन्मान व संधी देण्यात यावी, एवढंच सांगायचं आहे.''

साऱ्या श्रोत्यांचे लक्ष वेधून घेतले ते डेनिसने. ती माझ्या मल्टिपल स्क्लेरॉसिसबद्दल बोलली होती. ''मला तुझा आजार नकोसा वाटतो.''

''डेनिस, तुला एएलएस आहेच.''

तिने मान हलवली. ''तुला माहितेय.'' डेनिस पुढे म्हणाली, ''ना धडपणे तू बघू शकतोस, ना मोकळेपणाने चालू शकतोस.'' विद्यार्थी गोंधळात पडले.

''चल..जरा तिकडे जाऊयात.'' मी तिला म्हणालो.

''बघ...'' ती मला म्हणाली, ''मी फोटो काढण्याच्या बाबतीत फार दक्ष असते. फोटो न काढणं भयंकर आहे.''

''मला ते समजतंय,'' मी तिला म्हणालो, ''पण तुला असं वाटतं की मी परावलंबी आहे?''

''होय. मी तुझ्यासोबतच बरीच फिरलेय. तू लोकांवर फार अवलंबून असतोस. तू गाडी चालवू शकत नाहीस. एकट्यानं रस्ता ओलांडणं तुला कठीण जातं.''

''पण डेनिस,'' मी हळुवारपणे म्हणालो, ''तू तर लवकरच पूर्णपणे परावलंबी होणार आहेस.''

''मला माहितेय.'' ती क्षणभर थांबली, ''खरंय ते! मी अवलंबून राहणार आहे आणि मी त्यामुळे मरेन..!'' मी तिने घेतलेल्या दीर्घ श्वासाचा आवाज ऐकला. ''परावलंबीत्व हे मरणापेक्षा भयंकर असतं!''

इतक्या दिवसांच्या आमच्या सहवासातून एक गोष्ट मला स्पष्टपणे जाणवली होती आणि ती म्हणजे दुसऱ्यांचा आजार आपल्यापेक्षा कितीतरी भयंकर आहे आणि

त्या मानाने आपला आजार बरा आहे, असे मानण्याची बहुतेकांचीच वृत्ती होती. अर्थातच घाला घालणाऱ्या मृत्यूच्या सैतानाकडूनच आम्हाला शांतता मिळेल.

हॉर्वर्ड मेडिकल स्कूलमध्ये मिळालेल्या मार्दव आणि प्रशंसेचे उद्गार मनात घोळवत आम्ही परतलो. ज्यांनी आपल्या आयुष्यातील आजारासोबतच्या संघर्षाची वैयक्तिक कथा सर्वांसमोर मांडली होती, त्या पाच जणांना सलामी देण्यात आली. ''गेल्या पंधरा वर्षांच्या माझ्या शैक्षणिक कालखंडात...'' डॉ. डेव्हिड कार्डोझोंनी उपस्थितांना सांगितले, ''मी घेतलेला हा एकमेव उपयुक्त अनुभव आहे.''

''मी तुमच्याकडून खूप काही शिकलो आहे...'' या भाग घेणाऱ्या पाच जणांकडे वळून ते म्हणाले, ''या अनुभवानंतर आम्ही चांगले शास्त्रज्ञ, डॉक्टर आणि चांगल्या व्यक्तीसुद्धा बनू.''

कार्डोझोंचा विश्वास आहे की, वैद्यकीय व्यवसायातल्या तरुणांत यामुळे बराच बदल होऊ शकेल. ''यामुळे प्रशिक्षणाची दिशा बदलू शकेल. कदाचित नवीन वैद्यकीय विषयांचा अभ्यास करणाऱ्या तरुणांचे विचार बदलतील. मला वाटतं, काही जण असाध्य विकारांचा अभ्यासही करतील.''

सारेजण पुन्हा हॉर्वर्ड क्लबमध्ये संध्याकाळच्या शेवटच्या जेवणासाठी एकत्र जमलो. आम्ही रुग्ण आमच्या मनातले बोलत होतो आणि डॉक्टर्स ऐकत होते. कदाचित आमचे ऐकले जात होते. आम्ही आमचा हा लहानसा विजय साजरा केला.

आपापल्या घरी जाण्यापूर्वी आम्ही बोस्टनच्या ऐतिहासिक स्थळाला भेट देण्याची योजना आखली. बझ आणि सुझानचा मुलगा रियानने इतिहासाच्या पुस्तकातून बोस्टनची ऐतिहासिक स्थळाची माहिती आणि त्याची यादीच आणली होती. रियान आमचा येण्याचा उद्देशच विसरून गेला होता, अगदी मनापासून आमच्या हॉर्वर्ड क्लबमधल्या गप्पांच्या काळात तो आजारपणातून जरा दूर सरकला होता, तो भिंतीवर लावलेल्या बंकर हिल आणि इतर क्रांतिकारी युद्धांच्या चित्रांत रमून गेला होता.

आम्ही एक सहलही आटोपली आणि मग परतलो.

''आम्ही ई-मेल्सद्वारे एकमेकांच्या संपर्कांत आहोत..'' बझने मला काही दिवसांनी सांगितले. या कार्यक्रमाविषयी प्रत्येकाने घरी सांगितले होते. मला पुढचे ऐकण्याची उत्सुकता होती.

इतरांविषयी तो म्हणाला, ''ते खरंच मोठे आहेत. कार्यक्रमात उगाच औपचारिकता नव्हती.'' आणि बझ यातून काय शिकला होता? तो म्हणाला, ''हेच की, किती विभिन्न आजार आहेत, पण त्या सर्वांत एक बाब सारखी आहे.'' कोणती?

''आवाज नसलेली माणसं.'' त्याने उत्तर दिले. ''मी भिंतीवर डोकं आपटून थकून गेलो होतो, कारण माझ्याजवळ माझा आवाज नव्हता. आता मला एकटेपणा वाटत नाही. या भेटीने मला जास्त बलवान आणि निश्चयी बनवले आहे?

''बझ, तू चर्चमध्ये याबद्दल सांगितलंस?''

''होय. ते आश्चर्यचकित झाले आणि म्हणाले, मी आता जास्त पेटून उठलोय. एकजण म्हणाला, की माझी साक्षच फार प्रभावी होती. मला एक सांगायचं आहे. बझ बेजवळ आता स्वत:चा आवाज आहे.''

''तो पहिल्यापासून होता, बझ.''

''माहिताय...'' तो हसत म्हणाला, ''मला आता तो बहुधा चांगला ऐकू येत असावा.''

त्यानंतरच्या एका ई-मेलमध्ये त्याने लिहिले होते, ''रियान आम्हाला 'रिचर्डची टिम' म्हणतो आणि तू आमचा प्रशिक्षक आहेस.'' त्या दु:खी मुलाला कुणीतरी आपल्या वडिलांना वाचवेल, अशी आशा वाटत होती. हा माणूस प्रशिक्षकापेक्षा दुसरा चांगला कोण असू शकतो?

बझने ई-मेलमध्ये पुढे लिहिले होते. ''सगळ्यात मला आश्चर्य कोणाचं वाटलं असेल तर ते साराचं. मी असा अंदाज बांधला होता की, ती फार थकलेली, दमलेली दिसत असेल, पण ती तर आगीचा डोंब निघाली, तिला काय हवंय आणि ती तिथं कशासाठी आलीये, याची तिला चांगली जाण होती.''

सर्वांना एकमेकांविषयी आदर वाटत होता आणि सारेजण एकमेकांपासून स्फूर्ती घेत होते, हे जाणवत होते. बोस्टनच्या भेटीच्या वेळी सारेजण कसे सकारात्मक होते, हे साराला आठवत होते. ''मला तर आश्चर्य वाटलं, ते कसं जगतात?'' आणि ते सभागृहातील श्रोते?'' मला वाटतं, या साऱ्या गोष्टींचा त्या विद्यार्थ्यांवर चांगला प्रभाव पडला असावा.'' कशाच्या बाबतीत? ''मला वाटतं, डॉक्टरांचा रुग्णांच्या बाबतीतला एक पूर्वपार दृष्टिकोन असतो. आपणही माणसंच असतो. आपल्यालाही जीवन आहेच. डॉक्टरांनी हे लक्षात घ्यायला हवं.''

''माझा विश्वास आहे की, आपण एकाचवेळी विद्यार्थ्यांना आणि स्वत:लाही मदत केली आहे.'' बेनने घरी गेल्यावर मला कळवले, ''ते जर उत्तम डॉक्टर्स बनत असतील, तर आपणही आपल्या गप्पांतून आणि आपले अनुभव एकमेकांना वाटण्यातून बरंच शिकलो आहोत. मी बरंच शिकलो. कदाचित माझा उत्साह वाढलाच आहे.''

हॉर्वर्डच्या भेटीनंतर डेनिसला काय वाटले, हे समजून घेण्यासाठी आणि तिच्यावर कुणाचा कसा प्रभाव पडला, हे समजण्यासाठी मी डेनिसला फोन केला. ''साराविषयी माझ्या मनात खूप आपुलकी आहे. तिच्यासमोर माझा आजार

सहन करण्याजोगा आहे. ती वेदना, वजन वाढणं, रक्तस्राव आणि संडासचा त्रास, मी कदाचित जीवच दिला असता. मला त्यापेक्षा बरं जगायला आवडेल. सारा हे कसं सहन करते, कळत नाही.''

बेनच्या बाबतीत ती म्हणाली, ''तो त्या दिवशी काय बोलला वाऽऽ!''

मी डेनिसला आधीच सांगून ठेवले होते की, कदाचित बेन काहीच बोलणार नाही. ''तो जास्त बोलत नाही, नी अरे देवा ...! फक्त वीस वर्षांचं पोरगं आहे, ते पन्नास वर्षांच्या प्रौढासारखं तात्त्विक बोलतं. बेन त्याच्या वयाच्या मुलांपेक्षा जरा जास्त वेगाने वाढला आहे, कदाचित आपल्या आयुष्यात पुढे काय होणार, ते त्याला कळलं असेल. आयुष्याकडे बघण्याचा त्याचा दृष्टिकोन असामान्य आहे.''

लॉरी आणि बझच्या बाबतीत तिने जबरदस्त प्रतिक्रिया दिली.

''त्यांची मला खरंच भीती वाटली. बझला जीवघेणा, असाध्य आजार आहे. मी तो विचार करूनच जवळ गेले. मला इतरांविषयी फारसं काही वाटलं नाही, पण, बझविषयी भयंकर वाटलं, कारण तो लवकरच मरणार आहे.''

''लॉरीच्या बाबतीत सांगायचं तर...'' ती पुढे सांगू लागली, ''त्याच्यावर माझा किती परिणाम झाला, याचा मला काही अंदाज आला नाही. ज्या तरुणांनी माझ्यासोबत एएतएस वर चर्चा केली आणि त्याचं आभारप्रदर्शन मी त्यांना दाखवलं. लॉरीला बरं वाटलं. त्याने आणि मी स्वयंसेवकांच्या समर्पणभावनेवर चर्चा केली. चांगला संवाद झाला. कुणा नव्या माणसासोबत आणि जाणत्या माणसासोबत झालेला संवाद हा एक चांगला अनुभव होता.'' आणि लॉरी...मी पूर्वीच सांगितलंय...तो त्याच्या प्रश्नांनी वेढलेला होताच. ''होय....चांगला वेळ गेला.''

लॉरीने प्रतिक्रिया विचारण्याची वेळच येऊ दिली नाही. मी न्यूयॉर्किला जाऊन त्याला ई-मेल करण्याच्या आतच त्याचा अगदी उत्साहात ई-मेल आला. ''मी जसा हा ॲपलेचिन पर्वत चढत होतो ना, तसतसं माझ्या मनात आपल्या बैठकीत झालेल्या आणि एकमेकांत झालेल्या संवादाचं प्रतिबिंब उमटत होतं, याची मला जाणीव झाली. उदाहरणार्थ, डेनिसने हातात बांधायला दिलेला तो लाल रंगाचा बँड अजूनही मी घालतोच आहे, त्यावर लिहिलंय... 'शरण जाऊ नका.' आणि असे अनेक प्रसंग! त्यामुळे माझं सध्याचं आयुष्यंच बदललंय.'' पुढची ओळ वाचताना मी क्षणभर थांबलो. ''आपण नाश्ता करत होतो, तेव्हा डेनिसने माझ्यासोबत गप्पा मारल्या. त्या माझ्या मनात अद्याप रेंगाळताहेत आणि बझबरोबर झालेला संवादही माझ्या मनात घुसून बसलाय आणि दोन्हींचाही परिणाम माझ्या जीवनावर होतोय...'' एक प्रामाणिक प्रश्न उपस्थित होतो, की ते तुला असं काय म्हणाले? मी लॉरीकडे ॲटलांटाजवळच्या त्याच्या पर्वतावरच्या कार्यालयात गेलो.

''बोस्टनमध्ये चांगला वेळ गेला. तीन दिवस आपण पाचजण एकत्र होतो.''
लॅरी थांबला, ''रिचर्ड'' तो म्हणाला, ''फार कमी वेळ होता तो...!''

''होय...'' मी म्हणालो.

''आपण एक वेगळी जमात म्हणून तिथं एकत्र आलो.''

''होय?''

''तीन दिवस या पाच जणांच्या सहवासात घालवल्याने विचारात खूपच स्पष्टता आली. आपण एकमेकांशी जोडलेलो आहोत आणि आपण दुभंगलेल्या क्षणीपण खंबीर राहू शकतो.''

तरुणांचा या बाबतीतला दृष्टिकोन लॅरीला फारच भावला होता. ''मला बेनची आठवण येते. मी कॉलेजात असताना जे विचार माझ्या मनात असायचे, तेच बेनच्या डोक्यात चालू असतात. हे पाहून बरं वाटलं. त्याने मला या नव्या विश्वात, नवा आशावाद दिला आणि समाजालाही एक नवा आशावाद दिलाय; त्यात सगळ्यांचं स्वागत होईल.''

''बझबद्दल काय?'' मी विचारले, ''बझसोबत कोणत्या विषयावर संवाद झाला?''

''बझ हा अतिशय सामर्थ्यशाली माणूस आहे..'' लॅरी म्हणाला, ''त्याचे जीवनाबद्दलचे विचार आणि त्याची श्रद्धा यांचा त्याच्या शरीरावर काहीच परिणाम झालेला नाही, याची तुम्ही मला ठाम खात्री देऊ शकणार नाही. बझच्या शरीराच्या प्रत्येक पेशीवर मला या साऱ्यांचा परिणाम निश्चितच होतोय, यावर माझा विश्वास आहे.''

''मला असली कुठलीच शक्ती माहीत नाही, लॅरी. कदाचित असू शकते.''

''त्याच्या आतड्याच्या कॅन्सरची वाढ जवळजवळ थांबलेय.''

''सध्या तरी...'' मी म्हणालो.

''हो, सध्यातरी, पण तो केवळ एक अपघात नाही, याची मला खात्री आहे.''

''आणि डेनिससोबतच्या संवादाचं काय?''

''आता आधी जे काय झालं ते मी सांगतो.'' लॅरी हसू दाबत म्हणाला, ''आपण हॉर्वर्ड क्लबमध्ये बसलो होतो. डेनिस पाणी पीत होती. तिच्या ग्लासमध्ये कसलासा ठिपका होता.'' लॅरी जरासा थांबला, मग त्याने सांगितले की डेनिसने बोटे ग्लासमध्ये घालून तो काढण्याचा प्रयत्न केला. 'तो अगदीच मला ठार करेल असा नाही..', ती म्हणाली.'' लॅरीच्या स्वरातील भावना मला कळत होती. ''रिचर्ड, आम्ही दोघे हसतच राहिलो.'' त्यातला भाव मला चाटून गेला.

''तो क्षण माझ्या जिवासाठी कसा होता, हे मी आता सांगू शकणार नाही पण त्याने मला उभारी दिली.''

''कसं काय, लॅरी?''

''कारण आम्ही त्या क्षणात जगत होतो. आता या क्षणी आपल्याजवळ काय आहे, हे त्या क्षणाच्या पोटात असणाऱ्या रहस्याला भिंगातून बघण्यासारखं आहे. हो ना, रिचर्ड?'' मला खात्री नव्हतीच.

''मी काही कायम सर्वसामान्य, निरोगी माणूस म्हणून राहू शकत नाही.'' लॅरी म्हणाला, ''जे जीवनाची स्तुती करतात, ते मला आवडतात. ते जास्त प्रेरणादायी असतात.''

''निश्चित..'' मी म्हणालो, ''ते जास्त रहस्यमय, पण चांगले असतात.''

''रिचर्ड..'' लॅरी अचानक म्हणाला, ''डेनिसजवळ पिस्तुल आहे, हे तुम्हाला माहिताय?''

माझ्या डोक्यात एकदम शांतता पसरली, जणू कंप्युटरवर सर्च चालू होते. मला माहीत होते? ''खात्री देता येत नाही...'' मी अगदी संदिग्धपणे म्हटले. जे मलाच जाणवले. अर्थात, पिस्तुल असणे हा मुद्दा फारसा महत्त्वाचा नव्हता. ''मी तुला सांगितलं नव्हतं..'' लॅरी म्हणाला.

एक अंधुकशी स्मृती होती...इतर गोंधळामुळे ती तुटली होती..पण धूसर आठवत होतं की, 'एकट्या राहणाऱ्या स्त्रीला शस्त्राची गरज असते, असं डेनिस केव्हातरी म्हणाली होती.' लॅरीच्या डोक्यात दुसरेच होते. ''डेनसला वाटतं, तिचं नैराश्य कदाचित कुणीच समजून घेणार नाही. पिस्तुल ठेवणं, याचा अर्थ ती अगदी नियंत्रणात आहे, असा होतो.''

नियंत्रण हा डेनिसचा कळीचा मुद्दा होता.

''तिने तुला का सांगितलं?''

''मला माहीत नाही. तिने मला सहज सांगितलं की तिच्याजवळ .३८चं पिस्तुल आहे, म्हणून..!''

अनेक वर्षे डेनिससोबत झालेल्या संवादातून एएलएस ची सीमारेषा आणि त्याला किती वाढू द्यायचे, यावर आमची जी चर्चा झाली होती, त्यावरून स्पष्टच होते की तिने सारे पर्याय खुले ठेवले होते. अचानक विषय वेगळ्या मुद्द्यावर येत होता. डेनिसने काही योजना केली असावी. तो विचार मनात येताच नेमके काय करावे हे मला सुचतच नव्हते. डेनिस नेमके काय करणार होती यासाठी तिला लगेच भेटणे मला गरजेचे वाटत होते. पण त्यात थोडा उतावीळपणा दिसला असता तरीही मला जाणून घ्यायचे होते.

आम्ही हॉर्वर्ड सोडल्यानंतर साधारण महिन्याभराने डेनिस तिच्या मित्रमैत्रिणींसोबत न्यूयॉर्कला होती. ख्रिसमस जवळ येत होता. लॅरी पिस्तुलबद्दल काय म्हणाला, हे मी तिला सांगितले. ती जरा विरघळली. ''हे वर्ष फार कठीण चाललंय..'' ती

हळुवारपणे म्हणाली, अक्षरश: माघार घेत असल्यासारखी बोलली.. ''मी हे असं वॉकर घेऊन चालणं आणि असं प्रवास करणं, यामुळे फार निराश होत चालले आहे, मला आनंद देणाऱ्या अशा या स्थळाला बहुधा मी ही शेवटचीच भेट दिलीये..''

''पण पिस्तुल, डेनिस, पिस्तुलाबद्दल काय?''

''मलाही माहीत नाही,'' ती हळुवार आवाजात आणि स्वर तसाच ठेवत म्हणाली. ती जरा आश्चर्यचकित झाल्यासारखी वाटत होती. ''मला वाटतं, मी त्याच्यापलीकडे गेलेय.''

''डेनिस, तू आजपर्यंत कधी पिस्तुल वापरलंस?''

''शंका आहे...'' ती क्षणभर थांबली. ''इतरही अनेक मार्ग आहेत, जास्त शांततेचे मार्ग आहेत, म्हणजे तशीच वेळ आली तर...''

कॅथरिन रॉयसीने लिहिलेला एक निबंध मला आठवला, नाव होते, 'माझ्याजवळ नेहमीच एक पर्याय असतो. रॉयसी एक एएलएस रुग्ण होती.' रॉयसी एएलएससोबत कसं जगावं, याबद्दल लिहित होती... ''रोज 'मी कशी काय जगणार,' हा पर्याय निवडत नाही, तर 'जगणार की नाही' हाच एकमेव पर्याय निवडते.''

डेनिसच्याच मताचे प्रतिबिंब मला रॉयसीच्या शब्दांत दिसत होते.

''या.. कमी कमी होत जाणाऱ्या आयुष्याला न्याहाळून, आजार, त्याच्या साऱ्या त्रासदायक दुश्चिन्हांसहित नाकारण्याची कृती मी करावी, अशी कुठलीही धार्मिक अनिवार्यता मला अद्यापपर्यंत आढळली नाही. पण निवडीबाबतचा माझा विश्वास मला खरंच शक्ती देतो. मी एएलएसकडे बघण्याची जी दृष्टी ठेवते, ती मृत्युदंडाएवढीच वाईट आहे; किंवा त्याच्याकडे बघण्याचा दृष्टिकोन मी 'एक आमंत्रण' एवढाच ठेवते... 'मी खरंच कोण आहे.' हे समजून घेण्याची एक सुसंधी...!''

बोस्टनमधल्या आमच्या शेवटच्या रात्री आम्ही एकत्र बसलेलो असताना, आमच्या गटाने हॉर्वर्ड भेटीच्या निमित्ताने मला एक सन्मानपत्र, प्रदान केले. त्यावर ''क्रोध व्यवस्थापनाच्या सत्रात विशेष उपस्थितीबद्दल'' लिहिलं होतं. माझ्या नव्या मित्रांच्या संशोधनानुसार, माझ्या आश्चर्यापेक्षा माझा संताप वाढत नव्हता. संताप, क्रोध हा माझ्यासाठी खरे तर निघून जाण्याचा उत्तम उपाय होता. खरे तर अद्याप संतापायला कुणालाच वेळ मिळाला नव्हता, अपवाद होता माझा! तरी मी शिकायला तयारच होतो. कदाचित माझा राग इतरांच्या कुणाच्या अनुभवासोबत मिसळून काहीतरी वेगळे निष्पन्न होण्याची शक्यताही होती.

''आपण ज्या विषयावर चर्चा केली नाही, तो विषय म्हणजे 'आजची शक्ती''

लॅरी त्या सायंकाळी सगळ्यांना गप्प बसवत म्हणाला, ''माझी चेतना, माझं आजचं चैतन्य ही आजची शक्ती आहे. अगदी रिचर्डसारख्या गृहस्थासोबत राहूनही हा विषय घ्यायला हवा होता...बरोबर ना!'' जवळपास सगळे खळाळून हसले.

''आपण कालच्या दिवसाबद्दल काही बोलू शकत नाही..'' तो म्हणाला.

''उद्या मी काय करू शकेन? नाही, काही सांगता येत नाही. पण मित्रा, हा आताचा क्षण...या उरलेल्या चार लोकांसोबत आणि, तू आणि कुटुंबासोबत जो मी घालवतोय..तो क्षण! हेच खरं आयुष्य आहे. तेच खरं आहे, समोरचं वास्तव आहे आणि या टप्प्यावर आपण आहोत.'' बझ मध्येच म्हणाला, ''या क्षणात तुम्हाला जगायचं असतं.''

लॅरी पुन्हा म्हणाला, ''तुम्हाला तो अधिकार मिळालाय.'' सगळे शांतच होते. ''मी कदाचित उद्या मेलेला असेन.'' बझ म्हणाला, ''माझ्या मते...कुणीही..! काहीही होऊ शकतं. पण आता या क्षणाला तुमच्याजवळ आहे ते घ्या आणि जगा.''

''आपण या क्षणातच जगत आहोत, असं तुला वाटतं का?'' मी विचारले.

''मला तसं शिकावं लागलं. या क्षणाला जे घडत आहे ना, त्यासाठीच मी जगतोय.'' बझ उत्तरला. ''माझ्याजवळ कालचा भूतकाळ होता. मी तो पार करून आलोय. मी उद्याचा भविष्यकाळ पार करू शकेन? मला माहीत नाही. मला त्याची कल्पना नाही.''

''तुम्ही जगता त्या मार्गाची ही जाणीव केवळ आजारपणामुळे होते.'' मी सल्ला दिला.

''किंवा व्यक्तिगत परिवर्तनामुळे...'' लॅरी म्हणाला. ''अगदी बरोबर.'' बझ लगेच म्हणाला, ''कारण कॅन्सर होईपर्यंत माझी श्रद्धा एवढी ठाम होती, असं मला वाटत नाही.'' ती दुसऱ्या मार्गाला गेली असावी, असे मी मागेच म्हटले होते. ''मला वाटतं, माझी श्रद्धा इतकी दृढ झाली, कारण या साऱ्या प्रकरणातून पार पडण्याची शक्ती माझ्यात यावी, म्हणून मला अजून कुणी एक माझ्यापेक्षा शक्तिशाली हवा होता. डॉक्टर हे करू शकत नव्हते. त्यांनी नाद सोडला. यापेक्षा आपण जास्त काही करू शकणार नाही, असं त्यांनी स्पष्ट सांगितलं; जे काय करायचं असतं, ते तुमचं तुम्हालाच करायचं असतं.''

''तुम्ही अंदाजही बांधू शकणार नाही की मानवाची चैतन्यशक्ती किती उंच भराऱ्या मारू शकते.'' लॅरी म्हणाला, ''माझं म्हणणं एवढंच आहे की इथं जमलेले आपण, डॉक्टर काय म्हणाले, त्याला आव्हान देत आहोत आणि माझा यावर विश्वास आहे की, आपल्या सर्वांत एक गोष्ट समान आहे, ती म्हणजे आपण एका गोष्टीवर अवलंबून आहोत, ती म्हणजे आशा! हा विश्वासाचा, श्रद्धेचाच एक प्रकार आहे. तीच मला रोज आधार देते.''

'आशा हीच आधारस्तंभासारखी असते' असा ठाम ठरावच बोस्टनला झाला. ही कल्पना काही नवीन नव्हती, पण जे आजारी होते, त्यांच्यासाठी महत्त्वाची होती. बेनची आई, डेबी म्हणाली, ''जेव्हा बेनचं निदान केलं गेलं, तेव्हा डॉक्टरांनी आम्हाला काय दिलं नव्हतं तर...ती आशा! डॉक्टरांजवळ ती वाटण्यापुरती नव्हती?''

''मग ती आशा केव्हा वाटली?''

''एकमेकांशी आम्ही जसजशी चर्चा करू लागलो, इतर पालकांशी जसे बोलू लागलो, तस तशी आशा वाटू लागली. अनेक वर्षांत आम्ही आमच्या ज्या भावना एकमेकांत वाटून घेतल्या, त्यातून आशा निर्माण झाली.''

''आशा सापडली तरी सांभाळणं अवघड असतं. ''मी बेनकडे पाहिले, तो अशक्त होत चाललेला असतानाही हार मानत नव्हता. त्याचा मला उपयोग झाला. तो तसा परिपक्व आहे, आणि त्यामुळे त्याने आपले काम सुरूच ठेवले.''

''त्यामुळे तुम्हाला आयुष्य असं सुसह्य झालं का?''

''मला माझी आशा त्याच्यात दिसली. बेनच्या उत्साहाने मलाही आधार दिला.''

डेबी मुलाला प्रेरणा देतच राहते. ''मी त्याच्याकडे पाहते आणि म्हणते, बेन, हे तुझ्यासारखं नाहीये. तुझ्यापेक्षा बिकट आहे.'' डेबीचा आवाज संतुलित होता,''आपण प्रत्येकजण पृथ्वीवर काही खास उद्देशाने, हेतून आलेलो असतो.''

समारोप करत डेबी म्हणाली, ''कदाचित तुमची शक्ती इतरांना कळावी, हा पण हेतू असू शकतो. मी बेनला म्हणाले, ''हे पण पार करून जा. सतत वर वर चढत जा आणि सकारात्मक राहा. या जगाला देण्यासारखं तुमच्याजवळ बरंच काही आहे. विश्वास ठेव.''

आम्ही अवनत असणाऱ्या जगासाठी हॉर्वर्ड सोडलं आणि आमचे रोजचे संघर्ष ही...! मी तिथे जमलेल्या साऱ्यांना सांगितले की, अनिश्चित भविष्याची ज्यांना भीती वाटते आणि जे भविष्याकडे तोंड करून उभे आहेत, त्यांच्यासाठी शांती मिळावी, हीच माझी खरी आशा आहे. आपण आजाराशी संघर्ष करतो आणि लढतोही भयंकर पण तरीही या जगात आपण काहीतरी सृजन करणारे घटक म्हणून राहाणे गरजेचे आहे.

आपण आपल्या आजूबाजूला असलेल्या, पुढच्या दारी सापडणाऱ्या, कोपऱ्यातल्या प्रत्येक उदासीन माणसाकडून एवढीच आशा करू शकतो की, त्याने या आजाराच्या निदानापलीकडे जाऊन आपल्याकडे पाहावे आणि आम्ही कोण व काय देऊ शकतो, याची किंमत समजून घ्यावी.

इतरांच्या संघर्षाच्या साक्षी ऐकून मी माझा संघर्ष कसा चांगल्या पद्धतीने करता

येईल, हे शिकलो. मी हे शिकलो की, आम्ही प्रत्येक जण वेगवेगळ्या वाटेने जात होतो, एवढे खरे होते, पण या प्रश्नांची उकलच आम्ही सतत शोधत होतो. आजारी माणसांबाबत सांगायचे म्हणजे आम्ही या मुद्द्यांचा विचार करतो, कारण आम्हाला तो करावा लागतो.

आम्ही जगण्याची इच्छा धरतो आणि चांगल्या आयुष्याचीही; म्हणजे नेमके आमच्या बदलत्या शारीरिक प्रकृतीप्रमाणे चांगल्या आयुष्याची इच्छ करतो. आम्हाला सर्वसामान्यांप्रमाणे निरोगी जगावेसे वाटते आणि समाजात काम ही करावेसे वाटते. आम्हाला वेगळी वागणूक नकोच असते; खरंच, आम्हाला इतरांना जे मिळते ते तेवढेच हवे असते.

आम्ही आमच्या भावनेच्या पतपेढीतून एखाद्या वेळी थोडासा आनंद काढून घेतो. प्रार्थना करत असतो की खात्यात आहे, त्यापेक्षा जास्त नको. आम्ही जाणतो त्यापेक्षा आम्ही सबळ आहोत. कदाचित निश्चितीपेक्षा या ठाम विधानाने जास्त आशा वाढते, कारण असे व्हावे, हीच आमची इच्छ असते. त्यावर विश्वास ठेवल्याने आम्हाला पुढे जाण्यास जणू इंधन मिळते, अगदी जेव्हा आम्हाला आमचाच संशय येतो तेव्हा किंवा दिवसा नाही, तर रात्री तरी एकटे असताना ते मिळतेच.

मी रोज उठतो आणि एक आजारी माणूस म्हणून जगण्याचा तिरस्कार करतो, पण विकलांगतेसोबत तडजोड करण्याची हाक रोजच ऐकू येते आणि हे पुस्तक लिहिल्यानंतर आणि माझ्यावर विश्वास ठेवणाऱ्या सभ्य लोकांकडून काही शिकून आणि त्यांना जीवनाच्या या प्रवासात सोबत घेऊन, मी आता हे समजलो आहे की, आम्ही सारे आजारी सोबतच जगतो. चेतनेच्या बाबतीत म्हणाल, तर आम्ही एकच आहोत.

आणि त्या दिवशी, जेव्हा आम्ही चालू शकणार नाही व आमच्या तोंडातून शब्दही उमटणार नाहीत, तेव्हा आम्ही एकत्र राहू. जोपर्यंत एकमेकांच्या सोबत राहून जेवू शकू, तोपर्यंत त्या एकाच टेबलाभोवती बसून राहू. आमची हृदये कणखर, समर्थ राहतील. त्या कणखरपणात चैतन्याच्या आधारे आम्ही आकाशात विहार करू. आमची स्वतःची होकायंत्रे दिशा दाखवतील आणि वारा सतत आमची पाठराखण करेल.

◆